ஊத்து
(நாவல்)

தேனிசீருடையான்

டிஸ்கவரி பப்ளிகேஷன்ஸ்
எண்: 9, பிளாட் எண்: 1080A, ரோஹிணி பிளாட்ஸ்
முனுசாமி சாலை, கே.கே.நகர் மேற்கு,
சென்னை - 600 078. பேச: 99404 46650

வெளியீட்டு எண்: 0425

ஊத்து! (நாவல்)
ஆசிரியர்: தேனிசீருடையான்©
oothu (Novel)
Author: Theniserudaiyan©
Print in India

1st Edition : Dec - 2024
ISBN: 978-81-19541-87-4
Pages - 352

Publisher • Sales Rights

Discovery Publications	**Discovery Book Palace (P) Ltd**
No. 9, Plot,1080A, Rohini Flats, Munusamy Salai, K.K.Nagar West, Chennai - 78. Tamilnadu, India. Mobile: +91 99404 46650	No. 1055-B, Munusamy Salai, K.K.Nagar West, Chennai-600 078. Mobile: +91 87545 07070

discoverybookpalace@gmail.com / www.discoverybookpalace.com

இந்த நூலில் பிரசுரமாகியுள்ள எந்த ஒரு பகுதியையும் எழுத்துபூர்வமான முன்அனுமதி பெறாமல் எடுத்தாள்வதோ, மறுபிரசுரம் செய்வதோ, மொழியாக்கம் செய்வதோ, ஊடகங்களில் மறுபதிப்புச் செய்வதோ, காப்புரிமைச் சட்டப்படி தடை செய்யப்பட்டுள்ளது. இந்த நூலிலிருந்து சில பகுதிகளை மேற்கோள்காட்டி நூல்அறிமுகம் செய்யலாம்.

உங்கள் மொபைல் போனிலிருந்து ஸ்கேன் செய்து 'டிஸ்கவரி புக் பேலஸ்' மொபைல் ஆப்பை டவுன்லோடு செய்து, புத்தகங்களை வாங்குங்கள்.

எனது முந்தைய 14 நூல்களைப் பதிப்பித்து என்னை இலக்கிய பீடத்தின் பாதுகாப்பான இடத்தில் நிற்க வைத்திருக்கிற பதிப்பாளுமை அன்னம் பதிப்பக உரிமையாளர்

தோழர் மீரா கதிர் அவர்களுக்கு!

தட்ப வெப்ப நிலை!

வேலுநாச்சியாரின் வாழ்க்கை ஒளி பொருந்திய வீர வரலாறாக உயர்வடையக் காரணமானவர்கள் இரண்டு பெண்கள்; 1 உமையாள் என்ற ஆடு மேய்க்கும் சிறுமி, 2 குயிலி என்ற மறமங்கை. இந்திய சுதந்திரப் போராட்ட வரலாறு பெண்மையும் ஆண்மையும் கரைபுரண்டோடிய வேலுநாச்சியாரின் அரசுபீட அரங்கிலிருந்துதான் தொடங்குகிறது.

ராஜ அம்சம் பொருந்தக்கூடிய அனைத்து வித்தைகளையும் கலைகளையும் தனது 16 வயதிலேயே கற்றுத் தேர்ந்து, களத்தில் இறங்கி, ஆங்கிலப் படைகளுக்கு எதிராகப் போராடி சிம்ம சொப்பனமாக வீரம் காட்டியவர் அவர்.

ஒருமுறை வேலு நாச்சியாரை ஆங்கிலப் படைகள் துரத்திச் சென்றபோது திண்டுக்கல் பகுதியில் காட்டுவெளியில் குதிரையேறிப் பாய்ந்தோடுகிறாள். பயணக் களைப்பில் தாகமெடுத்து ஓரிடத்தில் ஆடு மேய்க்கும் உமையாளைப் பார்த்துத் தண்ணீர் கேட்டு வாங்கி அருந்திவிட்டுத் துரத்திவரும் ஆங்கிலப் படைகளிடம் தன்னைக் காட்டிக் கொடுக்க வேண்டாம் என்று சொல்லிவிட்டுக் காட்டுக்குள் மறைகிறாள். துரத்திவந்த ஆங்கிலப் படை உமையாளிடம் வேலு நாச்சியார் இருக்கும் இடத்தைக் காட்டிக் கொடுக்கும்படி கேட்கிறது.

"அவர் இருக்குமிடம் எனக்குத் தெரியும்; ஆனால் சொல்ல மாட்டேன்" என்கிறாள். அவளை அடித்து உதைத்துக் கேட்டபோதும் அவள் அதையே திரும்பத் திரும்ப ஒப்பித்துக் கொண்டே இருக்கிறாள். ஆங்கிலக் கொடூரன்கள் அவளைக் கண்டதுண்டமாக வெட்டி எறிந்துவிட்டுச் செல்கின்றனர்.

தனது உயிர் தப்பித்தால் போதும் என்ற உணர்வோடு வேலுநாச்சியாரை அவள் காட்டிக் கொடுத்து ஆங்கிலேயரிடம் பாராட்டும் பரிசுகளும் பெற்று சுபிட்சமடைந்திருக்க முடியும். அல்லது, வேலுநாச்சியார் யாரென்றே எனக்குத் தெரியாது என்று ஏமாற்றி உயிர் பிழைத்திருக்க வாய்ப்புண்டு. இரண்டையும் செய்யாமல் தமிழ்ப் பண்புக்கே உரிய நேர்மையோடு தைரியமாய்ப் பேசினாள் என்பதுதான் ஒரு சாமான்யப் பெண்ணுடைய வீரத்தின் அடையாளம்.

ஆங்கிலேயர்கள் சிவகங்கைச் சீமையில் ஆயுதக் கிடங்கை நிறுவி வேலு நாச்சியார் ஆட்சிக்குட்பட்ட பகுதிகளை அழிக்க முயன்றபோது, குயிலி என்ற இளம்பெண் தன் உடல் முழுக்க வெடிகுண்டுகளைக் கட்டிக் கொண்டு மனித வெடிகுண்டாக மாறி, ஆயுதக் கிடங்குக்குள் குதித்து அழித்துத் தன்னையும் அழித்துக் கொண்டாள்.

இதில் நாம் கவனிக்க வேண்டிய முக்கிய சங்கதி என்ன வென்றால், வேலு நாச்சியாரின் வீர வரலாற்றின் பக்கத் துணையான அந்த இரண்டு பெண்களும், நமது மொழியில் சொல்வதென்றால் தாழ்த்தப்பட்ட சாதியைச் சேர்ந்தவர்கள். இன்றைய சட்ட வரை யறைக்குட்பட்டு "பட்டியலின" மக்கள். நாட்டுப்புற ஆய்வாளர் தொ.பரமசிவம் அவர்களின் வார்த்தைகளில் கூறுவதென்றால் "கேட்பார் இல்லாமல் கீழ்ச்சாதி" ஆனவர்கள்.

வேலு நாச்சியார் வரலாற்றில் இன்னொரு முக்கியச் செய்தியும் உண்டு. அவர் கணவர் முத்து வடுகநாதர் ஆங்கிலப் படைகளால் கொல்லப்பட்டபோது மிக்க வருத்தம் கொண்டு, அந்தக் கால வழக்கப்படி உடன்கட்டை ஏற விரும்பினாள் வேலுநாச்சியார். பெண்கள் விரும்பாவிட்டாலுமே கூட, பக்கத்தில் இருக்கும் ஆண்வர்க்கம் இறந்தவரின் மனைவியை சிதைக்குள் தள்ளி எரித்துவிடுவார்கள். அது ஒரு தாம்பத்தியப் பண்பாடு என்று அங்கீகரிக்கப் பட்டிருந்தது. அரசாங்கம் ஏனென்று கேட்கமுடியாது. ஊர் வழக்கம் என்பதால் மனித நேய மானுடர்கள் கூட பேசா மௌனிகளாக இருந்து, உடன்கட்டைப் பழக்கத்துக்கு ஒத்துழைப்பு தந்தனர்.

ஆனால் அதே ஆண்வர்க்கப் பிரநிதிகளான மருது சகோதரர்கள், வேலுநாச்சியாரின் பக்கத் துணையாய் இருந்து ஆட்சி செய்தவர்கள், வேலு நாச்சியார் உயிரோடு இருக்கவேண்டியதன் அவசியத்தை வலியுறுத்தி உடன்கட்டை ஏறாமல் தடுத்து நிறுத்தினர். அந்தக் கால நிலவரப்படி, மருதிருவர் அவரை உடன்கட்டை ஏற்றியிருக்க முடியும் என்பதோடு ஆட்சிபீடத்தைக் கைப்பற்ற அதை ஒரு சாக்காக பயன்படுத்தியிருக்கவும் வாய்ப்புண்டு. ஆனால் அவர்கள் அதைச் செய்யாமல் ஒரு பெண்ணையும் தமிழ்ப் பண்பாட்டையும் காப்பாற்றினர். (உடன்கட்டை ஏறுவது வடபுலத்துக் கலாச்சாரம்.)

நான் விஷயத்துக்கு வருகிறேன். தமிழகத்தில் 18ஆம் நூற்றாண்டில் ஒரு வீர வரலாற்றை உருவாக்கிய தொல்குடி மாந்தரின் வாரிசுகளாகிய அருக்காணி, பாஞ்சாலி, துரைச்சாமி, பச்சைமலை ஆகியோர்தான் இந்தக் காதல் காவியத்தின் நாயகர்களாகிய, பாலமுருகன், செண்பகலட்சுமி தம்பதியரின் பக்கத்துணையாய் இருந்து வாழ்க்கை வெற்றியடையச் செய்கின்றனர். எளிமையாகவும் இனிமையாகவும் வெற்றிப் பயணம் செய்த அவர்களின் தாம்பத்தியம் பணமதிப்பிழப்புக் காலத்தில் பெரும் தடுமாற்றத்தைச் சந்திக்கிறது. அவர்களை மட்டுமா? அனைத்து சாமான்ய நடுத்தர வாழ்க்கையையும் கொந்தளிப்பான பாதாளத்தில் வீழ்த்துகிறது. இந்த அடாவடித்தனமான பொருளியல் போர்க் களத்திலிருந்து அவர்கள் மீள்கிறார்களா, அமுங்கிப் போகிறார்களா என்பதுதான் "ஊத்து" "வாசம்" நாவலின் மையம். வாசகர்கள் தமது வாசிப்பின் வழியாக இந்தப் புதினப் பனுவலை வெற்றியடையச் செய்வார்கள் என உறுதியாக நம்புகிறேன்.

இந்த நூலை அழகிய வடிவமைப்போடு வெளியிட்டிருக்கிற டிஸ்கவரி பப்ளிகேஷன்ஸ் பதிப்பாளுமைகள் தோழர் வேடியப்பன், மற்றும் தம்பி சஞ்சய்க்கும் பதிப்பக ஊழியர்களுக்கும் எனது மனமுவந்த நன்றிகளை உரித்தாக்குகிறேன்.

எனது படைப்புகளுக்கு எப்போதும் ஊக்கமும் ஆக்கமும் தந்து இன்றளவும் என்னை வளர்த்தெடுத்துக் கொண்டிருக்கும் இலக்கிய ஆளுமைகள் ச.தமிழ்ச்செல்வன், மற்றும் மதுரை நாடாளுமன்ற உறுப்பினர் "வீரயுக நாயகன் வேள்பாரி" மூலம் விரிவுலகைத் தன்வசப் படுத்திய சு. வெங்கடேசன் ஆகியோருக்கு நன்றிகள்

எனது படைப்புகள் வந்த மறுநாளே வாசித்துக் கருத்துப் பதிவிட்டு ஊக்கப் படுத்தும் எழுத்தாளர் அ. உமர்பாரூக், அல்லி உதயன், குழந்தைகளின் உளவியல் படைப்பாளி தேனிசுந்தர், கவிஞர் தங்கேஸ் ஆகியோருக்கும் சக படைப்பாளிகளுக்கும் உளம் நிறைந்த நன்றி!

தோழமையுடன்,
தேனிசீருடையான்.
பேச; 98429 36875

1. தாரகைவெளிச்சம்

1

காலை புலர்ந்து எட்டைத் தாண்டியிருந்தது. இப்போதெல்லாம் வைகறை விழிப்பு சாத்தியப் படுவதில்லை. உடல் சோர்வோடு கண்களும் தளர்வடைகின்றன. வட்டவடிவப் பெரிய கடிகாரத்தில் ஒரே ஒரு முள் - அதுவும் பெரிய முள் வேகமாகவும் மற்றவை மெதுவாகவும் சுழன்றுகொண்டிருந்தன. மனித வாழ்க்கையில் மட்டும் பெரிய முள் தளர்ந்து தொய்வடைந்து பயணிக்கிறது. மூன்றும் ஒரே மாதிரி ஏன் ஓடுவதில்லை என்ற கிறுக்குத்தனமான சிந்தனை மனசுக்குள் ஓடியது. மூன்றும் மூன்றுவிதமாய் நகர்ந்தால்தான் காலம் தனது இருப்பை ஒழுங்குபடுத்திக் கொள்ளும். இல்லையென்றால், காலத்துக்கும் கடிகாரத்துக்குமான உறவு அறுந்துவிடும். மெலிதாய்ச் சிரித்தபடி எழுந்து அமர்ந்தேன். வெண்ட்டிலேட்டர் வழியாய் சூரிய ஒளி அறைக்குள் பரவியது. மனைவி இருந்திருந்தால் ஆறரைக்கே எழுப்பி மணமான காஃபி தந்திருப்பாள். அவள் இல்லாத வெற்றிடத்துக்குள் எனது அந்திமம் அலைந்தபடி இருந்தது.

பத்துக்குப் பத்து வடிவிலான சிறிய அறையில் மனைவியின் படத்தைத் தவிர எல்லாமே எனக்கான பொருட்கள். துணிமணிகள், புத்தகங்கள் கட்டில், மேசை நாற்காலிகள், மற்றும் அன்றாட பயன்பாட்டுப் பொருட்கள்! எத்தனை பொருள் அடர்ந்து கிடந்தாலும் அறையை முழுமையாய் நிறைத்திருப்பது அந்த ஒற்றைப் படம்தான். வாழ்க்கையை நிறைத்தவள் இன்று இந்த அறையை நிறைத்துக் கொண்டிருக்கிறாள். படுக்கையில் அமர்ந்தபடி கையெடுத்துக் கும்பிட்டேன். “எல்லாம் நின் செயல்” என்ற

வார்த்தைகள் மனசுக்குள் ஓடின. மனைவி இறந்த நாளில் இருந்து அவளே கடவுளாகி இருந்தாள். அங்கயற்கண்ணி ஆச்சியாக என் கண்முன் நிழலாடினாள். எழும்போதும் படுக்கப் போகும்போதும் அவளை வணங்கினேன். “தொடக்கமும் முடிவும் நீயே சாகும்வரை உடல் உபாதை இல்லாமல் காப்பாத்து தாயே...”

“ஆளும் வளரணும் அறிவும் வளரணும் அதுதாண்டா வளர்ச்சி. உன்னை...” மேசைமேல் வைக்கப்பட்டிருந்த கைபேசியின் அழைப்போசை முடிவதற்குள் கையில் எடுத்து ஆன் செய்யாமல் பெயரைப் பார்த்தேன். வெறும் எண்கள்! யாருடையது என்று கணிக்க முடியவில்லை. தெரிந்தவர்களா, தெரியாதவர்களா? அன்னிய எண்ணாய் இருக்க வாய்ப்பில்லை. இந்த வயதுக்குப் பிறகு அன்னியர்கள் என்னை ஏன் அழைக்க வேண்டும்? யாரேனும் புது எண் வாங்கியிருந்து அதைத் தெரிவிக்கத்தான் அழைத்தார்களோ? அப்படியும் சொல்ல முடியாது. போன் தொலைந்து போனாலும் பழைய எண்ணைத் திரும்பப் பெற்றுக்கொள்ள முடியும். இது வேறு யாரோ ஒருவர்தான். தொழில்நுட்பம் வளர்ச்சியடைந்திருக்கும் காலம் இது. புது நம்பராய் இருப்பதால் புது நபர் எனப் புரிய முடிந்தது.

மீண்டும் கண்பார்வை குறையத் தொடங்கியிருந்த்து. கைபேசியைக் கிட்டத்தில் வைத்துத்தான் பார்த்துப் புரிந்தேன். பழைய நிலமை வந்துவிடுமோ என்ற பயம். அப்படி வரும் பட்சத்தில் உயிரை மாய்த்துக் கொள்ள வேண்டும். இருட்டில் இருந்து வெளிச்சத்துக்கு வருவது வளர்ச்சி; திரும்பவும் இருட்டுக்குள் நுழைவது தளர்ச்சி; ஏர்க்கையாய் வாழ்ந்துவிட்டு எல்லாம் இழந்த கதையாய் ஆகிவிடும். வாழ்வின் துவக்கம் வறுமையில் இருந்து, உழைப்பால் உயர்ந்து, மீண்டும் வறுமைப்பட்டால் அதுபோன்ற சோகம் வேறில்லை. ஏராளமான பண்ணையார்களும் ஜமீன்தார்களும் வாழ்வை இழந்து மாண்டுபோன வரலாறுகள் இந்த மண்ணில் அநேகம் உண்டு. அதுபோன்ற நிலை என் கண்களுக்கும் நேருமோ? கண்ணோரம் கசிந்த திவலைகளை இடது ஆள்காட்டி விரலால் சுண்டிவிட்டு பெருமூச்சு விட்டேன். படத்தில் இருந்தபடி மனைவி கண்களைத் துடைத்து விட்டாள்.

நின்றுபோன ரிங்டோன் மீண்டும் ஒலித்தது. கண்ணருகில் எடுத்து வைத்துப் பச்சை அடையாளத்தை வலதுபுறம் தள்ளிவிட்டு, "வணக்கம்; யாருங்க?" என்றேன்.

"பாலுவா? நான் தேவகுமாரன் பேசுறேன்?" எதிர்த்திசையில் ஆண்குரல் கரகரத்தது. சிலநொடிகள் யோசித்தேன். எந்த தேவகுமாரன்? எனது அறுபதாண்டுகால வாழ்க்கையில் நாலைந்து தேவகுமாரன்கள் இருக்கிறார்கள். அவர்களில் யாராய் இருக்கும்? பள்ளிப் பருவத்து தேவகுமாரன்; வாழைப்பழக் கொடோனின் உரிமையாளர் இரா. தேவகுமாரன். அவர் இந்துவாய் இருந்து கிறித்துவத்துக்கு மாறியவர். அதிகாலை தொழிலை ஆரம்பிக்கும் போது "ஸ்தோத்திரம் கர்த்தரே..." என்று வசனம் சொல்லுவார். "கஞ்சிக்கில்லாமக் கெடந்த என்னை அவர் கைவிடவில்லை; நிஜமும் நித்தியமுமாய் இருந்து என்னை ரட்சிக்கிறார்" என்பார். இவர்களில் பின்னவருக்கு இந்தக் கரகரப்புக் குரல் கிடையாது. அப்படியானால் பள்ளி நண்பன்!

"சாரி. எந்த........?"

"நாந்தான்ப்பா; ஸ்கூல்ல, ஆறாப்புலருந்து பெரிய பத்து வரக்யும் பேச்சுப் போட்டியிலயும் ரேங்க் எடுக்குறதுலயும் அடிச்சு அலப்பற பண்ணுவமே; ஞாபகம் இருக்கா? கபடிப்போட்டியில ஒருமொற என்னயத் தோக்கவச்சியே."

"டே தேவா; நீயா? எப்படிப்பா இருக்க? ஒன்னயப் பத்தி நெறையக் கேள்விப்பட்டேன்; பெரியாளாயிட்ட."

"அப்படியெல்லாம் இல்ல பாலு; ஒனக்குப் பார்வ வந்த பெறகு எங்க என்னய மதிக்க மாட்டியோன்னுட்டு ஒன்னோட தொடர்பு வக்ய முடியல; இப்ப சீனிவாசன்தான் நம்பர் தந்தான்."

"எந்த சீனிவாசன்?"

"பேராசிரியர் சீனிவாசன்."

'ஓ மை காட். கோவை சீனிவாசன்! நம்மலவிட ஒரு வருஷம் சீனியர். நல்ல மனசுக்காரன்;

"ஆமா" என்றான் தேவகுமாரன். "பார்வை இழந்த நிலையிலயும் சமூக சேவைகள் நெறையப் பண்ணிக்கிட்டிருக்காந் தெரியுமா?

குறிப்பா கல்விச்சேவை; ஏழை மாணவர்களுக்கு ஃப்ரீ ஸ்கூல் நடத்துறாங்."

"அவ்வளவு பணம் வச்சிருக்கானா?"

"நன்கொடைதாங்; அன்னதானத்துக்கும் கல்விக்கும் ஓதவக் கூடியவங்க நெறையப் பேர் இருக்காங்க."

"ரெம்ப மகிழ்ச்சி."

எதிர் முனையில் அவன் இருமுவது கேட்டது. "பெரியபத்து முடிச்ச பெறகு நானொரு தெச, நீ ஒரு தெசைன்னு பிரிஞ்சுட்டோம்; என்னோட வறுமையிலருந்து விடுபட ரெம்ப நாளாச்சு; அதனால ஒனக்குக் கடிதம் எழுத வாக்யல; ஒனக்கு மட்டுமில்ல; நம்ம ஸ்கூல்மேட்ஸ் யாருக்கும்."

"நம்ம ஃப்ரண்ட்ஸ் அத்தன பேருக்கும் அதே நெலமதான். யாரும் யாருக்கும் கடிதம் எழுதல; பத்மநாதன் பிரைல் டைப் ரைட்டரே கைவசம் வச்சிருந்தான்; நெனச்சிருந்தா ஒரு நாளக்கி நூறு லெட்டர் எழுதியிருக்க முடியும்; ஃபாரின் ஃப்ரண்ட்ஸுக்குத்தாங் எழுதுறாங்; அதாவது பேனா நண்பர்கள். அவனே எழுதாதப்ப ஒரு ஸ்டைலஸ் கூட கையில இல்லாத மத்தவங்க எப்படி எழுத முடியும்?" (ஸ்டைலஸ்: பார்வையிழந்தோர் எழுதும் எழுத்தாணி.)

நெடுமூச்சு ஒன்றை வெளியேற்றியது கைபேசியில் கேட்டது. "நெசந்தான்" என்றான் தேவகுமாரன். "நான் கஸ்டப்பட்டு ஒரு பிரைல் போர்ட் வாங்கினேன்; அப்ப அதோட வெல பதினொரு ரூபா; இப்ப என்னா வெலையாருக்கும்?"

"என்ன வெல குடுத்தாலும் கெடக்யாது தேவா; பிரைல் எழுத்து முறை ரெம்ப அட்வான்ஸ் ஆயிருச்சு; பிரைல் கணினி வந்துசுச்சு; பத்து நிமிஷத்துல பத்துப் பக்கம் எழுதிர முடியும்; கண் தெரியாதவங்க படிக்கிறாப்புல புள்ளி எழுத்தாவும் எழுத முடியும்; சைட்டட் லெட்டர்ஸாவும் மாத்த முடியும்; அதாவது கண் தெரிஞ்சவுங்க வாசிக்கிற மாதிரி.."

"நானும் கேள்விப்பட்டேன்" என்றான். "மதுரை இந்தியப் பார்வையிழந்தோர் மையத்துல அப்படியான வசதி இருக்குன்னு சொன்னாங்க; அதாவது பிரைலி முறையில புள்ளி 1 போட்டா "அ",

புள்ளி 3 4 5 போட்டா "ஆ". அந்தப் புள்ளிகள அடிச்சதும் கண் தெரிஞ்சவங்க எழுத்தும் அச்சாயிருதாம்."

"காலம் எவ்வளவு மாறிப்போச்சு பாத்தியா? அந்தக்காலத்துல ஸ்கூல் பாடம் படிக்கிறதே கஸ்டம்; பிரைல் புஸ்தகம் கெடக்யல; ஒரு வகுப்புக்கு ஒரு புஸ்தகம் டைப் பண்ணித் தருவாங்க."

"ஆமா; குண்டாச்சட்டிக்குள்ள குதிர ஓட்டின கதைதான்; ஒரு வகுப்புல பத்துப் பேருன்னா அத்தன பேரும் ஒரு புஸ்தகத்துக்காக அடிச்சுக்குவம்; ஆளுக்கு அரமணி நேரம் வாசிக்யக் கெடச்சாவே பெரிசு; கைமாறிக் கைமாறிப் பேப்பர்ஸ் எல்லாம் கிழிஞ்சு போகும். நம்மோட மனப்பாட சக்தியாலதேன் படிச்சு முன்னேறி இன்னக்கித் தலநிமுந்து நிக்கிறோம்." சின்ன அமைதிக்குப் பின் அவன் தொடர்ந்தான். "மகாலட்சுமி தெரியுமா? நம்ம க்ளாஸ்மேட்; வணங்காமுடி மகாலட்சுமி; தமிழய்யா மகாலுன்னு சொல்லுவாரே..."

அவன் கேள்வி எனக்குப் புதுவிதமாய் இருந்தது. அவளுக்கும் எனக்கும் இடையிலான நட்பு, காதலாய் மலர்ந்தபோது ஏற்றுக்கொள்ளாமல் இடையூறு செய்தான். என்னைப் பற்றி அவளிடம் தப்புத் தப்பாய்ச் சொல்லி முறிக்கப் பார்த்தான். கீழ் வகுப்பில் படித்த சகுந்தலாவை நான் காதலிப்பதாகவும் அவள் எனக்கு பிஸ்கட் வாங்கித் தந்து வசியம் செய்வதாகவும் அவளின் பணத்துக்கு அடிமையாகி நான் அவளின் பாவாடைக்குள் முடங்கிக் கிடப்பதாகவும் கோள்மூட்டியவன். "அவன மறந்துரு" என்று உபதேசம் செய்தான். இன்று அவளைத் தெரியுமா என்று கேட்கிறான். ஏடாசியோ?

ஆனால் மகாலட்சுமி அறிவாளியும் கெட்டிக்காரியும் ஆவாள். "போடா நாயே..." என்று அவனைத் திட்டி அனுப்பிவிட்டு ஆலமரத்தடிக்கு என்னை அழைத்து வந்தாள். மாணவர்களின் விளையாட்டு மைதானமாகவும் தனியான சந்திப்பு இடமாகவும் ஆலமரத்தடிதான் இருந்தது. "என்னா பாலு; ஏதோ கேள்விப் பட்டனே?" என்றாள்.

தேவகுமாரன் கோள்மூட்டிய செய்தியை ஏற்கெனவே அறிந்து வைத்திருந்தேன். பலரும் 'கசகச'வெனக் கத்திக்கொண்டு விளையாடினர். நாங்கள் தனித்து நின்று பேசுவதை யாரும்

கேட்கவில்லை என்பதை காற்றின் ஒலி அலைகளால் அறிந்து, அவள் கையைப் பிடித்து, வலது உள்ளங்கையில் என் பெருவிரலை வைத்து அமுக்கினேன். "என்ன கேள்விப்பட்ட?"

"சகுந்தலாவும் நீயும்...."

மெலிதான குறுநகை என் உதடுகளில் ஊறியது. அதை அறிந்து கொள்ளும் ஆற்றல் அவளுக்கு உண்டு. ஐந்து விழுக்காடு பார்வை உள்ளவள் மகா. அந்த இருட்டு வெள்ளை ஒளியின் வழியே உதடு பிரிவதையும் பூ உதிர்வது போன்ற புன்னகையின் சப்தத்தையும் புரிந்துகொண்டு கையை இறுக்கிப் பிடித்தாள். அந்த இறுக்கத்தில் 'நான் தேவனை நம்பவில்லை' என்ற குரல் ஒலித்தது.

"ஆமா மகா; நானும் அவளும் அண்ணந்தங்கச்சி. தங்கச்சி தர்ர பிஸ்கட்ட வாங்கக் கூடாதா?"

மகாலட்சுமி உற்சாகமடைந்து என் இரு கைகளையும் பற்றிக் கன்னத்தில் வைத்துக் கொண்டாள். தேவகுமாரன் தூரத்தில் நின்று எங்கள் சந்திப்பைக் கவனிக்கிறான் என்பதைப் புரிந்துகொள்ள முடிந்தது. "இன்னும் கிட்ட வந்து நின்னு கேளு" என்று மானசீகமாய் அவனை அழைத்தேன். இனியாவது உன் பொறாமை ஒழியட்டும். அன்றுமுதல் தேவகுமாரன் எது சொன்னாலும் நம்புவதில்லை என்பதோடு அவனின் விளையாட்டு வீரத்தையோ இலக்கிய நடையில் அமைந்த பேச்சாற்றலையோ ரசிக்க மறுத்தாள் மகாலட்சுமி.

'கைவேலை' பீரியட் பார்வை இழந்த மாணவர்களுக்கான பிரத்தியேகப் பாடப் பிரிவு. கீழ் வகுப்பு மாணவர்களுக்குக் காகிதத்தில் கப்பல், கிண்ணம் போன்றவை செய்யவும் இடை வகுப்பு மாணவர்களுக்குக் களிமண்ணால் மண்சட்டி, அகல் விளக்கு வார்க்கவும் ஏழாப்புக்குமேல் படிப்பவர்களுக்குத் தோட்ட வேலையும் சொல்லித் தந்தார்கள். எனக்கும் மகாவுக்கும் தோட்ட வேலை பிரியமான பீரியட். தொட்டியில் நிறைந்திருந்த தண்ணீரைக் குடத்தில் மோந்து வந்து பாத்திகளுக்கு ஊற்றினோம். மல்லிகை, வெண்டை, கத்தரி எனத் தனித்தனிப் பாத்திகள். மோக்கும்போது இருவரின் கை மட்டும் இல்லாமல் உடலும் மோதிக் கொண்டன. அப்போது உண்டான சிலிர்ப்பு எங்கும் எப்போதும் கிடைக்காத

பெரும் பரிசு. எட்டாப்புக்கு வந்த பிறகு அவள் தாவணி அணியத் தொடங்கியிருந்ததால் அதன் மெலிதான அசைவு உடலில் உராய்ந்து அந்தரங்க மொழி பேசின. ரத்தம் சூடேறி, நரம்புகள் விடைத்து அனிச்சையாய் நடப்பது போல தாவணியின் இடுப்புச் சுருக்கைத் தொட்டு உடம்பை ஸ்பரிசித்தேன். அவள் என் தொடைப் பகுதிக்கு மேலாக பைய நிமுண்டினாள்.

"ஸ்ஸ் ஆஹ்!" என்றேன்.

"வலிக்கிதா?"

"ஜிவ்வுன்ருக்கு."

அவள் என் காதருகில் வந்து "நீ தாவணிய அவுக்கலாமா?" என்றாள்.

"அய்யோ! தப்பு, தப்பு!" என்று கன்னத்தில் போட்டுக் கொண்டேன்.

தோட்ட வாத்தியார் ரூமுக்குள் இருந்து வெளியில் எட்டிப் பார்ப்பதை மகா உணர்ந்து விலகிப் போய் வெண்டைச் செடிக்குத் தண்ணீர் வார்த்தாள். நான் கத்தரிப் பாத்திப் பக்கம் நகர்ந்தேன்.

இப்படியாக எங்கள் காதல் நாளும் பொழுதும் வளர்ச்சியடைந்தது. லினோரா டீச்சர் எங்கள் காதலுக்கு மறைமுக உதவி செய்தார். அவர் வரும் பீரியடில் நாங்கள் சுதந்திரமாகவும் சுபிட்சமாகவும் பேசி மகிழ்ந்தோம். அவர் காதலில் தோற்று இன்றுவரை கன்னியாகவே காலம் கடத்துகிறார் எனப் பின்னர் தெரிந்துகொண்டேன். தனக்கு வாய்க்காத வாழ்க்கை அடுத்தவருக்கு வாய்க்கத் தன்னால் இயன்றதைச் செய்கிறார். ராஜாராம் ரஞ்சிதாவின் காதலையும் கூட ஊக்கப் படுத்தினார். இருபாலரும் ஒருவரை ஒருவர் தொடவோ பேசவோ கூடாது என்ற பள்ளியின் சட்ட விதிய மீறி அவர் பீரியடில் காதலர்களுக்கு சுதந்திரம் கிடைத்தது.

"அவளுக்கு என்னாச்சு?" பதற்றமடைந்து கேட்டேன்.

"செத்துப் போனா." எந்த உணர்ச்சியும் இல்லாமல் செய்தி வாசிப்பதுபோல சொன்னான் தேவன்.

பதட்டமேறிய மனசை வெளிக்காட்டாமல் "என்ன சொல்ற தேவா?" என்றேன்.

“கல்யாணம் ஆகாமலே காலம் கடத்தி, படிச்சு முடிச்சு கல்வி அதிகாரியா வளந்தவ தனக்குன்னு எதுவும் வச்சுக்காம சொத்தப் பூரா ‘காதலர் மறுவாழ்வு இல்லம்” ஆரம்ப்ச்சு அதுக்கு எழுதி வச்சுட்டா.”

உணர்ச்சிப் பேரலைகள் எழும்பிக் குதித்த நெடுங்கடலுக்குள் என் உணர்வுகளை முக்கி எடுத்தேன். நான் அவளுக்குத் துரோகம் செய்துவிட்டேன். பெரும் துரோகம். விம்மி விம்மி அழுதேன். செண்பகா இருந்திருந்தால் சமாதானப் படுத்தியிருப்பாள். மகாலட்சுமியுடனான எனது காதல்மனதை அவள் முழுமையாய்ப் புரிந்திருந்தாள்.

குபீரெனக் கட்டிலில் இருந்து இறங்கி மதிலில் முட்டி அழுதேன். மருமகள் கீழ்வீட்டில் சமைத்துக் கொண்டிருந்தாள். அவள் பெரியவன் மனைவி. சின்னவன் கதிரவாணன் அய் ட்டி கம்பனியில் வேலை செய்ய பெங்களூரு போய்விட்டான். அவன் அங்கு ஷைலஜா என்ற சக ஊழியரைக் காதலித்துக் கைப்பிடித்துக் கொண்டான். ஆயிரம் சதுர அடிப் பரப்பளவுள்ள வீட்டில் நானும் பெரியவனும் வாழ்கிறோம். மேல்மாடியில் எனக்குத் தனியறை! செண்பகா இல்லாத வீடு வெறிச்சோடிய கடல் படுகையாய்க் கிடக்கிறது.

நான் அழுவது மருமகளுக்குத் தெரிந்திருக்க வாய்ப்பில்லை. அதனால் சோகம் தீருமட்டும் முட்டி முட்டி அழுது முடித்தபோது மனம் ஒரு நிலைக்கு வந்தது.

2

தென்னகத்தில் பார்வையிழந்தோருக்கான மிகப் பெரிய பள்ளி அது. “பார்வை இழந்தோர் அரசு உயர்நிலைப் பள்ளி.” சென்னைக்கு அருகில் பூந்தமல்லி என்ற ஊரில் உள்ளது. ஆந்திரா, கேரளா போன்ற மாநிலங்களில் இருந்தும் மாணவர்கள் வந்து படித்தனர். உத்திரப் பிரதேசத்தில் இருந்து வந்த ராஜாராம் என்ற மாணவனும் அவர்களில் ஒருவன். டில்லியில் இதுபோன்ற பள்ளி இருந்தபோதிலும் அவன் அப்பா மதராஸையே தேர்வு செய்திருந்தார். வணிகத்தின்

தொடர்பு காரணமாக இந்தப் பள்ளியை அவர் தேர்வு செய்தார். ராஜாராம் பேசிய ஹிந்தி யாருக்கும் புரியவில்லை. சமயல் பரிமாறும் மங்கக்கா அவனைப் பிரத்தியேகமாகக் கவனித்தார். "பாவம்! ஊமையாட்டம். வாய்விட்டுக் கேக்கத் தெரியல;" என்பார்.

ஒருமுறை விளையாட்டுப் பீரியடில் அவன் காலில் முள் குத்திவிட்டது. மழைச் சதம்பலில் நெருஞ்சி முட்கள் பழுத்துக் கிடக்கும் காலமது. தோட்டவேலை செய்யும் ஜேக்கப் அண்ணன் தினமும் அவற்றை அப்புறப் படுத்தி விடுவார் எனினும் அவர் கண்ணுக்குத் தெரியாமல் ஒன்றிரண்டு தப்பிவிடுவதுண்டு. அப்படித் தப்பிய முள் ராஜாராம் காலைப் பதம் பார்த்து விட்டது. அவன் மொழியில் கட்டோ என்றோ பட்டோ என்றோ சொல்லியிருப்பான் போல. பி டி மாஸ்டருக்கு "போடா" என்று கேட்டுவிட்டதாம். அவன் கன்னத்தில் ஓங்கி அறைந்தார். கன்னம் சிவந்து கன்றிவிட்டது என்று அரைப்பார்வை தெரிந்த சீனிவாசன் சொன்னான். மகாலட்சுமி யோடு ரஞ்சிதமும் ஊர்ஜிதம் செய்தனர். இருவரும் அரைப்பார்வைக் காரிகள். அன்று முழுவதும் அவன் அழுதுகொண்டிருந்தான். ரஞ்சிதம் தான் வாங்கி வைத்திருந்த பட்டாணிக் கடலையைத் தந்து ஆசுவாசப் படுத்தினாள். அடிவாங்கிய வைராக்கியமோ என்னவோ ஒரே மாதத்தில் தமிழைக் கற்று, பிறருக்குத் தமிழ்ப் பாடம் சொல்லித் தரும் அளவுக்கு முன்னேறினான்.

ராஜாராம் செல்வச் செழிப்பான குடும்பத்தில் பிறந்து வளர்ந்தவன் என்பதால் அவன் அப்பா நிறையப் பணம் அனுப்புவார். நாங்கள் எல்லாம் மாதம் அரை ரூபாயோ ஒரு ரூபாயோ செலவழித்த போது அவனால் ஐம்பது நூறு என்று செலவழிக்க முடிந்தது. ஆஸ்டலில் போட்ட கைக்குத்தல் அரிசிச் சாப்பாடு அவனுக்குப் பிடிக்கவில்லை. "கல்லு மண்ணு சாப்பிட்ட மாதிரி இருக்கு" என்பான். சேட்டு வீட்டுக் குடும்பத்தில் பிறந்தவனுக்குத் தமிழ் உணவுமுற பிடித்தமானதாய் இல்லை. அதுவும் கைக்குத்தல் அரிசி அவனுக்கு ஒவ்வாமையாகிப் போனது. அடிக்கடி வாந்திபேதி வந்து துவண்டு போனான். காலை உணவாகிய சப்பாத்தியையோ உப்புமாவையோ ஏற்றுக் கொண்டான் என்றாலும் மதியமும் இரவும் பள்ளிக்கு எதிரில் இருந்த கேண்ட்டீனில் இருந்து வரவழைத்துச் சாப்பிட்டான்.

ராஜாராம் எனக்குக் கீழ் வகுப்புக்காரன். ஒன்றிரண்டு மாதங்களில் என்னுடன் நெருங்கிப் பழக ஆரம்பித்தான். மற்றவர்களைவிட எனது நெருங்கிய நண்பன் ஆகிப் போனான் என்றுதான் சொல்லவேண்டும். அவன் வாங்கிச் சாப்பிட்டவற்றில் எனக்கும் கொஞ்சம் தந்தான் என்றாலும் அதை வாங்க மறுத்துவிட்டேன். மகா "அப்படியெல்லாம் வாங்கிச் சாப்பிடாத" என்று சொல்லியிருந்தாள். ராஜாராமின் வார்த்தையைவிட மகாவின் வார்த்தைகள்தான் எனக்குத் தாரக மந்திரம். கிடைக்கும்போது தின்றால் நாக்கு ருசிகண்டு, கிடைக்காத நாளில் ஏங்கிப் போகுமாம். மகாவின் வார்த்தை எனக்கு மந்திரச்சொல் மட்டுமல்ல; வழிகாட்டும் தத்துவச்சொல்லும் ஆகும்.

எட்டாப்பு வரை அனைவரும் நண்பர்களாய்ப் பழகினோம் என்றாலும் மகாவினுடைய நட்பு மனசுக்குள் குறுகுறுப்பை உண்டுபண்ணிக் கொண்டே இருந்தது. எனது வெள்ளை இருட்டுப் பார்வை வழியாக அவளின் கோதுமை மேனியை மானசீகமாக உள்வாங்கினேன். பார்வை உள்ளவனாய் இருந்த போது கோதுமையைக் கண்டு ரசித்திருக்கிறேன். சின்ன வயசில் அம்மா செய்துதந்த கோதுமை ரொட்டி எனக்குப்பிடித்தமான உணவு. சோளக் களியும் சோளத் தோசையும் உண்டு உண்டு களைத்துப் போன நாக்கு கோதுமை ரொட்டி தின்றபோது கிளர்ச்சியடைந்தது. கோதுமை ரொட்டிக்காலம் இளமையின் இனிமையான வசந்தகாலம். ஆகவே, மகாவும் கோதுமை நிறத்துக்காரி என உள்வாங்கி மகிழ்ந்தேன்.

ஒன்பதாப்புக்கு வந்தபோது பள்ளியின் விதிமுறைகள் கடுமையாயின. மாணவ, மாணவியருக்கான இடைவெளி அதிகரித்தது. பாடங்களில் எழும் கேள்வியைக் கூட கேட்க முடியவில்லை. "கர்ள்ஸ்டதான் கேக்கணுமா; டீச்சர்ட்ட கேளு" என்றார் தலமையாசிரியர்.

விளையாட்டுப் பீரியடில் மாணவிகள் ஒரு பக்கமும் மாணவர்கள் வேறுபக்கமும் நின்று விளையாடினோம். பெண்கள் ஸ்கிப்பிங் தாண்டியபோது ஆண்கள் கைப்பந்து ஆடினோம். என் வகுப்பில் ஏழு மாணவர்கள். யார் மேல்நோக்கி அதிக உயரம் வீசுகிறார்களோ, அவருக்கு ஒரு புள்ளி. பந்து வீசும் கலை எனக்குக்

கைவந்திருந்தது. பந்தை இரு கைகளிலும் பிடித்து, முதுகை வளைத்து குனிந்து, மேல்நோக்கி வீசினால் மரத்தின் உச்சியைத் தொட்டுக் கீழே விழும். அனைவரும் வீசியபின் யார் வீசியது அதிக உயரம் என்று விளையாட்டு ஆசிரியர் சொல்லுவார். மகாவை நினைத்தபடி "இந்தா பாரு..." என உயரத் தூக்கிப் போட்டால் ஆலமரத்தின் உச்சிக் கிளையைத் தொட்டு இறங்கும். பீரியட் முடியும்போது நான் அதிகப் புள்ளி வாங்கியிருப்பேன். விளையாட்டு வாத்தியார் என் தோளைத் தட்டி ஊக்கப் படுத்துவார்.

மகாவோடு பேசவும் பழகவும் முடியாத நிலை ஏற்பட்டு விட்டதே என்ற வருத்தம் மனசெங்கும் ஓடியது. நினைத்து நினைத்து மூளை வலித்தது. உதவி செய்த லினோரா டீச்சர் ஏழாவதோடு நின்றுவிட்டார். தேவகுமாரன் பெருமகிழ்ச்சி கொண்டு என்னைக் கிண்டல் செய்தான். அவனைக் கடித்துக் குதற வேண்டும்போல் வெறி உண்டானது. ஆனாலும் வைராக்கியம் வந்து மகாவை எப்படியாவது சந்திப்பது என முடிவெடுத்தேன். தேவகுமாரனைத் தோற்கடிக்க வேண்டும் என்பதைவிட நான் ஜெயிக்க வேண்டும்; ஜெயிப்பது என்றால் மகாவின் காதலை ஒவ்வொரு நாளும் புதுப்பிக்க வேண்டும் - தினமும் குளிப்பது போல.

அழுக்கு இருந்தால்தானே குளிக்க? காதல் மனித உடல் மாதிரியானதா என்ன? அது மனசுக்குள் மிளிரும் ஒளிப் பொக்கிஷம்! புனிதமானதும் கூட. மகாவின் ஆன்மாவும் எனது மன உணர்வும் எந்த தூசு தும்பும் படமுடியாத அந்தரங்கத்தில் அமர்ந்திருக்கின்றன. அழுக்குப் படாத ஆன்மக்கூடம் அது.

அன்று ஞாயிறு விடுமுறைநாள். எல்லா வேலிகளையும் தாண்டி மறுநாள் அவளைச் சந்திப்பது என உறுதிபூண்டேன். இந்த நினைப்போடவே அன்று முழுவதும் வானொலி கேட்டுக் கொண்டிருந்தேன். இலங்கை வர்த்தக ஒலிபரப்பு எனக்குப் பிடித்தமான பாடல்களை ஒலிபரப்பியது. "ஏரு பூட்டி போவாயே; அண்ணே, சின்னண்ணே" என்ற பாடலை அடிக்கடி ஒலிபரப்பியது வானொலி. நேயர் விருப்ப நிகழ்ச்சியில் இந்தப் பாடல் பலமுறை வந்தது. என்னைப் போலவே இந்தப் பாடலுக்கான ரசிகர்கள் பள்ளி முழுதும் நிறைந்திருந்தார்கள்.

“இது இலங்கை வானொலி; வர்த்தக ஒலிபரப்பு; உங்கள் அபிமான ஒலிபரப்பாளர் அப்துல் ஹமீத்.” அந்தக் குரல் மிகவும் ஈர்ப்பானது. மகாவின் குரலுக்கு அடுத்தபடி என்னைக் கவர்ந்த குரல். இளநீர்ப் பருப்பு போல தெளிவான குரல். இளநீரில் அதன் பானத்தைவிட பருப்பு எனக்குப் பிடித்தமான தின்பண்டம். மாதம் ஒருமுறை அப்பா இளநீர் வாங்கி வருவார். அம்மாவுக்குத் தண்ணீரும் எனக்கும் அக்காவுக்கும் பருப்பும் கிடைக்கும். “சூட்டுக்கு நல்லது” என்றபடி அம்மா தண்ணீர் முழுவதையும் குடித்துவிடுவார். “எனக்கு?” என்று அப்பா கேட்டால் அவருக்கும் கொஞ்சம் கிடைக்கும். கடைவீதியில் அப்பா அனுதினமும் இளநீர் அருந்துவார் என்பதால் அவர் கேட்டால் மட்டுமே அம்மா தந்தார். அந்தப் பருப்புப் போல மிருதுவான குரல் அப்துல் ஹமீதுடையது.

அன்று பகல் முழுவதும் வானொலி கேட்டுக்கொண்டிருந்தேன். பெரும்பாலும் பத்து மணிக்குமேல் பனிரெண்டு வரை இலங்கை வானொலிக்கு விடுப்புநேரம். மதியத்தில் சென்னை வானொலி போடப்படும். வானொலியைப் போடும் பொறுப்பு சகுந்தலா அக்காவுடையது. அவருடைய அறையில் வானொலிக்கான ஸ்விச் இருந்தது. பெண்பிள்ளைகளைக் கவனித்துக் கொள்ளும் ஆயா அவர். ஐந்தாப்பு வரை படிக்கும் சிறுமிகள் ஓர் அறையிலும் ஆறாப்புக்குமேல் உள்ள மாணவிகள் இன்னோர் அறையிலும் தங்கினர். சகுந்தலாக்கா அறை இரண்டுக்கும் மத்தியில் இருந்தது. என் மனசுக்குப் பிடித்த பெண்களில் அவரும் ஒருவர். சகுந்தலா அக்காவோடு சிநேகமாய் இருந்தாள் மகாலட்சுமி.

ஆண்கள் பகுதிக்கும் பெண்கள் பகுதிக்கும் கம்பி வேலி மறைப்பு இருந்தது. மேலுயரத்தில் வானொலி ஸ்பீக்கர் பொருத்தப் பட்டு இருபுறமும் கேட்கும்படி வைத்திருந்தார்கள். விருப்பமுள்ளவர்கள் கம்பி வேலிக்கு அருகில் வந்து நின்றுகொண்டோ அமர்ந்துகொண்டோ கேட்கலாம். வானொலிப் பெட்டி சகுந்தலா அக்கா அறையிலும் ஸ்பீக்கர்கள் கம்பி வேலியிலும் பொருத்தி இருந்தார்கள். செய்திகள் வாசிக்கும்போது நானும் தேவகுமாரனும் இருந்தோம். பெண்கள் பகுதியில் மகாவும் ரஞ்சிதாவும். செய்திகள் என்றாலே மாணவர்களுக்கு எட்டிக்காய். நான் உலக நடப்புகளைத் தெரிந்துகொள்ள ஆசைப்பட்டேன். சரோஜ் நாராயணசாமியும் விஜயமும் வாசித்தவை மனசை ஈர்த்தன,

செய்திகளைத் தாண்டி குரல் வளத்தால் கவர்ந்தன. அறிஞர் அண்ணா இறந்தபோது விஜயம் செய்தி வாசித்தார். அண்ணாவின் அழகிய முகமும் கம்பீரக் குரலும் மனசில் படியும்படி அவர் உச்சரிப்பு ஒலித்தது. மக்களின் ஓலமும் இடைவிடாத அழுகையும் அந்தச் செய்தி வழியாக என்னுள் நுழைந்து கண் கலங்க வைத்தன. விஜயம் அழுதுவிடுவது போல வாசித்தார்.

கம்பி வேலிக்கு அந்தப்புறம் மகாவும் ரஞ்சிதாவும் இருந்ததை அவர்கள் வாசம் உணர்த்தியது. உடல் வாசமா, கூந்தல் வாசமா, அணிந்திருந்த உடைகளின் வாசமா? இவற்றையெல்லாம் தாண்டியதோர் அமிர்தவாசம் மகாவிடம் இருந்தது. மகாவின் தோழி என்பதால் ரஞ்சிதாவுக்கும் நெல்லு வயல் போல நல்ல மணம். சின்னவனாய் இருந்தபோது அப்பாவோடு சேர்ந்து முல்லையாத்துக்குக் குளிக்கப் போவேன். நெல் வயல்களையும் பருத்திக் காடுகளையும் தாண்டித்தான் போகவேண்டும். காற்றில் அசைந்த நெல் கதிர்கள், பாய்ந்து வந்து நாசிகளில் நுழைந்தபோது மூச்சை உள்ளிழுத்து ரசித்திருக்கிறேன். அப்படியான வாசம் ரஞ்சிதாவுக்குரியது. மகாவின் மணம் ரஞ்சிதாவின் வாசத்தை முந்திக்கொண்டு என்னை வந்து சேர்ந்தது.

மதியச் செய்திகள் முடிந்து நாடகம் ஓடியபோது மாணவர்கள் இந்தப் பக்கமும் மாணவிகள் அந்தப் பக்கமும் குழுமினர். நான் கம்பிக்கு அருகில் ஒட்டி நின்று “மகா...” என்று அழைத்தேன். அந்தப்பக்கம் இருந்து அவள் கைநீட்டி என் விரல்களைப் பிடித்தாள். விரல்கள் மட்டுமே நுழையும்படி இருந்தது கம்பிவேலி. அவள் விரல்களைச் ‘சிக்’கெனப் பிடித்து அழுத்தினேன். விடுவிக்க விரும்பவில்லையா, முடியவில்லையா, தெரியவில்லை. இருவிரல்களும் ஒட்டிக் கொண்டன.

கம்பியை ஒட்டி நின்ற ரஞ்சிதா “ராஜா இல்லியா?” என்றாள். ராஜா என்றால் ராஜாராம். அவன் மதியத்தில் தூங்கக் கூடியவன் என்பதை நினைவுபடுத்தினேன்.

“கிளாஸ்லயும் தூங்குவானா?”

“லீவன்னக்கி மட்டுந்தான்.”

மகாலட்சுமியின் கை இறுக்கியதில் சந்தோஷம் வானுயரப் பறந்தது. காலம் கடந்து, வானவெளி கடந்து, எங்கோ ஓர்

அந்தரத்தில் சிறகடித்தேன். விரல்கள் மட்டுமின்றி மனசும் மனசும் ஒட்டிக் கொண்டன. "நாளக்கி எட்டுக்கெல்லாம் கிளாஸ்கு வாந்துர்ரன்; நீயும் வாரியா?" என்றாள் மகா. தேன் வந்து பாய்ந்தது காதினிலே. ஏழரை மணிக்குக் காலை உணவு; சாப்பிட்டுவிட்டு உடனடியாகப் புறப்பட வேண்டும்.

"ஆய் பாலு! பொம்னாட்டியாண்ட இன்னா பண்ற?" சகுந்தலாக்காவின் குரல் எங்களின் அந்தரங்க சப்தங்களை ஊடுருவியது. விசுக்கென விரலை இழுத்துக் கொண்டு "ஒண்ணுமில்லக்கா" என்றேன்.

"ஏய் மகாலு; அவன் ஆம்படையான்; ஒன்னய அழுத்திட்டுக் கழண்டுக்குவான்; அப்பறம் நீதான் தொங்கிக்கணும்." மகாலட்சுமியை எச்சரித்துவிட்டு "வாடனம்மாவாண்ட ரிப்போர்ட் பண்ணவா?" என்றார். அவர் வார்த்தைகளில் எப்போதும் நையாண்டிமேளம் ஒலிக்கும்.

"பயப்படுவது போல் முகத்தை வைத்துக் கொண்டு "வேணாம்க்கா" என்றேன்.

சகுந்தலாக்கா எச்சரிக்கை செய்வாரே ஒழிய யாரையும் வாடனம்மாவிடம் புகார் செய்ததில்லை.

வானொலியில் நாடகம் ஒலிபரப்பானது. ஞாயிறுதோறும் மதியம் மூன்று மணிக்கு சென்னை வானொலியில் நாடகம் போடுவார்கள். திருச்சி வானொலியிலும் ஒலிபரப்பாகும். தமிழகத்தில் இரண்டு வானொலி நிலையங்கள் மட்டும் இயங்கின.

முனிவர் ஒருவர் உபதேசம் செய்தார். "மனித உடல், பாவச்சுமை தாங்கிய பெட்டகம். மலமும் நிணமும் மூத்திரமும் மண்டிக்கிடக்கும் சகதிக்காடு. போன ஜென்மத்தில் செய்த பாவ காரியங்கள்தான் இன்றைய மனிதப் பிறப்புக்குக் காரணம். இறைவனின் பாத கமலங்களைச் 'சிக்'கெனப் பிடித்தபடி இன்னோர் பிறவி இல்லாத சொர்க்கலோகம் நோக்கிப் பயணம் செய்வோம். மலம் பரவிய ஆண்பெண் உடல்கள்தான் இன்றைய பிறவிக்கு ஆசைப்படுகின்றன. இச்சாபுத்தியை விலக்கிவைத்து, சம்சார சாகரத்தில் இருந்து விடுபட்டு பிரம்மச்சர்ய விரதம் இருந்து வாழ்க்கையைப் பயனுள்ளதாக்குவோம்."

இந்தவாதம்சரியானதாஎனஎனக்குநானேகேட்டுக்கொண்டேன். விவேகாநந்தர் 39 வயதில் மாண்டுபோனார். அவர் ஓர் அறிவுச்சுடர். குறைந்த வயதில் மானுடத்தின் தத்துவங்களை அறிந்து புரிந்து வினையாற்றியவர். அவரும் ஒரு முனிவர்தான். அவர் இப்படியெல்லாம் சொல்லவில்லை. “இச்சைகொண்டு வாழ்” என்பதே விவேகானந்தர் வார்த்தைகளால் சொல்லாத, ஆன்மீக ரூபத்தில் சொல்லிய வாழ்வியல் தத்துவம். இகலோகத்தின் இச்சைகளோடு சம்பந்தப் படாமல் அவர் வாழ்ந்ததால் பாளம்பாளமாய் உடம்பு வெடித்து மாண்டுபோனதாய்ச் சொல்வார்கள். இந்த நாடக முனிவரோ இச்சை கொள்ளும் வாழ்க்கையை நிராகரிக்கிறார்.

மேலும் மேலும் தத்துவங்கள் பேசிக்கொண்டிருந்தார் முனிவர். எனக்கு விரக்தியாகவும் வேதனையாகவும் இருந்தது. மகாவினுடையது மலமும் நிணமும் நிறைந்த பாவக்கூடா? அவள் உடல் காதல் அமிர்தம் கொப்புளிக்கும் காமக்கடல். தேவர்களும் அசுரர்களும் மேரு மலையை மத்தாக்கி, வாசுகிப் பாம்பைக் கயிறாக்கிக் கடைந்த அமிர்தம் அல்ல அது; நான் மட்டுமே ஆடி அசைத்து கடையப் போகும் அமிர்தம். வானொலி வளாகத்தில் இருந்து விலகி என் இருப்பிடம் சென்று கற்பனை நதியில் நீந்தி நீந்திக் குளித்தேன். சின்னவனாய் இருந்தபோது முல்லையாற்றில் இறங்கிக் குளித்தது போல மகாவின் மனசை வாங்கி அவளுக்குள் இறங்கி நீச்சலடித்தேன்.

3

“**என்**னருமைக் காதலிக்கு வெண்ணிலாவே! நீ இளையவளா மூத்தவளா வெண்ணிலாவே...” மென்மையான குரலின் வழியாக காதல் பாடலை ஒலிபரப்பிக் கொண்டிருந்தது இலங்கை வானொலி. என் மனசை ஈர்த்த திரைப் பாடல்களில் இதுவும் ஒன்று. பட்டுக்கோட்டை கல்யாண சுந்தரத்தின் மனம் கவர்ந்த காதல் பாடல். நிலாவைப் பார்த்துக் கேட்கும் இந்தக் கேள்வி, ஒரு நதி மென்மையாய் நடந்து போவது போல இருந்தது. நின்று ரசித்து, பின் செல்லலாம் என்று தோன்றினாலும் மகாலட்சுமியின் அழைப்பு காற்றலைகளில் மிதந்து காதுகளுக்கு வந்து சேர்ந்தது.

மணி ஏழேமுக்கால் ஆகிவிட்டது. மகா அழைத்த நேரம் நெருங்கிவிட்டது. இன்றைய காலைச் சிற்றுண்டி கோதுமைப் பிட்டு. எனக்கு விருப்பமான உணவு. ஆனாலும் ரசித்துச் சாப்பிடாமல் அவக்காச்சி எடுத்து அள்ளி விழுங்கிவிட்டு ஓடினேன். மகாவின் சந்திப்பைவிட உணவு முக்கியமா என்ன?

மெத்தில் இருந்து படிக்கட்டு வழியாக இறங்கி வாசலைத் தாண்டி பள்ளி செல்லும் சாலையில் நடந்தபோது மகாவின் வாசம் வந்தது. அவள் அணிந்திருந்த தாவணியின் சரசரப்பு ஒலியும் கைவளை ஓசையும் என் அருகில் கேட்டன. ஆனாலும் அவள் உருவம் வேறெங்கோ நடந்தது.

"மகாலு..." என்ற என் அழைப்புக் குரல் கேட்டு "என்னா பாலு?" என்றாள். அவள் குரல் நூறடி தூரத்தில் இருந்து வந்தது. பச்சை வயல் வாசமும் வந்து ரஞ்சிதாவும் உடன் செல்கிறாள் எனப் புரிய வைத்தது. ரஞ்சிதா இல்லாமல் இருந்தால் கூடுதல் சுதந்திரத்தோடு பேசவும் தொட்டுப் பழகவும் முடியும். கொஞ்சம் ஏமாற்றந்தான் என்றாலும் பரவாயில்லை. ரஞ்சிதா ராஜாராமின் காதலிதானே?

வகுப்பறைக்கு அருகில் சென்றபோது அடைத்திருந்த அறைகளை ஜேக்கப் அண்ணன் திறந்துகொண்டிருந்தார். ஒன்றுமுதல் பதினொன்று வரை அனைத்து அறைகளையும் மாலையில் பூட்டி காலையில் திறக்க வேண்டியது அவர் கடமை. அதோடு வகுப்பறைகளையும் விளையாட்டு மைதானத்தையும் சுத்தம் செய்ய வேண்டும்.

"இன்னா தொர; இதுங்காட்டியும்?" ஜேக்கப் அண்ணன் கேட்டார்.

"வீட்டுப் பாடம் எழுதணும்; அதான்...."

"வீடுன்னு ஒண்ணு வச்சிருக்கியா?"

"இதுதாண்ணா வீடு."

"இது கிளாசு ரூம்பு; படுத்துத் தூங்குற எடந்தான் ஒன்கு வூடு; அங்கயே எழுதியாந்திருக்கலாம்ல?"

“இங்கதாங் சைலண்ட்டாருக்கும்.”

“அந்தப் பொம்னாட்டி மாதிரியே சொல்ற; ரண்டுபேரும் கூட்டா?”

மகாலட்சுமி வந்துவிட்டாள் போலும். “யாரண்ணா சொல்றீங்க?”

“தெர்லியா? நல்ல நடிப்புக்கார்ன்யா நீ. போ, ஒன்காகத்தான் வெய்ட் பண்ணுது போல்ருக்கு.”

வகுப்பறைக்குள் நுழைந்தபோது அமிர்த வாசமும் பச்சைவயல் வாசமும் வந்தன. ஓடிப்போய் மகாவின் அருகில் அமர்ந்தேன். அவள் என் தொடையைப் பிடித்து நிமுண்டினாள். “ஆ...” என்றபடி அவள் கையை இறுக்கிப் பிடித்தேன். என் காதருகில் வந்து “ஒதுங்கி ஒக்காரக் கூடாதா?” என்றாள்.

அவள் சொல்லைமீறி அவளை ஒட்டிக் கொண்டபோது இரு உடல்களும் உரசிக் கொண்டன. “ஏன் லேட்டு?” அவளின் அடுத்த கேள்வி அது.

“ஒன்னோட ஸ்பீடு எனக்கு வரல.”

திரும்பவும் ஒரு நிமுண்டு. “அதிகப் பிரசங்கித்தனம் பண்ணாத.”

மீண்டும் அவள் விரல்களைப் பிடித்து நகத்தில் இருந்து உள்ளங்கை வரை இழுத்துவிட்டேன்.

“பயமாருக்கு பாலு.”

“இன்னாத்துக்கு?” என்றாள் ரஞ்சிதா.

“சந்திக்க முடியல; பேச முடியல; ரெம்பக் கண்டிசன் போடுறாங்க; ஃப்யூச்சர் எப்படி இருக்குமோ...”

“ஓங் ஆளாச்சும் தெகிரியமா இருக்கு; ஒன்னாண்ட ஒரசிக்கினுருக்குது; ராஜாவப் பாரு; பயந்தாங்கொள்ளி. இன்னக்யாச்சும் வந்திருக்கா பாரேன்.”

“அவன் வடநாடு; பணக்காரன். ஒன்ய ராவணன் சீதயத் தூக்குன மாதிரி தூக்கினு போயிரும்; பாலு என்ன செய்யுமோ?”

லேசாகச் சிரித்தபடி "நான் ராமன்; ஒடிக்ய வில்லு இல்லன்னாலும்; ஒங்கையி இருக்கு;" என்றேன். அவள் உள்ளங் கையில் இருந்து பைய மேலேற்றித் தொடைப் பகுதியைத் தடவி என் கக்கத்தில் வைத்துக் கொண்டேன்.

அவளின் இன்னொரு கை என் காலை நிமுண்டியது. "இதுதான் வில்லு ஒடிக்கிற கதையாக்கும்?"

"வில்லு இடிக்கிற கத."

மூவர் இதழ்களும் சிரித்தன. வகுப்பறை வெராண்டாவில் யாரோ நடப்பது தெரிந்தது.

"லினோரா டீச்சர் போல." ரஞ்சிதா அடையாளம் கண்டாள்.

"ஆமா. பான்ஸ் பவுடர் வாசம் வருது. அவங்க நல்லவங்க." இது எனது அபிப்பிராயம்.

"போன வாரங்கூட என்னிட்ட கேட்டாங்க - லவ் மேட்டரு எப்படியிருக்குன்னு." மகாவின் வார்த்தைகளில் நளினம் இருந்தது.

"இன்னா சொன்ன?" என்று கேட்டாள் ரஞ்சிதா.

"பாலு நல்லவன்னு சொன்னேன்."

"நீயும் நல்லவதான்; ஒங்க பேரண்ட்ஸ்?" ரஞ்சிதா கிளப்பிய சந்தேகம் எங்கள் இருவருக்கும் சஞ்சலத்தை உண்டாக்கியது.

"நானும் பாலுவும் வேலக்கிப் போய்ட்டா யாரு என்னா செய்ய முடியும்?" மகாவின் உறுதி அவள் வார்த்தைகளில் வெளிப்பட்டது.

திரும்பவும் லினோரா டீச்சர் வராண்டாவில் தெரிந்தார். "ஏய் புள்ளீங்களா... இன்னா பண்றீங்க?"

"பட்சுக்கினுருக்கம் டீச்சர்" என்றாள் ரஞ்சிதா.

"பட்சுக்கினுருக்கீங்களா, இட்சுக்கினுருக்கீங்களா?" மூவரும் கொல்லெனச் சிரித்தோம். "அய்யா வாராங்க; ஒதுங்கிக் குந்துங்க." அய்யா என்றால் பள்ளி முதல்வர். கொஞ்சம் கெடுபிடியானவர். பாய்ஸும் கர்ள்ஸும் உரசியபடி உட்காரக் கூடாது; ஒருவரை ஒருவர் தொடக்கூடாது. பெண்கள் இருவரும் அவரவர் டெஸ்கில் போய் அமர்ந்தனர். நான் சிலேட்டிலும் ரஞ்சிதா புத்தகம் வாசிக்கவும் மகா பிரைல் போர்டில் எழுதவும் செய்தோம். கிரீச் கிரீச் என சப்தமிடும் ஷூஸ் அணிந்தபடி வெராண்டாவில் நடந்தவர் ஒருநிமிடம் நின்று உள்ளே எட்டிப் பார்த்தார். "பாலு! கணக்குப் போடுறியா?"

விசுக்கென எழுந்து "ஆமாங்கய்யா" என்றேன்.

"ஜீரோ வகுத்தல் ஜீரோ; ஈவு என்ன?"

தலைகுனிந்து பணிந்து நின்று "ஒண்ணுங்கய்யா" என்றேன்.

"எப்படி சொல்ற?"

"ஒரு நம்பர அதே நம்பரால வகுத்தா ஈவு ஒண்ணுன்னு சேத்தா டீச்சர் சொல்லித் தந்தாஙக."

"வெரிகுட்." மகாலட்சுமியும் ரஞ்சிதாவும் எழுந்து நிற்பதை உணர முடிந்தது.

"மகாலட்சுமி, நீ என்னா எழுதற?"

"வரலாறுங்கய்யா."

"பொன்னியின் செல்வன்னு பேருகொண்ட ராஜா யாருன்னு தெரியுமா?"

"ராஜராஜ சோழன்."

"நீ என்ன படிக்கிற?" ரஞ்சிதாவைக் கேட்டார்.

"தமிழ்ப்பாடங்யா."

"திருக்குறள் ஒண்ணு சொல்லு பாப்பம்."

"பணியுமாம் என்றும் பெருமை; சிறுமை அணியுமாம் தன்னை வியந்து." அதற்கான பொழிப்புரையையும் கூறினாள்.

"மூணுபேருமே பெஸ்ட் ஸ்டூடண்ட்ஸ் இன் தி ஸ்கூல்; நல்ல ரேங்க் எடுக்கணும். தெரியிதா?" படிக்கும் மாணவர்களைப் பெரிதும் மதிக்கக்கூடியவர் அவர். கண் தெரியாதார்கள் எதற்கும் லாயக்கில்லை என்ற பொதுக் கருத்தை மாற்ற வேண்டும் என்று விரும்பி அதற்கான முன்னெடுப்புகளைச் செய்து வருபவர். ஆவடியில் ஏழைகளுக்காக இலவச மருத்துவ முகாம் நடத்தும் ஃபோர்க்கி தாத்தாவுடன் சேர்ந்து பார்வையிழந்த மாணவர்களின் உடலுக்கு உரமூட்டும் பயிற்சிகளைச் சொல்லித்தர ஆவடியில் தனியார் பங்களிப்புடன் விளையாட்டுக் கூடம் ஒன்றை நடத்தினார். அங்குதான் நானும் சக மாணவர்களும் கபடி விளையாடப் பழகினோம். பார்வை இல்லாமை ஒரு குறைபாடு இல்லை என்று இலக்கிய மன்றக் கூட்டங்களில் பேசுவார்.

மூவரும் ஒரே குரலில் "சரிங்கய்யா" என்றோம். எங்கள் காதல் படலத்தை அவர் கண்காணிக்கவில்லை எனத் தெரிந்தது.

மாணவர்கள் ஒவ்வொருவராய் வர ஆரம்பித்தனர். வகுப்புக்கு வருமுன் ஆலமரத்தடியில் வரிசையாய் நின்று கடவுள் வாழ்த்துப் பாடவேண்டும். அது முடிந்து. வரிசையாய் வகுப்பறைகளுக்குப் போகவேண்டும். எப்போதும் தேவமைந்தன் ப்ரேயருக்குமுன் வகுப்புக்கு வந்ததில்லை.

ப்ரேயருக்கான மணியடிதத்து. பள்ளி மாணவத் தலைவன் சீனிவாசன் விசில் ஊதினான். அவன் பெரிய பத்து படித்துக் கொண்டிருந்தான். பள்ளி இறுதி வகுப்புப் படிக்கும் ஃபர்ஸ்ட் ரேங்க் மாணவன்தான் எஸ் பி எல். (ஸ்கூல் புயூப்பில் லீடர்.) அவனுக்கு மட்டும்தான் விசில் ஊதி மாணவர்களை அழைக்கும் உரிமை உண்டு. சீனிவாசன் அனைத்துப் பாடங்களிலும் முதல் மாணவன் என்பதால் இயல்பாகவே அந்த உரிமை அவனுக்கு வந்தது.

மூவரும் எழுந்து ஆலமரத்தடிக்கு ஓடினோம். போகும்போதே மகாவின் தாவணியைப் பிடித்து இழுத்தேன். என் கையைத் தட்டிவிட்டு வேகமாய் ஓடினாள். மாணவர்களோடு ஆசிரியர்களும் குழுமினர். துணைமுதல்வர் சுலோச்சனா டீச்சர் வாழ்த்தரங்கத்தை ஒருங்கிணைத்தார். "நன்றாகப் படிக்கவும், அறிவு வளரவும் இறைவனை வேண்டுவோம்" எனக் கூறித் தொடங்கி வைத்தார். அலமேலு அக்கா வாழ்த்துப்பா பாடினார். திங்கட்கிழமை என்பதால் எந்தக் கடவுளையும் குறிப்பிடாமல் பொதுவான வாழ்த்துப்பாடல் பாடப்பட்டது.

"எல்லாருக்கும் பொதுவாகும்
இறைவா ஒருவா என் வணக்கம்."

செவ்வாய்க்கிழமை என்றால் கிறித்துவை வணங்கும் பாடல்.

சாஷ்டாங்கம் செய்ய வாரீர். ஏசுவை
சாஷ்டாங்கம் செய்ய வாரீர்.

புதன்கிழமை இஸ்லாமிய வழிபாடு.

"இறைவனிடம் கையேந்துங்கள். அவன்
இல்லை என்று சொல்லுவதில்லை."

வியாழன் அன்று இந்துமதப் பாடல்.

"தென்னாடுடைய சிவனே போற்றி!
எந்நாட்டவர்க்கும் இறைவா போற்றி!"

வெள்ளி சனிக்கிழமைகளில் திருக்குறள் முதல் அதிகாரம் பாடப்படும். அலமேலு அக்காவின் குரல் இனிமையானது. "குயில் போல" என்று தேவமைந்தன் வர்ணிப்பான். எல்லாப் பெண் குரலும் அவனுக்குக் குயில்தான்.

"இந்த நாள் எல்லாருக்கும் நல்ல நாளாகட்டும்" என்று ப்ரேயரை முடித்து வைத்தார் சுலோச்சனா டீச்சர். ஆண்கள் தனியாகவும், மாணவிகள் தனி வரிசையிலும் வகுப்பு நோக்கிச் சென்றோம். ஐந்தாம் வகுப்பு வரை உள்ளவர்களுக்கு இந்தக் கட்டளை இல்லை. இருபாலரும் ஒருவரை ஒருவர் கைபிடித்தோ தோள் பிடித்தோ நடக்கலாம். கைபிடித்து நடப்பதைவிட தோள் பிடித்து நடப்பது எளிதானதும் விருப்பமானதும் ஆகும்.

4

முதல் பீரியட் லினோரா டீச்சரின் தமிழ் வகுப்பு. அவர் உள்ளே நுழைந்தபோது அனைவரும் எழுந்து நின்று "வணக்கம் டீச்சர்". என்றோம்.

"இறைவனுக்கு ஸ்தோத்திரம்; ஒக்காருங்க" என்றார். அடுத்து அவர் உச்சரித்த பைபிள் வாசகம் ஈர்ப்பானதாய் இருந்தது. எல்லா நாட்களிலும் பாடம் தொடங்குவதற்குமுன் இயேசுவின் மொழியை உச்சரிப்பதை வழக்கமாகக் கொண்டிருந்தார். இன்றும் அதே மாதிரிதான்.

"இயேசு இரவும் பகலும் நாற்பது நாள் உபவாசம் இருந்தபின்பு அவருக்குப் பசி உண்டாயிற்று. அப்போது சோதனைக்காரன் அவரிடத்தே வந்து 'நீர் தேவனுடைய குமாரனேயானால், இந்தக் கல்லுகள் அப்பங்களாகும்படி சொல்லும்' என்றான், அவர் பிரதியுத்திரமாக 'மனுஷன் அப்பத்தினாலே மாத்திரமல்ல, தேவனுடைய வாயிலிருந்து புறப்படுகிற ஒவ்வொரு வார்த்தையினாலும் பிழைப்பான் என்று எழுதியிருக்கிறதே' என்றார்."

டீச்சர் மேலும் சொன்னார். "மொழிதான் ஜீவிதம்; மொழிவழி உண்டாகும் சிந்தனைதான் மனிதனின் தனித்துவம். தேவனின் மொழிதான் உலகை சிருஷ்டித்தது. இன்று உயிருடன் வாழும் ஒவ்வொரு மனிதரின் மூளையிலும் தேவனின் மொழி பதிவாகியிருக்கிறது." சொல்லி முடித்து ஒருநிமிடம் அமைதியாய் இருந்துவிட்டு "நேத்து என்ன பாடம் படிச்சம்?" என்று கேட்டார்.

"சிலப்பதிகாரம்." அனைவரும் ஏக குரலில் சொன்னார்கள். அந்த ஒலிக்கலவையில் பெருமாளின் குரல் இருந்ததா என்று தெரியவில்லை. அவன் திக்குவாய்க்காரன் என்பதோடு ஞாபக சக்தி இல்லாதவன். இந்தப் பீரியடில் படித்ததை அடுத்த பீரியடில் மறந்துவிடுவான். குறைந்த மதிப்பெண் வாங்கி ஒவ்வொரு ஆண்டும் அடுத்த வகுப்புக்கு வந்துவிடுகிறான். அவன் தேர்வு ஆவதில் ஆசிரியர்களின் அனுதாபம் உள்ளடங்கியிருந்தது. அவனுக்கு "வாயில்லாப் பூச்சி" என்ற பட்டப் பெயர் உண்டு. நேற்றுப் படித்த சங்கதியை ஞாபகம் வைத்திருப்பானா?

டீச்சர் கேள்வி கேட்கலானார். "இளங்கோவடிகள் தனது காவியத்தை எப்படி ஆரம்பிக்கிறார்?"

முதல் மாணவன் தேவமைந்தன் எழுந்து "ஞாயிறு போற்றுதும்; ஞாயிறு போற்றுதும்." என்றான்.

"மிகவும் சரி." அடுத்த மாணவனுக்கான கேள்வி. "அடுத்த வரி?"

சம்பந்தம் எழுந்தான். "திங்கள் போற்றுதும்; திங்கள் போற்றுதும்."

அதற்கடுத்த மாணவன் பெருமாள் எழுந்து அமைதியாய் நின்றான். "அடுத்த வரி என்னா சொல்லு."

திக்குவாய்க் குறைபாட்டைப் பயன்படுத்தித் திக்கிக்கொண்டே இருந்தான்.

"சொல்லுப்பா! ஞாயிறு போற்றுதும்; ஞாயிறு போற்றுதும்; திங்கள் போற்றுதும்; திங்கள் போற்றுதும். அடுத்து என்ன?"

ஒரு நிமிடம் யோசித்துவிட்டு "செவ்வாய் போற்றுதும்; செவ்வாய் போற்றுதும்" என்றான். அனைவரும் 'கொல்'லெனச்

சிரித்தோம். டீச்சரும் கூட சிரித்தார். கடைசி டெஸ்கில் அமர்ந்திருந்த முத்தையா "குஷி குஷி" என்று கிண்டலாய் வார்த்தையாடினான்.

லினோரா டீச்சர் யாரையும் அடிப்பதோ திட்டுவதோ இல்லை. மாணவனைக் கொஞ்சநேரம் நிற்கவைப்பதுதான் அவர் தரும் அதிகபட்ச தண்டனை. அப்படித்தான் முத்தையாவும் மன்னிக்கப் பட்டான். அடுத்த மாணவி மகாலட்சுமி. அவள் சரியாகச் சொல்லி நல்ல பேர் வாங்கவேண்டும் என்று இறைவனை வேண்டினேன். அவள் வாயிலிருந்து மழைத் துளிபோல அந்த வரி பொழிந்தது. "மாமழை போற்றுதும்; மாமழை போற்றுதும்." என் மனம் மழையில் நனைந்த செடியாய்க் குளிர்ச்சியடைந்தது.

இப்படிக் கலகலப்பாக நடந்த முதல் பாடநேரம் முடிந்து இரண்டாம் பாட நேரம் தொடங்கியது. கணக்குப் பாட நேரம் அது. நானும் தேவமைந்தனும் மகாலட்சுமியும் தவிர அந்தப் பாட நேரத்தை யாரும் விரும்புவதில்லை. தேற்றங்களும் சூத்திரங்களும் மூளையைக் குழப்பின. அல்ஜீப்ரா அருவருப்பானது என எல்லாரும் எண்ணியபோது எனக்கு உவப்பானது. பை ஆர் ஸ்கொயர்ட் என்ற கணக்கு வரையறை மாணவர்களைத் திக்குமுக்காட வைத்தது. 22ன்கீழ் 7 என்ற பின்னத்தைப் பயன்படுத்திக் கணக்கை சமன் செய்ய வேண்டும். பெருமாள் போன்ற மாணவர்கள் அதமப் பொதுமடங்கு என்ற வார்த்தையைக் கேட்டாலே முகம் மயங்கிச் சரிந்து விடுவார்கள். ஆனாலும் சேத்தா டீச்சர் பொறுமையாகவும் எளிமையாகவும் சொல்லித் தந்தார்.

நாலாவது பீரியட் தோட்டக் கலைப்பாடம். காய்கறித் தோட்டத்துக்கு சுகுமாரன் சார் அழைத்துப் போனார். இன்று பாத்திகளில் களை பிடுங்க வேண்டும். "களை எடுப்பது செடிகளுக்குத் தண்ணீர் பாய்ச்சுவதைவிடவும் பெரிய பணி" என்று சொல்லித் தந்தார். தண்ணீர் என்பது உணவு. களை என்றால் கழிவு. உணவு ஊட்டுவதைப் போலவே கழிவை நீக்குவதும் முக்கியம். உயிர்வாழ்க்கை என்ற நாணயத்தின் இரண்டு பக்கங்கள் உணவும் கழிவும்.

மற்றவர்கள் பிடுங்கித் தரும் களைப் புல்லை வாங்கி, மேற்கு மூலையில் இருக்கும் பள்ளத்தில் போடவேண்டிய பொறுப்பு என்னுடையது. களைகளையும் தேவையற்ற செடிசெத்தைகளையும்

பிடுங்கி அந்தக் குழியில் சேகரித்தால் அடுத்த வருடம் அது பசுந்தாள் உரம். தேவையற்ற செடிகள் தேவையான செடிகளுக்கு உணவாகிறது. “இது இயற்கையின் சுழற்சி” என்றார் சுகுமாரன் சார்.

மகிழ்ச்சியோடு அந்தப் பணியை ஏற்றுக் கொண்டேன். மகாவின் அருகில் நின்று அவள் தரும் புல்லை வாங்கியபோது அவள் கையை இறுக்கிப் பிடிக்க வாய்ப்புக் கிடைத்தது.

“மாஸ்டர் பாத்துரப் போறாரு.”

“ரூமுக்குள்ள இருக்காரு.” காதருகில் குனிந்து ”அவருக்கும் ஒரு லவ்வர் இருக்க்குல்ல...” என்றேன்.

“யாரு?”

“பாட்டு டீச்சர் நித்திய கல்யாணி. அவங்களுக்கு இப்ப லெஷ்ஷர் பீரியட். தோட்டத்து ரூமுக்கு வந்திருக்காங்க.

“ஓ கே” என்றபடி எழுந்து நின்றவளின் உதட்டை என் வாயால் கவ்விப் பிடித்தேன். அமிர்தம் இனித்தது.

5

ராஜாராம் போல பத்மநாதனும் செல்வச் செழிப்பான குடும்பத்தில் பிறந்தவன் என்று அவனே சொல்லியிருக்கிறான். ஒருநாள் வாய்ச்சண்டை வந்தபோது “ராஜாராமு! ஒன்னயவிட பத்துமடங்கு பணம் என்னிட்ட இருக்கு; நீதாம்பெரியாளுன்னு நெனச்சுக்காத” என்றான்.

“பணம் இருந்து என்ன செய்ய? நல்ல ஆம்பளைன்னா என்னய மாதிரி செலவு செய்யி பாப்பம்.” ராஜாராம் சாவால் விட்டான்.

பத்மநாதன் ஜைனமதத்தைச் சார்ந்தவன் என்பதால் ராஜாராம் சவாலுக்குப் பதில் சொல்ல முடியவில்லை. “ஏழையாய் வாழப் பழகு; உயிர்களிடத்து கருணை காட்டு; செல்வம் இருக்கிறது என்பதற்காக சுகபோகத்தில் அமுங்கிப் போகாதே” என்று அவன் மதம் அவனுக்கு உபதேசம் செய்திருக்கிறது. அதனால்தான் ஆஸ்டல் சாப்பாட்டை அவனால் விரும்பிச் சாப்பிட முடிந்தது.

"என்ன, பேச்சக் காணம்..." என்றான் ராஜாராம்.

அப்போது நான் ஈசாப்புக்கதைகள் வாசித்துக் கொண்டிருந்தேன். இருவரையும் அருகில் அழைத்து அந்தக் கதையைப் படித்துக் காட்டினேன். பிரைல் எழுத்து வடிவில் இருந்த ஒன்றிரண்டு புத்தகங்களில் இதுவும் ஒன்று. "செத்துக் கிடந்த ஒரு மான்குட்டிக்காக ஒரு சிங்கமும் புலியும் சண்டையிட்டன. இரண்டும் வலிமையான மிருகங்கள் என்பதோடு இளமையாகவும் இருந்ததால் சண்டை பலமாக இருந்தது. சண்டை உக்ரமடைந்து இரண்டும் காயமுற்றுக் கீழே சரிந்துவிட்டன. கால்களை அசைக்க முடியவில்லை. அப்போது அங்கே வந்த நரி ஒன்று நிலைமையைப் புரிந்துகொண்டு மான்குட்டியைத் தூக்கிக் கொண்டு ஓடியது. இதைப் பார்த்த சிங்கம் "என்ன அறிவீனம்? உணவை நரிக்குப் பறிகொடுக்கவா நாம் சண்டைபோட்டோம்?" என்றது.

உடனடியாக "இதுல யார் நரி?" என்றான் ராஜாராம்.

"நீயும் பத்துவும் மல்லுக்கட்டினா நரி வந்துடும்; அமைதியா இருங்க."

"நரி, சிங்கம், புலி மட்டுமில்லாமல் சின்னச் சின்ன பூச்சிகளும் கூட இந்தப் பிரபஞ்ச ரகசியங்களை அறிந்தும் புரிந்தும் இயங்குகின்றன" என்றான் பத்மநாபன்.

"எல்லாக் கதையிலயும் நரிய ஏமாத்துற விலங்கா வச்சிருக்காங்க, ஏன்?" ராஜாராமின் கேள்வி நியாயமாகவும் விநோதமாகவும் இருந்தது. எனக்குப் பதில் சொல்லத் தெரியவில்லை. பத்மநாபன் சொன்னான். "நரி ராஜதந்திரத்தின் குறியீடு. தன்னையும் தன் இனத்தையும் ஆபத்தில் இருந்து பாதுகாக்க போதுமான அறிவு அதற்கு இருக்கிறது. தேவையற்ற சண்டையோ தேவைக்கு அதிகமான சேமிப்போ நரிகளிடம் இருப்பதில்லை."

"எல்லா விலங்குகளும் அப்படித்தாங்" என்றேன் நான்.

"இல்ல பாலு" பத்மநாபன் பதில் சொன்னான். மனிதனுக்கு நிகரான ராஜதந்திர அறிவு நரிகளிடம் இருப்பதால் அவற்றை மனிதன் cunning animal என்கிறான்."

“கன்னிங் - அப்படின்னா?”

ராஜாராம் கேலி செய்வதைப் புரிந்துகொண்டு ஒதுங்கிப் போனான் பத்மநாபன்.

பத்மநாபன் என்னைவிட ஒரு வகுப்பு மூத்தவன். நூல்களை வாசிப்பதில் பல மடங்கு முன்னேறியிருந்தான். ஆங்கிலப் புத்தகங்கள் வாசித்துப் புரிந்துகொண்டான். உலகமெங்கும் பார்வையிழந்தவர்களுக்காக வெளிவந்துகொண்டிருந்த பிரைல் மாதாந்திர இதழ்களை வாங்கி வாசித்துத் தனது அறிவை மேம்படுத்தினான். அமெரிக்காவில் இருந்தும் இங்கிலாந்தில் இருந்தும் நிறையப் பருவ ஏடுகள் வெளிவந்தன. அவை அனைத்தும் இலவசம்; அவற்றுக்கு அஞ்சல் செலவும் கிடையாது. உலகின் அனைத்து அரசுகளும் பார்வை இழந்தோருக்கான அஞ்சல் செலவை ஏற்றுக்கொண்டன. *Letter for the blind* என்றோ *Brail book for the blind* என்றோ கவருக்குமேல் எழுதிவிட்டால் இலவசமாக வினியோகிக்கப் பட்டன. இந்த நடைமுறையைப் பயன்படுத்தி பலரும் வாங்கி வாசித்து மகிழ்ந்தார்கள். தமிழிலோ வேறு இந்திய மொழிகளிலோ பிரைல் பருவ ஏடுகள் இல்லை. நானும் அந்தப் பருவ ஏடுகளை வாங்க பத்மநாபன் உதவி செய்தான். *Children's Friend*, மற்றும் *Life and Health* போன்றவற்றை என் முகவரிக்கு வரவழைத்துத் தந்தான்.

‘சில்ட்ரன்ஸ் ஃப்ரண்ட்’ல் வேறு என்னென்ன மாதாந்திர ஏடுகள் வருகின்றன என்ற பட்டியல் இருந்தது. அந்த முகவரிகளைக் குறித்து வைத்துக் கொண்டு அவற்றுக்கெல்லாம் எழுதிப் போட்டேன். பள்ளியில் ஒவ்வொருவருக்கும் ஒரு பிரைல் போர்ட் தந்திருந்தார்கள். சதுர வடிவத்தில் மேலே பிடிப்பானுடன் *(clib)* கூடிய மரப்பலகை அது. இடது வலது பக்கவாட்டில் துவாரங்கள் இருந்தன. கெய்ட் *(gaid)* என்று சொல்லப்படுகிற அலுமினிய ஸ்கேலை துவாரத்தில் பொருத்தி எழுத வேண்டும். ஒரே மட்டமான ஸ்கேல் இல்லை. மேல், கீழ் என இரட்டைத் தன்மை உடையது. கிளிப்பில் பேப்பரைச் செருகி, கெய்டைப் பொருத்தி மேல் பகுதியில் இருக்கும் துவாரங்கள் *(dots)* வழியாக ஸ்டைலஸ் என்ற எழுத்தாணிகொண்டு எழுத வேண்டும்.

நான் ரெண்டாப்பு வாசித்துக் கொண்டிருந்தபோது பத்மநாபன் புள்ளி எழுத்துகளைச் சொல்லித் தந்தான். ஆசிரியர் சொல்லித் தந்ததைவிட எளிமையாய்ப் புரிந்துகொள்ள முடிந்தது. ஒவ்வொரு துவாரமும் ஆறு புள்ளிகளைக் கொண்டது என்றும், பத்தொன்பதாம் நூற்றாண்டில் ஃப்ரான்ஸ் நாட்டைச் சேர்ந்த லூயி பிரைல் என்ற பார்வை இழந்த மேதை இந்த எழுத்து முறையைக் கண்டு பிட்டித்தார் என்றும் விளக்கினான். அதனால் அவர் பெயரே இந்த போர்டுக்கு வைக்கப்பட்டது. "பிரைல் போர்ட்."

பின்னாட்களில் லூயி பிரைல் பற்றி, ரீடர்ஸ் டைஜஸ்ட் பத்திரிகையில் வந்த கட்டுரையை வாசித்து ஆச்சர்யப்பட்டேன். இலக்கிய மன்றக் கூட்டத்தில் பேசும்போது எனது மேதாவிலாசத்தை வெளிப்படுத்தும் நோக்கோடு அந்தக் கட்டுரையின் சாரத்தை முன்மொழிந்தேன்.

"லூயி பிரைல் 1809ஆம் ஆண்டு பிரான்ஸ் நாட்டில் பிறந்தார். அவர் அப்பா நடத்திய கொல்லுப் பட்டறையில் பணியாற்றிக் கொண்டிருந்தபோது இரும்புத்துகள் கண்ணில் பட்டு பார்வை பறிபோனது. ஒன்றிரண்டு வருடங்களில் இன்னொரு கண்ணும் இருண்டுபோக அவர் ஞாபகசக்தியின் வழியாகப் பாடங்களை உள்வாங்கித் தனது அறிவை வளர்த்தார். ஆனாலும் அது போத வில்லை. செவியறிவைவிட நூலறிவு முக்கியம் என்று உணர்ந்தபோது அவருக்கு ராணுவ வீரர் ஒருவரின் நட்பு கிடைத்தது. அப்போது ராணுவ வீரர்களுக்கான சங்கேத பாஷை ஒன்று புழக்கத்தில் இருந்தது. பனிரெண்டு புள்ளிகளால் ஆன வடிவத்தை எழுத்துகளாகப் பயன்படுத்தி சங்கேதமொழிக்குப் பயன்படுத் தினார்கள். இதை அறிந்த லூயி கண் தெரியாதவர்களுக்காக இதைப் பயன்படுத்தலாமே என்று நினைத்தார். ஆறு புள்ளிகளை மட்டும் எடுத்துக் கொண்டு குருட்டு எழுத்துகளை உருவாக்கினார். நண்பர்களே! அவர் தனது 43ஆவது வயதில் இறக்கும் வரை அரசு அந்த எழுத்துகளை அங்கீகரிக்கவில்லை என்பதுதான் மிகப் பெரிய சோகம். அவர் இறந்து பதினாறு வருடங்களுக்குப் பின் 1868ஆம் ஆண்டு ஃப்ரன்ச் அரசு அந்த எழுத்துமுறையை அங்கீகரிக்க அதன் பிறகுதான் உலகமெங்கும் பரவியது. இன்று நாம் ஞானச் செறிவோடு வாழ முயற்சி செய்கிறோம் என்றால் அதற்கு அடிக்கால் இட்டவர் லூயி பிரைல் என்பதை நன்றியோடு நினைத்துப் பார்க்கவேண்டும்."

பத்மநாபன் மேலும் விளக்கியது ஆச்சர்யமாய் இருந்தது. ஆறு புள்ளிகளில் அறுபத்து மூன்று கோணங்களை உருவாக்க முடியும். உலகெங்கும் உள்ள அனைத்து மொழிகளும் இந்த அறுபத்து மூன்று கோணங்களுக்குள் அடங்கிவிடும்.

சில்ட்ரன்ஸ் ஃப்ரண்டில் வந்த பட்டியலில் பெரும்பாலும் கிறித்துவ மத போதனைப் பத்திரிகைகள் இருந்தன. *Luthran messenger*, *John Milton* ஆகியவை முக்கியமானவை. அன்பையும் சமாதானத்தையும் போதிக்கும் தத்துவச் சொற்கள் நிறைய இருந்தன. உலகின் மிகப் பெரிய பத்திரிகையான *Reader's Digest* இலவசமாகக் கிடைத்தது. நாலு பாகங்கள் கொண்ட அது ஒவ்வொன்றும் தலகாணி மாதிரியான கனம் கொண்டது. அதையும் வரவழைத்து நானும் பத்மநாபனும் வாசித்தோம். ராஜாராமுக்கு அவற்றை வாசிப்பதில் ஆர்வம் உண்டாகவில்லை. தேவமைந்தன் வாங்கி வாசித்துவிட்டுத் திருப்பித் தந்துவிடுவான். எழுதிப் போட்டு வாங்கி வாசிக்க வேண்டும் என்ற எண்ணம் அவனுக்கு உண்டாகவில்லை. மாதாமாதம் ஐந்தாறு புத்தகங்கள் வந்தபோது அவற்றை எங்கு வைப்பது என்ற பிரச்சினை எழுந்தது. நெடுநீளமான ஆஸ்டல் அறையில் ஐம்பது பேர்வரை தங்கியிருந்ததால் நெருக்கடியில் இருந்தோம். புத்தகச் சேமிப்புக் கிடங்கை உண்டாக்க முடியவில்லை.

“எங்க வக்ய?” என்று பத்மநாபனிடம் கேட்டபோது அவன் ஒரு நல்ல யோசனை சொன்னான். “ஒங்க வீட்டுக்கு அனுப்பிவிடு. போஸ்டல் சார்ஜ் ஃப்ரீதான?”

“என்வீடு தகரக்குடிசை. மூணுபேர் படுக்கவே இடமில்லாத சூழலில் இதுவும் ஒரு சுமையாகி விடாதா?”

“சும்மா அனுப்பு; பாத்துக்கிருவம்” என்று அப்பா கடிதம் போட்டார். கவர் இல்லாமல் வெறும் புத்தகத்தை அனுப்பியபோது அஞ்சல் அலுவலகம் ஏற்றுக்கொண்டது.

6

அது ஒளட் ஆஃப் பீரியட். ஒரு நாளைக்குக் காலை நான்கு, மதியம் மூன்று என்று ஏழு பாடவேளைகள். ஒவ்வொரு பாடவேளையும் முக்கால் மணிநேரத்தைக் கொண்டது. நான்கு

மணிக்கு வகுப்பு நேரம் முடிந்துவிடும். அதன்பிறகு மேலும் முக்கால் மணிநேரம் விருப்ப வகுப்பு நடக்கும். விரும்பும் மாணவர்கள் இருந்து படிக்கலாம்; சதுரங்கம் விளையாடித் தமது நுண்ணறிவை மேம்படுத்திக் கொள்ளலாம். கால்பந்து, கிரிக்கெட் விளையாட முடியும். பெரும்பாலானவர்கள் கபடியை விரும்பினர்.

பிரைல் போர்ட் போல பார்வையிழந்தோருக்கான சதுரங்கப் பலகையும் வித்தியாசமானது. கருப்பு மற்றும் வெள்ளைநிறக் கட்டங்களைப் பிரித்தறியும் விதமாய் சதுர மேடுகளும் சதுரப் பள்ளங்களும் இருந்தன. ஒவ்வொரு சதுரத்திலும் ஆணி நுழையும் அளவு குழி இருக்கிறது. காய்ன்களின் அடிப்பகுதில் ஆணிபோன்ற பகுதி இருக்கும். அதைக் குழியில் நட்டு வைத்தால் காய்ன் வேறுபக்கம் நகராமல் விளையாட எளிதானதாக இருக்கும். சதுர மேடுகள் கருப்புக்கட்டங்கள். சதுரப் பள்ளங்கள் வெள்ளைக் கட்டங்கள். லினோரா டீச்சர் இல்லாத நாட்களில் சதுரங்கமோ கபடியோ விளையாடுவதை விருப்பமாகக் கொண்டிருந்தேன். மகா சதுரங்கம் ஆடச் சொல்லி வற்புறுத்தினாள். எனக்குப் போட்டியாளர் அவள்தான். வேகமாக காய்களை நகர்த்தி என்னைத் திக்குமுக்காட வைப்பாள். அவளுக்கு இணையாக விளையாடக்கூடியவன் பத்மநாபன் மட்டுந்தான். அவளுக்கு ஆர்வமில்லாத நாட்களில் நான் கபடிக்குப் போய்விடுவேன்.

ஔட் ஆஃப் பீரியடில் விருப்பம் இருந்தால் ஆசிரியர்கள் இருந்து பாடம் நடத்தவோ விளையாட்டு சொல்லித் தரவோ செய்யலாம். பெரும்பாலான ஆசிரியர்களுக்குப் பள்ளி வளாகத்தில் கோட்டர்ஸ் இருந்ததால் மாணவர்களுக்கு உதவி செய்தார்கள். குறிப்பாக, லினோரா டீச்சர் பெரு விருப்பத்தோடு அந்த பீரியடை ஏற்று மாணவர்களுக்குக் கற்றுத் தந்தார். குடும்பமுள்ள ஆசிரியர்கள் அந்தப் பீரியடைப் புறக்கணித்து, வீட்டுக்குச் சென்றுவிடுவர்.

பி டி மாஸ்டர் 24 வயது இளைஞர். சுறுசுறுப்பாய்ச் சொல்லித் தந்தார். கொஞ்சம் பார்வையுள்ள தேவமைந்தன் விருப்பத்தோடு கால்பந்து விளையாடினான். மாஸ்டர் அவன் பக்கம் பந்தை உருட்டிவிட்டு, அவன் உதைக்க வரும்போது தன்பக்கம் இழுத்துக் கொண்டார். அவன் முயற்சியை மேலும் மேலும் சோதித்துக் கொண்டே இருந்தார். கடைசியாக, விட்டுக் கொடுத்து அவனை

உதைக்கவிட்டு, எதிர்சாரியில் தானும் உதைத்து அந்த விளையாட்டின் மீது ஒரு தாக்கத்தை ஏற்படுத்தினார். அடம் பிடிப்பது, விட்டுக்கொடுப்பது என்ற இரண்டு நிலைகளிலான உத்தியைப் பயன்படுத்தி ப்ளைண்ட் ப்யூப்பில்ஸ் அந்த விளையாட்டில் மிளிர வேண்டும் என்று விரும்பினார்.

முதல்முறையாக கிரிக்கெட் விளையாட்டை அறிமுகப் படுத்தியவரும் அவர்தான். அந்தப்பக்கம் இரண்டுபேர், இந்தப்பக்கம் இரண்டுபேர் எனக் குழுப் பிரித்து விளையாடச் சொன்னார். பந்தில் ஒரு சின்னச் சலங்கையைச் செருகி உருட்டியபோது சலிங் சலிங் என ஒலித்தது. அந்தச் சத்தமே மாணவர்களைக் குஷிப்படுத்தி விளையாட்டுக்கு இழுத்து வந்தது. நானும் கூட அவ்வப்போது கிரிக்கெட் விளையாடி மகிழ்ந்தேன். “எறிதல்” எனக்கு நன்கு கைவந்தது. பந்திருந்த வலது கையை, தோளுக்குமேல் உயர்த்தி, நாலு எட்டு ஓடிவந்து ஸ்டம்ப் நோக்கி வீசியபோது ஸ்டம்ப் அருகில் சென்று விழுவதை அறிந்து மகிழ்ந்தேன். சில வேளை ஸ்டம்பில் பட்டு விழுந்து பேட் பிடித்த மாணவனை ஔட் ஆக்கியது. அப்படியானால் ஒரு விக்கெட் காலி. “ரன் எடுப்பதைவிட விக்கெட் வீழ்த்துவதுதான் முக்கியம்” என்பார் மாஸ்டர்.

விளையாடுவதைத் தாண்டி, ஔட் ஆஃப் பீரியடில் நானும் மகாவும் பத்மநாபனும் தேவமைந்தனும் லினோரா டீச்சரை நன்கு பயன்படுத்தினோம். லினோரா டீச்சர் இருந்த நேரத்தில் நானும் மகாவும் ஒட்டி உட்கார்ந்து தொடவும், கிச்சுக்கிச்சுக் காட்டி விளையாடவும் செய்தபோது டீச்சர் தடுக்கவில்லை. தோட்ட வேலை பீரியட் போலவே ஔட் ஆஃப் பீரியடும் எங்களுக்கு உவப்பானதாய் இருந்தது. ரஞ்சிதா ராஜாராமுடன் சேர்ந்து விளையாடப் போய்விடுவாள். கால்பந்தோ கைப்பந்தோ விளையாடுவார்கள். அல்லது டெனிகாய்ட். வளைவான பந்தை வீசி எறிந்துவிட்டு, ராஜாராம் பிடிக்காமல் நழுவ விட்டால் ஓடிப்போய் பந்தை எடுப்பதுபோல ராஜாராமை இறுக்கி அணைத்தாள். விட்டுத் தந்து எப்போதாவது ராஜாராமை ஜெயிக்கவும் வைப்பாள். நானும் தேவமைந்தனும் லினோரா டீச்சரிடம் சைட்டட் புக்ஸ் வாசிக்கச் சொல்லிக் கேட்போம்.

டாக்டர் முவ என்கிற மு. வரதராசனார் எழுதிய நூல்கள் தமிழ் வாசகர்களைப் பெரிதும் வசீகரித்தன. அன்னைக்கும் தம்பிக்கும்

அவர் எழுதிய கடிதங்கள் அழுத்தமான மொழிப் புலமையோடு வாசிக்க எளிமையாய் இருந்தன. அவர் எழுதிய "கிபி 2000" என்ற சிந்தனை நாவல் முக்கியப் படைப்பு. 1957ஆம் ஆண்டு எழுதப் பட்ட சிறிய நாவல் அது.

தமிழ்நாட்டில் வறுமை தாண்டவமாடிய சூழலை மனம் நெகிழும்படி வர்ணித்திருந்தார். அந்த ஐம்பதாம் ஆண்டுகளில் ஓட்டலில் இருந்து எறியப்படும் எச்சில் இலைகளுக்காக ஏழை மனிதனும் தெரு நாய்களும் காத்திருந்தன. பருக்கைகள் நிறைந்த ஓர் எச்சில் இலையைக் கைப்பற்ற ஆறறிவு மனிதனும் ஐந்தறிவு நாயும் போட்டி போட்டதை லினோரா டீச்சர் வாசித்த போது என் கண்கள் கலங்கின. என் வீட்டு வறுமை நினைவுக்கு வந்து அழ வைத்தது. கிபி 2000மாம் ஆண்டில் இந்தக் காட்சியைத் திரையில் பார்த்த தமிழர்கள் ஆச்சர்யப்பட்டனர். இப்படியும் ஒரு வாழ்க்கைமுறையா என்று அவர்கள் நொந்துபோயினர். இன்னும் சிலபல வருடங்களில் வறுமை முற்றாக ஒழிந்துவிடும் என்ற நாவலின் நம்பிக்கைச் செய்தி என்னையும் மகாவையும் வசீகரித்தது.

7

அன்று இரவு தூக்கம் பிடிக்காமல் உழன்றுகொண்டிருந்தேன். மகாவின் துகில் ஆடையும் குரல் இசையும் மனசுக்குள் வந்து போயின. பக்கத்தில் படுத்திருந்த ராஜாராம், தேவமைந்தன் போன்ற மாணவர்கள் குறட்டைவிட்டனர். பத்மநாபன் அடுத்த அறையில் இருந்தான். அவனுடன் பேசலாமா? இந்நேரம் விழித்திருந்தால் ஆயிற்று; பேசுவது அடுத்தவர் தூக்கத்துக்குக் கேடு செய்யாதா? அவனிடம் பிரச்சினையைச் சொன்னால் தீர்வு கிடைக்க வாய்ப்பிருக்கிறது. மகா ஏன் அப்படி நடந்துகொண்டாள்? அது அவள் இயல்பில்லை. ஒருவேளை யாராவது கோள்மூட்டி அவள் மனசைக் கலங்கடித்திருப்பார்களோ? எந்த அஸ்திரத்தையும் தாங்கும் வல்லமை அவளுக்கிருக்கிறது. அப்புறம் ஏன் அப்படி எடுத்தெறிந்து பேசினாள்? தூத்தெறி என்று துப்பினாளே; அவள் வாயிலிருந்து இந்த வார்த்தை முதல் முறையாக வெளிப்படுகிறது.

பலவாறு சிந்தித்தபடி எழுந்து அமர்ந்தேன். இருட்டின் வழியே ஏதோ ஒரு வெளிச்சம் தென்பட்டது. இருட்டில் வெளிச்சம் வருமா? வரும் என்று கிருஷ்ணன் ஒருமுறை சொல்லியிருக்கிறான். "அது வெள்ளை இருட்டு."

அந்த வார்த்தை வித்தியாசமானதாகவும் ஆச்சர்யமானதாகவும் இருந்தது. அவன் பிறவிக்குருடன். பெரும்பாலானவர்களுக்கு அம்மை கண்டோ, காய்ச்சலில் படுத்தோ பார்வை மங்கிப் போகும். அவர்கள் கண் தெரிந்தபோது உலகத்தையும் நிறங்களையும் உருவ ஒழுங்கையும் கண்டு மனசில் வைத்திருப்பார்கள். ஆனால் கிருஷ்ணன்? அவனுக்கு நிறம் தெரியுமா? வெள்ளை இருட்டு என்கிறானே; வெள்ளை அவனுக்குப் புரியக் கூடிய நிறமா? வெள்ளை, பச்சை, மஞ்சள் எல்லாமே எனக்குத் தெரியும். அவனுக்கு எப்படி?

தெரியும் என்றான் கிருஷ்ணன். "பச்சை என்றால் முக்கோண வடிவ இலை; மஞ்சள் என்றால் விரல் விரலாய் நீண்டிருக்கும் பொருள்" என்று கிருஷ்ணன் சொல்லியிருக்கிறான்.

"அப்படியானால் வெள்ளை?"

"சூரியன்" என்றான்.

எனக்குப் பேராச்சர்யம்! சூரியன் வெள்ளையா? அது சுட்டெரிக்கும் பிழம்பு என்று மட்டும்தான் புரிந்து வைத்திருந்தேன். அதற்கு வெள்ளைநிறம் நிரந்தரமல்ல; மஞ்சளாகவும் சிவப்பாகவும் மாறுவதைக் கண்டிருக்கிறேன். இவன் வெள்ளை என்கிறானே? வெள்ளை நிறத்தைத்தான் பொழிகிறது. என்னைப் பொருத்தவரை வெள்ளை மகிழ்ச்சியின் நிறம். ஆனால் சூரியன் சுட்டெரிக்கிறது. ஒருவேளை கிருஷ்ணனுக்கு வெண்மை வேதனையின் வெளிப்பாடோ?

"இல்லை" என்றான் கிருஷ்ணன். "எல்லா நிறங்களும் சந்தோஷத்தின் குறியீடுகள்." என்ன உளறுகிறான்? மகிழ்ச்சி மட்டுந்தான் உலகத்தில் இருக்கிறதா? ஒருவேளை அவன் குழப்பமான மனநிலையில் இருப்பானோ? வறுமை உள்ளவரை வேதனையும் விரக்தியும் இருக்கத்தானே செய்யும்?

“அது ஒன்னோட கருத்து; எனக்கு வறுமை தெரியாது. நிறம் மட்டுமில்ல; உலகின் எல்லா உருவங்களையும் என்னால் உணர்ந்து சொல்ல முடியும்.”

“எப்படி?”

“கண்டு கேட்டு உணர்ந்து உள்வாங்கும்போது நிழலாய்ப் படிந்து விடுகிறது. உலகின் எல்லா உணர்ச்சிகளும் நிழலின் பக்கவாட்டுக் கிளைகள்.” கிருஷ்ணன் ஓர் ஆச்சர்யமான பையன்.

படுக்கையில் இருந்து எழுந்து வெளிவராண்டாவுக்கு வந்தேன். கம்பி கேட்டுக்கு வெளியே எட்டிப் பார்த்தேன். வெள்ளை இருட்டு என்பதன் அடையாளத்தைத் தேடித் தேடிப் பார்த்தேன். கண்களை விழித்தபடியும் மூடியபடியும் தேடினேன். தென்படவில்லை. இருட்டில் அது தெரியாதுபோலும். மேலும் உற்றுப் பார்த்தபோது எல்லாமே இருள்மயம். பகலில் பஞ்சு போன்ற நிறத்தில் வானமும் பூமியும் வெளிறிக்கிடக்கும். இப்போது கருநிறம்.

அன்று ஔட் ஆஃப் பீரியடில் லினோரா டீச்சர் வரவில்லை. சில நிமிடங்கள் எதிர்பார்த்துவிட்டு தேவமைந்தன் எழுந்து கபடி விளையாடப் போய்விட்டான். அல்லது கால்பந்தாட்டத்துக்குப் போயிருப்பான். பத்மநாபனும் கூட “நான் ஆஸ்டலுக்குப் போறேன்” என்று விடைபெற்றான். ஆஸ்டலில் வேறு மாணவர் களோடு சேர்ந்து சதுரங்கம் விளையாடலாம் என்று போயிருப்பான் போலும். நானும் மகாவும் தனித்திருந்தோம். ரஞ்சிதா அவள் டெஸ்கில் அமர்ந்து ஏதோ எழுதிக்கொண்டிருந்தாள். விலகியிருந்த மகாவின் அருகில் போய் அமர்ந்தேன். அவளின் பாவாடையும் தாவணியும் என் கால் தொடைகளில் உரசின. என் மனசுக்குள் கிளுகிளுப்பாய் ஏதோ ஊர்ந்தது. “மகா...” என்றேன்.

“இன்னா?” என்றாள் மகா. அவள் குரல் அவள் அணிந்திருந்த துகிலைவிட மென்மையாய் மனசை உரசியது.

“நேத்து டீச்சர் இன்னா புஸ்தகம் வாசிச்சாங்க?”

“மறந்துட்டியா? முவ எழுதின ஔவச்செய்தி சங்க இலக்கியத்துல தலைவன் தலைவியோட உறவு.”

“அதுல தலைவி ஏன் அழுகுறா?”

"நெஜமாலுமே கேக்குறியா; தெரியாத மாதிரி நடிக்கிறியா?"

"சொல்லேன்."

"பொருள் தேட தலைவன் வெளியூர் போறானேன்னு வருத்தம்; அதான் அழுவுறா."

"சம்பாதிக்கத்தான போறான்? அதுக்கு ஏன் அழுவணும்?"

"இந்தக் காலத்துல காலையில போய்ட்டு நைட்டு வீட்டுக்கு வந்துரலாம்; அன்னக்கி வெளியூர் போனா திரும்பி வர ஆறு மாசமோ ஒரு வருஷமோ ஆவும்; அதான்!"

எனக்குப் பெருமூச்சு ஒன்று பீறிட்டது.

"அதுக்கு நீ ஏன் கவலப் படுற?" என்றாள்.

"இல்ல..." என்றபடி இன்னும் அவளை நெருங்கினேன். "அவங்களப்போல நாமலும்...." வார்த்தைகள் முடியும் முன் என் கை அவள் மார்பில் படர்ந்தது.

"தூத்தெறி" எனத் திட்டியபடி என்னைப் பிடித்துத் தள்ளிவிட்டு எழுந்து ரஞ்சிதாவை அழைத்துக்கொண்டு வேகவேகமாய் நடந்தாள். அனேகமாக ஆஸ்டலுக்குப் போயிருக்க வேண்டும். அப்போதிருந்து மனம் ஒரு நிலையில் இல்லை. திகுதிகுவென எரிந்தது. விவசாயப் பீரியடில் இழுத்து முத்தம் வைத்த அந்த மகாவா இவள்? தினம் ஒரு முடிவு எடுக்கிறாளே!

டெஸ்கில் தலையைக் கவிழ்ந்து அழுதேன். வகுப்பறையும் வெளி மைதானமும் சூன்யமாய் உலர்ந்து கிடந்தன. எழுந்து நின்று மதிலில் முட்டி எனக்கு நானே தண்டனை தந்தேன். அந்தி மலர்ந்து இருளைவரவேற்ற வேளையில் ஜேக்கப் அண்ணன் வகுப்பறைகளைச் சாத்தினார். "இன்னா தொர; இன்னம் ஒன்கு காலமாகலியா?" என்று அவர் கேட்டபோது நிஜ உலகுக்கு இறங்கி வந்தேன். மைதானத்தில் மாணவச் சத்தம் மௌனமாகியிருந்தது.

தள்ளாடியபடி ஆஸ்டலுக்கு வந்து சேர்ந்தபோது மனம் கசந்து கிடந்தது. சாப்பாட்டு பெல் சத்தம் கேட்டு வயிறு வேண்டாம் என்றது. துக்கம் தொண்டையை அடைக்க தூக்கம் கண்கணாத தேசத்துக்கு விலகிவிட்டது.

வெராண்டாவின் இரு பக்கங்களுக்கும் இடையில் உலாவினேன். சிமெண்ட் தரை கல்காடு போல பாதங்களை

உறுத்தியது. கம்பிக்கேட்டின் அருகில் நின்று வெளியில் எட்டிப் பார்ப்பதும் விலகி வெராண்டாவில் உலவுவதுமாய்..... இருப்புக் கொள்ளாமல் அல்லாடினேன். மகாலட்சுமி கேட்டுக்கு வெளியில் பறந்து பறந்து என்னைப் பரிகாசம் செய்தாள். அவள் துப்பிய "தூத்தெறி" என்ற வார்த்தை காற்று மண்டலத்தில் ஏறிப் பயணம் செய்து என் நெஞ்சுக்குள் கடப்பாரையாய் இறங்கியது. ரஞ்சிதாவும் மகாவோடு சேர்ந்து என்னைத் திட்டினாள். "நீயெல்லாம் ஆம்பளையா?" கண்களில் வழிந்த கண்ணீரை சட்டை முனையால் துடைத்தபோது கைகள் வெலவெலத்து நடுங்கின.

காலை ஐந்து மணிக்கு சாரணர்கள் எழுந்து உடற்பயிற்சி செய்ய ஆரம்பித்தார்கள். அதுவரை விழித்தபடி அழுதுகொண்டிருந்தேன்.

சாரணக்குழுவில் சேரவேண்டும் என்று எனக்கும் ஆசை. ஒன்பதாப்புக்கு மேல் படிப்பவர்கள் மட்டும் சேர்த்துக் கொள்ளப்பட்டனர். சாரணன் என்றால் பொதுநல விரும்பி என்று அர்த்தமாம். நாட்டுப்பற்றும் சமுதாயப் பற்றும் கொண்டு இயங்குபவனே சாரணன். சில சமூக நலப் பணிகள் செய்ய வேண்டும். தாழ்த்தப் பட்ட மக்கள் குடியிருக்கும் பகுதிக்குப் போய், ஆரோக்கியத்தோடு வாழ்வது பற்றி எடுத்துரைக்க வேண்டும். அமெரிக்க சாரண சங்கத்தில் இருந்து வரும் பால்பவுடர், சீஸ் என்று சொல்லப் படுகிற பால்கட்டி போன்றவற்றைக் குழந்தைகளுக்கு வினியோகிக்க வேண்டும். தேவைப்பட்டால் அழுக்காய் அலையும் குழந்தைகளைக் குளிப்பாட்டிவிட்டுப் பாடம் சொல்லித்தர வேண்டும். அந்த மக்களை ஆரோக்கியமான வாழ்க்கைமுறைக்கு அழைத்து வருவதுதான் முக்கியப்பணி. "இந்திய மக்கள் ஜாதியால் பிளவுண்டு கிடப்பதால் ஒடுக்கப்பட்ட மக்களின் மேம்பாட்டுக்கு உழைப்பதே சாரணப்பணி" என்றார் சாரணக்குழுவின் தலைவர் ராம்தாஸ் சார். பத்தாப்பு வாசிக்கும் அண்ணன்மார்களால்தான் அது சாத்தியம் என்பதால் அவர்களை மட்டுமே சாரணக்குழுவில் சேர்த்துக் கொண்டனர். நானும் எதிர்காலத்தில் சாரணச் சங்கத்திலும், செஞ்சிலுவைச் சங்கத்திலும் இணைந்து இயங்க வேண்டும்.

சாரணர்கள் எழுந்து கடவுள் வாழ்த்துப் பாடிவிட்டு உடற்பயிற்சி செய்தபோது கண்கள் சொக்கிப் படுக்கையில் விழுந்தேன். மாணவர்கள் எழுவதும், மாடியில் இருந்து இறங்கி ஆஸ்டலின்

மேற்கோரத்தில் இருக்கும் குளியலறைக்கு ஓடுவதும் கனவுக்காட்சி யாய்ப் புலனாகியது.

காலை ஏழரை மணிக்கு சாப்பாட்டு மணி அடித்தபோது வாரிச் சுருட்டி எழுந்தேன். எப்போதும் முதல் ஆளாய்க் குளித்து முடித்து வீட்டுப்பாடம் வாசிப்பதை வழக்கமாகக் கொண்ட நான் இன்று என்னையறியாமல் உறங்கிவிட்டேன். காலை ஐந்து மணிக்குமேல் வந்த தூக்கம் என்பதால் விழிப்புத் தட்டாமல் விழுந்து கிடந்தேன்.

எல்லா மாணவர்களும் அவரவர் பிளேட்டுகளை எடுத்துக் கொண்டு சாப்பாட்டு அறை நோக்கி நடந்தபோது பத்மநாபன் என்னைத் தேடி வந்தான். "இன்னா பாலு! நைட்டும் ஒன்யக் காணல; காலய்லயும் பாத்ரூமாண்ட பாக்கல; இன்னாச்சு?" பொய்சொல்ல மனம் வரவில்லை என்றாலும் சொல்ல வேண்டியதாயிற்று.

"ஒடம்பு சரியில்ல பத்து."

"டாக்டராண்ட போனியா?"

"இல்ல; இப்பக் கொஞ்சம் பரவால்ல. டிஃபனக் கட் பண்ணீட்டா சரியாப்போகும்."

"அப்ப நீ டைனிங் ஹாலுக்கு வரலியா?"

"ஆமா. எம்பங்க நீ வாங்கிக்க."

எனக்கு உடம்புக்கு சொஸ்தம் இல்லை என்று சொல்லி எனது சாப்பாட்டுப் பங்கை ஓர் இலையில் வைத்து வாங்கி வந்தான் பத்மநாபன். "நானு செமத்தியா துன்னுட்டேன்; இத நீ சாப்புடு."

வீட்டில் எத்தனையோ நாள் பட்டினி கிடந்திருக்கிறேன். அப்போது பசி குடலைக் கவ்வும்; இன்று இரண்டு வேளை சாப்பிடாத போதும் பெருமூச்சுதான் பீறிட்டது. மகாலட்சுமியின் "தூத்தெறி" வார்த்தை வந்து குடலை ஆக்கிரமித்து நின்றது.

"சும்மா துன்னு பாலு."

இவனிடம் விஷயத்தைச் சொல்லிவிட்டால் ஏதாவது தீர்வு சொல்வான். ஆனாலும் மனம் குழம்பியது. சொன்னால் வேறு குழப்பம் வருமோ? மற்ற மாணவர்களுக்குத் தெரிந்துவிட்டால் வார்டன் சார் காதுக்குப் போய் மகாவுக்கு ஏதும் தொந்தரவு வரக்கூடும். அதனால் மனசை அடக்கினேன். பத்ம நாபன் மீண்டும்

வற்புறுத்தியபோது வேண்டாவெறுப்பாக உணவை அள்ளி விழுங்கினேன்.

சாப்பிட்டு முடித்து சீக்கிரமே பள்ளிக்கூடம் போனேன். வழக்கம்போல மகாவும் ரஞ்சிதாவும் வரவேண்டும். அவளிடம் மன்னிப்புக் கேட்டுக் கெஞ்சவேண்டும். இனிமேல் எந்தக்காலத்திலும் தப்புச் செய்ய மாட்டேன் என்று உறுதிகூற வேண்டும். அதை அவள் ஏற்பாளா? ஏற்றுக் கொண்டால் உயிரோடு இருக்கலாம்; மறுத்துவிட்டால், தற்கொலை செய்து உயிரை மாய்த்துக் கொள்ள வேண்டியதுதான்.

"போடா மடையா" என்றது மனம். "உன்னால் எப்படிச் சாக முடியும்? தூக்குப் போட்டுக் கொள்ளவோ விஷம் அருந்திச் சாகவோ இங்கு வசதியிருக்கிறதா? அது கோழைத்தனம்! மகா நல்லவள்; அவள் நீ சாக அனுமதிப்பாளா? ஒரு விளையாட்டுப் போல நடந்த சம்பவத்துக்காக இவ்வளவு துவண்டு போகிறாயே. உனக்காக மகா காத்திருப்பாள்' போ!"

வகுப்பறைக்குப் போன சமயம் ரஞ்சிதா மட்டும் வந்திருந்தாள். மகா வரவில்லை என்றபோது என் நெஞ்சில் கடப்பாரை இறங்கியது. என்மீதான கோபம் இன்னும் தணியவில்லை போலும். "என்னய மன்னிச்சிரு மகா" என்று சத்தம் வெளிவராமல் கூக்குரலிட்டு அழத்தொடங்கினேன்.

ரஞ்சிதாவிடம் கேட்டேன். "மகா வரலியா?"

"இன்னக்கி லீவு போட்டுட்டா."

நெஞ்சு மேலும் பதறியது. "ஏனாம்?"

"மன்சு சரியில்ல; நேத்து ஒன்ய தேவையில்லாமத் திட்டிட்டாளாம்."

முகத்தில் விழுந்த பனிக்கட்டியாய் இந்த வார்த்தைகள் குளிர்ந்தன. இயல்புக்கு அதிகமான குளிர். பனிக்கட்டி என்பது ஒரு வகையில் குளிர்ச்சி என்றால் இன்னொரு வகையில் சூடு. குளுமையும் சூடும் கலந்த உணர்வு உடலெங்கும் பரவி மூளையில் குத்துக்காலிட்டது. "நெஜமாலுமா?"

"ஆமாப்பா; தப்புச் செய்யாத ஒன்ய கீழ தள்ளிவிட்டுட்டாளாம்; நைட்டு பூரா தூங்கல; காலையிலதான் அசந்து படுத்தா; ஒன்னிட்ட மன்னிப்புக் கேக்கணும்னா."

கண்களை மூடி டெஸ்கில் அமர்ந்தேன். வானவெளியில் 'என்னைப்பார்; என் அழகைப்பார்' என்றபடி ராக்காச்சி அலைந்துகொண்டிருந்தாள். ராக்காச்சியைத் துரத்தியடித்துவிட்டு மகாவை மானசீகமாக தரிசித்தேன். தன் அழகை ரசிக்கும் உரிமை எனக்கு இருக்கிறது என்பதை மகா ஏற்றுக்கொண்டு விட்டாள். காதலுக்கு என்றைக்கும் தோல்வி இல்லை. நான் ஜெயித்துவிட்டேன்; ஆஹா! வென்றுவிட்டேன். என் மனசை மூடியிருந்த சோகமூட்டம் கலைந்து கண்ணீராய் வழிந்தது. "மகா! நீ என் காதலி."

8

இந்த ஆண்டுடன் படிப்பு முடியப்போகிறது. எனக்கும் மகாவுக்கும் இடையிலான உறவு சோக நிழல் நோக்கி நகரத் தொடங்கியது. அவள் வீடு செங்கல்பட்டு; நான் தேனி. அங்கிருந்து செங்கல்பட்டுக்கு அடிக்கடி வந்து போக முடியுமா? வெகுதொலைவுப் பயணத்தை நிகழ்த்தும் சாத்தியம் வாய்க்குமா? ஐந்து ரூபா இருந்தால் தேனியில் இருந்து சென்னைக்குப் போய் வந்துவிட முடியும். ரயிலில் பயணம் செய்யப் பார்வையிழந்தவர்களுக்குக் கால் டிக்கட்டுதான். ஐந்து ரூபாய்க்கு எங்கே போக! அவள் குடும்பம் வசதியானது. அவள் தேனிக்கு ரயிலேற ஒருவேளை சாத்தியமாகலாம்; வருவாளா? அவள் பெற்றோர் விடுவார்களா? முடியாது என்றே தோன்றுகிறது. என்னால் அவளைச் சந்திக்க வரமுடியாது என்ற உண்மை நெஞ்சுக்குள் இறங்கி சோகத்தை அதிகப் படுத்தியது. ஒரு பிரைல் கடிதம் எழுதவும் வாய்ப்பில்லாதவனாய் இருந்தேன். எனக்குச் சொந்தமாய் பிரைல் போர்ட் இருக்கவில்லை. அவள் வைத்திருந்தாள். எனக்கொன்று வாங்கித் தரக் கேட்கலாம்தான். இல்லையென்று சொல்ல மாட்டாள். ஆனாலும் ஆண்மைக் கோடு நிராகரித்தது. காதலிக்குத்தான் காதலன் வாங்கித் தருவானே தவிர காதலி அப்படிச் செய்வதில்லை. நான் வாங்கும் இடத்திலும் அவள் கொடுக்கும் இடத்திலும் இருந்தபோதிலும் அவளை வாங்கித் தரச் சொல்வது அவமானம். "கள்ளோ காவியமோ?" நாவலில் கூட முவ அப்படித்தான் எழுதியிருக்கிறார். காதலனாகிய அருளப்பன் மங்கைக்கு நிறைய வாங்கித் தந்து திருப்திப் படுத்துவான். காதலியின் திருப்திதான் காதலனின் வெற்றி.

ஒருமுறை மகா கேட்டாள். "இன்னா பாலு; பவுடரெல்லாம் பூசுறதில்லியா?"

வசக்கட்டு இல்லை எனச் சொல்ல மனம் வரவில்லை. "செயற்கையைவிட இயற்கைதான் எனக்குப் புடிக்கும்." என்றேன்.

'கலகல'வெனச் சிரித்தாள். "பொம்னாட்டின்னா பவுடர்தான் ஷோக்கு; அடிக்காட்டி கத்தாழ நாத்தம் வீசும்."

தீபாவளியைக் கொண்டாட வருடா வருடம் அவள் வீட்டுக்குப் போய்வருவாள். "நீ ஏன் ஒருவருசங்கூடப் போக மாட்டேன்ற?"

திக்கித் திக்கிச் சமாளித்தேன். பணம் காசு இல்லை என்று சொன்னால் காதலின் வீரியம் குறையும். "எங்கூரு ரெம்ப தூரம். போய்வர ரெண்டு மூண்நாள் ஆயிரும்; அதனால..."

உண்மையென்று நம்பிவிட்டாள் போலும்; என் கன்னத்தைத் தன் மெல்லிய விரல்களால் தொட்டு முத்தம் தந்தாள். அதோடு அவள் கொண்டு வந்த இனிப்புகளையும் தந்து சாப்பிட வைத்தாள். மைசூர்ப் பாகு ரெம்பப் பிரம்மாதம்.

"அம்மா கைப்பக்குவம். ஒரிஜினல் நெய்யில செஞ்சது."

அவள் தீபாவளிக்கோ பொங்கலுக்கோ போய்வந்தாள் என்றால் எனக்கு ஒருவாரத்துக்குத் தின்னக் கிடைக்கும். பத்மநாபன் மகாவீர் ஜெயந்திக்கு மட்டும் போவான். "தீபாவளியும் ஜைன மத விழாதான்; "ஆனாலும் நாங்க செமத்தியாக் கும்பிடுறதில்ல; அத ஆரியமதம் பிடுங்கிக்கிடுச்சு; பிடுங்குனத அப்படியே விட்டுட்டம்." அவன் சொன்னதைக் கேட்டுப் பாவமாய் இருந்தது. என் பொருளை என்னிடமிருந்து பிடுங்கினால் எப்படி இருக்கும்?

பரிட்சை முடிந்து லீவை நோக்கி மாணவர்கள் காத்திருந்தனர். "மே லீவு; ஜோராருக்கும்" என்று ஒவ்வொரு உதடும் உச்சரித்தது. வீட்டுக்குப்போய் உறவினர்களோடு வாழலாம். அப்பா அம்மாவும் உடன்பிறப்புகளும் வகைவகையாய்ப் பேசி மகிழ்ச்சிப் படுத்துவர். அக்காவோ தங்கையோ உள்ளவர்கள் அன்பின் உச்சத்தில் ஏற்றப்பட்டு குதூகலக் கொந்தளிப்பில் மூழ்குவர். பார்வையிழந்த வர்களுக்குக் கோடை விடுமுறை வசந்தவெளிக் காற்று. பள்ளி இறுதி படித்தவர்களில் பெரும்பாலோர் விசனப்பட்டனர். அடுத்து

என்ன செய்வது என்ற கேள்வி அவர்களை வாட்டியது. சென்னை கிண்டியில் ஆரம்பிக்கப்பட்டுள்ள லைட் எஞ்ஜினியரிங் கோர்ஸ் என்ற பயிற்சிக் கூடம் நிறையப் பேருக்கு வடிகாலாய் இருந்தது. அது பார்வையிழந்தோருக்கு மட்டுமான பயிற்சிக்கூடம்.

பள்ளி இலக்கிய மன்றம் சார்பில் இறுதி வகுப்பு மாணவர்களுக்குப் பிரிவு உபச்சார விழா நடைபெற்றது. நாடகங்கள், பாட்டுக்கச்சேரி, கும்மி, கோலாட்டம், வாழ்த்துரை என அநேகம் நிகழ்ச்சிகள். நாகநாதன் வாசித்த புல்லாங்குழலும் சேலம் சுப்பிரமணியின் வாய்ப்பாட்டும் சோகத்தையும் இன்பத்தையும் ஒருசேரப் பதிவு செய்தன. “போய் வாருங்கள் தோழர்களே” என்று சுப்பிரமணி தானாக இயற்றிய பாடல் இறுதி வகுப்பு மாணவர்களை வழியனுப்பியது. தொழிற்பயிற்சி வகுப்புப் படித்த அமாவாசை அண்ணன் காந்தியடிகள் கொல்லப்பட்டது பற்றிப் பாடிய கிராமியப் பாடல் அனைவர் கண்களையும் குளமாக்கின. சங்க இலக்கியம்போல பாண்டித்திய வார்த்தைகளாய் இல்லாமல் சாமான்ய மக்கள் பேசும் மொழியால் புனையப் பட்ட பாடல் அது. “கும்பிட்ட கைக்குள்ளே துப்பாக்கி ஒளிஞ்சிருக்கு; துப்பாக்கி வாய்தொறந்து டுமீல்! டுமீல்! அய்யோன்னு அலறாம ராம் ராம்னு அலறுனாரு தேசப்பிதா.” இந்த வரிகள் அரங்கத்தை அமைதிக்குள் ஆழ்த்தின. இழவு வீடுபோல் கலையரங்கம் இருண்டிருந்தது.

சிறிது இடைவெளி விட்டு நாடகக் காட்சிகள் ஆரம்பமாயின. “கண்ணகியும் நெடுஞ்செழியனும்” என்ற தலைப்பிலான நாடகம் நடத்தப்பட்டது. நான் கண்ணகியாகவும் மகாலட்சுமி பாண்டியன் நெடுஞ்செழியனாகவும் நடித்தோம். லினோரா டீச்சர் இயக்கி வடிவமைத்த நாடகம் அது. திரைக்கதை, வசனம் என்னுடையது.

“என்னாங்க டீச்சர்; என்ய பொம்னாட்டி ஆக்கிட்டீங்க?”

“எல்லா ப்ரோக்ராமும் வித்தியாசமா இருக்கணும்னு பிரின்சிபால் சொல்லியிருக்கார்.”

“ஆம்பளய பொம்பளையாவும் பொம்னாட்டிய ஆம்பளையாவும் மாத்துறதுதான் வித்தியாசமா?” என்றாள் மகா. நானும் அவள் கேள்வியை வரவேற்றேன். “நான் கண்ணகியா நடிக்கிறேன்” என்று வற்புறுத்தினாள்.

“நீயும் அவனும் ஒண்ணு; ரெண்டுபேரும் ரெண்டுபேரு இல்ல; நாடகத்துல மாறுனாலும் நீ கண்ணகியாவும் அவன் கோவலனாவுந்தான் இருப்பீங்க.”

“அப்படின்னா?” என்றாள் மகா.

“நீ அவனுக்குக் காதலி; அவன் ஒன்னோட காதலன்.” காதுக்குள் ரகசியம்போல பேசினார் லினோரா டீச்சர்.

“தேரா மன்னா! செப்புவது உடையேன்.” என ஆரம்பிக்கும் கண்ணகியின் வசனத்தை ஆற்றொழுக்காக ஒப்பித்தபோது மகாலட்சுமி கேள்வி கேட்பதுபோன்று அமைந்த வசனம் பேசினாள். “நீர்வார் கண்ணோய்! கள்வனைக் கோறல் கடுங்கோல் அன்று தெரியுமா?” என்றாள்.

உடனடியாக என் கையில் தரப்பட்டிருந்த கொலுசுவைத் தரையில் ஓங்கி அடித்தேன். கண்ணகி காவியத்தில் சதங்கை உடைந்து மாணிக்கப் பரல்கள் தெறிக்கும்; ஆனால் நான் எறிந்த கொலுசு உடையாமல் இருந்தது. மகா அரசனைப்போல கம்பீரமாகச் சிரித்தாள். “என்ன கண்ணகி! சதங்கை உடையவில்லை; இதிலிருந்தே தெரியவில்லையா, கோவலன் கள்வன் என்று?”

மீண்டும் கொலுசுவை விட்டெறிந்து என் கையில் தரப் பட்டிருந்த குண்டுமணிகளைச் சிதற விட்டேன். சதங்கை உடைந்து பரல்கள் உதிர்ந்தன என்பதான காட்சி அது.

அடுத்த வசனம் மகாவுடையது. “ஓ மாணிக்கப் பரல்கள்! எமது சதங்கை முத்துப் பரல்களால் ஆனது. யானோ அரசன்? யானே கள்வன்” என்றபடி கீழே சாய்ந்தாள். மகாவின் முகம் என் மேனியில் சரிந்தபோது அவளை அணைத்துப் பிடித்தேன். “முடியாட்சி மன்னன் குடியாட்சித் தலைவன் போல ஆட்சி செய்கிறாய்; எதிர்காலத்தில் வரப்போகும் ஜனநாயக ஆட்சித் தலைவர்களால் நீ புகழப்படுவாய்; வாழ்க, நின் கொற்றம்!” என்று நான் பேசிய வசனத்தோடு நாடகம் நிறைவு பெற்றது. முலை பிடுங்கி எறிந்து மதுரையை எரிக்கும் காட்சி அமைக்கப்படவில்லை. “அன்றைய முடிமன்னர்கள் சிலர் இன்று நாம் அனுபவிக்கும் ஜனநாயக உணர்வுகளைத் துவக்கி வைத்தார்கள்; அவர்களில் ஒருவர் பாண்டியன் செடுஞ்செழியன்; அவன் புகழ் வாழ்க!” என்று

பின்னுரை வசனத்தை முழங்கினார் நாடக இயக்குநர் லினோரா டீச்சர்.

அடுத்த நாடகம் "வீரபாண்டிய கட்டபொம்மன்." திரைப் படமாக வந்து தமிழகமெங்கும் புகழ்பெற்ற வசனங்களைக் கொண்டது. சுதந்திரத் தாகத்தோடு பேசப்பட்ட வீர வசனத்தை தேவமைந்தன் சென்னை மொழியில் மாற்றம் செய்து நடித்துக் காட்டினான். ஓரங்க நாடகம் அது. கட்டபொம்மன், சாக்சன் துரை என்ற இரண்டு பாத்திரங்களையும் அவன் ஒருவனே குரல் மாற்றிப் பேசி நடித்தான்.

"நீதான் பொம்முங்குற போக்கடாப் பயலா?" என்று சாக்சன் கேட்க "நீதான் சாக்சன்குற இங்கிலீஸ்கார நாய்ப்பயலா?" என்று கட்டபொம்மன் கேட்டார்.

"நான் ஜாக்சன் துரை; உன்னிடம் வரிவசூல் செய்ய வந்திருக்கிறேன்; போக்கிரித் தனமாய்ப் பேசாமல் வரியைக் கட்டிவிட்டு மறுஜோலி பார்."

"ஓ!! கிஸ்தி கேட்டு வந்துக்கினுருக்கியா?"

"ஆமாம்; நாங்கள் அதை வரி என்று சொல்வோம்."

கைகை என்று சிரித்துவிட்டு "இன்னாத்துக்குக் கிஸ்தி?" என்றான் கட்டபொம்மு.

"சாப்பாட்டுக்கு வேணும்; சம்பளம் போடணும்; எங்க பொம்னாட்டிங்களுக்கு வைர நகை எடுக்கணும்...."

"ஓங்க நாட்டுக்கு ஓடிப்போ; அங்க ஒழச்சு சம்பாரிச்சு வைரம் வைடூரியம் எல்லாம் எடுத்துப் போடு. அஹ்ஹ்ஹ்ஹா ஒழக்யாம ஒக்காந்து துன்ற நாய்ங்களுக்கு நாங்க கிஸ்தி தரணுமாக்கும்?."

"ஏய்! வெளாடாம வரிக்குடுப்பா; வைஸ்ராய்க்கி சம்பளம் போடணும்." இந்த இடத்தில் ஜாக்சன் இறங்கி வந்து பணிவதுபோல வசனம் பேசினான்.

கட்டபொம்மு மீண்டும் சிரித்தான். "இன்னாத்துக்குக் கிஸ்தி கேட்டுக்கினுருக்க; இது எங்களோட நெலம்; ஏரு போட்டு உழுதியா? கொத்தெடுத்துக் கள கிண்டுனியா? ஏத்தம் எறச்சு தண்ணி சேந்துனியா; வேற ஏதும் கூலிக்கி மாரடிச்சியா?

இல்லாங்காட்டி அங்க கொத்துக்கரண்டியோட நிக்கிற பொம்னாட்டிங்களுக்குக் காலு கழுவி உட்டியா? இன்னாத்துக்குக் கிஸ்தி?"

"நீ ஜாஸ்தி பேசுற மேன்; வாட்டசாட்டமா நிக்கிற இந்தப் புளிய மரத்துல தூக்கி விட்டுருவங்."

"ஓ! தூக்குவியா? தூக்கிப்பாரு; என் மீசை முடியாலயே ஒன்யத் தூக்கிடுவேன்."

"ஒம்மீச அத்தாம்பெரிசா?"

"ஆருபா அங்க; என்னைத் தூக்குல மாட்டிருவானாம்; சாட்டய எடுத்துக்கினு வா; இவனுக்கு ஒடம்பு அரிக்கிதாம்; நாலு வாங்கு வாங்குவோம்."

ஜாக்சன் விழுந்தடித்து ஓடி பள்ளத்தில் விழுவதோடு நாடகம் நிறைவடைந்தது.

இந்த நாடகத்தைக் கண்டு பள்ளி முதல்வர் வெகுவாகப் பாராட்டினார். கட்டபொம்மன் கதையை இப்படியும் நடிக்க முடியும் என்று காட்டியது மாணவக் கற்பனையின் உச்சம் என்றார். இரண்டு படைப்புகளும் புதிய வடிவங்கண்டு இலங்குவதாய்ச் சொன்னார்.

பிரிவு உபச்சார விழா முடிந்த மறுநாள் பள்ளிவாழ்க்கையின் நிறைவு நாள். அது சோகமானதாய் இருந்தது. மாலை மூன்று மணிக்கெல்லாம் கிளம்பவேண்டும். ஆறு மணி ரயிலுக்கு டிக்கட் எடுத்துத் தந்திருந்தார்கள். பகல் முழுக்க நானும் மகாவும் ரஞ்சிதாவும் விளையாட்டு மைதானத்தில் ஆலமரத் திண்டில் அமர்ந்து பேசியபடி இருந்தோம். ராஜாராம் வரவில்லை என்பது ரஞ்சிதாவுக்கு வருத்தம். "சோமாறி; இன்னக்யும் கண்டுக்காம கெடக்கு." என்று ஆதங்கப்பட்டாள்.

"அவன மறந்துடு" என்றாள் மகா.

தழுதழுத்த குரலில் "வேற இன்னா பண்ண; அவன் வடநாட்டுக்காரன்; காணாமப்போனா ஓடிப்போயி இட்டார முடியுமா?"

நானும் மகாவும் ரஞ்சிதாவின் கையைப் பிடித்து ஆறுதல் கூறினோம். ஆனாலும் அவள் கண்ணீர் சிந்தினாள். "நீங்களாச்சும் நல்லாருங்க!"

ராஜாராம் அவன் தந்தை கொண்டுவந்த காரில் ஏறிப் போய்விட்டான் என்பதை ரஞ்சிதாவிடம் சொல்லவில்லை. சொன்னால் மேலும் விசனப்படுவாள்.

மூவரும் எழுந்து பள்ளி வளாகத்தை ஒரு சுற்று சுற்றினோம். மருதாணிப் பூக்களின் வாசம் நாசியில் ஏறி சுகம் தரவில்லை. "போகப்போறியா பாலு?" என்று கேட்டன. அரளிப்பூக்கள் இதழ் விரித்து மலர்ந்து "போய்வா மகனே" என்று பாடின.

ரஞ்சிதா தன் கண்ணருகில் வைத்து உற்றுப் பார்த்து "மஞ்சப்பூ" என்றாள். அரளிப்பூ என்றால் மஞ்சள் நிறம் கொண்டது எனப் புரிந்தது. எனக்கு நிலம், வானம் எல்லாமே பருத்தி வெள்ளையாய்ப் புலனாகின.

"யெல்லோ இஸ் தி கலர் ஆஃப் லவ் அண்ட் மேரீட் லைஃப்." மகாவின் மென்மையான உதடுகளில் இருந்து உதிர்ந்த இந்த நளினமான வார்த்தைகள் என்னை மெய்சிலிர்க்க வைத்தன. 'தூத்தெறி…' எனத் துப்பியவள் இன்று ஆழப் பதிந்த உணர்ச்சிகளின் வார்த்தைகளைத் தூவுகிறாள். எனக்கு தைரியம் வந்து அவள் தோளைத் தொட்டு அணைத்தேன். ஜாக்கெட்டுக்குள் கைநுழைத்து மென்மையாய் வருடினேன்.

"மறக்க மாட்டியே?"

அவள் முகத்தை என்பக்கம் திருப்பி முத்தம் வைத்தேன். "ஏன் அப்படிக் கேக்குற?"

"நீ ஆம்படையான்; வேறொரு ஏரியக் கண்டாக்கா அவுத்துப் போட்டுக் குளிக்க ஆரம்பிச்சுருவ."

அவளுக்குள் பம்மியிருந்த காமம் கலந்த வார்த்தைகள் சுதந்திரம் பெற்று தாராளமாய் வெளிப்பட்டன. "இது சத்தியம்." என்று அவள் நெற்றியைத் தடவினேன். கையை வாங்கி முத்தமிட்டாள் மகா. உதட்டு ஈரத்தின் துளிகள் கண்களில் ஈரம் கசிய வைத்தன. அடுத்து எப்போது சந்திக்க முடியுமோ?

அப்போது ரஞ்சிதா விசும்புவது கேட்டது. "என்கு கெடக்யாது போல."

மகா ரஞ்சிதாவின் முதுகைத் தடவினாள். "உடு; அவன் இல்லாங்காட்டி இன்னொருத்தன்."

கோபமடைந்தாள் ரஞ்சிதா. "நீமட்டும் ஓ ஆள் கெடச்சதுல சந்தோசப்படுற; நான் வெக்காலி வெறகாக்கும்; என்கும் மன்சு இருக்கு. ஓடம்பு இல்ல; மன்சுதான் காதல்."

ஜேக்கப் அண்ணன் வகுப்பறை வெராண்டாவில் இருந்து சத்தம் கொடுத்தார். "நவுறுங்க புள்ளைங்களா; கண்ணாலத்துக்குப் பொறவு வச்சுக்கங்க." வெட்கக் கோடுகள் நீலநிறக் கயிறாய் எங்கள் மூளையை வளைத்து நின்றன. குனிந்து நிலத்தடி மண் எடுத்து நெற்றியில் பூசிக்கொண்டு அங்கிருந்து புறப்பட்டோம்.

9

ரயில் 'தடக் தடக்' என சத்தமிட்டுக்கொண்டே ஓடியது. மகா செங்கல்பட்டு என்பதால் அவள் அப்பா நேரில் வந்து காரில் அழைத்துப் போய்விட்டார். செங்கல்பட்டு பூந்தமல்லியில் இருந்து ஐம்பது கிலோமீட்டர் தூரத்தில் இருந்தது. மகாவின் அப்பா போஸ்ட் மாஸ்டர். சகல வசதிகளும் கொண்ட குடும்பம். சொந்தமாய்க் காரும் சொந்த பங்களாவும் உள்ளவர்கள். அவர் நினைத்திருந்தால் ஓர் ஆசிரியரை வீட்டுக்கு வரவழைத்து மகாவுக்குப் பாடம் சொல்லித் தந்திருக்க முடியும். வகுப்பறைப் படிப்புத்தான் உலகத்தைப் புரியவைக்கும் என அவர் நினைத்தார் போலும். மகாவைக் கண் தெரியாத பள்ளியில் சேர்த்துவிட்டார். கார் நகரும்வரை உடன் இருந்து வழியனுப்பினேன்.

"மகாவுக்கு எப்படிக் கண் தெரியாமப் போச்சு?"

"பெரியம்மை போட்டு, விழி ரெண்டும் அவிஞ்சு போச்சு; அப்பக்காலத்துல அம்மக்கித் தடுப்பூசி கண்டுபிடிக்கல." மேலும் அவர் விவரித்தார். பெரிய டாக்டரை வைத்து வைத்தியம் பார்த்ததில் ஐந்து விழுக்காடு பார்வை கிடைத்தது. மேலும் சிகிச்சை எடுத்தால் இருக்கும் பார்வையும் போய்விட வாய்ப்புண்டு என்று டாக்டர் எச்சரித்த நிலையில் அவளைப் படிக்க வைப்பதுதான் ஒரே வழி என்று இங்கு கொண்டுவந்து சேர்த்துவிட்டாராம்.

நான் பரவாயில்லை எனத் தோன்றியது. எனக்குக் கண் ஒழுகவில்லை. கருவிழியில் சதைமறைப்பு. ஊருக்குப் போனதும் ஆஸ்பத்திரியில் காட்டி சரிசெய்ய வேண்டும்.

“பாலு ஃபர்ஸ்ட் ரேங்க் ஸ்டூடண்ட் ப்பா” என்று அறிமுகப் படுத்தினாள்.

“வெரிகுட்; லைஃப்லயும் ஃபர்ஸ்ட் ரேங்க் எடுக்கணும். ஒனக்குக் கண்ணு முழுசாருக்கு”

“ஒங்க ஆசிர்வாதம் இருந்தால் நிச்சயம் நடக்கும். சார்” மாமா என்று கூப்பிட ஆசைதான். வார்த்தைகளை மனசுக்குள் மட்டுமே ஒலிக்கச் செய்தேன்.

“வாழ்த்துறது, வணங்குறதெல்லாம் வெளிப்பூச்சு; செல்ஃப் கான்ஃபிடென்ஸ் முக்கியம்.”

ரயில் ஓட்டத்தில் உடல் குலுங்கிக் குலுங்கி ஆடியது. ஆட்டம் குழந்தைத் தொட்டில் போலவும் தடக் தடக் சத்தம் தாலாட்டுப் பாடல் போலவும் உடலை இயக்கின. ஆனாலும் தூக்கம் பிடிக்கவில்லை. செங்கல்பட்டில் ரயில் நின்றபோது மகாவின் முகம் கண்ணருகில் வந்தது. மாட மாளிகைகளும் கூட கோபுரங்களும் நிறைந்த ராஜவீதியில் அவள் வீடு அமைந்திருப்பதாய்க் கற்பனை செய்தேன். வீடு முழுக்க அரிசி மூடைகள்! இன்னோர் அறையில் பருப்பு வகைகளும் காய்கறிகளும்! வறுமையில்லாத ராஜபோகம்! அவளைக் காதலிப்பதும் கல்யாணம் செய்ய மனசால் நினைப்பதும் நியாயமா? காதலுக்குக் கண் இல்லை என்றாலும் அந்தக் குடும்பத்தார் ஏற்பார்களா? மனம் உலைந்துகொண்டே இருந்தது. ‘குபீர் குபீர்’ என எரிந்து பொசுங்கியது. அந்தக் கண்ணாடி மாளிகை கண்ணுக்குள் நுழைந்து எனது குடிலை ஈவு இரக்கமில்லாமல் சிதைத்து நொறுக்கியது.

இந்நேரம் வீடு சென்று சேர்ந்திருப்பாள். சாப்பிட்டுப் படுத்திருக்கக் கூடும். அல்லது என்னைப் போல் விழித்திருந்து என் நினைவுகளைத் தாங்கி மனசில் அணைத்திருந்தாள் என்றால் அது நான் செய்த பாக்கியம்.

தேனிவந்து சேர்ந்தபோது பகல் பதினொரு மணி ஆகியிருந்தது. இரவும் காலையும் சாப்பிடாததால் கண்கள் கிறங்கி மயக்கம் அடைந்தன. இரவுக்காக, பள்ளியில் புளியோதரை கட்டித் தந்து

விட்டிருந்தார்கள் என்றாலும் மகா உண்ண விடாமல் நெஞ்சை அமுக்கியபடி இருந்தாள். காலையில் மதுரையில் இருந்து ரயில் மாறியபோது கூட்ட நெருக்கடியில் பெட்டியைத் திறக்க முடியவில்லை. செக்கானத்தில் இருந்தும், உசிலம்பட்டியில் இருந்தும் நிறைய அரிசி மூடைகள் ஏற்றப் பட்டன. தேனியில் அரிசிப்பஞ்சம் என்று கேள்விப் பட்டிருந்தேன். அக்கா ஆறு மாதங்களுக்குமுன் எழுதியிருந்தாள். "அரிசி கெடக்யாததனால சோளமும் கேப்பையும் விலையேறிப் போச்சு; அகத்தியவும் முருங்கைக்கீரையவும் அவுச்சுத் தின்னுக் காலம் போக்குறம். 'புஸ் புஸ்' என்று கரித்துகள்களைப் பறக்கவிட்ட ரயில் எஞ்ஜின் சாப்பிடத் தோன்றிய நினைவுகளை எரித்துப்போட்டது.

அம்மாவும் அப்பாவும் அக்காவும் ரயிலடிக்கு வந்திருந்தார்கள். நடக்க வைத்தே அழைத்துப் போனார்கள். குதிரை வண்டியில் போகலாம் என்று நினைப்பு வந்தபோது "தப்பு" என்றது உள்மனம். "கஞ்சிக்கு லாட்டரியடிக்கும் குடும்பத்தில் பிறந்தவனுக்குக் குதிரை வண்டி கேக்குதாக்கும்..." இரண்டு கிலோமீட்டர் நடந்து வீட்டை அடைந்தபோது மேமூச்சு, கீமூச்சு வாங்கியது. கைகால்கள் வெலவெலத்துப்போக ஒட்டுத் திண்ணையில் மலாரென்று உட்கார்ந்தேன். கதவைத் திறந்து பச்சத் தண்ணி மோந்து வந்து தந்தாள் அக்கா. குளிர்ந்த நீர் வயிற்றில் இறங்கி ஆசுவாசப்படுத்தியது. பக்கத்து வீட்டு மனிதர்கள் வந்து நலம் விசாரித்துச் சென்றனர்.

"படிப்பு முடிஞ்சுச்சா?" என்றாள் சின்னகாமு. கந்தையா மாமாவின் மகள் அவள். ஜாதி வேறு, குடும்பம் வேறு என்றாலும் உறவுமுறை வைத்து அழைத்தோம்.

குரல் வந்த திசைநோக்கிக் கைநீட்டி "நீ நல்லாருக்கியா காமு?" என்றேன்.

"அவளக் கட்டிக்குடுத்துட்டாக" என்றார் அம்மா.

"ஓ! பரவால்ல; எந்தூரு?"

"உள்ளூருதே."

சிறுமியாய் இருந்தபோது உடல் அணைத்து விளையாடியவள் சின்னகாமு. இன்று வேறொருவனுக்கு அணைப்புத் தருகிறாள். நல்லாருக்கட்டும்; எனக்கு மகா இருக்கிறாள்.

அப்பா, அம்மா, அக்கா மூவரும் வேலைக்குப் போன பிறகு திண்ணையில் அமர்ந்து அழுதேன். மகாவின் அப்பா ஒருவர்மட்டும் வேலை செய்து குடும்பமே பிழைக்கிறது; ஆனால் இங்கு மூவர் உழைத்து நான்குபேர் வயிறார முடியவில்லை. கண் தெரிந்தால் கூட கூலி வேலைக்குப் போய்ப் பிழைத்துக் கொள்ளலாம். அதற்கான நேரம் வருமா? வெளிச்சமான குடிசையில் இருண்ட கண்களோடு காலம் தள்ளுவதைவிட கயிறு போட்டு நாண்டு போகலாம். பக்கத்து வீட்டு செண்பகலட்சுமி வந்து அருகில் அமர்ந்து "என்னா பாலு; அழுகுற?" என்றாள்.

"இல்லியே..." என்று கண்ணைத் துடைத்தேன். அவளைத் தொட்டுத் தடவிப் பார்த்தேன். பாவாடையும் சட்டையும் அணிந்திருந்தாள்.

"என்னா படிக்கிற?" அவள் கைகளைத் தடவியபடி கேட்டேன்.

"அஞ்சாப்பு. நிய்யி?"

"பெரிய பத்து முடிச்சுட்டேன்."

"இனி நீ டீச்சர் வேலக்கிப் போயிருவியா?"

அவளின் கேள்வி இனிமையாய் இருந்தது. அது நடந்தால் செண்பகாவுக்குத் தங்க மோதிரம் போடுவேன். அவளின் அப்பா மாடுமேய்க்கவும் அம்மாவும் புளித்தட்டவோ பஞ்சு மில்லுக்கோ வேலை செய்யப் போகிறார்கள். கோடை லீவுக்காலம். செண்பகா ஸ்கூலுக்குப் போகாமல் வீட்டில் இருந்தாள்.

"கண் தெரியலைன்னு அழுவுறியா?"

"ஆமா செண்பகா. நீயாச்சும் கண் தெரிஞ்ச பள்ளிக்கூடத்துல படிக்கிற."

"நானு ஆறாப்புப் போகப் போறேன். புதுப் புஸ்தகம், புதுத் துணிமணியெல்லாம் அப்பா எடுத்துத் தருவாங்க. நீயி?"

"காலேஜ் போகணும்; பணம் இல்லைங்குறாரு எங்கப்பா; என்னா செய்யிறதுன்னு புரியல."

அப்போது இன்னொரு சிறுமி வந்து செண்பகாவை அழைத்தாள். "சொட்டாங்கல்லு வெளாடலாம் வாரியா?"

“நீ சொட்டாங்கல்லு வெளாடுவியா?” என்று செண்பகா என்னைக் கேட்டபோது அந்த இன்னொரு சிறுமி சொன்னாள்; “அதுக்குக் கண்ணு குருடு; வெளாடத் தெரியாது.”

இருவரும் எழுந்து அடுத்த திண்ணைக்குப் போய் விளையாடினார்கள். மேலே கல் எறிந்து கீழே விழாமல் கீழிருக்கும் கல்லையும் மேலெறிந்த கல்லையும் ஒருசேரப் பிடிப்பதுதான் சொட்டாங்கல் விளையாட்டு; பெரும்பாலும் சிறுவர்கள் விளையாடுவார்கள். கண் தெரிந்தவனாய் இருந்தபோது அக்காவோடு சேர்ந்து விளையாடியிருக்கிறேன். நான் ஒருநாளும் அக்காவை ஜெயித்ததில்லை.

ஒருமாதம் கழித்து எஸ் எஸ் எல் சி தேர்வு முடிவு வெளியானது. செய்தித்தாளில் பார்த்துவிட்டு “நீ பாஸாயிட்ட” என்றாள் அக்கா.

மகிழ்ச்சியுடன் கூடிய துயரம் மனசைக் கவ்வியது. பாஸாவது அடுத்த படிப்பை நோக்கிச் செல்வது அல்லது அரசு வேலைக்குப் போவது என்று அர்த்தம். அர்த்தமில்லாத முண்டமாகிப் போகுமோ வாழ்க்கை!

அடுத்த வாரம் மதிப்பெண் பட்டியலுடன் கூடிய பள்ளிச் சான்றிதழ் தபாலில் வந்து சேர்ந்தது. எல்லாப் பாடங்களிலும் எண்பதுக்கும் மேலான மதிப்பெண்கள். நடத்தைச் சான்றிதழில் “வெரிகுட்” என்று போட்டிருந்தார் பள்ளி முதல்வர். வெரிகுட் வாங்குவது அபூர்வம். பெரும்பாலோருக்கு ‘குட்’ போடுவார். ஒரு சிலருக்கு “ஃபேர்.” ”ஏதோ பரவாயில்லை” என்று அர்த்தம். படிப்பு வராத பிள்ளைகளுக்குத்தான் ‘ஃபேர்’ சான்று கிடைக்கும். நடத்தைச் சான்றின் கடைநிலைச் சொல்லாகிய “புவர்” (மிக மோசம்) யாருக்கும் தந்ததில்லை என்று லினோரா டீச்சர் ஒருமுறை கூறியிருக்கிறார். “புவர் வாங்கிட்டா மேக்கொண்டு படிக்கவோ வேலைக்குப் போகவோ முடியாது. நடத்த கெட்டவுங்கள யாரு வச்சுக்குவா?”

எல்லையற்ற மகிழ்ச்சியில் “நா வெரிகுட் வாங்கியிருக்கே” என்று சொன்ன போது “அப்டின்னா வேல கெடச்சுருமா?” என்றார் அம்மா.

“இதுக்குப் போயி வேல கெடக்யுமாக்கும்” என்றாள் அக்கா.

“அப்பறம் வெத்துத்தாள வச்சு நாக்கு வழிக்யவா?”

தேனிசீருடையான் | 57

நாட்கள் நகர்ந்த அளவுக்கு வாழ்க்கை நகரவில்லை. அடுத்து என்ன செய்வதென்று புரியாமல் தவித்தேன். தேர்வு முடிவு ஊக்கம் தந்தாலும் மேற்கொண்டு படிக்க என்ன வழி? பெற்றோரிடம் சொல்ல பயந்து அக்காவிடம் என் ஆசையைத் தெரிவித்தேன். "நா காலேஜ் படிக்கணும்க்கா."

"அப்படியா?" என்றாள் அக்கா. "நா வேலக்கிப் போயி நூறு ரூவா சேத்து வச்சிருக்கேன்; அதத் தாரேன்; போதுமா?"

அக்காவின் அன்பு மகத்தானது. கல்லூரிக்குள் நுழைய வேண்டுமென்றால் சில ஆயிரங்கள் தேவை; அதோடு ஆஸ்டல் கட்டணம்; புத்தகம் வாங்கப் பணம்; குருடர்களுக்குப் புத்தகம் கிடையாது. ரெகார்டாகப் பதிந்து கேட்க வேண்டும். அதற்கு அதிகம் செலவு பிடிக்கும்.

"பத்தாதா?"

"பத்தாதுக்கா. பத்தாயிரமாச்சும் இருந்தாத்தான்......."

"யே யாத்தீ! அம்புட்டுக்கு எங்க போக; நாம என்ன லச்சங்கோடியிலயா பொழக்கிறம்?"

நான் அவர்களுக்கு சுமையாய் இருக்கிறேன் என்பதை அம்மாவின் வார்த்தைகள் உணர்த்தின.

"இத்தன வருசம் படிக்ய வச்சது வேல வாங்கத்தான?"

"காசுபணம் செலவழிச்சியா? அரசாங்கம் சோறுபோட்டுப் படிக்ய வச்சுச்சு; இனிமேதா நம்ம பொறுப்புல செய்யணும்."

"நம்மட்ட துப்புமில்ல; துரும்புமில்ல, என்னங்கட்டும்?"

"காலேசு படிச்சாத்தே வேலக்கிப் போக முடியும்." இது அக்காவின் முன்மொழிவு. "அதுக்கு அதிகம் செலவாகும்."

"நம்மால முடியாது" என்றார் அப்பா. "அவனா எங்குட்டாச்சும் பண்ணக்கிருந்து படிக்யட்டும்."

"என்னாப்பா, இப்படிப் பேசுறீங்க?" என்றாள் அக்கா. "அவெங்கண்ண அவனாவா குத்திக்கிட்டான்; நாமதான வழிகாட்டணும்."

"போடி பித்துக்கெட்டவளே; ஒனக்கு வயசு என்ன; இருவது; ஒன்னயவே கரையேத்த முடியாமத் தவிக்கிறோம்; அவனுக்குக்

கல்லடுப்புக் கூட்ட எங்குட்டுப் போறது." அம்மாவின் வார்த்தைகள் இயலாமையைப் பிரதிபலித்தன. சென்னையில் இருந்து வந்து ஆறுமாதங்கள் கூட ஆகாத நிலையில் அனுதினமும் இப்படியான உரையாடல்கள் நிகழ்ந்து மனசைப் பிறாண்டின.

10

பொழுதுபோகாத ஒரு நாளில் அடுக்கி வைக்கப்பட்டிருந்த ப்ரைல் மேகசீன்களில் இருந்து ரீடர்ச் டைஜஸ்ட் ஒன்றை எடுத்து திண்ணை மதிலில் சாய்ந்தபடி வாசிக்க ஆரம்பித்தேன். என்னுடைய முக்கிய வாசிப்பு *word power*. பல புதிய வார்த்தைகளைத் தெரிந்துகொள்ள முடியும் என்பது மட்டுமல்ல; ஆங்கிலம் எத்தனை வேற்று மொழிகளில் இருந்து சொற்களைக் கடன் வாங்கியிருக்கிறது எனவும் புரிந்துகொள்ள முடியும். தமிழ்போல் தனித்துவம் ஆங்கிலத்துக்கு இல்லை என லினோரா டீச்சர் ஒருமுறை சொல்லியிருக்கிறார்.

விரல்கள் மட்டும் எழுத்துகள்மேல் படர்ந்திருந்தன. இரு கைகளின் ஆள்காட்டி விரல்களும் இடமிருந்து வலமாக நகர்ந்து புள்ளி எழுத்துகளை வாசித்தன. பார்வை இழந்தவர்களுக்கு மௌன வாசிப்பு கிடையாது. தாளின் எழுத்துகள் வாய் உச்சரிப்புக்குப் பிறகுதான் மனதில் ஏறி ஞாபகத்தில் படியும். பள்ளியில் சத்தமிட்டு வாசித்தபோது வாசிப்பவர் மட்டுமின்றி அருகில் அமர்ந்திருக்கும் வேறுசிலரும் உள்வாங்க முடிந்தது. வேகமாய் வாசிப்பவர்கள் வாசிக்க, மற்றவர்கள் கேட்டு உள்வாங்குவர் என்பதால் பார்வையிழந்தவர்களுக்கு மௌனவாசிப்பு வாய்த்ததில்லை. எனக்கு இன்றுவரை அந்தப் பழக்கம் தொடர்கிறது. ஆங்கில உச்சரிப்பின் வழியாகப் தமிழில் பொருள் புரிய முயன்றேன்.

புத்தக வாசிப்பைத் தாண்டி மனம் வேறுபக்கம் ஓடியது. மகா என்ன செய்துகொண்டிருப்பாள். போன வாரம் அவள் எழுதிய கடிதம் எனக்கு ஒத்தடம் கொடுத்தது. "நீ வகுப்பில் முதல் மாணவன்; நான் இரண்டாவது ரேங்க். நீ முதலாவதாக வந்தது எனக்குப் பேரின்பம். நானே ராங்க் எடுத்த மாதிரி அவ்வளவு குதூகலம். "சூத்திரனுக்கு அத்தாம்பெரிய அறிவா?" என்றார்

அம்மா. அப்பாவோ அம்மாவின் வார்த்தைகளை ஏற்றுக் கொள்ளவில்லை. "அவாளும் மனுசாதானே..." என்றார்.

"நாம பிரம்மாவோட தலையிலருந்துல்லா ஜனிச்சிருக்கம்; அவா கால் பாதப் பொறப்புகள்."

"காலம் மாறிப்போச்சுடி; நாம மூவாயிரம் வருஷமா படிச்சத அவா மூணு மாசத்தில புரிஞ்சுக்கிடுறா." அப்பாவின் வார்த்தைகள் எனக்கு சந்தோஷம் தந்தன. நமது பழக்கத்துக்கு அவர் பச்சைக்கொடி காட்டுவார் எனப் புரிய முடிந்தது.

"நான் கிறித்துவக் கல்லூரியில் சரித்திரம் படிக்க விண்ணப் பித்துள்ளேன். நீயும் அதே கல்லூரிக்கு வந்தால் எனக்குத் திருப்தி உண்டாகும். அதுதான் நமது வாழ்க்கைப் பயணத்துக்கான எல்லைக்கோடு."

பிரைல் போர்ட் இல்லாததால் அவளுக்குப் பதில் கடிதம் போட முடியவில்லை. போஸ்ட் கார்ட் வாங்கி சின்னகாமு மூலம் எழுதலாம் என்றால் அது முடியவில்லை. போஸ்ட் கார்ட் வாங்க ஐந்து பைசா வேண்டும்; அக்காவிடம் கேட்டால் தருவாள் என்றாலும் எங்கள் காதல் அம்பலமாகிவிடும்; "அஞ்சு பைசாவுக்கு ஒத்துலு படுற ஒனக்குக் காதல் ஒரு கேடா?" என்று சின்னகாமு நினைக்கக் கூடும்.

"என்னா பாலு; குருட்டுப்புஸ்தகம் வாசிக்கிறியாக்கும்?" இது போஸ்ட்மேன் குரல்.

"ராசண்ணனா?"

"ஆமா பாலு; இந்தா ஒனக்குக் கடிதம் வந்திருக்கு. ஃப்ரம் மகாலட்சுமி."

ஆஹா! அவளின் அடுத்த கடிதம். என்ன எழுதியிருப்பாளோ என அச்சமாகவும் கூச்சமாகவும் இருந்தது. கார்ட்போர்ட் அட்டையில் ஒருபக்கத்தில் எழுதி நூல்போட்டுத் தைத்திருந்தாள். அட்டை எழுத்து சீக்கிரம் அழியாது. சாதாப்பேப்பரில் என்றால் வாசிக்கும்போதே அமுங்கி அழிந்து போகக் கூடும். அல்லது அஞ்சலகத்தில் முத்திரை குத்தும் சமயம் நிலைகுலைந்துவிடும். கார்ட்போர்ட் அட்டை விலை அதிகம்; அதை வாங்கும் அளவுக்கு

அவளுக்கு வசதி இருக்கிறது. ஓர் அட்டை ஐம்பது பைசா இருக்கும்; என்னால் ஐந்து பைசாவுக்கு அஞ்சலட்டை வாங்க முடியவில்லை.

"மனம் கவர்ந்த பாலு" என்று கடிதம் ஆரம்பமானது. "இது உனக்கு நான் எழுதும் மூன்றாவது கடிதம்; நாம் பிரிந்த மறுநாள் முதல்கடிதம்; கல்லூரிக்கு விண்ணப்பித்தபோது அடுத்த கடிதம். இது மூன்றாவது. ஒன்றுக்குக் கூட நீ பதில் போடவில்லை. உன்னிடம் பிரைல் போர்ட் இல்லாவிட்டால் போஸ்ட் கார்டாவது போடலாமே. கல்மனம் கொண்டவனா நீ? பள்ளியில் அத்தனை வாஞ்சையோடு பழகினாயே; என் உடம்பைத் தொட்டுத் தொட்டுக் காதலை வெளிப்படுத்தினாய்! அதெல்லாம் பொய்யா? என் அப்பாவிடம் உன்னைப் பற்றி நிறைய சொல்லியிருக்கிறேன். உனது அறிவாற்றலை அவர் அங்கீகரித்து விட்டார். விரைவில் அம்மாவும் ஏற்றுக்கொள்வார். நம் பழக்கத்துக்குப் பச்சைக் கொடி காட்டுவார்கள் என்றே தோன்றுகிறது. படிப்பு முடிந்து வேலைக்குப் போனபின் திருமண வாழ்க்கை எளிதாகிவிடும். நாம் இருவரும் சம்பாதிக்க ஆரம்பித்தால் யாரால் தடைபோட முடியும்? ஆகவே; பாலு எனக்குக் கடிதம் எழுது; உடனடியாகச் மதராஸ்கு வந்து சேர்; கல்லூரியில் சேர உனக்கு நான் உதவி செய்கிறேன்."

அதற்குமேல் கடித வரிகள் மனதுக்குள் பதியவில்லை. இந்தச் செய்தியை பெற்றோரிடம் எப்படிச் சொல்வது. பணம் உள்ளவன் சொல் பனைமரம் ஏறும்; நான் வக்கத்த வெங்கம்பயல். வேறொருத்தி எனக்கு உதவி செய்கிறாள் என்றால் ஏற்பார்களா? ஏற்பார்கள் என்று வைத்துக்கொண்டாலும் எனது படிப்பைத் தாண்டிய அடுத்தகட்ட செலவுகளுக்கு என்ன செய்வது? இரண்டு ஜோடி உடுப்புகள் மட்டுமே வைத்திருக்கும் நான் கல்லூரிக்கான உடைகளுக்கும் சலவைசெய்யவும் மற்ற சொந்தச் செலவுகளுக்கும் யார் தருவார்? இதற்கெல்லாம் மகாவிடம் கேட்க முடியுமா? என்னைப் பற்றிய அவளின் அனுமானம் என்னாகும்?

புத்தகத்தைத் தூக்கி எறிந்துவிட்டுக் கண் வீங்கும்வரை அழுது தீர்த்தேன். கைக்கு எட்டியது வாய்க்கு எட்டாது போலவே!

அழுதுகொண்டிருந்த போது ஒரு நல்ல செய்தியைக் கொண்டு வந்தாள் சின்னகாமு. அப்போதுதான் தமிழ்நாட்டில் இயங்க ஆரம்பித்திருந்த 'அரவிந்த்' கண் மருத்துவமனை சார்பாக தேனியில் இலவசக் கண் சிகிச்சைமுகாம் போட்டிருந்தார்கள். கே டி கே

ஜின்னிங் ஃபேக்டரியில் ஐந்து நாட்கள் நடக்கும். "அங்க போயி காட்டு பாலு" என்றாள் சின்னகாமு .

கே டி கே ஜின்னிங் பேக்டரி, கண் தெரிந்தவனாய் இருந்தபோது பார்த்திருக்கிறேன். அதன் பிரம்மாண்ட வளாகம் இப்போதும் நெஞ்சில் நின்றிருக்கிறது. உள்ளிருக்கும் நல்லதண்ணிக் கிணறு பஞ்சகாலத்தில் ஊருக்கே நீர் வார்த்தது. வெளிவாசலில் குழாய் இழுத்து யார் வேண்டுமானாலும் எப்போது வேண்டுமானாலும் பிடித்துக் கொள்ளலாம் என்று ஏற்பாடு செய்திருந்தார்கள். அன்று தேனியில் மிகப் பெரிய கட்டிடம் அது. தேனி - மதுரை பிரதான சாலையில் தெற்குநோக்கிப் பார்த்திருக்கிறது. அங்கு இப்போது கண் அறுவை சிகிச்சை முகாம். கே டி கே மில்லைச் சந்திக்கப் போவது, மகாவைச் சென்னை சென்று சந்திக்கப் போவதுபோல உணர்வாகியது.

அப்பா, அம்மா, அக்கா மூவரும் வேலைக்குப் போய் விட்டார்கள். இப்போது யார் அங்கே அழைத்துப் போவார்கள்?

"பொறப்படு; ஒன்னய அங்க போயி விட்டுட்டு வாரேன்." சின்னகாமுவுக்குத்தான் எத்தனை பெரிய மனம்!

"ஒங்க வீட்டுக்காரரு ஒண்ணுஞ்சொல்ல மாட்டாரா?"

"அதுக்கு நல்ல மனசு; இப்ப மண்ணெடுக்க கம்மாக்கரக்கிப் போயிருச்சு; இருந்தா அதுவே ஒன்னயக் கூட்டிட்டுப் போயிரும்."

டாக்டர் விசாரித்தார். "கண்ணழிஞ்சு எத்தன வருசமாச்சு?"

"பதிமூணு வருசம்."

"பண்ணாட; இத்தன நாளாக் குருடனாவே இருந்தியா? அன்னக்கே ஆபரேசன் பண்ணியிருந்தா இந்நேரம் பெரியாளா யிருப்ப."

அவர் வார்த்தை என்மனசைக் குத்தியது. அப்பா அம்மாவுக்கு மருத்துவம் பார்க்கவேண்டும் என்ற உணர்வு வரவில்லை. யாரும் சொல்லித் தரவும் இல்லை. சின்னகாமுவின் அப்பா ஓரளவு படிப்பு வாசம் உள்ளவர். 'தங்கச்சி, தங்கச்சி' என்று அம்மாவை அதிகம் நேசித்தார். அவரும் வழிகாட்டவில்லை..

உடனடியாக அனுமதிச் சீட்டு வழங்கினார் டாக்டர். சின்னகாமு அழைத்துப் போய் ஒரு பாயில் படுக்க வைத்துவிட்டு, ஒரு

பன்ரொட்டி வாங்கித் தந்து சாப்பிடச் சொன்னாள். குடிதண்ணீர் இருக்கும் இடத்தைக் காட்டிவிட்டு "நாம்போயி அத்தைட்ட சொல்லி வரச் சொல்றேன்." என்றாள்.

"நன்றி காமு."

"கண் தெரியவும் மொதமொத என்னயத்தே பாக்கணும்; சரியா?"

என்னுள் அழுகையும் சிரிப்பும் ஒருசேரத் துளிர்த்தன.

மறுநாள் ஆபரேசன். அப்பா வேலைக்குப் போய்விட அம்மாவும் அக்காவும் உடன் இருந்தார்கள். இரவும் காலையும் பட்டினி; மயக்க மருந்து தரும்போது வெறும் வயிற்றோடு இருந்தால்தான் மதமதப்பு ஏறும். கண்ணுக்குக் கீழும் கன்னத்திலும் ஊசிபோட்ட சில நிமிடங்களில் விழி பிதுங்கி மேலேறி நின்றது. பணியாளர் வந்து சோதித்துவிட்டு உள்ளறைக்கு அழைத்துப் போனார். ஒருவிதக் கிறுகிறுப்போடு அவருடன் சென்றேன். கண்ணில் போட்ட ஊசிதான் மயக்க ஊசிபோலும் விழிகள் உணர்ச்சியற்றுப் பாராங்கல்லாய்க் கனத்தன.

உயர மெத்தையில் படுக்கவைத்து, ஆபரேஷன் செய்யும் கண்மட்டும் வெளித் தெரியும்படி முகத்தை மூடினார்கள். பக்கவாட்டில் இரண்டுபேர் நின்று இரண்டு கைகளையும் மிசுங்கமுடியாமல் அமுக்கிப் பிடித்து நின்றார்கள். அதன்பின் கண்ணில் எதையோ வைத்துத் தேய்த்தார்கள். வலி இல்லாவிட்டாலும் புருபுருவென்ற உணர்ச்சி இருந்தது. "குறிச்சுக்கங்க; நீட்லிங்" என்றார் ஆபரேஷன் செய்தவர். பஞ்சுகொண்டு கண்ணை மூடி பேண்டேஜ் துணியால் கட்டி ஸ்ட்ரெக்சரில் தூக்கி வந்து படுக்கையில் கிடத்தினார்கள். அம்மா முகத்தைத் துடைத்துவிட்டு "என்னங்குது கண்ணு?" என்றார்.

"குறுகுறுன்னுருக்கு."

"பஞ்சு வச்சதால அப்படியிருக்கும்; பொறுத்துக்க."

அக்கா காஃபி வாங்கி வந்திருந்தாள். "ராத்திரியும் காலையிலயும் சாப்புடல; இப்ப ஏதாச்சுங்குடுக்கலாமா?" யாரையோ கேட்டாள் அக்கா. அது நர்ஸாய் இருக்கலாம்.

"இப்பத் தரவேணாம்; வாந்தி வந்துரும்; கண்ணு அசஞ்சு ரத்தம் வந்துரும்; ஒருமணி நேரம் ஆகட்டும்."

நினைவுகள் டாக்டர் சொன்ன வார்த்தைகளை ஆய்வுசெய்தன. நீட்லிங் என்றால் என்னவென்று புரியவில்லை. நீடில் என்பது ஊசி; ஊசிகொண்டு குத்தி அறுவை செய்திருப்பார்களோ? அல்லது அறுவை சிகிச்சையில் அது ஒரு வகைமையா? எது எப்படி இருந்தாலும் நேரம் போகப்போக கண்கள் வலிக்க ஆரம்பித்தன.

"தாங்கிக்க" என்றாள் அக்கா. "அழுதா கண்ணு ஒழுகிரும்." பல்லைக் கடித்தபடி அழுகையைப் பின்னுக்குத் தள்ளினேன். கண் தெரிந்தால் போதும்; எப்படியும் பொழச்சுக்கிட முடியும்.

ஐந்தாம் நாள் கண்கட்டை அவிழ்த்தபோது இரண்டு முகங்கள் தெரிந்தன. இரண்டும் கண் தெரிந்தவனாய் இருந்தபோது பார்த்தவை. ஒன்று அக்கா; இன்னொன்று சின்னகாமு. சின்னகாமு சொன்னபடி அவள் முகத்தை முதலில் பார்த்தேனா, அல்லது அக்காவுடையதையா? இரண்டையும்தான் என்று தோன்றியது. அடுத்து அம்மா! பக்கவாட்டுப் பற்கள் இருந்த ஈறுப்பகுதி பள்ளம் விழுந்து காட்சியளித்தது. சிங்கி (சோடா பாட்டில் மூடி) சிக்குற அளவு ஓட்டை. நெற்றியில் லேசான சுருக்கம். நாற்பது வயசுக்குள் இத்தாம்பெரிய முதுமையா?

அன்றுமாலை கண்ணாடியோடு சொட்டு மருந்து தந்து அனுப்பினார்கள். அறுவை சிகிச்சை, உணவு, மருந்து, கண்ணாடி எல்லாமே ஓசி. தேனியில் ஐம்பதுபேர் வரை இந்தச் சலுகையைப் பெற்றார்கள். சில லட்சம் செலவு பிடித்திருக்கும். அவ்வளவு பணம் உள்ளவர்களா அவர்கள்? சில ஆயிரம் ரூபாய் இருந்தால் நான் கல்லூரியில் சேர்ந்திருப்பேன். அஞ்சுபத்துக்கு அவதிப்படும் குடும்பங்கள் எத்தனை இந்த உலகில்!

முப்பதுநாள் வரை கண்ணுக்கு மருந்து ஊற்றப்பட்டது. ஒருசொட்டு விழுந்ததுமே கண் எரியும். அடுத்த சொட்டுக்குக் குளிர்ச்சி உண்டாகும். எரிவதும் குளிர்வதுமாய்க் கண்கள் அல்லாடின. ஒவ்வொரு நாளும் திரையை விலக்கி வெளியுலகத்தைத் தரிசனம் செய்தேன். சூரிய ஒளியும் மரநிழலும் புதுவிதமான சௌந்தர்யத்தைக் காட்டின. பிரபஞ்சம் பஞ்சுப் பொதியாய்க் காட்சியளித்தது. வானமும், பூமிப் பரப்பும் நீலம் மற்றும் பழுப்பு நிறத்தில் புலனாகின. குருட்டுப் பார்வைக்குப் பழுப்பு என்பது சோக நிறம்; ஆனால் புதுப் பார்வைக்கு அது பூமித்தாயின் மேல்மடி. காலடியில் கிடந்து ஜீவராசிகளைத் தலைநிமிர வைக்கும் தாய்மைச் சோங்கு.

சொட்டுமருந்து முடிந்த மறுநாள் திரையை அவிழ்த்துக் குப்பைத் தொட்டியில் எறிந்தேன். எங்கள் வீட்டில் ஏது குப்பைத் தொட்டி? எட்டத்தில் புளியமரத்தடியில் கிடந்த குப்பைக் கூட்டத்துக்குள் எறிந்தேன். குப்பைமேடு என்று அதற்குப் பெயர்.

அவிழ்ந்த கண்ணால் நான் பார்த்தது கிழிந்து முடைநாற்றம் வீசிய எங்களின் பழைய பாய் ஒன்றைத்தான். பின்னப்பட்ட கோரைகளும் அவற்றுக்கு இடையேயான எடசந்துகளும் துல்லியமாய்த் தெரிந்தன. தலையணையாய்ப் பயன்படுத்தப் பட்ட பழைய துணிகள் கட்டிய பொட்டனத்தைப் பார்த்தபோது, வேட்டியின் வெண்மையும் டிரவுசரின் நீலமும் அம்மா உடுத்திய சேலையின் பச்சையும் தெரிந்தன. ஆஹா! எல்லா நிறங்களும் தெரிந்துவிட்டன. தூரத்துப் பார்வைக்கு ஏதோ ஓர் உருவம் திண்ணையை நோக்கி வருவது தெரிந்தது. எது அந்த உருவம்? கிட்ட நெருங்கிவந்து "ஒனக்குக் கண் தெரிஞ்சிருச்சா?" என்று கேட்டபோது அது செண்பகாவின் குரல்.

நான் கண் தெரிந்தவனாய் இருந்தபோது செண்பகா பிறந்திருக்க வில்லை. அவளும் வறுமைக்காரிதான். என்ன வாங்கினாலும் அக்கா அவளுக்கும் பங்கு வைத்தாள். அம்மா கூழோ களியோ மிச்சத்தைத் தந்து பசியமத்தினாள். அவள் அப்பன் இன்னொருத்தியோடு சுகம் கண்டு செண்பகாவை அதிகம் நேசிக்கவில்லை. "செண்பகம் ஒரு காட்டுச்செடி" என்று சின்னகாமுவின் அப்பா கந்தையா சொல்வார்.

காலையில் எழுந்து வெளிக்கிருக்க வால்கரடு நோக்கி நடந்துபோனேன். முன்பெல்லாம் ரயில் ரோட்டோரம் நிகழ்ந்த காலைக்கடன் வேலை இப்போது வால்கரட்டுக்கு விரட்டியது. நகரம் பெருத்து, ரயில் ரோட்டோரம் புதிய குடிசைகள் உருவாகி விட்டன.

சாலையில் ஒரு காலும் ஓரக்காலில் ஒரு காலும் பதித்து நடப்பது கண் தெரியாதவனாய் இருந்தபோது நிகழ்ந்தது. இப்போது மாற்றியமைக்க முயன்றேன். பார்வையை முன்வீசி, பைய நடக்கத் தொடங்கினேன். கால்கள் நகர மறுத்தன. பழைய நிலையை விரும்பின. "அந்தப்படியே நட" என்று ஆணையிட்டன. 'முடியாது' என்று மனசுக்குள் நினைத்தபடி பார்வையைக் கூர்மைப் படுத்தினேன். ஆனாலும் கால்கள் பழைய பழக்கத்தைப் பிடித்துக் கொண்டு என் பார்வையை அலைக்கழித்தன. பார்வையை முன்வீசி,

பக்கவாட்டில் திருப்பி என்ன முயன்றும் கால்கள் சாலையையும் ஓரக்காலையுமே நாடின. கால்களின் அடாவடித்தனத்துக்கு இணங்க மறுத்தபோது நடை துவண்டு புளியமரத்தில் மோதப் போனேன். தைரியமாய் விழிவெளிச்சத்தின் வழியே நகர்ந்தபோது மரத்தில் மோதி நெற்றி புடைத்தது. அப்படியே நின்று பெருமூச்செறிந்து புடைப்பு வீக்கத்தை அழுத்தித் தேய்த்தேன். வலி அதிகரித்தநிலையில் சலசலவென வேர்த்தது. பழைய பழக்கத்துக்குக் கட்டுப்பட மறுத்து மேலும் முயன்றேன்.

குளமாய்த் தேங்கிய தண்ணீர் அலையலையாய் அசைவதைப் பார்வையால் உணரமுடிந்தபோது மகிழ்ச்சி மேல் நோக்கிச் சிறகடித்தது. ஆனாலும் ஓரத்தில் கிடந்த மனிதக் கழிவை மிதிக்க நேர்ந்தபோது அருவருப்பு உண்டானது. ஆஸ்டலில் பம்பாய்க் கக்கூஸ் பழக்கம் அருவருப்பு இல்லாதது. இந்த ஊரிலும் காட்டுவெளிக் கலாச்சாரம் முடிவுக்கு வரவேண்டும். ஒட்டியதையும் குண்டியையும் குளத்தில் கழுவிவிட்டு சாலைக்கு வந்தபோது ஒரு நிம்மதியை உணரமுடிந்தது. போகப்போக பார்வை முன்னேறும்.

11

“நல்லா வருவ பாலு” என்றாள் சின்னகாமு.. “எங்குட்டும் போகவேணாம்; எங்கூடவே இருந்து மண்ணு பெனஞ்சு குடு; டெய்லி சம்பளம் உண்டு.”

நம்பிக்கையூட்டக் கூடிய அருமையான வார்த்தைகள்தான் என்றாலும் மண்ணை மிதித்துப் பிசைய நான் பழகவில்லை. சின்னகாமுவின் அப்பாவும் கணவரும் பிசையும்போது பார்த்திருக்கிறேன். மேல்சட்டை போடாமல், வேட்டியைத் தார்ப்பாய்ச்சி கட்டி, தலையில் உருமாலோடு நீர் கலந்த செவ்வல் மண்ணை மிதிப்பார்கள். குறைந்தது ஒருமணி நேரமாவது மிதித்துக் குழைப்பார்கள். கட்டி, கரம்பை இல்லாமல் மென்மையாய் இளகும்வரை அவர்களின் மிதிவேலை தொடரும். ஒரு நடனக்காரியின் நடனம்போல அவர்களின் காலசைவு இருக்கும். இரண்டு கால்களையும் தூக்கி, இறக்கி மிதிக்கும்போது ‘சலப்’ ‘சலப்’ என எழும் சலங்கைச் சத்தம் போல மனசில் அமரும்.

நடனத்துக்கான இசைக்கருவியாகவும் அது அமைந்தது. தலையில் இருந்து வழியும் வியர்வைத் துளிகள் முகத்தின் வழியாய் உடம்பில் இறங்கி வேட்டியையும் நனைத்து உள்ளங்கால்வரை இறங்கி வனையப் போகும் சட்டி பானையோடு கலக்கும். அப்பேர்ப்பட்ட பணியை என்னால் செய்ய முடியுமா என்று தெரியவில்லை.

அதைவிட சக்கரம் சுற்றிப் பாண்டங்கள் செய்வது நினைத்துப் பார்க்க முடியாத அளவு கடினத்தன்மை கொண்டது. வண்டிச் சக்கரத்தை ஓர் இரும்பு அச்சின்மேல் பொருத்தி, குழைத்த மண்ணை தேவையான அளவு உருட்டி, அச்சின்மேல் வைத்து, நெடுங்கழியை சக்கரத்தின்மேல் நட்டு சுற்றிக் கொண்டே இருப்பார்கள். இன்னொருவர் மண்ணுக்கு சட்டிபோன்ற உருவாரம் தருவார். சுழலும் சக்கரமும் உருவாரத்துக்கான உழைப்பும் சட்டியையோ பானையையோ வடிவமைக்கும். காலில் மிதியுண்டு கிடக்கும் மண் மனித உழைப்போடும் கற்பனைத் திறத்தோடும் இணைந்து புதுப் பாத்திரம் உருவாகிறது. இந்த அற்புதச் செயலை என்னால் செய்ய முடியுமா?

“நாம்படிக்யணும் காமு.”

“ஆச இருந்தாப்போதுமா? வசக்கட்டு வேணாமா? அத்தையும் மாமாவும் சம்பாரிச்சு ஒன்னயவும் ஒங்கக்காவயும் வளக்குறதே பெரும்பாடு; படிப்புச் செலவுக்கு எங்க போவாக?”

உண்மைதான். படிப்பு என்பது வெறும் கல்லூரி செல்வது அல்ல; மகாவுடனான நட்பைத் தொடர்வது. கடிதமும் போடாமல் நேரடிச் சந்திப்பும் இல்லாமல் போனால், நீர் கிடைக்காத தாவரமாய் காதல் கருகிப் போகும்.

மகாவின் கடிதத்தை மீண்டும் மீண்டும் வாசித்தேன். பார்வை வந்த பிறகு அவள் தரிசனம் கிடைக்குமா? கிடைக்க வேண்டும். வாழ்நாளெல்லாம் அவளைப் பார்த்துக் கொண்டே இருக்கவேண்டும். சிவப்போ கருப்போ மேனியின் நிறம் எதுவாயினும் ஒளிமின்னும் அவளின் உள்ளத்தை உரசிக்கொண்டிருந்தால் போதும். உள்ளார்ந்த நினைவுகளும் வெளிப் பகட்டு இல்லாத உணர்வுகளும் வாழ்க்கையை நடத்திச் செல்லக்கூடிய இருவழிப்பாதை. “அத்தனை

வாஞ்சையோடு பழகினாயே; அதெல்லாம் பொய்யா?" என்ற அவளின் கடிதவரிகள் ஊசியாய்க் குத்தின. அவளின் கேள்விக்குள் வெறுப்பின் விதை தூவப்பட்டிருப்பதை உணர்ந்தேன். அன்யோன்யத்தின் அரும்புகள் உதிர்ந்து போய்விடுமோ? பெருமூச்சொன்றை வெளியேற்றியபடி "மகா..." என உச்சரித்தேன்.

மகாவுடனான மன உறவு என்னை ஓரிடத்தில் உட்கார விடவில்லை. காடுமேடெல்லாம் அலைந்து திரிந்தேன். கண்பார்வை கிடைத்துவிட்டதை உறுதி செய்வதற்காகவும் அந்த அலைச்சல் தேவைப்பட்டது. தேனியின் பல திசைகளிலும் சுற்றித் திரிந்தேன். ஒவ்வொரு நாளும் ஒரு திசைக்குச் சென்று புதிய இடங்களையும் காட்சிகளையும் மனசில் வாங்கினேன். உலகம் புதுசாகவும் நளினமானதாகவும் பளபளப்பாகவும் மின்னியது. எல்லாக் காட்சிகளும் மகாலட்சுமியின் ஆன்மாவைப் பிரதிபலித்தன. உண்பது, உடுப்பதைத் தாண்டி வாழ்க்கை புதிய தரிசனங்களோடு விரிந்து கிடக்கிறது. அவற்றைக் காண்பதும் அனுபவிப்பதும் ஆசுவாசம் கொள்வதற்கான வழிமுறை.

சடையால் முனி கோயில் அருகில் இருந்த இச்சிமரத்தின்மேல் ஒற்றைக் குரங்கு ஒன்று வந்து அமர்ந்திருந்தது. குரங்குகள் எப்போதும் கூட்டமாகத்தான் வாழும்; தனியாய் இருப்பதில்லை என்று பள்ளியில் சொல்லித் தந்திருக்கிறார்கள். கோயில் பூசாரியம்மாவிடம் பேச்சுக் கொடுத்தபோது அவர் சொன்னார். "மரத்துலருந்து தவறி விழுந்துட்டாலோ ஒரு மனுசனுக்கு அடிமையாகி அவெம்பின்னால நடந்துட்டாலோ மத்த கொரங்குக கூட்டத்துல சேத்துக்கிறாதுக; அப்பறம் தனக்குன்னு ஒரு மரம், கொரங்குக வராத ஏரியாவுல போயி தங்கிக்கிடும்; இந்த மரத்துல வெளையிற இச்சிப் பழம் பசியமத்தும்."

நடு மையக்கிளையில் அமர்ந்திருந்த குரங்கை ஏறிட்டுப் பார்த்தேன். முதுமையும் இல்லாத, இளமையும் ஜொலிக்காத நடுத்தர வயதுக் குரங்கு. இடதுகாலைத் தூக்கி வலது தோளைச் சுரண்டியது. ஒருநிமிட இடைவெளியில் முதுகுப் பக்கம் சொறிந்தது. நெடுநீளமான கைகளும் கால்களும் ஏறுவதற்கும் தவ்விப் பாய்வதற்கும் ஏதுவாய் இருந்தன.

கைவிரல்களும் கால் விரல்களும் நெடுநீளமாய் இருந்தன. முட்டிப் பகுதி விரிந்து சுருங்கும் தன்மையைக் கொண்டிருந்தன. பத்து நிமிடத்தில் இருபது முறை தன் உடம்பைச் சொரிந்தது. கீழே உதிர்ந்து கிடந்த இச்சிக் கொப்பு ஒன்றை எடுத்து கிளையில் சடாரென வீசியபோது குரங்கு வாயைத் திறந்து கடிக்க வருவதுபோல் பயமுறுத்தியது. கோரைப் பற்கள் பெரிதாகவும் பலமாகவும் இருந்தன. ஒரே கடியில் எலும்பு நொறுங்கிவிடும். மீண்டும் ஒரு தட்டுத் தட்டினேன் விருவிருவென ஏறி உச்சிக் கிளையில் அமர்ந்து பூமியைக் குனிந்து பார்த்தது.

பூசாரியம்மா "ராமா!" எனக் குரல் கொடுத்ததும் 'மளமள'வென இறங்கி வந்து, இடையில் நான் நின்றிருப்பதை சட்டை செய்யாமல் அவர் மடிமேல் தாவியது. அவர் கூந்தலைக் கோதிவிட்டு ஏதோ முணுமுணுத்தது. பக்தர் ஒருவர் தந்த வாழைப் பழத்தை வாங்கி உரித்துத் தின்றது. மனிதனைப் போலவே காம்புப் பகுதியைத் திருகித் தோலை உரித்து சுளையை மென்மையாகக் கடித்து விழுங்கியது. அதன் தலையைத் தடவித் தந்தார் பூசாரியம்மா. சுகமான சுகம்; தடவுவதற்கு ஏதுவாய்க் குனிந்து படுத்தது.

வைத்தகண் வாங்காமல் பார்த்துக் கொண்டிருந்த என்னைக் கையசைத்து அழைத்தார் பூசாரியம்மா. "ராமபிரானோட வேலக்காரெ; இவனப்போல விசுவாசிக ஒலகத்துல ஆரும் இல்ல; ஒழக்கிறவங்களாலயும், விசுவாசமா இருக்கவங்களாலயுந்தே பூமிமண்டலம் ஜீவகளையோட இருக்கு. ஒரு நிமிசம் பழகிட்டைன்னா கடேசிவரக்யும் நீ சொல்றதக் கேக்கும்; ஒனக்கு ஒரு ஆபத்துன்னா மரத்துக்குத் தூக்கிட்டுப் போயி ஒன்னயக் காப்பாத்தும்; தரை நாயும் மரத்துக் கொரங்கும் மனுசனோட நல்ல சிநேகிதர்கள்."

பூசாரியம்மா சொல்வதைக் கவனமாய்க் கவனித்த குரங்கு அவர் உதட்டுப் பகுதியைத் தடவியது.

"என்னடா?" என்று அதன் கன்னத்தைக் கிள்ளினார். "தம்பிக்கிப் பேன் பாரு." என்னைக் கைகாட்டினார்.

அவர் மடியில் இருந்து தவ்வி என்பக்கம் வந்தது. அதன் கைகளும் கால்களும் மட்டுமில்லாமல் முடி அடர்ந்த மேனியும் கூட பயமுறுத்தின. எனக்கு முன்னால் வந்து தயங்கி நின்றது.

"சும்மா போடா" என்று பூசாரியம்மா சொன்னதுதான் மாயம்; ஓடிவந்து என் தோளில் ஏறிநின்று தலைமுடியைக் கோதியது. என் தலையில் பேன் ஊர்வது எனக்குத் தெரியும். அவ்வப்போது அம்மா பட்டைச் சீப்பால் சீவி, ஈறுகொல்லியால் உருவி பேன் நசுக்குவார். குரங்கின் கைகள் அம்மாவின் கைபோல் பேன் எடுத்தன. நான் பயம் நீங்கிப் பேன் பார்க்க ஏதுவாய்க் குனிந்து கொடுத்தேன்.

ஈறுகளையும் பேன்களையும் பிடித்து வாயில் போட்டு மென்று தின்றது. முகம் சுளிக்கவைக்கும் அருவருப்புத்தான் என்றாலும் தலை சுகம் கண்டது. பூசாரியம்மாவிடம் இருந்து மறுகுரல் வரும்வரை தலையைத் தடவியபடி இருந்தது. மாலைவரை குரங்கின் விளையாட்டோடு ஐக்கியமாகி, பசிமறந்து சோர்வு மறந்து காலத்தைச் போக்கினேன்.

மகாவின் நினைவு வந்தபோது வீடு திரும்ப எழுந்தேன். பூசாரியம்மா ஒரு தேங்கா முடியும் (அரைத்தேங்காய்.) இரண்டு வாழைப்பழமும் தந்தார். ஒரு புதுப் பந்தம் கிடைத்துவிட்டது என்ற மன நிறைவு உண்டானது.

12

குடிசைக்குள் நுழைந்தபோது திண்ணையில் செண்பகா உட்கார்ந்திருந்தாள். "இந்நேர வரக்யும் எங்க போன?" என்ற அவள் குரல் கேட்டுத்தான் அது செண்பகா எனப் புரிய முடிந்தது. உருவ அடையாளத்தைப் புரியும் ஆற்றலை விழிகள் இன்னும் முழுமையாய்ப் பெற்றிருக்கவில்லை. ஒருகணம் அவள் முகபாவத்தை உற்றுநோக்கி ஆழமனசுக்குள் வாங்கினேன். அடுத்த முறை பார்த்தவுடன் அடையாளம் காணமுடியும் என நம்பிக்கை வந்தது.

"சடையால் கோயிலுக்கு" என்று சொன்னபடி அவள் அருகில் உட்கார்ந்தேன்.

"அங்க எதுக்குப் போன?"

"நேரம் போக மாட்டேங்குதுல்ல; அதா."

"சடையால் முனி துடியான சாமி; ஆம்பள பொம்பளைன்னு பாக்காம எல்லாரையும் பிடிச்சு ஆட்டிவக்யும்."

“ஆரு சொன்னது?”

“அம்மா; அவுக சின்னப் புள்ளையா இருந்தப்ப சுள்ளி பெறக்க அந்தப் பக்கம் போனாகளாம்; ஒரு சின்னப்பய மாதிரி வந்து அம்மா சீலையப் பிடிச்சு ஒடம்புக்குள்ள நொழஞ்சுக்கிருச்சாம்; ‘அய்யோ அம்மா’ன்னு அலறுனாலும் விடலியாம்; உடுக்கடுச்சுதே வெரட்டுனாகளாம்.”

“ஒடம்புல எங்குன போயி ஒளிஞ்சுச்சு?”

ஒரு தினுசாய் என்னைப் பார்த்துவிட்டு “எங்குட்டு மேடுபள்ளம் இருக்கோ, அங்குட்டுத்தே” என்றாள். “முனி ஏறிருச்சுன்னா ஒண்ணுமே செய்ய முடியாதாம்; சோறு உங்க முடியாது; குளிக்ய முடியாது; அப்பாவக் கிட்ட அண்ட விடாதாம்.”

“இப்படியெல்லாம் சொல்லி ஒன்னய பயமுறுத்துனாகளாக்கும்?” செண்பகா விவரித்தபோது எனக்கும் பயமாகத்தான் இருந்தது.

“நெசந்தேம்பாலு; எங்கம்மாவ மட்டுமா; கொட்டகுடியில குளிக்யும்போது பச்சையக்காவையும் முனி பிடுச்சு துரும்பா எளச்சு செத்தே போச்சு.”

என்னால் நம்ப முடியவில்லை என்றாலும் நம்பித்தான் ஆகவேண்டும் என்பதுபோல் பயம் கூடியது.

செண்பகா பேசிக்கொண்டே இருந்தாள். அவளின் உதட்டசைவு கண்களுக்குள் நின்று நடனமாடியது. ‘வா’ என்ற வார்த்தைக்கும் ‘போ’ என்ற சொல்லுக்கும் உதடு வேறு வேறு அசைவுகளைத் தந்தது. என் உரையாடலிலும் அந்த அனுபவம் உண்டு என்றாலும் விழிகளால் பார்த்தபோது புதுக் கோணத்தில் புரிய முடிந்தது. செண்பகா மிக அருகில் இருந்ததால் உன்னிப்பாக தரிசனம் செய்தேன். தூரத்து அசைவு என்றால் இப்படித் துல்லியம் கிடைக்காது. உதட்டசைவைப் பார்வை வாங்குவது மகிழ்ச்சி தந்தது.

அம்மாவும் அக்காவும் வேலை முடிந்து வந்தபோது செண்பகா அவள் வீட்டுக்குப் போனாள். அவள் இன்னும் கொஞ்சநேரம் இருந்து போகலாம் என மனம் ஏங்கியது. அவள் அருகில் இருப்பது ஆறுதல்! ஏதாவது பேசிக்கொண்டும் கிண்டலடித்துக்கொண்டும் இருக்கிறாள். அவள் நடப்பதை விழிகளால் ஏறிட்டு உள்வங்கினேன்.

நடப்பதும் ஓடுவதும் பாய்வதுமான கால்களின் அசைவுகளைப் புதுப்பார்வை கொண்ட விழிகளால் புரியமுடிந்தது.

சோளக்கதிர் அறுக்கப் போன அம்மாவும் அக்காவும் உமி பிரியாத வெள்ளைச் சோளத்தைக் கூலியாய்ப் பெற்று வந்தனர். உரலில் இட்டு இடித்து உமிநீக்கி, 'கமகம'வென மணந்த பச்சைச் சோளத்தை அவித்து சாப்பிடத் தந்தார். நல்ல வாசம்! நாக்கின் சுவையை அதிகப் படுத்தியது. களியோ கூழோகூட இத்தனை பசியமத்தாது. நான் கொண்டு வந்திருந்த தேங்காயை உடைத்து சில்லெடுத்து வெஞ்சனமாக்கினார். தேங்காயை விலக்கி சோளத்தை மட்டும் சாப்பிட்டேன். ருசித்துத் தின்பதை அறிந்து அக்கா தன் பங்கில் கொஞ்சம் எனக்குத் தந்தாள். அப்பா அவித்த சோளத்தைச் சாப்பிட மறுத்து அம்மாவைத் திட்டினார்.

"இதுகூடக் கெடக்யாம சனங்க வெங்கொலையாப் படுக்குதுக; தொண்டையில எறங்கலையாக்கும். 'வேகு வேகு'ன்னு வெயில்ல வேலசெஞ்சு இங்கயும் வந்து 'மாங்கு மாங்கு'ன்னு இடிச்சு... எம்புட்டு பாடுபட்டு செஞ்சு வச்சா.... வக்கண பேசாம சாப்புடணும் பாத்துக்க."

மதிலோரம் கிடந்த சொளகை எடுத்து அம்மாவின் முதுகில் ஓங்கி அடித்தார். நாலைந்து அடிகளை அம்மாவின் முதுகு வாங்கியது. அதன்பின் அக்கா புகுந்து அப்பாவை அமத்தினாள். "அஞ்சு நிமிசம் பொறுங்கப்பா; களிக்கிண்டித் தாரேன்."

"ஒனக்கிருக்க பாந்தம் ஒங்காத்தாளுக்கில்ல பாத்தியா?"

"அம்மா பாவம்ப்பா; விடியப் போயி மடிய வருது; ஓஞ்சு ஒக்கார நேரமில்லாம ஒழக்கிது; என்னாப்பா செய்ய முடியும்?"

அம்மா அழுதபடி படுத்துக் கொண்ட பிறகு அப்பா கொஞ்சம் சாப்பிட்டுவிட்டு அவரும் படுத்தார். எனக்கு வருத்தமாய் அழுகை வந்தது. மூன்றுபேர் உழைக்கும் வீட்டில் நான் என்ன செய்யப் போகிறேன்? கண்ணாடியைக் கழற்றித் தண்ணிச்சால் மேல் வைத்துவிட்டு நானும் படுக்கைக்குப் போனேன். மதிலொட்டி தீப வெளிச்சத்தில் அனைவர் முகங்களையும் உள்வாங்க முயன்றேன். எதுவும் துலக்கமாய்த் தெரியவில்லை. கண்ணாடி இல்லாத பார்வை

அரைப்பார்வை! கண்ணாடியைக் கண்டுபிடித்த விஞ்ஞானிகளைப் பாராட்டித்தான் ஆகவேண்டும். கண் கண்ணாடியின் சக்தியை வியந்தபடி உறங்கிப் போனேன்.

கனவில் குரங்குகள் வந்தன. கூட்டம் கூட்டமாய் வந்து ஒற்றைக் குரங்கை விரட்டின. தாவித் தாவித் தப்பித்தது தனிக்குரங்கு. அதன் கைகளும் கால்களும் அந்தரத்தில் அலைபாய்ந்து பறந்தன. ஓடிக் களைத்த தருணத்தில் அதுவும் கூட எதிர்த்துப் பாயத் தயாரானது. வாயை அகலத்திறந்து கோரைப் பற்களைக் காட்ட்டிய வேளை மற்ற குரங்குகள் பயந்து விலகின. 'ஆஹா...' என மனம் சந்தோசப்பட்டது. தனிக் குரங்கு பெருங்கூட்டத்தை ஜெயித்து விட்டது.

எப்போதும் ஐந்து மணிக்கு எழுந்துகொள்ளும் அம்மா வேலைக்குப் போகாமல் படுத்துக் கிடந்தார். அப்பா எழுந்து எதுவும் சொல்லாமல் போய்விட்டார். "முதுவு ரணமா வலிக்கிது" என அக்காவிடம் சொல்லி அழுதார் அம்மா. தேங்காண்ணை சீசாவைத் திறந்து கையில் ஊற்றி அம்மாவின் முதுகில் தேய்த்து விட்டாள். "அப்பாவும் பாவம்மா; வேகாத வெயில்ல வறுவல் சட்டியில வெந்து, வேர்வையில நனஞ்சு வாராரு; அவருக்கு ருசியா ஆக்கிப் போடணுமில்ல?"

"நெசந்தே; நம்ம பாடு ஒனக்குத் தெரியாதா?"

சம்மதித்தும் சம்மதிக்காமலும் அடுப்படிக்குப் போனாள் அக்கா. "இன்று நெல்லுச் சோறு காச்சணும்."

"அடுக்குப் பானையில நெல்லரிசி இல்ல; முருகங்கடையில போயி கடனுக்கு வாங்கியா." என்றார் அம்மா. அக்காவும் வேலைக்குப் போகவில்லை. "ஏலே பாலு; போயி அரிசி வாங்கியாறியா?"

மனம் எகுறிக் குதித்து "சரி" என்றது. நெல்லுச் சோறு என்றால் வயிறு அகன்று விரியும்.

கண்ணாடியை எடுத்து அணிந்துகொண்டு கடைநோக்கி நடந்தேன். லென்சைத் துடைக்க மெல்லிசான மஞ்சத் துணி தந்திருந்தார்கள். மயில் இறகுபோல அத்தனை மென்மை! டாக்கா

மஸ்லின் துணி என்று பள்ளிக்கூடத்தில் படித்தது ஞாபகம் வந்தது. மாமன்னன் ஔரங்கசீப்பின் மகள் மஸ்லின் சேலையால் ஏழு சுற்று சுற்றி உடுத்தி வந்தபோது "என்னம்மா நிர்வாணமா வர்ர?" என்று கேட்டாராம். அத்தனை மென்மையான துகிலை மனிதக்கை வார்த்திருக்கிறது. ஏராளமான யந்திரங்கள் வந்தபின் அந்த மாதிரியான ஆடைகளை நெய்ய முடியவில்லை.

என் பார்வையை எனக்கு நானே பரிசோதித்தபடி கடை நோக்கி நடந்தேன். சின்னகாமு வீட்டுமுன் செவ்வல் மண் குவிந்திருந்தது. இப்போதுதான் கொண்டுவந்து கொட்டப்பட்டிருந்த ஈர மண். சூரிய வெளிச்சம் பட்டுத் 'தகதக'வென மின்னியது. கண்ணாடியைக் கழற்றிவிட்டுப் பார்த்த போது அந்த மினுமினுப்புக் கிடைக்கவில்லை. ஏதோ ஒரு குவியல் கூமாச்சியாய்க் கிடந்த மாதிரிதான் இருந்தது. மீண்டும் லென்ஸ் அணிந்தபோது பளீரென மின்னியது. "நீ ஜெயிச்சுருவ பாலு" என்று நினைத்துக்கொண்டேன்.

"ஏலே ஐயா கண்ணு தெரிஞ்சிருச்சா?" என்றார் கடைக்காரர்.

"ஆமாங்கய்யா."

"இது எத்தன?" மூன்று விரல்களை நீட்டினார். கொஞ்சம் உற்றுப் பார்த்துப் புரிந்து சொன்னேன். "மூணு."

"பரவால்லப்பா; ஒங்க பாட்டெம் பூட்டெங் செஞ்ச கருமாயத்த ஒங்கப்பனும் ஆத்தாளும் தித்துளி செஞ்சுட்டாக; அவுகளக் காப்பாத்த வேண்டியது ஒம்பொறுப்பு; பொட்டப் புள்ளயவும் கரையேத்தணும்."

"ஆகட்டுங்கய்யா."

வெள்ளையாய் மின்னிய அரிசியில் அரைப்படி போடச் சொன்னேன்.

"அது வேணாம்யா; இத வாங்கிட்டுப் போ" என மஞ்சப் பூத்த அரிசியைப் போட்டார். "வெள்ளையா இருக்கது புதுசு; சோறு காங்காது; பழசுதே அவுட்டன் கெடக்யும்."

எனக்கு அவர்மேல் சந்தேகம் வந்தது. நல்லதை விட்டுவிட்டு அழுக்கைப் போடுகிறாரோ? ஆனால் அக்கா பாராட்டினாள்.

"நல்லரிசியாருக்கு; ஆறுமாசப் பழசாருக்கும்." அம்மாவும் அதை ஆமோதித்தார். அக்காவுக்குத் தரம் பார்க்கத் தெரிந்திருக்கிறது. குருட்டுப் பள்ளியின் விடுதியில் அடைந்து கிடந்த எனக்கு அந்த அனுபவம் வாய்க்கவில்லை. கடைக்காரர் ஏமாற்றவில்லை என நினைத்தபோது சந்தோஷமாய் இருந்தது..

குழையக் காய்ச்சி, மொச்சப் பயத்துக் குழம்பு வைத்து, தூக்குச் சட்டியில் நிரப்பி அப்பாவிடம் தந்துவிட்டு வரச் சொன்னாள் அக்கா. சோற்றுவாசம் நாசியை நிறைத்து வயிற்றை அகலப்படுத்தியது.

"சாப்புட்டுப் போகட்டும்" என்று அம்மா சொன்ன பிறகு அக்கா பரிமாறினாள். அரிசி மஞ்சள் நிறம்! சோறு மல்லிகைப் பூ போல் வெண்மை. ஆனால் கருப்பு மொச்சை கருப்பாகத்தான் இருந்தது.

தூக்குச்சட்டியைச் சுமந்தபடி வீதிமுக்கு திரும்பி தார்ச்சாலையில் நடந்தேன். லட்சுமியக்கா பணியாரம் சுட்டு விற்று முடித்திருந்தார். ஒற்றையடுப்பில் இருந்து பணியாரச் சட்டியை அலாதியாக்கி, மாவுச் சட்டியைக் கழுவினார். கழுவிய நீரை வீதியில் ஊற்றினார். பக்கத்தில் சாக்கடை இருக்கிறது; அதில் ஊற்றியிருக்கலாம் என்று நினைத்துக் கொண்டேன். அந்த அக்காவின் பணியாரம் வீதி கடந்தும் பிரபலம். கிண்ணங்களைக் கொண்டுவந்து நிறைய வாங்கிப்போவார்கள். எனக்கும் கூட எச்சில் ஊறியது.

ரோட்டில் சைக்கிள்கள் அதிகம் போய்க்கொண்டும் வந்து கொண்டும் இருந்தன. தொழிலுக்குச் செல்பவர்களுக்கு சைக்கிள் முக்கிய வாகனம். ஆனால் கொட்டகுடிக்கோ, சடையால் ஊத்துக்கோ போகிறவர்களுக்கு அது பயன்படாது. வரப்பு வழியாய் நடந்துதான் போகவேண்டும். முல்லையாறு வயல்வெளிகளைத் தாண்டிய தூரத்தில் இருப்பதால் அங்கும் சைக்கிளில் செல்ல முடியாது. கால்நடையாகச் சென்று சாமி கும்பிட்டுவிட்டு ஊற்றிலோ கொட்டகுடி ஆற்றிலோ குளித்து வருவார்கள்.

ஓடும் சைக்கிள் ஒவ்வொன்றையும் கூர்ந்து பார்த்தபடி நடந்தேன். நானும் ஓட்டிப் பழகவேண்டும். வாடகை சைக்கிள் கடையை உசைன்பாய் திறந்து வைத்திருந்தார். வாடகைக்கு வண்டி எடுத்து ஓட்டிப் பழகவேண்டும். கண்ணாடி அணிந்த கண்களால் உற்றுப் பார்த்தேன்; ரிம்கள் மின்னின. கண்ணாடியைக் கழற்றி

விட்டுப் பார்த்தபோது நிறம் மங்கி அழுக்கடைந்து காணப்பட்டது. "என்னா மாப்பிள்ள; எங்க போற?" என்றார் உசைன்பாய்.

"அப்பாவுக்கு சோறு கொண்டு போறே(ன்)."

"பார்வ வந்துருச்சுபோல?"

"ஆமா மாமா. ஆபரேசன் பண்ணிட்டே(ன்)."

"அப்படியே ஒரு தொழிலையும் பழகிட்டைன்னா ஒம்பொழப்பு ஓடிரும்."

"ஆமா மாமு; ஒங்கள வச்சுத்தா சைக்கிள் ஓட்டப் பழகணும்."

"நானே பழக்கிவிடுறே(ன்); வா மாப்பிள்ள."

கே ட்டி கே மில்லைக் கடந்து, சாக்கடைமேல் போடப்பட்ட பாலத்தைத் தாண்டி கடலை வறுவல் மண்டிக்கு வந்து சேர்ந்தேன். வெளி வெளிச்சத்தில் இருந்து உள் வெளிச்சத்தை நோக்கிக் கடைக்குள் நுழைந்தபோது அப்பாவின் உருவம் புலனாகவில்லை. வறுவல் கூடத்தின் வெப்பம் கண்ணாடியில் பட்டு நனைந்து பஞ்சு மூட்டம் போல் பார்வையை மறைத்தது. மூன்று பேர் வறுத்துக் கொண்டிருந்த நிலையில் எது அப்பாவின் உருவம்? கண்ணாடியைக் கழற்றித் துடைத்துப் போட்டபின் நடு மையத்தில் அப்பா அமர்ந்திருப்பது தெரிந்தது.

"ஏ சுப்பு! ஒம்மகெ வந்திருக்யாம்பாரு." இது காதர் மாமாவின் குரல். இடது அடுப்பில் வறுத்துக் கொண்டிருந்தார். வலது ஓரத்தில் பழனியண்ணன். சென்னையில் இருந்து வந்த இரண்டு வருடங்களில் அவர்களைப் பழகியிருந்தேன்.

தூக்குச் சட்டியை வாங்கித் திறந்து பார்த்துவிட்டுத் திரும்பவும் மூடி, போட்டு அடுப்போரம் வைத்தார். நிலக்கடலையை அரவையிட்டு, பருப்பு நீங்கிய தொலிதான் வறுவல் அடுப்புக்கான எரிபொருள். முழுசாய் அவிந்துபோகாமல் கனன்றுகொண்டே இருக்கும். அப்பா கட்டியிருந்த வேட்டி வியர்வையால் நனைந்திருந்தது. மேல் சட்டை இல்லாத உடம்பிலும் வழிந்தது. வெந்து தணிந்த உடம்பின் வழியாய் ஒரு குடும்பத்தைக் காப்பாற்றிக் கொண்டிருக்கிறார்.

"ராத்திரி அம்மாள அடிச்சுட்டே; பாவமாருக்கு; கால் ரூபாக்கி, நாயர் கடையில முட்டாஸு வாங்கிக் கொண்டுபோயிக் குடு."

வட்ட வடிவக் கால் ரூபா நாணயத்தை உற்றுப் பார்த்தேன். சின்ன வயசில் கண் தெரிந்தவனாய் இருந்தபோது எண்ணும் எழுத்தும் படித்திருக்கிறேன் என்பதால் “25” என்பதை எளிதில் உள்வாங்கினேன். அணாக்கணக்கு மறைந்து பைசாக் கணக்குப் புழக்கத்துக்கு வந்துவிட்டபின் கால்ரூபா 25 பைசா ஆனதே தவிர அதன் வட்ட உருவம் மாறவில்லை. 25 மற்றும் 50 பைசா நாணயங்கள் அதிகம் புழக்கத்தில் இருந்தன. இது வழுவழுப்பான வட்ட வடிவ வில்லை. வட்ட ஓரத்தில் அரும்புகள் துளிர்த்து சொரசொரப்புத் தட்டியது.

நாயர் கடையில் கூட்டம் அதிகம். முந்தியடித்துக் கொண்டு முட்டாஸும் தேநீரும் வாங்கினார்கள். பெரும்பாலும் லோடு மேன்கள்; கடைத் தொழிலாளிகள். கமிசன்கடைக் கைவண்டித் தொழிலாளிகள்! அவர்களுக்கேற்ற விலையில் தரமான சரக்கு கிடைத்தது.

முட்டாஸை ஏறிட்டுப் பார்த்தேன். கருப்பட்டிப் பாலில் நனைந்து கருகருவென மின்னியது. ஒரு வட்டத் தட்டில், உயரமாய் அடுக்கப்பட்டிருந்தது. மூன்றடி உயரமாவது இருக்கும். ஒரு பக்கமாய் இருந்து சுளை சுளையாய் வருவி எடுத்து, வாழை இலையில் வைத்துக் கட்டிக் கொடுத்தார்கள். அங்கேயே சாப்பிடு பவர்கள் பத்துப் பைசாவுக்கு வாங்கி, இலவசமாய்க் கிடைத்த கொஞ்சம் காரம் சேர்த்து பத்துப் பைசா டீயும் அருந்தி திருப்தி அடைந்தார்கள்.

கால் ரூபாய்க்குப் பெரிய பொட்டலமாய்க் கட்டித் தந்தார் சேகரன் நாயர். அவர்தான் முதலாளி. “என்ன சகாவு! கண்ணு ஒளி தந்தோ?”

“ஆமா.”

“இனி அச்சனோட நீயும் தொழிலுக்கு வரலாம்.”

நான் எதுவும் பேசவில்லை. இப்படி அடுப்பில் கிடந்து வேகும் வேலை எனக்கு வேண்டாம். இலையில் கட்டியது போக எனக்குக் கொசுறாய்க் கொஞ்சம் சாப்பிடத் தந்தார். வாங்கி வாயில் போட்ட போது இனிப்பைத் தாண்டி இன்னொரு வாசமும் ருசியும் தெரிந்தது.

அப்பாவுக்கும் கொஞ்சம் எடுத்து வைத்துவிட்டு மூன்றுபேரும் உண்டு மகிழ்ந்தோம். அம்மா கோபம் நீங்கி தெளிச்சியடைந்தார்.

எனக்குக் கொஞ்சம் அதிகம் தந்தாள் அக்கா. அதைவிட அப்பாவுக்கு அதிகம்.

13

யாரும் வீட்டில் இல்லாத மதியத்தில் நந்தவனத்துக்கு நடந்தேன். குடிசைக்கு எதிர்த்திசையில் உள்ள சாலையின் கிழக்கு சாராங்கத்தில் அமைந்திருந்தது. வீதியும் சாலையும் வெறிச்சோடிக் கிடந்ததால் பயமில்லாமல் சாவகாசமாக நடந்து போனேன். வேகமில்லாமல் சாலையில் நடப்பது சுதந்திர உணர்வு தந்தது. ஒன்றிரண்டு சைக்கிள்கள் என்னைக் கடந்தன என்றாலும் என்மீது இடித்துவிடும் என்ற பயம் உண்டாகவில்லை. நந்தவன வாசலை அடைந்ததுமே தண்ணீர் மற்றும் தாவரங்களின் நீர்மை தோய்ந்த குளிர்ச்சி உடம்பை வருடி வரவேற்றது. பூங்காற்று முகத்தைத் தடவியது. கண்ணாடியைக் கழற்றிக் கண்களிலும் காற்றின் ஸ்பரிசத்தை வாங்கினேன். உள்வெளியில் வாசலைப் பார்த்து உட்கார்ந்திருந்திருந்தார் யானைமுகப் பிள்ளையார். அவர் தலைக்குமேல் சின்னதாய்க் கிடுகுப் பின்னல்! மழையையும் வெயிலையும் உருவாக்கும் கடவுளுக்கு எதற்கு மறைப்பு என்று தோன்றியது. பிள்ளையாரப்பனின் நெற்றியிலும் தும்பிக்கையிலும் சந்தனத் தீற்றல்! பொன்னகை மின்னுவது போல இருந்தது. மூக்கே தும்பிக்கையாக நேர்கோடாய்த் தொங்கியது. முனிப் பகுதி கொஞ்சம் வளைந்து நேர்கோணத்தை வளைகோணமாய் மாற்றியிருந்தது. "நெடுகம் என்பது வளைகோணத்தின் யதார்த்த வடிவம்" என்று கணக்குப் பாடத்தின்போது சேத்தா டீச்சர் சொல்லியது நினைவுக்கு வந்தது.

பிள்ளையார் கோயில் திண்டில் தோட்டக்கார அண்ணன் பச்சமலை உட்கார்ந்திருந்தார். அவர் உருவத்தை உற்று நோக்கினேன். 'கருகரு'வெனத் தடித்திருந்த கைகளும் கால்களும்! ஆயினும் முகத்தில் லட்சணம் பரவி இருந்தது. "என்னண்ணா; நல்லருக்கீகளா?" என்றேன்.

"வாம்லே பாலு; கண்ணாடி போட்ட பெறகு அடையாளமே மாறிப்போச்சு?"

மனசுக்குள் மகிழ்ச்சி. "ஆஸ்பத்திரியில குடுத்தாங்கண்ணா."

"ஓசியா காசா?"

"எலவசக் கண்ணாடி."

"அதுதாம்ல ஜனநாயகம்; குடியரசு ஆட்சி வந்த பொறவுதாங் ஜனங்களுக்கான திட்டங்கள் நடைமுறைக்கு வருது; ஒடுக்கப்பட்ட ஜனங்கள்லாம் மூச்சு வாங்க முடியுது; படிக்கிறது, வேல வாங்குறதுல சலுகை இருக்கதால மத்தவுகளப் போல அடித்தட்டு மக்களும் நிமுந்து நிக்க முடியுது. ஒனக்கும் லக்கி சான்ஸ்தாங்; நல்லாருக்குலே. குருட்டுக் கண்ணு நல்ல கண்ணா மாறிடுச்சு."

"ஆமாண்ணா." அவர் அருகில் போய் அமர்ந்தேன். அப்போது தான் வேலை முடித்திருப்பார் போலும். உடம்பில் உழைப்பின் வாசம் வீசியது. அதாவது வியர்வை நாற்றம்.

"அடுத்து என்ன செய்யப்போற?"

"அப்ளிக்கேஷன் போட்டிருக்கே(ன்). வேல கெடச்சா நல்லாருக்கும்."

"சாமியக் கும்புடு; கெடக்யும்."

முதலில் இந்த வளாகம் சீட்டாட்டக்காரர்களின் புகலிடமாய் இருந்தது. பச்சமலையண்ணன் வந்த பிறகு அவர்களை நுழைய விடாமல் தடுத்தார். சூதாட்ட இளைஞர்கள் பச்சமலையண்ணனை ஏடாசியும் ஏகடியமும் பேசிக் கிண்டலடித்தனர். "நாங்க ஆரு தெரியுமில்ல?" என்று பயமுறுத்தினர்.

"நீரு யாராருந்தா எனக்கென்ன? இந்த ஏரியாவுல குளிக்கவும் சாமி கும்புடவுந்தாங் அனுமதி; கூத்தடிக்கவோ கும்மாளம் போடவோ இல்ல."

"நீமட்டும் பொம்பளைங்கள வச்சுத் தொழில் பண்ற?" சூதாட்ட இளைஞர்களுக்கு இப்படியெல்லாம் பொய்சொல்லத் தோன்றுகிறதே என்று ஆச்சர்யமாய் இருந்தது.

பச்சமலைக்குக் கோபம் பொங்கியது. உருண்டு திரண்ட கருங்காலித் தடி ஒன்றை எடுத்து பிள்ளையார் கோயில் திட்டில் ஓங்கி அடித்தார். "எப்பம்ல பாத்த? ரூவிக்யலைன்னா ஒன்னய வகுந்து குந்தாணிய உருவிடுவே(ன்)."

"நாங்க ஓங் சிப்பி எலும்ப எண்ணிப்புடுவம்; காசு குடுத்துப் போலிச வளச்சுப் போட்டு வச்சுருக்கம் தெரியுமா?"

பேசியவனின் கெண்டக்காலில் ஓங்கி ஓர் அடிபோட்டார். எதிர்பாராத தாக்குதலால் உடல் வெடவெடத்து நடுங்கியது அவனுக்கு. மற்றவர்கள் பச்சமலையைத் தாக்க முற்பட்டனர். அவர் உடல் வலிமையுடன் மனவலிமையும் ஒன்றுகூடி பலம் தர, கம்பு சுழற்றி, அந்தக் கூட்டத்தைச் சிதைத்துச் சின்னாபின்னமாக்கினார்.

இரண்டுநாள் கழித்து பச்சமலையை போலிஸ் வந்து விசாரித்தது. "என்னவே; பொம்பளய வச்சுத் தொழில் பண்றியாமில்லா?"

சூதாடிகளின் கள்ளத்தனத்தை எடுத்துரைத்து, போலிஸ் நியாயத்தைப் புரிந்துகொள்ள வேண்டும் என்று கேட்டுக் கொண்டார் பச்சமலை.

"எங்களப் போல நீரும் கண்டும் காணாம இருக்க வேண்டியது தானே? நீரு வந்துதாங் இப்படிக் கண்ட்ரோல் பண்றீரு; முந்தி இருந்தவெங் குடுக்குறத வாங்கிட்டு ஓரம் போய்ருவா(ன்)."

"குளிக்க வாரவுக பயப்படுறாங்கய்யா; இவனுகள வளரவிட்டா ரவுடிகளா மாறிருவானுக."

"அவனுகள அடிச்சுருக்கீரு; அவனுகளோட நரம்பு மண்டலமே வீங்கிப் போச்சு; நாங்க இருக்க நீரு தண்டிக்கக் கூடாதுல்லா?"

"அவனுங்கதாங் கூட்டமா வந்து தாக்குனானுக; என்னைநாங் காப்பாத்திக்கணுமில்லா."

சூதாடிகளின் இயல்பைப் புரிந்து வைத்திருந்த காவல் துறை மேற்கொண்டு ஏதும் விசாரிக்காமல் போய்விட்டனர். அன்றிலிருந்து சீட்டாடிகள் வனத்துக்குள் நுழையாமல் ஒதுங்கினர்.

எனக்கு ஆச்சர்யமாய் இருந்தது. ஒரு தோட்டத் தொழிலாளியான பச்சமலை என்னமாய்ப் பேசுகிறார்! ஓர் அறிவாளியைப் போல அவரின் ஒவ்வொரு வார்த்தையும் மிளிர்கிறது. பெரிய படிப்புபடித் திருப்பாரோ? "ஏண்ணா! நீங்க இங்கயே தங்கியிருக்கீங்க; ஒங்களுக்குக் குடும்பம் இல்லியா?"

உதடு விரிந்து புன்னகை உதிர்ந்தது. "குடும்பம் என்னாலே குடும்பம்; அன்பு, அன்யோன்யமெல்லாம் கௌரவமா இருக்கும்போதுதா(ன்); அது போனபின்னாடி சொந்தபந்தம்,

குடும்பம் எல்லாம் தவிடுபொடியாயிருது." மேலும் ஒரு சிரிப்பு விரக்தியாய் வெளிப்பட்டது. "திருநெவேலிச் சீமையில, கட்டபொம்மு அரசாண்ட பிரதேசத்துல ஒரு சின்ன காலனியில இன்னமும் என் வீடு இருக்கு; கக்கன்ஜி மினிஸ்டரா இருந்தப்ப தந்தது. பொண்டாட்டியோ புள்ளையோ அங்க குடியிருக்கல; நானும் இங்க வந்துட்டனா; அநேகமா பாழடஞ்சு கெடக்கும்னு நெனக்கே(ன்)."

"குடும்பம் எங்க போச்சு?"

"பொண்டாட்டி மாஞ்சுட்டா; ரெண்டு புள்ளைக தாத்தென் வீட்டுல வளருதுக; நாங் வாங்குற சம்பளக்காச அதுகளுக்கு அனுப்பிக்கிட்டிருக்கங்."

"வீட்ட வித்துற வேண்டியதுதான?"

"அரசாங்கச் சொத்து; விக்க முடியாது; இருக்கவரைக்கும் இருந்துக்கலாம்; நா(ன்) இன்னமும் உயிரோட இருக்கதால அதுவும் இருக்கு; எனக்குப் பொறவு அரசாங்கம் எடுத்து இன்னொருத்தருக்குத் தந்துரும்."

எனக்கும் அப்படி ஒரு வீடு கிடைத்தால் நன்றாய் இருக்குமென நினைத்துக் கொண்டேன். பட்டாச் சாலையுடன் கூடிய நீண்டு அகன்ற பெருவெளியாய் அவ்வீடு காட்சியளித்தது.

"ஏம்ல; ஒங்கொல தெய்வம் எது?"

இந்தக் கேள்வி எனக்கு ஆச்சர்யத்தைத் தந்தது. எதற்குக் கேட்கிறார் என்று தெரியவில்லை. குலசாமி பற்றிக் கேள்விப் பட்டிருக்கிறேன். அதன் உள்ளார்ந்த பொருளை இதுநாள்வரை நினைத்துப் பார்த்ததில்லை; அல்லது கேட்டும் தெரிந்து கொள்ளவில்லை. குலம் என்றால் ஜாதியா மதமா அல்லது வம்சமா? நச்சினார்க்கினியர் எழுதியதாய்ப் பொன்னுச்சாமி சார் சொல்லியிருக்கிறார். "ஒத்த குலனும் ஒத்த கல்வியும் ஒத்த செல்வமும் உடையவர்கள் திருமணம் செய்துகொள்ளலாம்." குலன் என்பதற்கு ஜாதி என்பதாய் அர்த்தம் கூறினார்.

"அந்தக் காலத்துல தமிழ் நிலத்துல ஜாதி இல்லைல்ல சார்? என்று நான் கேட்டபோது "அது சங்க காலத் தமிழ்நிலம்; நச்சினார்க்கினியர் பன்னண்டாம் நூற்றாண்டு. களப்பிரர் காலம் முடிஞ்சதுமே ஆரியம் உள்ள நொழஞ்சுருச்சு."

பச்சமலையண்ணன் குலசாமி பற்றிக் கேட்ட பிறகு அம்மாவையோ அப்பாவையோ கேட்டுத் தெரிந்துகொள்ள வேண்டும் என்று நினைத்துக்கொண்டேன்.

"என்ன பேச்சக் காணம்?"

"தெரியலண்ணா; நாம்படிச்ச ஸ்கூல்ல சாமிபத்தி சொல்லித் தரல; ப்ரேயர்ல 'எல்லாருக்கும் பொதுவாகும், இறைவா ஒருவா என் வணக்கம்'னுதா(ன்) பாடுவம்; குலசாமி பத்தியெல்லாம் சொல்ல மாட்டாங்க."

"எங்க குலசாமி காளியம்மா; அவ ஒரு சீலக்காரி; சீலக்காரின்னா கல்யாணம் ஆனவன்னு அர்த்தம்; நம்ம பொண்டுக கண்ணாலத்துக்குப் பொறவுதாங் சீல கட்டுவாங்க; அதுக்கு முந்தி கொழந்தையா இருக்கப்ப பாவாட; பருவத்துக்கு வந்துட்டா தாவணி.. வீருசின்னு, நல்லாயி இவுகள்லாம் பாவாடக்காரிக; அதாவது கல்யாணம் ஆகாதவுக; சீலக்காரி. பாவாடக்காரி ரெண்டுபேரும் ஒரே நோக்கத்துலதா(ன்) தெய்வங்கள் ஆனாங்க; பாவாடக்காரி கற்பழிச்சுக் கொல்லப்பட்டவ; சீலக்காரி குடும்பப் பிரச்சினையில கொல்லப்பட்டவ; ரெண்டுபேரும் கொலை செய்யப் பட்ட பொம்பளைங்க; பின்னாடி வந்த அந்தந்த சாதிக்காரங்க கொல்லப் பட்டவங்கள சாமியாக்கிட்டாங்க."

"கொல்லாமயே சாமியாக்கியிருக்கலாமே?" என் வார்த்தையில் கிண்டல் தொனிப்பதை அவர் உணர்ந்திருக்கக்கூடும். அதைப் பெரிசுபடுத்தாமல் தொடர்ந்து சொன்னார். "எல்லாக்காலத்துலயும் பஞ்சகாலம்னு ஒண்ணு உண்டு; போன வருஷம் மழ பேஞ்சா இந்த வருஷம் வானம் வறண்டு போகும்; வறட்சிக் காலத்துல பசி, பட்டினி, நோக்காடு எல்லாமே வந்து சேருமில்லியா? அப்பத்தாங் ஜோஸ்யகாரண்ட்ட குறிகேப்பாங்க; அப்படியான வறட்சிக்காலத்துல குறி சொல்ற தொழில் வந்து சேந்துச்சு. குறிகாரெ(ன்) வழிகாட்டுவா(ன்). "ஒங்க வம்சத்துல பாவாடக்காரி அல்லது சீலக்காரி சாபம் இருக்கு சாமி; ஒங்க வீட்டுக்கு ஈசானி மூலையில அந்த மகராசிய வச்சுக் கும்பிட்டா கெறக்கம் தீரும்"பா(ன்). இதுதா குலசாமிக உருவான காரணம்."

"பஞ்சமும் பட்டினியுந்தாங் சாமிகள உருவாக்குச்சோ?"

"பின்ன?"

ஒரு கருமையான உடம்புக்குள் எத்தனை தீட்சண்யமான ஒளிச்சுடர்! இன்னும் இரண்டுபேர் பச்சமலையண்ணனோடு பேச வந்து சேர்ந்தார்கள். அவர்கள் நரைத்த முடி உடையவர்கள். அவர்களின் பேச்சு கள்ளுக்கடை பற்றியதாய் இருந்தது. அதாவது, கள்ளுக்கடை திறந்திருந்த நாட்கள் தமிழகத்தின் பொற்காலம்; ஹோட்டல்களில் நெய்யூற்றித் தோசை சுடுவார்கள். கள்ளுக்கடை போன பிறகு அந்த செழிப்பம் போய்விட்டது. இப்போது அரசாங்கம் சாராயக் கடை திறந்திருப்பதால் அந்தக் காலம் மீண்டும் தழைக்கும். அவர்களின் பேச்சு குடிப்பதைப் பற்றியதாய் இருந்ததால் நான் விலகி வெளியேறினேன்.

14

காக்காமுள் குத்தி அக்காவின் கால் வீங்கியிருந்தது. காயக்கீறலில் ரத்தம் உறைந்திருந்தது. பாவாடையைக் கிழித்துக் கொண்டு கெண்டக்காலைப் பதம் பார்த்திருந்தது முள். சின்னகாமு கொண்டு வந்து தந்த நாமக்கட்டியை நுணுக்கிக் காயத்தின்மேல் தேய்த்துவிட்டார் அம்மா. நாமக்கட்டி சுண்ணாம்பில் இருந்து செய்யப் படுகிற ஆன்மீகப் பொருள். எளியவர்களின் காயமாற்றும் மருந்து நாமக்கட்டி. பத்தாப்புப் படிக்கும் போது நாமம் போடுவது, விபூதி தீற்றுவது பற்றிக் கேட்டேன். பொன்னுச்சாமி சார், "ரெண்டும் ரெண்டு தத்துவ நெறிகளின் அடையாளம்" என்றார். வகுப்புத் தோழன் சேஷாத்திரி வேறுமாதிரி வியாக்கியானம் செய்தான். "நெத்தியில இட்டுக்கிட்டா தலைக்குள்ள ஊறியிருக்குற சளிநீரை வத்தடிக்கும்." இங்கு ரத்தக்கீறலுக்கு நாமக்கட்டி போடுகிறார்களே?

எப்போதும் சிரித்தபடி ஜொலிக்கும் அக்காவின் முகம் வாடி வதங்கியிருந்தது. பட்டினி கிடந்த நாட்களில் கூட இப்படி சோர்ந்து போனதில்லை. அருகில் போய் அமர்ந்து "என்னக்கா செய்யிது?" என்றேன்.

"ஒண்ணுமில்ல தம்பி; லேசான வலிதேங்."

அல்லிநகரம் மாந்தோப்பில் வேலை செய்யச் சென்றிருந்தபோது மதியச் சாப்பாட்டுக்காக நீரோடைப் பக்கத்தில் போய் அமர்ந்திருக்கிறார்கள். எல்லாமே கன்று மரங்கள் என்பதால் வளர்ந்து நிழல் தரும் மாமரம் எதுவும் இல்லை. ஊத்தோரம்

கொடச்சாலி மர நிழலில் அமர்ந்து சாப்பிட்டு முடித்த நிலையில் ஊத்துக்கு அருகில் போயிருக்கிறாள் அக்கா. சுனையூத்துக் கரையில் கள்ளியும் காக்கா முள்ளும் படர்ந்து கிடந்திருக்கின்றன. புதரை விலக்கித் தண்ணி மோக்க முயன்றபோது காக்காமுள் பாவாடையைப் பிடித்து இழுத்துவிட்டது.

“தண்ணிச் சோங்கான எடத்துல கரட்டுக்காட்டுச் செடிக படருமா?” என்றேன்.

“ஏம்மொளக்யாது?” என்றாள் சின்னகாமு. “நெலத்தப் பக்குவப் படுத்தாட்டி வெஷச் செடியும் முள்ளுமொடியுந்தேங் அதிகம் படரும்; நெல்லு வயலுகள்ல களைச் செடிக பூரிப்புக் காட்டுற மாதிரி.”

பச்சமலையண்ணனைப் போல சின்னகாமுவும் அறிவாளியாய் இருக்கிறாள். காக்கா முள் என்பது காட்டின் காவலன். தழைத்துக் கிடக்கும் தாவரங்களை வேட்டையாட வரும் விலங்குகளை விரட்டியடிக்க முனைகிறது. மனிதர்களும் கூட தாவரக் கூட்டத்தின்மேல் கால் படாமல் நடக்க அறிவுறுத்துகிறது. சாதுவான காட்டுச் செடிகளைக் காக்கும் உத்தியையும் தண்டனைதரும் பக்குவத்தையும் காக்காமுள் கொண்டுள்ளது. மென் தாவரத்தைப் பாதுகாக்கும் முரட்டுத் தாவரம் காக்காமுள். கண்ணாடியின் ஒளிவழியாக சின்னகாமுவை உற்றுப் பார்த்தேன். அவளுக்குள் ஒளிப்பரல்கள் பரவியிருந்தன.

பக்கத்துவீட்டுக் கருப்பாயக்கா வந்து பார்த்துவிட்டு உப்பு வேது வைக்கச் சொன்னார்.

உடனடியாக சின்னகாமு நிராகரித்தாள். “நீர்ப் பிடிப்புக்குத்தேங் உப்பு வேது; இது ரத்தக் கசிவு; வேலிப் பருத்தியப் பிடுங்கியாந்து அரச்சுப் பத்துப் போட்டா ரெண்டே நாள்ல காஞ்சுரும்.”

“பெரிய மனுசி பேச்சக் கேளுங்கம்மா” என்றுவிட்டுக் கருப்பாயக்கா வெளியேறினார்.

வேலிப்பருத்தி பிடுங்க வீரப்ப அய்யனார் கோயில் பக்கமோ சடையால் காட்டுப் பக்கமோ போகவேண்டும்; அந்தி இறங்கி இருள் கவிந்துவிட்ட நிலையில் அங்கு செல்வது ஆகாத காரியம். பாம்புகள் பதுங்கியிருக்கும்; கதம்ப வண்டுகள் ரீங்காரமிட்டுக்

கிடக்கும். பாம்பு விஷத்தைவிட அதிக சக்தி கொண்டது கதம்ப வண்டு நஞ்சு. பாம்பு கடித்தால் சில மணிநேரம் தாக்குப் பிடிக்க முடியும். கடிபட்டவர் தன் மூத்திரத்தைக் குடித்தால் பாம்பு விஷம் இறங்கும் என்பார்கள். ஆனால் வண்டு விஷத்துக்கு அது உதவாது. வண்டு கடித்த அடுத்த நொடி நுரைதள்ளிச் சாக வேண்டியதுதான். தாத்தா, அம்மாவின் அப்பா வெத்தலைக் கொடிக்காலில் வேலைசெய்த போது கதம்ப வண்டு கடித்துத்தான் இறந்து போனார். அதனால் வேலிப்பருத்தி மருத்துவத்தைக் காலையில் பார்த்துக் கொள்ளலாம் என்ற யோசனையையும் சின்னகாமுதான் சொன்னாள்.

“அப்ப இப்பதக்கி கருப்பாயி சொன்ன பண்டுதத்தச் செய்வமா?” என்றார் அம்மா.

“வேணாம்த்த; ரணவேதனையாயி ரவைக்கெல்லாம் ஒறக்கம் வராது; கடையில போயி தூக்கத்துக்கு ஏதாச்சும் குளுவைய வாங்கிக் குடுங்க; நல்லா ஒறங்கட்டும்.”

வேலை முடிந்து அப்பா வந்தபோது சின்னகாமு மாத்திரை வாங்கிவரச் சொன்னாள். அப்பா பதறிப்போனார். மகளுக்கு ஒன்று என்றால் அவர் குலை நடுங்கிவிடும். “என்னாச்சுடா மல்லி?” மல்லிகாவை மல்லி என்றுதான் அழைப்பார்.

“காக்கா முள் குத்திருச்சுப்பா.”

“அது வெஷ முள் ஆச்சே. முறிமருந்து சாப்புடணும்.”

“ஆமா மாமா; தூக்கத்துக்கும் வெஷ முறிவுக்கும் மருந்து வாங்கியாந்து குடுங்க; காலையில பத்துப் போட்டுக்கிடலாம்.”

அக்காவுக்கும் அவளுக்கும் ஒரு வயசுதான்; சின்னகாமு சடங்கானதுமே கல்யாணம் கட்டி வைத்துவிட்டார்கள். கேட்டதும் அனுபவமானதுமான தரவுகளில் இருந்து எதாவது ஆலோசனை சொல்லிக் கொண்டிருந்தாள். சின்ன வயசுக்காரி என்றாலும் பெரிய மனுஷி போல பக்குவம் சொன்னாள்.

அப்பாவுக்கும் அம்மாவுக்கும் ஊடாகப் படுத்து உறக்கமில்லாமல் கிடந்தாள் அக்கா. அவர்களின் கால்மாட்டில் அலாதியாய்ப் படுத்தேன் நான். உறக்கம் பிடிக்கவில்லை. அக்காவின் அனத்தல் பாம்புக்குப் பயந்த தவளைச் சத்தம்போல கேட்டது. கண் தெரிந்த சின்ன வயசில் கொட்டகுடி ஆத்துக்குக்

குளிக்கப் போன போது தவளை ஒன்று குழந்தைபோல அலறிக்கொண்டு கரையேற முயன்றது. கூட குளிக்க வந்த காசியண்ணன் அதைச் சுட்டிக் காட்டினார். நெடுநீளமான தண்ணிப் பாம்பு ஒன்று அந்தத் தவளையைத் துரத்தி வந்தது. முதுகு வெளிர் பச்சை நிறத்திலும் வயிற்றுப்பகுதி மஞ்சப்பூத்த வெள்ளை நிறத்திலும் இருந்தது. பாம்புக்குக் கவர்ச்சிகரமான உடலமைப்பு.

“பாம்பப் பிடிக்யலாமா?” என்றார் காசியண்ணன்.

“வேணாம்; கடிச்சுரும்.” அவர் கையைப் பிடித்து அலாதியாய் இழுத்தேன்.

“தண்ணிப் பாம்பு பயந்தாங்கொள்ளி; கடிக்யாது; கடிச்சாலும் வெஷம் இருக்காது; எறும்புக் கடிமாதிரிதேங்.”

கரையேற முயன்ற தவளையைத் தாவிப் பிடித்து, வாயை அகட்டி அகட்டி விழுங்கியது. ஓர் அற்ப உயிர் சில நொடிகளில் அடங்கிப் போனது. தவளை ஒன்று இந்த உலகத்தில் இருந்ததா என்ற கேள்விக்கு விடைகாண முடியாதபடி பாம்புக்குள் ஐக்கியமாகிவிட்டது.

“பாவம்ணே.”

“எங்க வீட்டுக் கோழி பாம்பவே முழுங்கியிருக்கு தெரியுமா?” என்றார் காசியண்ணன். கோழிக்கூட்டில் பாம்பு ஒன்று புகுந்துவிட்டது. விஷம் அதிகமுள்ள கருநாகப் பாம்பு; குட்டிப் பாம்பு என்பதால் பெரிய கோழிகளைவிட்டு விட்டுக் குஞ்சுக் கோழியைப் பிடிக்க முயன்றது. இதைக் கவனித்த சேவல் கேவிக்கேவிக் கத்தியதைப் புரிந்துகொண்ட தாய்க் கோழி பாய்ந்து சென்று பாம்பைக் கொத்திக், கால்களால் மிதித்துக் கொன்று அப்படியே விழுங்கியது. குட்டிப் பாம்புக்குத் தப்பிக்கத் தெரியவில்லை. கோழிக்கு இரையாகிக் காணாமல் போனது.

எனக்கு ஆச்சர்யம். பாம்பு என்றால் படையே நடுங்கும்; சாதாரணக் கோழி அதை ஜெயித்துவிட்டது. காசியண்ணன் சொன்னார்; “பறவைதாங் ஒலகத்தில பலமான சீவாத்தி; வல்லூறு மொதலயக்கூடத் தூக்கிட்டுப் போயிரும். ஒரு உயிர் இன்னொரு உயிருக்குச் சாப்பாடு. உணவு இல்லாமல் எந்த உயிரும் வாழ முடியாது; அதனால எல்லா உயிரும் வாழணும்; எல்லா உயிரும்

இரையாகணும்; இது பூமி சுழற்சிபோல உயிர் சுழற்சி.” காசியண்ணனைப் போல பத்தாப்புப் படிக்கும்போது எனக்கும் இப்படியெல்லாம் அறிவு வரும் என்று நினைத்துக் கொண்டேன்.

அக்காவின் அனத்தல் குறைந்த நொடியில் எனக்கும் தூக்கம் சொக்கியது. அப்போது அம்மாவும் அப்பாவும் எழுந்து அலாதியாய் அடுப்படியில் போய்ப் படுத்துக் கொண்டார்கள்.

தூங்கியும் தூங்காமலும் உருண்டுகிடந்த நான், வானம் செங்கல் மங்கலாய் விடிந்தபோது முழுமையாய் முழித்துக் கொண்டேன். எப்போதும் சுவரொட்டி தீபம் அணைக்கப் பட்டு வீட்டுக் கதவு திறக்கப் படுவது அக்காவின் பணியாய் இருந்தநிலையில் இன்று அம்மாவின் வேலையாகிப் போனது. கருப்பாயக்கா வீட்டுக்குப் போய் சாணியெடுத்து வந்து, ஈயச்சட்டியில் நீர் ஊற்றிக் கரைத்து, பக்கத்து வீட்டு வாசலையும் சேர்த்துத் தெளித்துவிட்டார். அந்த ஏரியாவில் பெரும் செல்வம் படைத்தவர் கருப்பாயக்கா; ஐந்து மாடுகளும் பத்து ஆடுகளும் வளர்ப்பதோடு பால் பீச்சி விற்பனை செய்கிறார். அவர் கணவர் சுருளியாண்டி மாமா வைக்கோல் படப்பை மொத்த விலைக்கு வாங்கிவந்து, சின்னச் சின்ன முடிகளாய்க் கட்டி, வண்டி மாடுகளுக்கு விற்கிறார்.

நான் படுத்திருந்த கோணிப்பையைச் சுருட்டி மூலையில் போட்டுவிட்டு திண்ணைக்கு வந்தேன். அம்மா மோந்து தந்த தண்ணீரை வாங்கி முகம் கழுவிவிட்டு, வீட்டுக்குள் போய், தண்ணிச்சாலில் இருந்த கண்ணாடியைத் துடைத்து அணிந்துகொண்டு திண்ணையில் வந்து அமர்ந்தேன். பொன்னிறத்தில் மின்னியது வாசல். மாட்டுக் கழிவு மனிதக் குடியிருப்பைத் தூய்மைப் படுத்துகிறது. “ஒலகத்துல கழிவுன்னு ஒண்ணு இல்ல” என்று பொன்னுச்சாமி சார் சொன்னது ஞாபகத்துக்குள் வந்து போனது. மனிதக் கழிவும் கூட பல ஜீவன்களுக்கு உணவாகிறது. பன்றியின் கழிவுகளும், ஆட்டுக் கழிவுகளும் பயிர்களுக்கு உணவாகின்றன. அப்பா வேலைக்குப் போய்விட்டிருந்தார். சின்னகாமுவின் அப்பா வண்டி பூட்டி மண்ணெடுக்கப் போன பிறகு சின்னகாமு எங்கள் வீட்டுக்கு வந்து நின்றாள். “மல்லிகாவுக்கு எப்படித்த இருக்கு?”

“நல்லா ஒறங்கிட்டா; நானும் எழுப்பல.”

"அலுப்பாறட்டும்; வேலக்கிக் கூட்டிட்டுப் போகாதீங்க."

"நானும் போகல; அவளுக்குப் பண்டுதம் பாக்கணுமில்ல." சின்னகாமு என்பக்கம் திரும்பி "சடையால் ஊத்துப் பக்கத்துல படப்புமாதிரி வேலிப் பருத்தி மஞ்சப்பூத்துப் படந்து கெடக்கும்; எலயப் பிடுங்கியாந்து குடு; நா(ங்) வந்து பக்குவமா அரச்சுப் போட்டு விடுறேங்." எனச் சொல்லிவிட்டு வீடு நோக்கி நடந்தாள். அவள் வீட்டுக்குப் பின்னால் ரயில் ரோட்டோரம் இருந்த சூளையில் இருந்து புகை மேலெழுந்து வந்துகொண்டிருந்தது.

15

சூரியன் முழுமையாய் பூமியை எட்டிப் பார்க்காத விடிகாலையில் ராமையா நாடார் குளித்து சாமி தரிசனம் செய்து, நெற்றியில் விபூதிப் பட்டையும் கையில் துளசி இலைகளும் வாயில் "பொன்னார் மேனியனே" பாடலுமாய் வீட்டுக்குத் திரும்பிக் கொண்டிருந்தார். சிவந்த மேனியுடன் ஒரு மகா ரிஷியைப் போல காட்சியளித்தார். எல்லாரையும் போல நானும் அவரைக் கையெடுத்துக் கும்பிட்டேன். காலைக் குளியலுக்கு வரும் கடைவீதி மனிதர்கள் அனைவரும் "கும்பிடுறேம்பெரியய்யா" என நெஞ்சில் கைவைத்து வணங்குவார்கள். மற்றவர்களைப் பார்த்து நானும் அந்தவிதமாகவே மரியாதை செய்யப் பழகினேன்.

வயது மூப்பு காரணமாக பெரியய்யாவின் முகம் சுருங்கியிருக்க வேண்டும். அப்படியெல்லாம் இல்லாமல் 'பளபள'வென இருந்தார். அகன்று விரிந்த நெற்றியில் சுருக்கங்கள் சுவடு பதித்திருக்கவில்லை. பற்கள் நேர்கோட்டில் வரிசையிட்டிருந்தன. பற்கள் விழுகாததால் கன்னக் கதுப்புகள் தொய்வடையவில்லை. ஐம்பது வயசு முடியாதவர்கள் கூட பல் விழுந்து ஓட்டை வாயர்களாய் உலாவரும்போது பெரியய்யாவுக்கு மட்டும் எப்படி என்று எல்லாரும் ஆச்சர்யப் பட்டார்கள். அதற்கு அவர் "நெறைய சுண்ணாம்பு தின்றுக்கே(ன்) என்று ஏடாசியாய்ப் பதில் சொல்லுவார். சுண்ணாம்பு கால்சியம்; பல்லும் கால்சியம்தான்.

சடையால் இறக்கத்துக்குப் போகும் படிக்கட்டுகளில் அவர் ஏறி வந்துகொண்டிருந்தார். "ஏலே ஐயா! ஒங்காத்தாளப் பாத்துக் கொள்ளக்காலமாச்சு; நல்லாருக்காளா?" என்றார்.

அம்மாவை விசாரித்ததில் என் முகத்தில் சந்தோஷம் பரவியது.

"பாடு படுறதுல அவள மிஞ்சமுடியாது. பருத்தியக் கூறு பெறக்கி வச்சான்னா நூத்துக்கு நூறு துப்புரவாருக்கும்; நல்ல கூறுல ஒத்த சூத்தயப் பாக்க முடியாது; அதேபோல சூத்தக் கூறுல வெள்ளய எடுக்க முடியாது; மொதலாளிமாருக 'குருவம்மா கூறுன்னா அப்படியே வாங்கிக்க'ம்பாக. நாங் கே ட்டி கே ஜின்னிங்ல கணக்கெழுதுனப்ப அங்கதேங் வேலக்கி வருவா; தா(ங்) பட்டினி கெடந்து ஒங்கள வளத்து ஆளாக்குனா மகாராசி." அவர் வார்த்தைகள் அம்மாவின் உருவத்தை என் கண்களுக்குள் வரவழைத்தன. "குளிக்யவா?"

"ஆமா, பெரியய்யா."

"பாம்பு மரவட்டையெல்லாம் திரியிது; சூதானம்."

"ஆகட்டும்யா." அவர் கையில் இருந்து துளசித் துண்டுகள் இரண்டைத் தந்து "வாயில போட்டுக்க" என்றார். மணமாகவும் காரமாகவும் இருந்தது. நடுக்கும் காலைக் குளிரில் குளித்து முடித்து அஞ்சாறு துளசி இலைகளை வாயில் போட்டுக் கொண்டால் சளிப் பிடிக்காது என்பது பெரியய்யாவின் உபதேசம்.

"வணக்கம் பெரியய்யா" என்றபடி இன்னொரு கடைவீதிக்காரர் வந்ததும் அவருடன் பேச்சுக் கொடுக்க ஆரம்பித்தார். "ஒங்கப்பெ(ன்) திருந்திட்டானா?" என அவரை விசாரித்தபோது நான் கீழ் இறங்கி சடையால் கோயில் வளாகத்தை அடைந்திருந்தேன். அங்கு குளிக்க வரும் ஒவ்வொருவரின் குடும்பத்தையும் தெரிந்து வைத்திருக்கிறார் எனப் புரிய முடிந்தது. மழை பெய்தாலும் நனைந்தபடி வந்து குளித்துச் செல்லும் பெரியய்யாவை ஆச்சர்யத்தோடு பார்த்தேன். செருப்பில்லாத கால்களோடுதான் அவர் குளியலுக்கு வருவார். பனிமூட்டம் ஆனாலும் மழைத்தூறல் ஆனாலும் குளியலை நிறுத்தியதே இல்லை. குளிர்ந்த நீர் பட்டால் காய்ச்சல் ஓடிப்போகும் என்பது அவரின் உடலியல் தத்துவம்.

வாய்க்கால் வரப்பைக் கடந்துதான் சடையால் வளாகத்துக்குப் போகவேண்டும். கிழக்குப் பக்கம் வாய்க்கால்; மேற்கில் வயல்வெளி; ஓராள் மட்டும் நடப்பதற்கான வரப்பு; ஒருவர் நடக்கும்போது எதிரில் வருபவர் வயலுக்குள் இறங்கி ஒதுங்கினால் மட்டுமே இருவரும் இடிக்காமல் போகமுடியும். மழைக்காலம்

என்றால் வரப்பு வழுக்கலாகி நடப்பது கடினம். அடமழைக் காலத்திலும் பெரியய்யா சடையாலுக்கு வருவதை நிறுத்தியதில்லை. அவர் உருவத்தை மனசுக்குள் நிறுத்தியபடி சடையால் வளாகத்துக்குள் இறங்கினேன்.

குரங்கு கவட்டைக் கிளையில் அமர்ந்து தூங்கிக் கொண்டிருந்தது. கால்கள் கிளையைக் கவ்விப் பிடித்திருந்தன. உற்றுப் பார்த்துவிட்டுப் பூசாரியம்மாவிடம் சென்று அமர்ந்தேன். "கொரங்கு தூங்குது?"

"ஆமாப்புனு; ராத்திரி முழுக்க அலறிக்கிட்டே இருந்துச்சு; பாம்போ பறவையோ அண்டியிருக்கும்போலருக்கு."

"பாம்புக்குப் பயப்படுறது சரி; பறவக்கிமா?"

"என்னா தங்கம் இப்படிக் கேட்டுட்ட? வல்லூறு மொதலயவே தூக்கிட்டுப் போயிரும் தெரியுமா? கிளிவம்சத்தச் சேந்த் சின்னப் பறவைக பாம்ப முழுங்கிரும்.."

படையலுக்காகக் கூழ் காய்ச்சி இறக்கியிருந்தார் பூசாரியம்மா. தினமும் ஒரு பிரமுகர் கூழுக்கு உபயம் செய்கிறார்கள். மாதம் ஒருமுறை கோழிக்கறி சாப்பாடு. வியாபாரிகள் தங்கள் குடும்ப நல்லது பொல்லதுகளுக்கு முனியப்பனைக் கொண்டாடுவது வாடிக்கையானது. அவ்வப்போது அன்னதானம் செய்வார்கள். புதுக் கணக்கு எழுதும் நாளில் நிறையக் கமிஷன் கடை வியாபாரிகள் கூழ் காய்ச்சப் பணம் தந்து செல்வார்கள். உபயதாரர் கோயிலுக்கு நேரடியாக வரமுடியாவிட்டாலும் பிரசாதப் பொருட்களை அவர்கள் வீடுதேடிப் போய்க் கொடுத்துவிட்டு வருவார் பூசாரியம்மா. பெரிய கோயில்கள் என்றால் சர்க்கரைப் பொங்கலும் பச்சரிசிச் சாப்பாடும். "எளிய சாதிசனங்களக் காப்பாத்துற சாமிக்கி எளிய குடிகஞ்சி." தொன்னையில் ஊற்றிக் கொண்டே பூசாரியம்மா சொன்னார்.

"முனியப்பனுக்குப் பொங்கல் பிடிக்யாதா?"

"இது நம்ம சாமிப்புனு; நாம குடிக்கிறதத்தேங் குடிக்யும்; அய்யமாரு வேற; நாம வேற இல்லியா?"

இப்படியான வேறுபாட்டை நான் இதுவரை சிந்தித்ததில்லை. பூசாரியம்மா சுட்டிக் காட்டிய பழக்க வழக்கங்கள் இருவேறு பண்பாடுகள் இந்த நாட்டில் இருப்பதை உள்வாங்க முடிந்தது.

வேலிப்பருத்தி பிடுங்கிப் போகவேண்டும்; நேரம் கடந்து வெயில் உறைக்க ஆரம்பித்தது. குளித்துவிட்டுப் பறிக்கலாமா, பிறகு வந்து குளிக்கலாமா, இல்லையென்றால் இன்று குளிக்காமலே விட்டுவிடலாமா? குளிக்காமல் இருப்பது நல்லதல்ல; அப்படிச் செய்வது சோம்பலின் ஒரு பகுதி; அடுத்தடுத்த நாட்களில் அதுவே பழகி மெத்தனமாகி விடும். ராமய்யா பெரியய்யாவைப் போல நாள் தவறாமல் குளியல் போடவேண்டும்.

ஊற்றுப் பகுதியில் அதிகம்பேர் குளித்துக் கொண்டிருந்தார்கள். ஊற்றிலிருந்து குழாய் எடுத்து, இறக்கப் பள்ளத்தில் விழும்படி பாதை அமைத்திருந்தார்கள். நின்றவாக்கில் தலைகொடுத்துக் குளியல் போடமுடியும். மேலிருந்து இறங்கும் அருவி போன்ற அமைப்பு. குடத்தைச் சாய்த்துவிட்டது போல 'மளமள'வெனச் சரிந்து விழுந்தது தண்ணீர். அதில் மலையருவி போன்ற வேகம் இருந்தது. கல்லெறிந்தது போல பெருவேகம்! சுளுக்குப் பிடித்த கையையோ காலையோ காட்டினால் நிவர்த்தியாகிவிடும்.

குளியல் படித்துறை மனிதர்களால் நிறைந்து வழிந்தது. ஒருசிலர் வேகமாகவும் வேறுசிலர் சாவதானமாகவும் குளித்தார்கள். "சீக்கிரம் முடிங்கப்பா" என்ற குரல்களை அவர்கள் அசட்டை செய்தபடி தேய்த்துத் தேய்த்துக் குளித்தனர். "தோலு கிழிஞ்சுறப் போகுது."

எந்தப் பேச்சையும் சட்டை செய்யாதவர்களாய்க் குளித்தார்கள். ஒருவர் குளித்தவரை முட்டித் தள்ளிவிட்டுத் தலையை நீட்டினார்.

"என்னாப்பா அவசரம்?"

"நீ வெட்டியாளாருப்ப; நாங் தொழிலுக்குப் போக வேணாமா?" இருவரின் வாய்த் தகராறுக்குள் இன்னொருவரும் புகுந்துகொண்டார்.

அவர்களின் தகராறால் என்மனம் ஊற்றுக் குளியலில் இருந்து விலகியது. வேலையில்லாத நாட்கள் என்றால் எல்லோரும் போன பிறகு நின்று நிதானமாய்க் குளிக்க முடியும்; இன்று அக்காவுக்குப் பத்துப் போடவேண்டும். அம்மா காத்திருப்பார்.

படித்துறை வழியாகக் கொட்டகுடிக்குள் இறங்கினேன். கரையோர மணல் 'பொதுக்'கென இறங்கியது. அது சகதி இல்லை

யென்றாலும் பிடிமானம் இல்லாத மணல்படுகை. நீரில் பாதம் பட்டதும் குளிர்ச்சி உச்சந்தலைவரை ஏறியது. ஊற்றுக் குளியலைவிட ஆற்றுக் குளியல் குளுமையானது.

பத்தடி தள்ளியிருந்த அடுத்த படித்துறையில் ஒரு பெண் பாவாடையை நெஞ்சுவரை உயர்த்திக் கட்டிக் குளித்துக் கொண்டிருந்தாள். சேலையைத் துவைத்துப் பிழிந்து துவைகல்லின் மேல் வைத்திருந்தாள். இந்நேரம் ஒரு பெண் குளிக்க வந்திருக்கிறாளே என்று நினைத்துக் கொண்டேன். கண்ணாடியைக் கழற்றி சட்டை நுனியால் துடைத்து மாட்டி அவளை உற்றுப் பார்த்தேன்.

நீருக்குள் அமர்ந்து குளித்தவள் எழுந்து கூந்தலை உதறியபடி என்னை நோக்கி வந்தாள். பதட்டத்தோடு கண்களை வேறுபக்கம் திருப்பினேன். குளித்தபோது நேருக்குநேர் தரிசனம் செய்த கண்கள், கிட்டத்தில் வருகிறாள் என்றதும் பயந்து பம்மின. மிக அருகில் வந்துவிட்டாள் என்பதை அவளின் நிழலுருவம் காட்டியது. “எந்தூரு?”

பெண்களின் குரல்மட்டும் இசைபோல இனிக்கிறது. “இந்தூருதேங்.”

“தேனியா, புதூரா; ரெண்டூருக்கும் நடுவுலதே(ன்) இந்த ஆறு ஓடுது.”

“தேனி.”

“சரி, எம்புட்டு வச்சிருக்க?”

உள்ளங்கையை விரித்துக் காசு இல்லை என்பதைச் சொன்னேன்.

“அப்பறம் எதுக்கு உத்து உத்துப் பாக்குற? காசு இல்லாதவுகளுக்குப் பொம்பள ஆச வரக் கூடாது.”

சில பாறைகளைத் தாண்டி ஓடிய நீரின் இரைச்சலில் காது கேளாதவன் போல நடித்துக் கரையோரம் விலகினேன். கூச்சமும் பயமும் கவ்விக் கொண்டன; பூசாரியம்மாவுக்குத் தெரிந்தால் சங்கடமாகி விடுமே என்ற எண்ணமும் தொற்றிக் கொண்டபோது விடைத்த நரம்புகள் சோர்வடைந்தன.

குளிப்பதா வேண்டாமா என்ற எண்ணம் ஓடியது. அவள் என்னருகில் இருந்து விலகித் திரும்பவும் குளிக்கத் தொடங்கினாள்.

அவளின் குளியல் நிறைவடைவதாகத் தெரியவில்லை. அவள் குளித்த இடத்தின் கரையோரத்தில்தான் வேலிப் பருத்தி படர்ந்து கிடந்தது. அவள் போகவும் பிடுங்கலாம் என்று தாமதம் செய்தேன். சட்டை டிரவுசரைக் கழற்றிப் படித்துறையில் வைத்துத் துண்டைக் கட்டிக் குளிர் நீரில் முங்கி எழுந்தேன். அவள் விலகுவதாகத் தெரியவில்லை. இக்கரையைவிட எதிர்க் கரையில் வேலிப்பருத்தி நிறையத் தழைத்துக் கிடந்தது. வெள்ளம் இடுப்பளவுக்குமேல் ஓடியதால் அங்கு போக மனமில்லை. இக்கரை இலைகளையே பறிக்க விரும்பினேன்.

தலைதுவட்டி உடைமாற்றி, நனைந்த துண்டைத் தோளில் காயபோட்டுக் கொண்டு தைரியமாக, இலக்கு நோக்கிக் கரையோரம் அவளில் இருந்து தூரமாய் ஒதுங்கி நடந்தேன்.

"இன்னம் ஆச விடலியா?" என்றாள் அவள்.

"எல பிடுங்கப் போறேங்."

உதடு விரித்துப் பையச் சிரித்தவள் "அடி வகுத்துல புண்ணு வந்துருச்சா?"

"அக்காவுக்கு அடிபட்டுருச்சு; அரச்சுப் பத்துப் போடணும்."

துவைகல்லில் அமர்ந்திருந்தவள் எழுந்து, பாவாடையைப் பிழிந்தபடி கரையேறினாள். என்னை ஒதுங்கியிருக்கச் சொல்லிவிட்டு இலை பறித்தாள். நன்கு முற்றாத இளம் இலைகளை மட்டும் பிடுங்கினாள். இளம் இலைகள்தான் பத்துப்போட தோது போலும். நானாய் இருந்தால் பாகுபாடு இல்லாமல் எல்லா இலைகளையும் பிடுங்கியிருப்பேன். "பை கொண்டாரலியா?"

துண்டை விரித்தேன்.

"அசடு வழியிது; சாமானக் கொண்டுபோக பை எடுத்து வரணும்னுகூடத் தெரியல." துண்டை வாங்கி பூவும் இலையுமாய் நிறைத்து முடிந்து தந்தாள். "சூதானமாக் கொண்டு போ; எங்கும் ஒழுக விட்டுறாத." ஒருகணம் கண்ணை மூடித் திறந்தபோது மகாலட்சுமி நின்றிருந்தாள். கண்ணாடியைக் கழற்றி, துடைத்துப் போட்டுக் கொண்டு உற்றுப் பார்த்தேன்.

"என்னா திரும்ப உத்துப் பாக்குற?"

வெட்கத்தோடும் பயத்தோடும் கரையேறி முனியப்பன் வளாகத்துக்கு வந்தேன். பூசாரியம்மா என்னை ஒரு தினுசாய்ப் பார்த்தார். "என்னா சொன்னா கைகாரி?"

"வேலிப் பருத்தி பிடுங்கிக் குடுத்துச்சு."

"அவ வலையில விழுந்துராத; துட்டு துக்காணி இருந்தா உறிஞ்சி எடுத்துருவா." அவர் தந்த கூழைக் குடித்துமுடித்து, தொன்னையைக் குப்பைக் கூடையில் போட்டுவிட்டு, படிக்கட்டில் ஏறி வரப்பு வழியாய் நடக்கத் தொடங்கினேன். சடையால் ஊற்றில் கூட்டம் குறையவில்லை.

16

நான் வீட்டுக்குள் நுழையவும் சின்னகாமு அவள் வீட்டில் இருந்து வரவும் சரியாய் இருந்தது. குளித்து முடித்து சாப்பிட்டிருப்பாள் போலும்; உடலில் ஒளி மின்னியது. அவள் கணவனும் தந்தையும் மாடுபூட்டி வண்டியை ஓட்டத் தொடங்கியிருந்தனர். "இம்புட்டு நேரமா?" என்றாள் சின்னகாமு.

"குளிக்கிற எடத்துல கூட்டஞ்ஜாஸ்தி." சிங்காரி ஒருத்தி இலை இணுங்கித் தந்ததைச் சொல்லவில்லை.

அக்காவின் கால் நேற்றைவிட இப்போது அதிகம் வீங்கியிருந்தது. கண்ணாடி வழியாய்ப் பார்த்தபோது ரத்த விளாறுகள் நெடிதோடிக் கிடந்தன. "மாத்தர தின்னும் சரியாகலியா?" மன வருத்தத்தோடு கேட்டேன்.

"குளுவைன்னா அப்பதக்கி வலிய நிப்பாட்டும்; கொணப் படுத்தாது. நாட்டு வைத்தியந்தேங் ஒடம்புக்கு உசுரு தரும்." டாக்டரைப்போல் பேசினாள் சின்னகாமு.

அப்பா மட்டும் வேலைக்குப் போயிருந்த நிலையில் அம்மாவும் அக்காவும் வீட்டில் இருந்தது மகிழ்ச்சி தந்தது. பெரியம்மா விருந்தாடி வந்தால் எப்படிக் குதூகலம் உண்டாகுமோ, அப்படியான சந்தோஷம்! அவர் சின்னமனூரில் குடியிருந்தார். முறுக்கு அதிரசம் போட்டுக் கடைகளுக்கு சப்ளைசெய்தார்.

பெரியம்மா அடுப்படியில் வேலைசெய்ய, பெரியப்பா சைக்கிளில் ஊர் ஊராய் அலைந்து விற்பனை செய்து வந்தார். அதிகம் காசு புழங்கியதால் காசியண்ணனை (அவர்கள் மகனை) பெரிய பள்ளிக்கூடத்தில் சேர்த்துப் படிக்க வைத்தார்கள்.

நான் சின்னவனாய் இருந்தபோது வந்து என்னைத் தூக்கிச் சென்றுவிடுவார். ஒண்ணாப்பு, ரெண்டாப்புப் படித்த போது லீவு நாட்களில் என் இருப்பு அவர் வீட்டில்தான். காசி அண்ணன், சின்ன வாய்க்கால், பெரிய வாய்க்கால், சிவகாமியம்மன் கோயில் என்று எங்காவது கூப்பிட்டுப் போவார். ஆயிரம் வருசத்துக்கும் மேல் பழமையான ஊர் என்று வரலாறு சொல்வார்.

ரெண்டாப்புப் படிக்கும்போது கோடை விடுமுறையில் பெரியம்மா வீட்டுக்க்கு வந்திருந்தேன். சின்ன வாய்க்காலும் பெரிய வாய்க்காலும் நீர் வற்றி, அங்கங்கே தண்ணீர் தேங்கி நின்றது. வெயில் பட்டு உச்சகட்ட வெப்பத்தில் நீர் ஆவியாகி மேல்நோக்கிப் பரவியது. கொதிக்கிற உலைபோல வெள்ளை ஆவி! சூடு தாங்காமல் பொந்துக்குள் இருந்த மீன்கள் வெளியேறி துள்ளித் துடித்தன. அண்ணன் ஆராமீன் ஒன்றைப் பிடித்து, துவைகல்லில் ஓங்கி அடித்தார். துள்ளிக் குதித்து மண்ணில் புரண்டு செத்துப் போனது. சின்னச் சின்ன குரவைமீன்கள் சிலவற்றைப் பிடித்து, எல்லாவற்றையும் அங்கிருந்த கல்லில் உரசி பக்குவப் படுத்தினார். கெளுத்திமீன் ஒன்றும் சிக்கியிருந்தது. அதன் வாயோரம் இருபுறமும் மீசைபோல முட்கள் இருந்தன. இணுங்கியபோது எலிபோல அலறியது. "பாவம்!" என்றேன்.

"பாவம்பாத்தா ஒலகத்துல ஒரு உசுரும் பொழக்ய முடியாது." அண்ணன் சாவகாசமாகப் பதில் சொன்னார். மீனோ கறியோ எனக்கு விருப்பமான உணவுதான் என்றாலும் அதைச் சாகடிப்பது பரிதாபத்துக்கு உரியது.

மொத்தம் ஒருபடி மீன் இருக்கும். தேடிவந்த அண்ணனின் சோட்டுக்காரப் பயல்களுக்குப் பகுந்து தந்தவர் ஆராவைமட்டும் தனக்கு எடுத்துக் கொண்டார். அந்த ஒன்றே காப்படி அளவுக்கு இருந்தது. பெரியம்மாவுக்கு சந்தோசம் தாங்கவில்லை. "சத்தான மீனு; வெல கூடுன பண்டம்.. முதுகுமுள் மட்டும் இருக்கும்; மத்தபடி பூராம் சததேங்."

ஆராமீன் குழம்பு மணமாகவும் சுவையாகவும் இருந்தது. முள்ளை நீக்கிவிட்டு சதைப் பகுதியை எனக்குத் தந்தார் பெரியம்மா. விரல் பட்டதும் பிய்ந்துகொள்ளும் அளவு மென்மையாய்ச் சமைத்திருந்தார். வாயில் போட்டதும் கரைந்து போனது. ஆட்டுக் கறியோ கோழிச் சதையோ இவ்வளவு மென்மையாய் இருப்பதில்லை.

லீவு முடியப் போகிற தருணம்! தேனிக்குப் போய் மூணாப்பில் சேரவேண்டும். புதுப் புத்தகம், புதுப் பைக்கட்டு, புது சட்டை டிரவுசர் என்று குதூகலத்தை அனுபவிக்கப் போகிறேன். பெரியம்மா வீட்டு சந்தோசம் என் வீட்டில் கிடைக்காது என்றாலும் பள்ளிக்குப் போய் யார் யார் பாஸ், ஃபெயிலானது யார் என்று தெரிந்து மகிழ்ச்சியோ துக்கமோ அனுபவிக்க முடியும். காப்பரிச்சையிலும் அரைப் பரிச்சையிலும் நான் நல்ல மார்க் எடுத்திருந்தேன் என்பதால் நிச்சயம் மூணாப்புக்குப் போய்விடுவேன்.

அன்று அண்ணனுக்கு உடம்பு சரியில்லை. அவரோடுதான் வாய்க்காலுக்கு சென்று வருவது வழக்கம். காலைக் கடன் முடித்து, முல்லையாற்றுக்குப் போய்க் குளித்து, சிவகாமியம்மனைக் கும்பிட்டுவிட்டு வருவோம். அன்று நானாகப் போகவேண்டி வந்தது. எனது நடையிலும் பார்வையிலும் ஏதோ வித்தியாசம் தெரிந்தது. பூமியும் வானமும் ஒரேமாதிரி பஞ்சுபூத்துக் கிடந்தன. எதிரில் வந்தவர்கள் கிட்டத்தில் வந்த பின்னர்தான் புலனாகினர். படுத்துக் கிடந்த நாயின்மேல் கால் இடறியது. 'வள்'ளெனக் குரைத்தவாறு விலகி ஓடியது. நல்லவேளை கடிக்கவில்லை. நரகல் இருப்பது தெரியாமல் மிதித்துவிட்டு வாய்க்காலில் இறங்கிக் கழுவினேன். குளிக்க ஆற்றுக்குப் போனபோது ஓரக்காலில் நின்றிருந்த ஒற்றைத் தென்னையில் மோதி முகம் வீங்கியது. நடந்து பழகிய பாதை நிலைகுலைந்து கிடந்தது.

அம்மன் கோயிலுக்குள் நுழைய மனம் தயங்கியது. நிறையப் பெண்கள் நீராடிவிட்டு சாமி தரிசனம் செய்ய வந்திருந்தனர். அவர்களின் முகங்களை ஏறிட்டுப் பார்த்தேன். சூடிய பூவும் மஞ்சள் பூசிய முகமும் நிழல் படிந்து தெரிந்தன. இன்னாரென்று அடையாளம் காண முடியவில்லை. ஒரு பெண்ணின்மீது முட்டிய வேளை "பாத்துப் போ" என்றபடி ஒதுங்கிப் போனாள். உள்ளே

நுழையாமல் பாதையோரமாக நடந்து வீடு வந்து சேர்ந்தேன். சைக்கிள் ஒன்று மோதியதில் அடிவயிறு கரண்ட் அடித்த மாதிரி சுர்ரென ஏறியது. வீட்டுக்குள் நுழைந்த போது பெரியம்மா பொட்டடுப்பில் அதிரசம் சுட்டுக் கொண்டிருந்தார். அதிரச வாசம் வாசலுக்கு வெளியில் பரவி மணத்தது. அடுப்பை ஏறிட்டுப் பார்த்தேன். தீ கருப்படித்து மங்கலாகத் தெரிந்தது. எண்ணெயில் மிதந்த அதிரசம் என் கண்களுக்கு வந்து சேரவில்லை. அடுப்பில் இருந்து அலாதியாய்க் கிடந்த இடி உரல்மேல் உட்கார்ந்தேன். பெரியம்மா சூடான அதிரசம் இரண்டை எடுத்து என் மடியில் போட்டார். கையில் எடுத்து பக்கத்தில் கிடந்த ஸ்டூல்மேல் வைத்தேன்.

"பாலு அய்யா; தின்னு." எப்போதும் என்னைப் பாலு அய்யா என்றுதான் அழைப்பார்.

"கண்ணு தெரியல பெரிம்மா."

"என்னாடா சொல்ற?"

"நீ ஒக்காந்திருக்கது கூட மங்கலாத்தேந் தெரியிது."

"இங்க வா பாப்பம்."

மாவுச் சட்டியில் எத்தி நின்றன கால்கள். இமைகளை மேலுயர்த்தி கண்ணுக்குள் ஊதினார். குளிர்ந்த நீரால் கண்களைக் கழுவிவிட்டு மீண்டும் பார்த்தார். "நடுக்குண்டு தொவரம் பருப்பளவு சத வளந்திருக்கு. "அடப்பாவமே! ஆரு வச்ச சூனியமோ?"

அடுப்பை நிறுத்திவிட்டு பெரியப்பாவை அழைத்துக் காட்டினார். "பூ விழுந்திருக்கு" என்றார் அவர். "அவெ(ன்) ஆத்தாள வரச்சொல்லி ஊருக்கு அனுப்பு."

"ஆசுப்பத்திரியில காட்டுவம்."

"மருதையிலதேந் கண்ணாஸ்பத்திரி இருக்கு; நமக்கு நேரம் இருக்கா என்ன."

"தங்கச்சி கஞ்சிக்கே பெரும்பாடு படுறா; அவ எங்க ஆசுப்பத்திரிக்கி அலையப் போறா?"

"அதுக்கு நாம என்ன செய்ய முடியும்?" சொல்லியபடி வீட்டில் இருந்து வெளியேறினார். அண்ணன் காச்சலோடு எழுந்து வந்து

தேனிசீருடையான் | 97

என்னை அணைத்துக் கொண்டார். "நேத்தே தடுமாறித் தடுமாறித்தேங் நடந்தா(ன்).

அந்த நேரம் பார்த்து வெள்ளையன் வந்தான். மார்க்கயங் கோட்டைக்கு அடுத்துள்ள அய்யம்பட்டி கிராமத்தைச் சேர்ந்தவன். பெரியம்மாவின் வேலைகளுக்கு உதவி செய்யக் கூடியவன். கிணத்துப் பாசானத்தில் நெல் விளையும் ஊர் அது. சம்சாரிகளிடம் பச்சநெல் வாங்கி, காயப்போட்டு, அரைத்து அரிசியாக்கித் தந்தான். அதிரசத்துக்கு அதிக அளவில் பச்சரிசி தேவைப்பட்டது.

"என்னா வெள்ள; ரெண்டுமூணு நாளா ஆளக்காங்கல?"

"நேத்து மகளுக்குக் கண்ணாலம்; சோலி சரியாப்போச்சு."

"ஒண்ணூஞ்சொல்லல?"

"மச்சினெ மகெ; இப்பவே பொண்ணு குடுன்னு ஒரு கால்ல வந்து நின்னாங்; சாதகம் பாத்துச் செய்வம்னு எம்புட்டோ சொல்லிப் பாத்தேங்; உரிமப்பட்ட பொண்ணுக்குக் குறிகேக்க வேண்டியதில்லைன்னு எம்பொண்டாட்டி வக்காலத்து வாங்குனா; எம்மகளும் சாதகம் பாக்க வேணாம்யான்னுட்டா; என்ன செய்ய; ஒடனே தேனிக்கிப் போயி பெரிய கடையில சீல சாக்கெட்டு எடுத்துத் தந்து ஒரு மரக்கா நெல்லும் ரெண்டு மரக்கா தவசமும் குடுத்து அனுப்பிவிட்டேங்."

"அம்புட்டுத்தேங் கல்யாணமா?"

"ஆமா சாமி; ஆணும்பொண்ணுங் கலக்குறதுக்கு எதுக்கு ஆடம்பரம்? இன்னக்கிக் காலையில நானும் வீட்டுக்காரியும் போயி மக ஆவலாதியாத் திங்கிற சீனிச் சேவு, கருப்பட்டி முட்டாசு எல்லாம் வாங்கிக் குடுத்துட்டு வந்தம்; அம்புட்டுத்தேங் கன்னாலம்."

"நீ ஒகக்காரெங்; துட்டுச் செலவில்லாம காரியத்த முடிச்சுட்ட." பெரியம்மா கவுத்திப் போட்ட நாழிமேல் அதிரச மாவை வைத்து, வட்டமாய்த் தட்டியபடி வெள்ளையனை வாழ்த்தினார்.

"குடும்பமாருக்கு எதுக்குத் தாயி ஆடம்பரம்?"

அண்ணன் குறுக்கிட்டார். "குடும்பமாரு, செட்டிமாருன்னு கணக்கு இருக்கா என்ன? ஆணும் பொண்ணும் கூடுறது நாலு பேருக்குத் தெரியணும்; பத்துப் பேரு மனசார ஆசீர்வாதம் பண்ணணும். அதான கன்னாலம்?"

“சாமியவுக சொல்றதும் நெசந்தேங்; ஏழக்கிக் கெடக்கிற எள்ளுருண்டதான சாமி பெரிசு; லட்டுக்கும் சிலேப்பிக்யும் ஆசப் படலாமா?”

“சரிதேங்; எங்க வீட்டுக் கழுதைகதேங், நக போடு; நட்டுப் போடுன்னு பெரிய செலவா இழுத்து வக்கிதுக.”

“ஒங்களுக்குத்தேங் பொண்ணு இல்லைல்ல; மந்திரி மாதிரி மகெங்; வருமானந்தேங்.”

“ஓங் வாய்க்கி சக்கர போடணும்: சிதம்பர நாடாரோட பொண்டாட்டி கூட அப்படித்தேஞ் சொல்லுச்சு.”

“பின்ன இல்லியா? நல்லா படிக்ய வக்கிறீக; ஓங்களப் போல அனல்ல வேகாம காத்தாடிக்கடியில ஒக்காந்து பேனா பிடுச்சு எழுதுவாரு; பாத்ததும் அந்த சீத்தா தேவியே வாக்கப்பட்டு வர மாட்டாகளா?”

அண்ணன் என் கையை இறுக்கிப் பிடித்துத் தன் மகிழ்ச்சியை வெளிப்படுத்தினார். “அப்படி ஒரு காரியம் இந்த வீட்டுல நடந்துச்சுன்னா ஒனக்கு பட்டுவேட்டி எடுத்துத் தாரேங்.”

“ஆகட்டும் சின்னய்யா; அப்படியே எம்பொண்டாட்டிக்கி பட்டுச் சீல; இதுநா வர நாங்க பட்டுத்துணிய கண்ணுல கூடக் காங்கல.”

இன்றைக்கே நடக்கப் போவதுபோல வார்த்தைகள் அலம்பின.

வெள்ளையன் வயது மூத்தவன். பெரியப்பா சோடு இருக்கும்; நான் உட்பட எல்லாரும் அவனே இவனே என்று ஒருமையில்தான் அழைக்கிறோம். ஏன் இப்படி என்பதை என்னால் புரிந்துகொள்ள முடியவில்லை. வெள்ளையனும் கேட்டதில்லை. ஆனால் பெரியம்மா பாகுபாடு இல்லாமல் வெள்ளையனுக்கு இந்த வீட்டில் புழங்கும் வட்டிலில் சோறுபோட்டு வைப்பார். வயிறு நிறைந்து வாழ்த்திச் செல்வான். “வகுறு பசிச்சா தாயவுக வீடுதேங் சொர்க்கம்; மகாராசி நூறு வருசம் நோய்நொடி இல்லாம வாளணும்.”

“சரி வெள்ள; எனக்கொரு ஒதவி செய்யிறியா?”

“என்னா தாயி இப்படிக்கேட்டுட்டீங்க; காலால எத்துங்க; தலையால வாங்கிக்கிறேங்.”

“தேனியில எந்தங்கச்சி வீட்டு வரக்யும் போயி அவளக் கூட்டியாரணும்.”

“இதென்ன பெரிய சோலியா? இப்பவே கெளம்புறேன்.”

இருந்த பழைய சோற்றைத் தண்ணி ஊத்தி, வெங்காயத்தைக் கடித்துக் கொண்டு சாப்பிட்டான். பெரியம்மா தந்த பத்து ரூபாயை வாங்கி முந்தியில் முடிந்துகொண்டு கிளம்பினான். அப்போது சின்னமனூரில் இருந்து தேனிக்கு எழுபத்தஞ்சு பைசா டிக்கட். போகவர ஒண்ணரை ரூபா. மீதியை டீ சாப்பிட வைத்துக் கொள்ளச் சொன்னார். கும்பிடு போட்டுவிட்டுக் கிளம்பினான்.

வாசல் தாண்டியவனைத் திரும்பவும் அழைத்தார் பெரியம்மா. “தங்கச்சி கையில காசு இருக்கோ என்னமோ; எத்தன பேரு வாராகளோ; அத்தன பேருக்கும் நீயே டிக்கட்டு எடுத்துரு.”

“ஆகட்டுந்தாயி” என்றபடி பஸ்டாண்டை நோக்கி நடக்க ஆரம்பித்தான்.

17

மதியம் ரசஞ்சோறு சாப்பிட்டுவிட்டு உள் ரூமுக்குள் போய்ப் படுத்து அயர்ந்து தூங்கினேன். கனவில் வந்த நாய்களும் கோழிகளும் கண்களுக்கு நன்கு வெளிச்சப்பட்டன. “நீ குருடன் இல்லை” என்று அசரீரியாய்க் கடவுள் பேசினார். முல்லையாற்றங்கரையின் வேப்பமரம் மஞ்சள் பூக்களைச் சூடியிருந்தது நன்கு புலனாகியது. விழிப்பு தட்டும் வரை கண் தெரிந்தவனாகவே இருந்தேன்.

மாலை மசங்கலில் அம்மா, அப்பா, அக்கா மூவரும் அலறியடித்து ஓடிவந்தார்கள். கட்டிப் பிடித்துக் கதறினார் அம்மா. “கண்ணக் காட்டு” என்றாள் அக்கா. தோளில் இருந்த துண்டை எடுத்து விரித்து ஸ்டூல் மேல் உட்கார்ந்த அப்பா முகத்தை நிமிர்த்திக் கண்களை உற்றுப் பார்த்தார்.

பெரியம்மாவின் அடுப்பு வேலை முடிந்திருந்தது. அதிரசமும் முறுக்கும் பஞ்சாரக் கூடைகளில் அடுக்கி வைக்கப் பட்டிருந்தன. மறுநாள் காலை லைனுக்குக் கொண்டு போகவேண்டும். இப்போதே பெரியப்பா சைக்கிளுக்கு எண்ணெய் போட்டுத் துடைத்துத் தயார்

செய்திருந்தார். காலை ஐந்து மணிக்குக் கிளம்பினால்தான் மதியத்துக்குள் வியாபாரம் முடியும்.

எனக்குக் கண் தெரியாமல் போய்விட்டது. என்ன செய்யலாம் என்று அனைவரும் சேர்ந்து யோசித்தார்கள். “மருதக்கிக் கூப்பிட்டுப்போங்க” என்றார் பெரியப்பா.

“எம்புட்டுச் செலவாகுமோ?” என்று ஆதங்கப்பட்டார் அம்மா.

“நூறு ரூவாயாச்சும் ஆகும்.”

“யே யாத்தே” என்றார் அப்பா. “பத்து இருவதுன்னா கந்துக்கு எடுக்கலாம்; அதுக்கும் கூட பெரியாளுக சிபாரிசு வேணும்; நூற எங்குட்டுப் போயி பெரட்ட?”

“நூறு ரூவாக்கி எத்தன அணான்னு கூட கணக்குத் தெரியாது.” அக்கா வருத்தப் பட்டாள்.

“நீ இருந்தாக் குடுக்கா; வம்பாடு பட்டு அடச்சுர்ரேங்” பெரியம்மாவிடம் அம்மா கோரிக்கை வைத்தார்.

பெரியம்மா ஏதும் பேசாத நிலையில் பெரியப்பா குறுக்கிட்டார். “மாவு மில்லுக்கு எரநூறு ரூவா பாக்கியிருக்கு; அதவே குடுக்கமுடியாமத் திண்டாடுறேங்; வெல்ல மண்டிக்யும் பாக்கி. எங்களால முடியாது.”

“வட்டிவாசிக்கி வாங்க முடியாதா?” என்றார் பெரியம்மா.

“இந்தூர்ல இம்புட்டுப் பொழப்புப் பொழச்சுட்டு நாம்போயி வட்டிக்கி வாங்க முடியுமா? பள்ளத்துல விழுந்துட்டேன்னு நெனக்ய மாட்டாக?”

இப்படியாக விவாதம் ஓடிக் கொண்டிருந்த போது வெள்ளையன் ஒரு யோசனை சொன்னான். “சாமியவுக கோவிச்சுக்கக் கூடாது; விஞ்ஞானமாவும் பாக்கணும்; அஞ்ஞானமாவும் பாக்கணும்; எங்கூரு செவலக் குடும்பெ(ங் நல்லா குறி சொல்லுவியா(ன்), அவனக் கூட்டியாரட்டுமா? காத்து கருப்பு; சூனியம் செய்வின எதிருந்தாலும் தித்துலி ஆக்கிருவியாங்.”

பெரியம்மா பெரியப்பா இருவருமே ஒப்புக் கொண்டனர். “கொறஞ்ச செலவுதானே” என்று பெரியப்பா நினைத்துக் கொண்டார்.

அம்மாபட்டிக்கு பஸ் போக்கு வரத்து இல்லாத காலம். நடந்து வந்து நடந்து போவது வெள்ளையன் பழக்கம். இன்று பெரியம்மா ஒரு ரூபா தந்து "குருத வண்டியில போயி தாமுசமில்லாம ஆளக் கூட்டிட்டு வா" என்றார். பெரியப்பாவும் சம்மதம் தெரிவித்தார்.

இருட்டு இறங்கி பூமி கருப்படையத் தொடங்கியது. "இந்நேரம் முடியாது தாயி; ராத்திரியில குருதவண்டி ஓடாது. விடியால கூட்டியாந்துர்ரேங்."

இரவெல்லாம் உருண்டுருண்டு உழன்று கிடந்தேன். பெரியப்பா தவிர வேறு யாருக்குமே தூக்கம் வரவில்லை. இடையில் எழுந்து வீடு முழுவதையும் உற்றுப் பார்த்தேன். கருப்பின் ஊடாக சின்னச் சின்ன வெளிச்சப் புள்ளிகள் தோன்றி மறைந்தன. வேறு எதுவும் புலனாகவில்லை. நான் உசும்புவதைக் கண்டு அம்மாவும் அக்காவும் எழுந்தார்கள். "என்னாடா?"

"தண்ணி."

தண்ணிச்சாலில் இருந்த பானையில் இருந்து அக்கா மோந்து தந்தாள். கண்ணுக்குப் பக்கத்தில் வைத்துத்தான் செம்பை அடையாளம் காண முடிந்தது. எனக்கு அழுகை வந்தபோது அம்மா துடைத்துவிட்டார். "எந்தப் பாவிப் பய செஞ்ச தீவினையோ? எங்குடும்பத்துல வந்து விடிஞ்சிருக்கு." அம்மா அழுவதை உணர முடிந்தது.

பெரியப்பா லைனுக்குப் போன பிறகு வெள்ளையனும் செவலையனும் வந்து சேர்ந்தார்கள். நெல்லுச் சோறு காய்ச்சி சாம்பார் வைத்திருந்தார் பெரியம்மா. அவர்கள் இருவருக்கும் இலைவிரித்துப் பரிமாறினார். அதன் பிறகு அனைவரும் சாப்பிட்டோம்.

வீட்டுத் திண்ணையில் சாக்கு விரித்து உட்கார்ந்தார் செவலையன் தான் வைத்திருந்த பைக்குள் இருந்து எதையோ எடுத்துத் திண்ணைமேல் வைத்தார். "மண்ட ஓடு" என்று அக்கா அடையாளம் சொன்னாள். மண்டை ஓடு என்றதும் எனக்கு பயம் கவ்விக் கொண்டது. "கங்கைக் கரையிலருந்து கங்கா நீராடிக் கொண்டாந்த ஓடு சாமி. அகோரிக பூஜ செஞ்சு தந்தது. இந்த ஓட்டுக்குள்ள இருக்கவரு லேசுப்பட்டவரு இல்ல; காசி விஸ்வநாதர்ட்ட பேசி

தாப்பிரியம் சொல்லுவாரு. காத்துக் கருப்பு, கண்ணுப்பட்ட ஓமலிப்பு, பச்சநாவி, பொச்சுக்காப்பு, வேதமுனி சாபம் எதுன்னாலும் கேட்டுக் குடுப்பாரு;"

அவர் பேசியது புரியவில்லை என்றாலும் அனைவரும் ஈர்ப்புக் கொண்டு தலையாட்டுவதாய் உணர்ந்தேன்.

"காணிக்க வைங்க சாமி."

அம்மா தன் சுருக்குப் பையிலிருந்து ஒண்ணேகால் ரூபா எடுத்து வைத்தார். பத்தி சூடம் பொருத்தி, ஏதோ மந்திரம் போல் சொல்ல ஆரம்பித்தார். "ஆணுக்கு அருங்கேடு, பொண்ணுக்குப் பொழ நெனக்கிற காலம் பகவானே. தப்பு, தவறு, கேடு கெடும்பு எது இருந்தாலும் தித்துளி ஆக்கிக் குடு; வளந்து ஆளாக வேண்டிய சின்னவுகளத் தண்டிச்சிராத அப்பனே." சொல்லிவிட்டு சோவியை உருட்டிப் போட்டார். கலீரென்ற அதன் ஒலி ஒருவித மனக் கிலேசத்தை உண்டு பண்ணியது. மனம் வசீகரமும் மயக்கமும் கொண்டது.

"ஏழு பூ பூத்திருக்கு தாயி. ஏழாமிடம் துலாம்; செவ்வாய்க்குரிய வீடு; செவ்வாயோ வெறுவாயோன்னு சொல்லுவாக; செவ்வாய்ன்னா அங்காரகன்; செவப்பு நெறம் உள்ள கெரகம்; ரத்த வாந்தி எடுத்து சிவலோகம் போக வேண்டிய நேரம் தாயி."

அம்மா அக்கா, பெரியம்மா அனைவரும் "அய்யோ" என்று அலறினர்.

மீண்டும் சோவி உருட்டி பன்னண்டு பூ மலர்ந்திருப்பதாய்ச் சொன்னார். "பன்னண்டாமிடம் குருவீடு; பயப்பட வேண்டியதில்ல; செவ்வாய குரு பாக்குறதால ரத்தபலி மாறி பார்வ தோஷமா கொறஞ்சிருக்கு.."

"ஒடச்சு சொல்லு பண்டாரம்" என்றார் பெரியம்மா.

"தலக்கி வந்தது உருமாக்கட்டோட போற மாதிரி உசுரக் கொத்த வந்த பாம்பு கண்ண மட்டும் தீண்டிட்டுப் போயிருச்சு."

"அதுக்கு என்ன பரிகாரம்?" பெரியம்மாவே மீண்டும் கேட்டார்.

திரும்பவும் சோவி உருட்டி "ரெண்டு" என்றார். "வாக்குஸ்தானம்; பாடறிவு, பட்டறிவு, நேத்திரத்தால ஆகாத உள்ளறிவு அதாவது ஞானக் கண் நேத்திரம் சின்னய்யாவுகளுக்குக் கை கூடும்; ஓஹோன்னு பொழப்பு நடத்துவாரு."

"கண்ணு தெரியிறதுக்கு வழி சொல்லு பண்டாரம்."

சோவி உருட்டலில் அனைத்தும் கவிழ்ந்திருப்பதாய்ச் சொன்னார். "பன்னண்டும் கவுருதுன்னா தட்டழிஞ்சு போச்சுன்னு நெனக்ய வேண்டியதில்ல; இருக்கதிலேயே பெரிய நம்பரு அதுதேங்; இருவத்தி நாலு பூ பூத்திருக்கு." சோவிகளைக் கையில் குலுக்கிக் கொண்டே ஏதோ யோசனை செய்தார்.

"எல்லாமே கவுந்து போச்சா?" அம்மாவின் குரலில் அழுகையின் நடுக்கம் இருந்தது.

"காசிநாதா! கங்கைக்கரை பரமேஸ்வரா! தாயவுக கேக்குறாக; இன்னதுதேன்னு திட்டவட்டமா சொல்லுப்பா."

"மூணு" என்றாள் அக்கா.

"பாதையில்லாத லெக்கு இல்ல; சொஸ்தம் இல்லாத நோக்காடு இல்ல; தீர்வு இல்லாத சிக்கல் இல்ல. நீங்க எந்தூரு தாயி?"

"தேனி." அக்காதான் பதில் சொன்னாள்.

"கிட்டத்துல இருக்குற அய்யங்கோயிலுல மூணுவாரம் நெய்தீபம் ஏத்துங்க; நித்தமும் காலை மாலை ரெண்டு வேளையும் அந்தி மந்தாரப் பூவக் கசக்கிக் கண்ணுல ஊத்தி வாங்க; பையப் பைய வெளிச்சம் கெடக்யும்."

"எம்புட்டு நாளக்கி ஊத்தணும்?"

"ஒருமண்டலம்."

தேனியில் முத்துமாரியம்மன் கோயில் புதிதாக எழும்பியிருந்தது. சாலையோரத்துக் கோயில் அது. ஊரின் சின்னச் சின்ன வியாபாரிகளும் சம்சாரிகளும் பணம் வசூல்பண்ணிக் கட்டியிருந்தார்கள். "எல்லா சாதியினரும் கும்பிடலாம்" என உள்ளறையில்

எழுதிப் போட்டிருந்தார்கள். சின்னகாமுவின் அப்பாவும் அதில் ஓர் உறுப்பினர். அவரிடம் சொல்லி நித்தமும் தீபம் ஏற்றிவிடலாம். நந்தவன வாசலில் மந்தாரை வளர்ந்திருந்தது. காலையில் அரும்பி மாலையில் பூக்கும். அதைப் பிடுங்கிவந்து சாறு பிழிந்து ஊற்றிவிட முடியும்.

வயிற்றில் துளசிச் சாறும் கண்ணில் மந்தாரைச் சாறும் விழுந்தன. ஆனாலும் விழிக்கருப்பில் உள்ள பூ அப்படியே இருந்தது. சலிப்படைந்த நிலையில் அம்மா 'எப்படியாவது ஆகட்டும்' என்று விட்டுவிட்டார். பெரியம்மா அடிக்கடி வந்து பார்த்து ஆறுதல் சொன்னார் என்பதோடு ஒரு ரூபாயோ ரண்டு ரூபாயோ தந்துவிட்டுப் போனார். அதன் பிறகு அவர் தயவில் பூந்தமல்லி ஸ்கூலில் சேர்ந்த கதை தனி.

அக்கா பையப் பையக் குணமடைந்து வந்தாள். ரத்தக் கோடு மறைந்து தோல் மேவ ஆரம்பித்தது. எழுந்து நடக்கத் தொடங்கினாள். அக்காவை வீட்டில் விட்டுவிட்டு அம்மா மட்டும் வேலைக்குப் போனார். எனக்கு சங்கடமாய் இருந்தது. பெண்டுகள் வருமானத்தில் நான் உயிர் வாழவேண்டுமா?

"கவலப் படாத பாலு; இப்ப ஒனக்குப் பார்வ வந்துருச்சு; கூலிக்கிப் போயாச்சும் பொழச்சுக்கிருவ." அனுதினமும் அக்கா ஆறுதல் சொன்னாள்.

18

வீட்டில் எல்லாரும் வேலைக்குப் போய்விட்டார்கள். வீதி வெறிச்சோடிக் கிடந்தது. எங்கள் குடிசைபோலவே எல்லா வீடுகளும் கூலித் தொழிலாளிகளின் கூடாரமாவே இருந்தன. கருப்பாயக்கா மட்டும்தான் மச்சுவீடு கட்டியிருந்தார். விடிந்ததுமே அவரவர் பிழைப்பைத் தேடி ஓடுகின்றனர். ஒன்றிரண்டு நாய்கள் அங்கும் இங்கும் அலைந்தபடி இருந்தன. செவலை நாய் மற்றவற்றைவிட உயரமாய் இருந்தது. நாக்கை நீட்டி இளைத்தபோது அதன் வயிறு ஏறி இறங்கியதைக் கண் கண்ணாடி வழியாகப் பார்த்தேன். கொஞ்சம் கொஞ்சமாய் நம்பிக்கை வளர ஆரம்பித்தது. முழுசாய்ப் பார்வை வந்துவிடும்.

“என்னா பாலு… நல்லாருக்கியா?” குரல் வந்த திசையை ஏறிட்டுப் பார்த்தேன். சில வினாடித் தாமதத்துக்குப் பின் செண்பகா எனப் புரிய முடிந்தது.

“வா புள்ள” என்றேன். “கொள்ள நாளா பாக்க முடியல?”

“ஊருக்குப் போயிருந்தேங்; போடியில சாமிகும்பிடு; சித்தியும் நானும் போயி மாமா வீட்டுல தங்கி கும்பிட்டு வந்தம்.”

“நீ ஓகக்காரிதேங்.”

“பெரிய ஓகம்; தாயில்லாத புள்ளைகளுக்கு என்னக்யும் ஓகம் வராது பாலு.” அவள் பேச்சில் விரக்தி இருந்தது. “சித்தி எங்குட்டாச்சும் வேலக்கிப் போகச் சொல்லுது; நா எங்க போயி தேடுறது; அதுகூட மில்லுக்கு வாரேன்னாலும் வேணாமுங்குது; அங்க இருக்கவங்கெ பூரா பலவட்டரப் பயகளாம்.” பேசியபடி என் அருகில் வந்து அமர்ந்தாள். அவள் உடுத்தியிருந்த தாவணி என் காலில் உரசியது. ஒருவிதமான சிலிர்ப்பு உடம்பில் ஏறி மனதுக்குள் இறங்கியது.

அவள்பக்கம் திரும்பி முகத்தை உற்றுப் பார்த்தேன். கருப்பு மேனியில் மஞ்சள் பூத்த முகம்! அகன்று விழித்த கண்கள்! கரும்படலம் எந்தப் பிசகும் இல்லாமல் ஒளி பொருந்தி இருந்தது. கருப்பு வட்டத்துக்குள் வெளிச்சத்தின் ராஜ்யம்! “என்னா பாலு… அப்படிப் பாக்குற?”

“ஒன்னயப் பாத்ததும் எங்க வாத்தியார் சொன்ன ஒரு பாட்டு ஞாபகம் வந்துச்சு.”

“என்னா பாட்டு?”.”

“அகல் அல்குல், கண், மூக்கு என மூவழிப் பெருகியும், நுதல் அடி நுசுப்பு என மூவழிச் சிறுகியும்.”

“அப்படின்னா?”

லேடீஸ்கு மூணு உறுப்புகள் பெரிசாவும் மூணு உறுப்புகள் சிறிசாவும் இருக்கணுமாம்.”

“அப்படியா?”

“ஆமா! உதடு, பாதம், இடுப்பு மூணும் சின்னதா இருந்தாத்தேங் அழகு; ‘பரிபாடல்’ங்குற சங்க இலக்கியத்துல சொல்லியிருக்கு.”

“பெரிசா இருக்க வேண்டியது?”

“கண், மூக்கு.......” ஒரு நிமிடம் மௌனமானேன். அந்த உறுப்பைக் கூறலாமா? தப்பு என்று தோன்றியது. அது பெண்ணின் மறைவிடம் அல்லவா?

“இன்னொண்ணு?” என்றாள்.

சங்கோஜப் பட்டபடி வேறு பக்கம் திரும்பினேன்.

“சும்மா சொல்லு; இல்லாததவா சொல்லப் போற?”

வெட்கம் ஏறிய முகத்தைக் கீழே கவிழ்ந்து “வேணாம் செண்பகா” என்றேன்.

“நாஞ்சொல்லட்டா?” என்றபடி என் முகத்தை இழுத்துத் தன் வாயருகில் வைத்து அதைச் சொன்னாள். “சரிதான?”

தைரியசாலிதான். கூச்சப்படாமல் பேசுகிறாள்.

“நாங் ஒண்ணு கேக்கட்டா?” என் காதுக்குள் உதடு வைத்துக் கிசுகிசுத்தாள்.

என் அமைதி சம்மதம் எனப் புரிந்துகொண்டாள்.

“ஒம்மேல இஷ்டப்படுறேங். ஒனக்கு என்னய பிடுச்சிருக்கா?”

அதிர்ச்சியும் ஆச்சர்யமும் கலந்து உணர்வு கண்களிலும் முகத்திலும் ஏறிநின்றன. என்ன சொல்வது என்று தெரியாமல் தடுமாறினேன். “கண்ணாடி போட்ட மொகத்தப் பாத்து எப்படி இஷ்டப் படுற?”

“கண்ணாடி போட்டா தப்பா? பெரிய பெரிய ஆபீசருக எல்லாம் போடுறாக; நாங் என்னா கண்ணாடிமேலயா இஷ்டப் பட்டேங்?”

மகாவின் முகத்தை நான் பார்த்ததில்லை. அந்தப் பாட்டின் லட்சணங்கள் அவளுக்கு மிகவும் பொருந்துவதாகப் பட்டது. “நாங் ஸ்கூல்ல படிக்கிறப்ப ஒருத்தியக் காதலிச்சேங்.”

“அப்படியா? இருக்கட்டுமே... முருகனுக்கு வள்ளியும் தெய்வானயும்னு ரெண்டு பேரு இருக்காகள்ல?”

“அப்ப நீ வள்ளியா தெய்வானையா?”

"யாராவும் இருந்துட்டுப் போறேங்; ஒனக்கும் எனக்கும் நல்ல பொருத்தம் பாலு."

கொஞ்சம் ஆயாசமாகி மதிலின் சாய்ந்து உட்கார்ந்தேன். எப்படி இவ்வளவு தைரியமாய்ப் பேசுகிறாள்!

"காமு அக்காட்ட மண்ணுக் கொழக்யவோ சூளை எரிக்யவோ வாரேன்னேங்; வேணாம்ன்றுச்சு; நாளையிலருந்து புளிக் கொட்டரக்கிப் போகலாம்னு இருக்கேங்."

டக்கென என் மனதுக்குள் ஓர் ஒளிப்பரல். நானும் கூட அந்த வேலைக்குப் போகலாமே. "ஒங்கூட நானும் வரட்டா?"

என் கன்னத்தை லேசாக இணுங்கினாள். "அது பொம்பளைக செய்யிற வேல; புளிமூடையப் பெரட்ட, நிறுத்துப் போட, கணக்கெழுத இதெல்லாந்தேங் ஆம்பளைக செய்யிறது; அது ஒனக்கு சரிப்பட்டு வருமா?"

"ஓ! செய்வனே."

"அதுக்கெல்லாம் தாட்டியம் வேணும் பாலு. நீ படிச்சவெங்; கமிசங்கடையில அட்ரெஸ் போடப் போ; இல்லாட்டி ரோட்டோரத்துல ஏதாச்சும் தொழில் பண்ணு."

இதுவும் கூட நல்ல யோசனையாகத்தான் இருந்தது. மேல்படிப்புக்குப் போக முடியாத நிலையில் செண்பகாவின் ரோட்டுக் காட்டு யோசனை பிடித்திருந்தது.

நடுவீதிக்குப் போய் மண்ணள்ளி, தெல்லியெடுத்து, மாவுபோல கொண்டுவந்து என்னிடம் தந்தாள். "நெத்தியில பூசிவிடு பாலு."

"எதுக்கு?" ஏதோ ஒரு உணர்ச்சிக் கலவை உடம்பை நடுக்கியது.

"சும்மா பூசிவிடு சொல்றேங்."

"மண்ணவா பூசுவாக?"

"விபூதின்னா சாணிய எரிச்சு எடுக்குறது; மண்ணு பூமித்தாயோட மடியிலருக்கது; பூசிவிடு; நாங் வேலக்கிப் போயி சம்பாரிச்சு, நீயும் நானும் பொழக்யலாம்."

செண்பகாவுக்குத்தான் எத்தனை பெரிய ஆசை? அதற்கு நான் தகுதியானவனா? மகாவுடனான காதல் இளமைக் காலத் துடிப்பு;

இன்று அது தூரவெளியில் ஒதுங்கிப் போய்விடும் போல. செண்பகாவின் ஆசை இரு குடும்பங்கள் சம்பந்தப் பட்டது. அப்பாவுக்கும் அம்மாவுக்கும் அக்காவுக்கும் பணி செய்யக் கடமைப் பட்டவன் நான். இந்த வாழ்க்கைப் பரப்பில் செண்பகாவுக்கு எங்கே இடம் இருக்கிறது? ஆனாலும் பூசிவிட்டேன்.

திண்ணையில் இருந்து எழுந்து நின்றவள் என் முகத்தைப் பிடித்து இழுத்து, உதட்டின்மேல் அழுத்தமாய் ஒரு முத்தம் வைத்தாள். "நாளையிலருந்து வேலக்கிப் போறேங்; இனி வாரம் ஒருக்கதேங் ஒன்னயப் பாக்க முடியும்; நாயத்துக் கெழம லீவு."

செண்பகா நடந்து போவதைக் கவனித்தேன். அவளின் உயரமும் பருமனும் சமநிலையில் இருந்தன. அடர்கருப்பு இல்லை; மாநிறம். முகம் கருவிழிபோல ஒளிவீசியது. அவள் தாவணியின் பின்புறம் வட்டமாய் ஒரு கிழிசல்! முந்தியின் ஓரப் பகுதி நூல்பிரிந்து நைந்திருந்தது. மகாலட்சுமி செல்வ சீமாட்டி; செண்பகா காட்டுச் செடி; வாடி வதங்கினாலும் உயிர்ப்பு மாறாது.

இருபெரும் பெண்கள் மாறிமாறி மனசுக்குள் வந்து நின்று வதம் செய்தனர். இருவரும் இரு கைகளையும் பிடித்து இழுத்தனர். 'நீ ஒரு மோசக்காரன்' என்றாள் மகா. செண்பகாவோ ஒரு பறவையாய் மாறி வானத்துக்கு அப்பால் என்னைத் தூக்கிப் போனாள். செண்பகாவின் கால்களுக்குள் சிக்கியிருந்த நான் எடை இழந்த உடலுடன் பறந்துகொண்டிருந்தேன். அவளின் கால் நகங்கள் ஈரம் தோய்ந்த முத்தங்களாகி உடலைக் குளிப்பாட்டின.

"காதலிலே தோல்வியுற்றான் காளை ஒருவன்..."

எங்கோ ரேடியோ பாடியது. என் வாழ்வில் தோல்விகள் சகஜமாகிவிட்டன. வறுமை, பார்வை இழப்பு, இப்போது காதல்! படுத்துக் கிடக்கும் என்மேல் தோல்வியின் சக்கரங்கள் ஏறி நசுக்கின. மதிலில் சாய்ந்திருந்த முதுகைத் திண்ணையில் சாய்த்தேன். தலை 'கரகர'வெனச் சுற்றியது. கண்ணாடி வழியே விழிகளில் நிறைந்திருந்த வெளிச்சம் காணாமல் போனது. வெயிலை மறைத்த மேகம்போல் கண்கள் கருமைதட்டி நின்றன. வீட்டின் கூரையோ, எதிர்ச்சாரியில் இருந்த வீடுகளோ தட்டுப்படவில்லை. ஒருவிதமான கிறக்கம் உடலை வளையமிட்டு அமுக்கியபோது யாரோ வந்து என்னை விடுவித்தார்கள்.

19

“ஒன்னால கவர்மெண்டுக்கு நஸ்டந்தேங் போல; இந்தா.”

போஸ்ட்மன் ராசு அண்ணன் குரல் கேட்டு எழுந்து அமர்ந்தேன். “வணக்கம்ணா.”

“இந்தா; ஓசித் தவாலு.”

“என்னண்ணா சொல்றீங்க?”

“ஆமா! ஸ்டாம்பு ஒட்டலைன்னா அது ஓசிதான? கவர்மண்டுக்கு நட்டம்.”

“தப்பாப் பேசாதீங்க; கண்ணுத் தெரியாத கபோதிகல்லாம் கொஞ்சமாச்சும் படிச்சு வேலக்கிப் போறம்னா, எலவசக் கல்வியும் இதுமாதிரி எலவச அஞ்சலுந்தேங்; எங்களுக்கு வாசிக்ய தமிழ்ல புஸ்தகம் இல்ல; இங்கிலீஸ் புஸ்தகம் லண்டன்லருந்து வருது; அதுக்கெல்லாம் ஸ்டாம்பு ஒட்டி வரவழக்ய முடியுமா? எங்க பொழப்புல வேட்டு வச்சிருவீங்க போலவே?”

“அப்படியெல்லாம் ஒண்ணுமில்ல; ஒறங்கிட்டிருந்த ஒன்னய உசுப்புறதுக்காகச் சொன்னேங்; தப்பா நெனச்சுக்காத; நா பறக்குடியில பெறந்தவெங்; கவர்மெண்டு வேலக்கி வந்திருக் கேன்னா எலவசங்கதேங்; இதுக்குப் பேரு எலவசங்கெடையாது; சமூக நீதி; அமுங்கிக் கெடக்குறவங்க அண்ணாந்து பாக்குறதுக்கான ஏற்பாடு.”

ராசு அண்ணன் விவரமாகப் பேசினார். கூலிக்கு மட்டுமே போனவர்கள் பள்ளிக் கூடம் போய், ஒய்ட் காலர் வேலைக்குப் போகிறார்கள் என்றால் இட ஒதுக்கீடும் சமூக நீதியும்தான் என்று பொன்னுசாமி சார் சொல்லியது நினைவுக்கு வந்தது. சமூகநீதி என்ற சொல்லைத் திராவிட இயக்கத் தலைவர்கள் பயன்படுத்துகிறார்கள்.

பள்ளி நாட்களில் ஆண்டுவிழா நடக்கும்போது ஓட்டப் பந்தயம் நடத்திப் பரிசுகள் வழங்கியது பள்ளி நிர்வாகம். கால் பார்வை, அரைப் பார்வை உள்ள மாணவர்கள் வேகமாய் ஓடிப் பரிசு வாங்கியபோது, முழுக் குருடர்கள் பின் தங்கினர். அவர்களால் பரிசுகள் வாங்க முடியவில்லை. பொன்னுச்சாமி சார் சொன்ன ஆலோசனைப்படி, முழுசாய்ப் பார்வை பறிபோனவர்களுக்கு

சலுகை வழங்கப் பட்டது. அதாவது, நூறு மீட்டர் ஓட வேண்டு மென்றால் துரைச்சாமி, கிருஷ்ணன் போன்ற மாணவர்கள் பத்து மீட்டர் முன்னே நிறுத்தப் பட்டுப் பந்தயம் நடந்தது. விளைவாக துரைச்சாமி இரண்டாமிடமும் கிருஷ்ணன் மூன்றாமிடமும் பிடித்தார்கள். அரைப்பார்வை மாணவர்களில் யாராவது ஒருவருக்கு முதல் பரிசு. விழாவில் பேசிய பள்ளி முதல்வர் "இது ஒரு நல்ல உத்தி" என்று பாராட்டினார். "எல்லாருக்கும் வாய்ப்பு கிடைக்கிறது ஏன்பதால் ஒவ்வோர் ஆண்டும் இந்த முறையைக் கடைப்பிடிக்கலாம்."

ராசு அண்ணன் தோளைத் தட்டி, "படி" என்று சொல்லிவிட்டு நகர்ந்தார். பாவம் அவர். காலைமுதல் மாலைவரை நடந்தே சென்று தபால் விநியோகம் செய்கிறார். நடக்கும் கஸ்டத்தைவிட தான் ஓர் அரசு ஊழியர் என்பதில் பெருமகிழ்ச்சி. உழைப்பும் படிப்பும் உன்னதம் தருகின்றன..

தபாலைப் பிரிக்கும் முன்பாகவே மகாலட்சுமிதான் எனப் புரிந்துகொண்டேன். வேறு யாரும் எனக்கு எழுதப் போவதில்லை. முன்கை நீண்டால்தானே முழங்கை நீளும்? நான் எழுதாத போது எனக்கு யாரும் எழுதவேண்டும் என எதிர்பார்ப்பது அறிவீனம்.

கடிதத்தைப் பிரித்து மேல் வலதுபுறத்தில் உள்ள எழுத்துகளைத் தடவினேன். சென்னை என்றிருந்தது. கீழே தேதி குறிக்கப்பட்டிருந்தது. மூன்று நாட்களுக்கு முன்பு எழுதியிருந்தாள்.

"நீ முட்டாள் இல்லை என்று எனக்குத் தெரியும்; ஆனால் பயந்தாங்கொள்ளி; உன்னிடம் காசு இல்லையென்றால், சென்னைக்கு வந்துவிடு என்கிறேன்; என் பெற்றோர் உன்னை ஏற்றுக் கொள்ளத் தயாராகி விட்டார்கள். கண்பார்வை உள்ளவர்களுக்கு வாழ்க்கைப் பட்டு நொம்பலப்படுவதை விட, கண் தெரியாத காதலனோடு சேர்ந்து குடும்பம் நடத்துவது எனக்குப் பாதுகாப்பு என்று நான் சொன்னதை என் பெற்றோர் ஏற்றுக் கொண்டனர். பிறகும் ஏன் பயப்படுகிறாய்? உன்னால் முடியாவிட்டால் நான் அங்கு வந்து விடுகிறேன். ஒன்று சென்னைக்கு வா; இல்லாவிட்டால் ஐந்து நயாப் பைசாக் கார்டு வாங்கி எழுதிப்போடு. அதுவும் இல்லை யென்றால்,,,,,," இந்த இடத்தில் கோடு போட்டுவிட்டு, மீண்டும் "நான் உன்னை மறக்க மாட்டேன்; காரணம் நான் உன் மனசைக் காதலிக்கிறேன்."

எனக்கு அழுகை முட்டியது. கடிதத்தை மடித்து பிரைல் மேகசீன் ஒன்றுக்குள் திணித்து வைத்தேன். *I love you* என்ற கட்டுரை இருந்த பக்கத்தில் வைத்து மூடினேன்.

மனம் கலவரமடைந்தது. மகா என் காதலி; செண்பகா எனக்கு வாழ்க்கைத் துணையாக விரும்புகிறாள். எது உன்னதம்? காதலே எனக்கு முக்கியம்! ஆனால் பணமில்லாமல் சென்னைக்குப் போவதோ அவளைச் சந்திப்பதோ எப்படி சாத்தியம்? சம வாசிப்பும் படிப்பும் உள்ள மனங்கள் ஏற்றத் தாழ்வான பாதைக்கு மாறும்போது காதலுக்கு மரியாதை உண்டாகுமா? அப்பா அம்மாவை அண்டியிருக்கும் நான் மகாவை அண்ட விரும்புவது சுயநலம். உடலையும் மனதையும் வளர்த்தெடுத்தவர்கள் பெற்றோர்; மகாவிடம் போய்விட்டால் இவர்களுக்கான செஞ்சோற்றுக் கடனை எந்த வகையில் தீர்ப்பது? என் சுய மரியாதை உணர்வுக்கு நியாயம் கிடைக்குமா? உன்மத்த நிலையில் நின்று மனம் குழம்பியது.

“சென்னைக்கு வந்துவிடு; நீயும் நானும் சேர்ந்து வாழ்ந்து உன் பெற்றோரை உயர்வடைய வைக்கலாம்!” மகாவின் குரல் அசரீரியாய் ஒலித்தது.

செண்பகாவின் குரல் மகாவின் குரலைவிட ஓங்கி ஒலித்தது. “ஒங்கிட்டவே இருந்து ஒங்கப்பா அம்மாவ நாங்காப்பாத்துறேம் பாலு.” செண்பகாவின் கிழிந்த சேலையைவிட மகாவின் ஒளி பொருநதிய உடையை மனம் நாடவில்லை. கிழிந்து தொங்கிய ஒவ்வொரு நூலுக்குள்ளும் அவளின் ஆசையும் அன்பும் உறைந்து கிடந்தன. கிழிசலுக்குள் இருக்கும் அன்பும் வாஞ்சையும் நேர்த்தியாடையில் பதியவில்லை என்றே தோன்றுகிறது. சென்னைக்குச் சென்றுவிட்டால் நல்ல உணவு கிடைக்கும்; துணிமணியும் கூட வாங்கித் தருவாள்; படிப்புக்கேற்ற வேலையை வாங்கித் தருவாளா? உத்தியோகம் புருஷ லட்சணம்; அது கிடைக்காதவரை நான் அவளின் அடிமையாகத்தான் இருக்க முடியும்.

அதோ! வான்மண்டலத்தின் கருமேக வெளிகளில் இரண்டு கோதைகளும் சுழன்று சுழன்று நீச்சலடித்தார்கள். ஒருத்தி இன்னொருத்தியை மிஞ்ச நினைத்தபோது போட்டிவேகம் கூடியது.

ஒருத்தியின் கூந்தல் இன்னொருத்தியின் கையில் சிக்கிச் சிதைந்தது. இருவரும் என் இரு கைகளையும் பிடித்து இழுத்தார்கள். மகாவின் இழுவையால் கை வலித்தது. செண்பகா மென்மையான வருடலுடன் இழுத்தாள். வானதேவதை இறங்கிவந்து “விடுங்க புள்ளைகளா” என அமட்டினாள். மகா வேகமெடுத்துச் சிரித்தாள். செண்பகாவுக்குச் சிரிப்பு வரவில்லை. தன் கைகளால் என்னை இறுக்கிக் கொண்டாள்.

“நான் பாலுவைக் காதலிக்கிறேன்” என்றாள் மகா. ”என் உள்ளத்தை அவனிடம் தந்துவிட்டேன்.”

“என் உடலையும் சேர்த்துத் தரப்போகிறேன்.” செண்பகாவின் மெல்லிய குரல் மகாவின் குரலைக் கீழ் நோக்கி அமுக்கியது.

மகாவா? செண்பகாவா? கேள்விகளின் அணிவகுப்பில் செண்பகாவின் அந்தராத்மா என் மூளையையும் தோள்களையும் பற்றிக் கொண்டன.

எழுந்து நின்று வெறிச்சோடிக் கிடந்த வீதியை ஏறிட்டுப் பார்த்தேன். முக்குத் திருப்பத்தில் ஒரு கன்னி நின்று எதையோ பார்த்துக் கொண்டிருந்தாள். சில் ஆண் நாய்கள் ஒரு பெட்டையை விரட்டியபடி இருந்தன.

வீட்டைப் பூட்டி சாவியைக் கம்பைமேல் வைத்துவிட்டு நந்தவனம் நோக்கி நடந்தேன். சுட்டெரிக்கும் வெய்யில்! பத்துப்பேர் வரை ஏற்றம் இறைத்துக் குளித்துக் கொண்டிருந்தார்கள். பச்சையண்ணன் பிள்ளையார் கோயில் திட்டில் உட்கார்ந்து ஏதோ வாசித்துக் கொண்டிருந்தார்.

“வா பாலு” என்றபடி புத்தகத்தை மூடி பிள்ளையார் பீடத்தடியில் வைத்தார். எடுத்து கண்ணருகில் வைத்து வாசித்தேன். “புத்த பிடகம்” என்று எழுதப் பட்டிருந்தது.

“என்னாண்ணே இது?”

“கௌதம புத்தரோட உபதேசங்கள். இந்த மண்ணுல அவதரித்த மகா ஞானி. எல்லாப் பிரச்சினைகளுக்கும் அவர்ட்ட தீர்வு இருக்கு.”

அவர் வார்த்தைகள் ஒளிப் பிரவாகமாய் என் மனசுக்குள் பாய்ந்தன. "என்னுடனான வாழ்க்கை மகாவுடையதா, செண்பகாவுடையதா?"

பச்சையண்ணன் புத்தகத்தைத் திறந்து ஒரு வாக்கியத்தை வாசித்தார். "நீ அவளை நேசிக்கிறாயா, தொட விரும்புகிறாயா?"

"அவளை நான் நேசிக்கிறேன்."

"அவள் உன் மனசைத் தொடுகிறாளா, உடலையா?"

"மனசின் வழியாக உடலையும், உடல் வழியாக மனசையும்."

"உடலின் இருப்பு யதார்த்தமானது; உடல் இருப்பதால் மனம் இருக்கிறது; உடல் இல்லையென்றால் மனம் இல்லை. உடல் அழியும்போது மனமும் அழிந்து போகும். உடல் அழிந்தபின் தான் மனம் அழியும். மனக்காதல் உடல் காதலையும் தாண்டி நீளும்.

அவர் வாசிக்க வாசிக்க ஒருவித மயான அமைதி இறங்கியது. புரிவது போலவும் புரியாதது போலவும் மயக்கம் தந்தது. "ஒண்ணும் புரியலண்ணே" என்றேன். மகா லட்சுமியோடது மனக்காதல். செண்பகலட்சுமி உடலாலும் காதலிக்க ஆசைப்படுகிறாள்."

ஒருவித மயக்கவெளியில் மிதந்தவாறு அவரை உற்றுப் பார்த்தேன்.

"என்னா அப்படிப் பாக்குற?"

"ரெம்பச் சாதாரணமாருக்கீங்க; அறிவுக் களஞ்சியத்த சொமந்துட்டிருக்கீங்க; நம்ப முடியலண்ணா."

ஒருவித ஆலாபனையோடு சிரித்தார். அந்தச் சிரிப்புக்குள் அறிவுத் தேடல் கலந்திருந்தது. "பாலு! ஒனக்கு என்னா கொழப்பம்?"

மகாவையும் செண்பகாவையும் சொன்னேன்.

"முடிஞ்சா மெட்ராஸ் போயிடு; வாய்ப்பில்லைன்னா மெட்ராஸ்காரிய மறந்துடு; அதுதாம் பொழப்புக்கு நல்லது; அந்த ஒடம்ப இன்னும் நீ தீண்டல; தோல்வியின் துயரம் கொஞ்ச நாள்ல சரியாயிரும்."

கண்களை மௌனத்துக்குள் ஆழ்த்தினேன். தொடுவானத்துக்கு அப்பால் மகா மிதந்தபடி அலைந்தாள். பார்வையற்ற தன் விழிகளால் என்னைப் பார்த்து நகைத்தாள். “ஒங்குருட்டுக் கண்ணு பார்வைக் கண்ணா மாறிடுச்சு; அதனால என்னய வெறுக்குறியாக்கும்?”

“இல்ல மகா; நிச்சயமா இல்ல.” பெருமூச்சொன்று பீறிட்டது.

20

நடுச்சாமத்தில் தொடங்கிய மழை விடிய விடிய விடவில்லை. கூரைப் பொத்தல்களில் ஒழுகியது. ஒழுகிய இடங்களில் வட்டி, செம்பு, சட்டி ஆகிய பாத்திரங்களை வைத்து மழைநீரை வாங்கி வெளியில் ஊற்றினார் அம்மா. அக்கா உதவி செய்தாள். அப்பா விட்ட குறட்டை மழைச் சத்தத்தைத் தோற்கடித்தது. உழைத்த அலுப்பு முகடுவரை உயர்ந்திருந்தது போலும். அது என் உறக்கத்தையும் கலைத்து கூதல் காற்று நடுக்கத்தை உண்டுபண்ணியது. நான் எழுந்து உட்கார்ந்து கண்ணாடியை மாட்டிக் கொண்டு அம்மாவையும் அக்காவையும் கவனித்தேன். அவர்கள் மழைநீர் தலையில் விழாமல் முக்காடிட்டிருந்தனர். “படு தம்பி” என்றாள் அக்கா.

“நாங்கதேங் விதியோ விதின்னு கெடக்கோம்; நீயும் எதுக்கு முழுச்சுக்கிட்டிருக்க; ஒறங்கு.” இது அம்மாவின் குரல். அந்த மொழி நீளக் கயிறாய் நீண்டு உடம்பைச் சுற்றியது. அவர்கள் நனைய நான் நனையாதவனாய்க் கிடக்கிறேன்.

எழுந்து வெளியில் வந்து திண்ணையில் நின்றபடி ஒண்ணுக்கடித்தேன். மழையோடு கலந்து காணாமல் போனது. ஈர நாம்பல் படிந்த கண்ணாடியைத் துடைத்துப் போட்டுக் கொண்ட போது, திண்ணையில் ஒரு நாய் படுத்துக் கிடப்பதைப் பார்க்க முடிந்தது. வான மங்கையின் ஈரக்கூந்தல் தரைவரை நீண்டு தொங்கியது. ‘கையது கொண்டு மெய்யது பொத்தி’ கூதலைத் தடுத்தேன். எரசலடித்துத் திண்ணை நனைந்திருந்த போதிலும் நாய்க்கு அது புகலிடமானது.

கொஞ்சநேரம் திண்ணை மதிலில் சாய்ந்து நின்றிருந்தேன். மின்னல் ஒன்று பளீரென வீசியது. கண்ணாடி வழியாய்க் கண்களுக்குள் நுழைந்து திக்குமுக்காட வைத்தது. நெடுநீளமான ஒளிக்கயிறு போல கிழக்கு வானத்தில் இருந்து மேற்கு நோக்கிப் பாய்ந்தது மின்னல். சில நொடிகளில் பெரும் இடி ஒன்று தலைக்குமேல் உறுமியது. பொய்க்கண்ணுக்குள் ஊடுருவி தலைவலி உண்டானது இடிக்குப் பின் மழை வலுவடைந்து எகுறியது.

“உள்ள வாடா” என்றாள் அக்கா. “திரும்பவும் கண்ணு அவுஞ்சுரப் போகுது.” இடிச்சத்தம் கேட்டு படுத்திருந்த நாய் மளிச்செனத் தவ்வி வேறிடம் தேடி ஓடியது.

விடியப் போகும் வேளையில் மழை, தூறலாக மாறி தனது வேகத்தை நிறுத்தியது. ஈரத்தரையில் சாக்குகள் விரித்துப் படுத்தோம். உடம்பெல்லாம் ஜில்லிட்டிருந்தது. அதையும் மீறி அனைவரும் தூங்கிப் போனோம்.

கருப்பாயக்கா வந்து கதவைத் தட்டியபோது அக்காதான் திறந்துவிட்டாள். “மணி பத்தாகப் போகுது; ஒங்களுக்கு இன்னும் விடியலியா?”

இரவின் ஒழுகலை அக்கா சொன்னாள். நாங்கள் குடியிருக்கும் குடில் கருப்பாயக்காவுடையது என்பதால் “கூரைய மேஞ்சுவிடுங்க” எனக் கோரிக்கை வைத்தாள்.

“நானும் நெனச்சுக்கிருந்தேங்; ஒங்கள எங் வீட்டுக்குக் கூப்புட்டுப் போகலாம்னு நெனச்சேங்; வெளிய வரமுடியல.” கருப்பாயக்கா வருத்தப் பட்டார்.

“வெளிய வரவிடாம ஒம்ப்ருசெங் இறுக்கி அணச்சுக் கிட்டாராக்கும்?” படுக்கையை விட்டு எழாமல் அம்மா கேட்டார்.

“பொண்டுகன்னா அப்படித்தேங்; மிசுங்க முடியல.”

நான் எழுந்து அமர்ந்து சோம்பல் முறித்து, கண்ணாடியை மாட்டிக் கொண்டு கருப்பாயக்காவைப் பார்த்தேன். ஜெகஜோதியாய் மின்னியது முகம். கழுத்தில் கிடந்த மெலிதான தங்கச் சங்கிலி முன்னும் பின்னும் ஆடியது. காதையும் கம்மலையும் இணைத்து

மாட்டல் மாட்டியிருந்தார். குளித்து செந்துருக்கம் தீற்றியிருந்தார். கூந்தலை அள்ளி முடிந்து சிரிப்பு தவழும் உதடுகளோடு இருந்தார்.

"இன்னக்யாச்சும் மேஞ்சுவிடுக்கா." அம்மா எழுந்து வாசப்படியில் நின்றார்.

"போதப்புல் வெட்டியார ஆளனுப்பியிருக்கேங்; நாளக்கி மேஞ்சுருவம்." இந்த ஆறுதல் மொழி எங்கள் அனைவரையும் சந்தோஷப் படுத்தியது.

வீரப்ப அய்யனார் கோயில் மலையில் அடர்ந்து கிடக்கிறது போதைப் புல். போதை உண்டாக்கும் வாசம் கொண்டது. தடித்த மேனியும் ஆளுயர வளர்த்தியும் கொண்டு மலை பூராவும் பரவிக் கிடக்கிறது. குடிசைகளுக்கு நீரொழுக்கு இல்லாமல் இருக்க கிடுகுக்கு மேல் மேய்வார்கள். இலவசமாய்க் கிடைத்த வெயில் மற்றும் நீர்த் தடுப்பு உபகரணம் போதைப்புல். ஆக்கருவா கொண்டு அறுத்துக் கட்டித் தலைச் சுமையாய்க் கொண்டு வருவார்கள். பொருளுக்கு விலை இல்லை என்றாலும் அறுப்புக் கூலி அதிகம்.

மறுநாளும் மழை வலுத்துக் கொட்டியது. கருப்பாயக்கா தன் வீட்டுக்கு எங்களைக் கூப்பிட்டபோது அம்மா மறுத்துவிட்டார். "எங்க நொம்பலம் எங்களோட போகட்டும்; கூரைய மேஞ்சுவிட்டைன்னா கோடி புண்ணியம்."

"விடிய ஏழு மணிக்கெல்லாம் மேச்சக்காரெங் வந்துருவ்யாங்; கலங்காத."

அன்றும் முதல் நாள் போலவே ஈரவாடை உலுக்கியது. முதல் நாள் கூந்தல் விரித்த ராக்காச்சியாய்க் காட்சியளித்த வானம் இன்று பாசக் கயிறு வீசிய யமதூதனாய்த் தெரிந்தது. சளியும் இருமலும் உடலை வருத்தின. நான் சம்பாதித்துத் தகரவீடோ ஓட்டுவீடோ கட்டவேண்டும்.

கருப்பாயக்காசொன்னதுபோலவேகாலைஏழுமணிக்கெல்லாம் வந்து சேர்ந்தான் புதூர்ப் பொன்னையாக் குடும்பன். புல்கட்டை உலைத்துக் கைபிடிக்கும் அளவு மார் மாராய்க் கட்டினான். துணையாக வந்த பெண் ஒருத்தி தென்னை வரிச்சுகளை சிம்பு செதுக்கித் திண்ணையில் அடுக்கினாள். அவள் பொன்னையாவின் மனைவி. அழுக்குச் சீலையும் சிவந்த குங்குமமும் அவளின்

வாழ்க்கை நிலையைக் காட்டின. உடம்பெங்கும் வறுமைச் சுருக்கங்கள்!

"என்னா பொன்னு; இன்னக்கி ஒம்பொண்டாட்டியவும் கூட்டியாந்துட்ட?" கருப்பாயக்கா கேட்டார்.

"என்னா ஆயா செய்ய? மழ பொத்துக்கிட்டு ஊத்துது; காடுகரையில வேல செய்ய முடியல; செத்தையும் சகதியுமா நடக்க முடியாம சலம்பிக் கிடக்கு; மழ ஒஞ்சாத்தேங் காட்டுவேல. அன்னாடக் கஞ்சிக்கிதான பாடுபடுறோம்; நெலபொலம் உள்ளவுக வருசத் தேவக்கித் தானிய தவசம் குலுக்கையில சேத்து வச்சுருக்காக; அந்த லவுதம் நமக்கு வாக்யலையே."

கூரைக்குமேல் ஏறிநின்றான் பொன்னையா. அவன் மனைவி எடுத்துத் தந்த வரிச்சுகளை நிரவி ஈத்தைக் கயிறுகளால் கட்டினான். அடுத்துப் போதைமார்களைத் தூக்கி எறிந்தாள். வாங்கிக் கூரை முழுவதும் விரித்துப் பரப்பினான். மறுமாடி வைத்த கூரை என்பதால் இருபுறமும் பரப்பப் பட்டன. கட்டுக் கம்பிகொண்டு பக்கத்துக்குப் பக்கம் இறுக்கிக் கட்டினான். வேயப்பட்டது கூரை.

வான்மேகம் சூரியனோடு மல்லுக் கட்டி ஒளி விழுதுகள் பூமிப்பரப்பில் படராதவாறு பார்த்துக் கொண்டது. "மழையே சீக்கிரம் வா" என என்மனம் குதூகலக் குரல் கொடுத்தது. "நீ எத்தனை வேகமெடுத்துப் பாய்ந்தாலும் நாங்கள் நனைய மாட்டோம்."

அன்றும் மழை வந்து கொட்டியது. ஈரமணமும் கூரையை எத்திய மழைச் சத்தமும் ஓர் இசைப் பாடகனின் ஆலாபனைபோல் இருந்தது. கடந்த இரண்டு நாட்களும் ஒழுகிய மழையால் உறக்கமிழந்த நான் இன்று மழையில் நனையவில்லை என்ற சந்தோஷத்தால் தூங்காமல் இருந்தேன். அப்பாவின் அருகில் போய் அம்மா படுப்பதைக் கண்டுகொண்டேன். அக்காவும் கூடப் பார்த்திருக்கக் கூடும்.

மூன்றுநாள் மழையால் ஒருவாரம் வேலை இழப்பு. காடுகரைக்கோ பருத்தி மில்லுக்கோ போக முடியவில்லை. புளி காயாததால் புளிக்கொட்டரைகளும் விடுப்பில் இருந்தன. வியாபாரம் குறைந்து அப்பாவுக்கும் வேலை இல்லை. கொஞ்சநஞ்சம் இருந்த இருங்குச் சோளத்தை, கருப்பாயக்கா

வீட்டுத் திரிகையில் திரித்துக் குருணையாக்கிக் கூழ்க் காய்ச்சி ஊற்றினாள் அம்மா. மழைகாலத்துப் பசி ராட்சஸத்தனமாய் இருந்தது. குடிக்கக் குடிக்க 'இன்னும் இன்னும்' என்றது வயிறு; அக்கா தன் பங்கில் கொஞ்சம் எனக்குத் தந்தாள்.

கருப்பாயக்காவிடம் நாலைந்து பச்ச மிளகா வாங்கி, கீறி, உள்ளே உப்புத் திணித்து நல்லெண்ணையில் வறுத்து கூழுக்கு வெஞ்சனமாய்த் தந்தார் அம்மா. நிறைய நீர் ஊற்றிக் கூழைக் கரைத்து பச்ச மிளகாயைக் கடித்தபடி 'உருப்' 'உருப்' என உறிஞ்சிக் குடித்தேன். மிளகா உறைப்பும் கூழ் நீர்மையும் இணைந்து நாக்கில் புது ருசியைப் பரப்பின. காலை 11 மணிக்கெல்லாம் சாப்பிட்டு முடித்தாயிற்று. அடுத்த வேளைக்கு என்ன செய்வது என்ற அம்மாவின் கேள்விக்கு அப்பாவிடம் பதில் இல்லை.

"பூமி நனஞ்சிருக்கு; கரட்டுப் பக்கம் போயி கீர புடும்க்கியாருவம்." அக்காவின் யோசனையை ஏற்றுக் கொண்ட அம்மா கோணிப்பையை எடுத்துத் தோளில் போட்டுக் கொண்டு கிளம்பினார். அக்கா ஊனுகம்பு ஒன்றை எடுத்துத் துணைக்கு வைத்துக் கொண்டாள். அவர்கள் கரடு நோக்கி நடந்தபோது அப்பா கடைவீதிக்கு நடந்தார். "மொதலாளிட்ட ஒண்ணோ ரெண்டோ கடெ(ன்) வாங்கியாரேங்."

நான் லைஃப் அன் ஹெல்த் மேகசீனை எடுத்துக் கொண்டு நந்தவனத்துக்கு நடந்தேன். ரோடு சேறும் சகதியுமாய்க் கிடந்தது. நந்தவன உள்பகுதியில் மண் தரையும் பக்கவாட்டுத் திட்டுகளும் பாசி படர்ந்து பச்சை நிறத்தில் காட்சியளித்தன. யாரும் குளியலுக்கு வந்திருக்கவில்லை.

பச்சைமலையண்ணன் பிள்ளையார் கோயில் திட்டில் அமர்ந்து, கப்பக் கிழங்கு ஒன்றைத் தோல் சீவிப் பச்சையாய்த் தின்றுகொண்டிருந்தார்.

"என்னண்ணா இப்படி?" கேட்டபடி அவர் அருகில் போய் அமர்ந்தேன்.

"என்னா செய்ய? மழையில நனஞ்ச வெறகு எரியல; வகுறு எரையிதுல்ல; கப்பக்கெழங்குச் செடி ஒண்ண இணுங்கி சீவித் தின்னுக்கிட்டிருக்கேங்." எனக்கும் ஒரு துண்டு நறுக்கித் தந்தார். வாயிலிட்டுக் கடித்து முழுங்கினேன். மாவுத்தன்மை வாய்ந்த

ருசியும் பச்சை வாசமும் தொண்டையில் இறங்கின. கப்பக்கிழங்கு எனக்குப் பிடித்தமான தின்பண்டம்.

"பசியடங்கும்குறதோட சீக்கிரம் ஜீரணமாகாது. ரெம்ப நேரம் பசியில்லாம இருக்க முடியும்." கப்பக்கிழங்கு நடப்பட்டிருந்த பகுதிக்கு என்னையும் அழைத்துப் போனார். இருபதுக்கு இருபதடி சதுரத்தில், பூச்செடிகளுக்கு நடுவில் பயிரிடப்பட்டிருந்தது. மழையில் நனைந்து பூமி பொதுமி மண் தளர்ந்திருந்ததால் லேசான இழுவையில் செடி கைக்கு வந்தது. ஒவ்வொரு செடியிலும் இரண்டிரண்டு கிழங்குகள் இருந்தன. பத்துக் கிழங்குகளைப் பிடுங்கி, காட்டுக் கொடி ஒன்றை அறுத்துக் கட்டித் தந்தார்.

"இம்புட்டு எதுக்குண்ணே?"

"மூணு நாளா கஞ்சிதண்ணிக்கி என்ன செஞ்சீங்க?"

"சோளக் குருணையக் கஞ்சியா வச்சுக் குடிச்சோம்; இன்னக்கி ஏதாச்சும் கீரைய அவிச்சுத் திங்க்யலாம்னு அம்மாவும் அக்காவும் பிடுங்கியாரப் போயிருக்காக."

"நானும் நெனச்சேங். கெழங்குகளக் புடுங்கியாந்து குடுக்கலாம்னு; பெறகு ஒரு கூச்சம்; வக்கத்துக் கெடக்கமான்னு ஒங்கப்பா அம்மா சொல்லிட்டாகன்னா? அதாங் வரல."

பச்சையண்ணனுக்குத்தான் எத்தனை பெரிய மனசு. "நாங்க கவுருதியான ஆளுக இல்லண்ணே; சொல்லி இருந்தீங்கன்னா அம்மாவே வந்து வாங்கியாந்திருக்கும்."

இன்னோர் இடத்துக்கு அழைத்துப் போனார். செடி மிளகாய் வெள்ளை நிறத்தில் பழுத்துக் கிடந்தது. இருபது எண்ணிக்கை இருக்கும்; உருவி, என்னிடம் இருந்த மேகசீனில் இருந்து ஒரு பேப்பரைக் கிழித்துக் கட்டித் தந்தார். "அவுச்சு மசால் போட்டுக் கௌறி சாப்பிடுங்க; இன்னம் வேணுமும்னாலும் வந்து கேளு; தாரேங்."

"மொதலாளி பாத்தா வைய மாட்டாரு?"

"இந்தத் தோட்டம் ஒறமுறக்கிப் பொதுவானது; தலைவரு ஏழைகளுக்கு எரக்கப் படுவாரு; ஒருகாலத்துல அவரும் பசி வகுத்தோட அலஞ்சவருதாங்; பஞ்சம்பொழக்யத் தேனிக்கி வந்து யாவாரஞ்செஞ்சு முன்னேறிட்டாரு. ஏழக்கிக் குடுத்தா சத்தம் போடமாட்டாரு."

குதூகலமான மனதோடு கிழங்குச் சுமையைத் தூக்கி வந்தேன். சந்தோசம் பெருக்கெடுத்து ஓடியதால் கிழங்குச் சுமை கனக்கவில்லை. அவித்து நறுக்கி, பச்ச மிளகாயை அம்மியில் அரைத்து, கிழங்குத் துண்டுகளோடு கிளறி வட்டியில் போட்டபோது அலாதியான வாசம்! பச்சையண்ணனின் இரக்க குணம் இரண்டு நாள் பசியைப் போக்கியது.

21

ஒருவாரம் பம்மி இருந்த சூரியன் மேகத் திட்டுகளை எத்தித் தள்ளிவிட்டு பூமியின்மேல் கதிர்வீசினான். சூரிய ஒளிபட்டு, பூமி விளக்கியெடுத்த வெங்கலச் செம்பு போல மின்னியது. கண்ணாடியணிந்த கண்களால் நான் என்மேனியை ஒருமுறை ஏறிட்டுப் பார்த்தேன். பளபளவென இருந்தது. மழையின் ராட்சஸக் கரங்களில் இருந்து விடுபட்டாயிற்று என்று மனம் பூரித்தது.

முக்குத் திரும்பி தார்ச்சாலையில் ஏறிக் கிழக்கு முகமாய் நடந்தேன். ரோடு அங்கங்கே சிதைந்து பள்ளம் பாரித்துக் கிடந்தது. அவற்றில் நீர் தேங்கி செந்நிறம் காட்டியது. “செம்புலப் பெயல்நீர்” என்று தமிழய்யா சொல்லித் தந்தது ஞாபகம் வந்தது

சில நாட்களுக்குப் பிறகு தொழு மாடுகள் சாலையில் நடந்தன. ஓய்ந்திருந்த அவற்றின் கால்கள் இன்று வேகமெடுத்துப் பாய்ந்தன. சாலை முழுசையும் அடைத்து நடந்தன. சில மாடுகளின் கழுத்தில் கட்டப்பட்டிருந்த வெங்கல மணி ‘கிணிங் கிணிங்’ என சத்தம் எழுப்பித் தங்கள் வருகையை அறிவித்தன. வெங்கல மணிக்குத்தான் இசைபோல் ஒலியெழுப்பும் தன்மை உண்டு. பித்தளை, செம்பு, சில்வர் போன்ற உலோகங்களுக்கு அந்தக் கொடுப்பினை இல்லை. ஒரு கிழவனும் சிறுமி ஒருத்தியும் மாடுகளை ஓட்டினர். தாத்தாவும் பேத்தியுமாய் இருக்கலாம். சிறுமி ஓடி ஓடி மாடுகளை நேர்படுத்தினாள். அவள் கையில் வைத்திருந்த சாட்டைக் குச்சி ‘விஷ் விஷ்’ எனக் குரலெழுப்பி மாடுகளின் நடையை வேகப்படுத்தியது. வயதுக்கு வராத சிறுமிகள் பலர் பூளாங்கூடையோடு மாடுகளுக்குப் பின்னால் நடந்தனர். சாணி பெறக்கி எருத்தட்டி விற்பவர்கள் அவர்கள். குறைந்த விலையில் எரிபொருள் ஊர்மக்களுக்குக் கிடைத்தது. செண்பகாவின் சித்தப்பாவும் தொழுமாடு ஓட்டுபவர்தான் என்று நினைத்துக் கொண்டேன்.

புளிய மரத்தடியில் ஒதுங்கி அவற்றுக்கு வழிவிட்டேன். புளியம்பூக்கள் வெள்ளை வெள்ளையாய்ச் சிரித்துக் கொண்டிருந்தன. கையெட்டத்தில் இருந்தவற்றைப் பறித்து வாயிலிட்டு அதக்கினேன். புளிப்பும் துவர்ப்பும் கலந்த இனிய சுவை! என்னை நோக்கிக் கன்றுக்குட்டி ஒன்று பாய்ந்து வந்து கால் தொடையில் முட்டியது. "ஸ்ஸ் ஆஹ்ஹ்." கொம்புகள் இன்னும் முளைத்திருக்கவில்லை. ஆனாலும் தொடையில் மின்சாரம் பாய்ந்தது போன்ற வலி! எந்த விஷயத்தையும் சின்னதாய் எடுத்துக் கொள்ளக் கூடாது போலும். சாணி பெறக்கியபடி சிறுமி ஒருத்தி என்னருகில் வந்தாள். "செண்பகாவுக்குக் காதலன்தானே நீங்க? மாடுகிட்ட தொடையக் குடுக்குறீங்க; அவளுக்கு வேணாமா?" 'களுக்'கென சிரித்தபடி, இன்னொரு மாட்டின் புட்டத்துக்குக் கீழ் கூடையை நீட்டி சாணியை வாங்கினாள்.

செண்பகா சூதுக்காரிதான் போலும். தான் அவளைக் காதலிப்பதாக ஊரெல்லாம் பரப்பி விட்டிருக்கிறாள். அம்மாவுக்குத் தெரிந்தால் என்னாகும்? அவளைக் கண்டித்து வைக்க வேண்டும்.

நானும் தொழு மாடுகளுக்குப் பின்னால் நடந்தேன். அவை வால் கரட்டுக்குள் நுழைந்து தழைத்துக் கிடந்தவற்றை மேய்ந்தன. ஒருசில பசுக்கள் தண்டவாளத்தின் ஓரத்திலும் இன்னும் சில நீர் பெருகிக் கிடந்த குட்டைக்கு அருகிலும் மேய்ச்சல் போட்டன. ஒருவாரமாய்க் காட்டுத் தீவனம் இல்லாததால் மேய்ச்சல் வேகம் அதிகமாய் இருந்தது. கிடைத்தவற்றை ஆவலோடியாய் மேய்ந்தன.

"யேய்! யாருப்பே நீ? மாட்டுக்கூடவே எதுக்கு வார? களவாண்டுட்டுப் போகவா?" மேய்ச்சல்காரர் சவுக்கெடுத்து அடிப்பது போல் ஓங்கினார். சிறுமி சொன்னாள். "இல்ல தாத்தா; அவரு குருவக்கா மகெங்."

"குருட்டுப் பய ஒருத்தெங் இருந்தானே; அவனா?"

"பாவம் தாத்தா. நல்லவரு; ஈவி எரக்கம் உள்ளவர்ன்னு செண்பகா சொல்லியிருக்கா."

"ஏலே ஐய்யா! தப்பா நெனச்சுக்கிறாத; நீயும் நாலு உருப்படிகள மேக்கிறியா?"

அவர் ஏடாசி செய்கிறாரா, யதார்த்தமாய்ப் பேசுகிறாரா; புரியவில்லை. மாடு மேய்ப்பதில் ஒன்றும் பிழை இல்லை. இன்றையைப் பொழுதில் நாலு காசு கைக்கு வந்தால் நல்லதுதான்.

"என்னா பேச்சக் காணோம்?"

"எனக்குத் தெரியாதுங்கய்யா" என்றபடி அங்கிருந்து விலகி மீண்டும் சாலைக்கு வந்து நந்தவனத்தை நோக்கி நடந்தேன். பச்சையண்ணனைக் காணவில்லை. ஒருசிலர் இறைத்துக் குளித்துக் கொண்டிருந்தனர். பிள்ளையார் கோயில் படிக்கட்டில் அமர்ந்து யோசனை செய்தபடி இருந்தேன். மகாவும் செண்பகாவும் மாறி மாறி வந்து போனார்கள். காகம் ஒன்று தலைக்குமேல் கரைந்து கடந்தது. அதன் அலகில் சில காய்ந்த நார்கள் இருந்தன. தூரத்து மரம் ஒன்றில் அமர்ந்து வலைப் பின்னல் போல கூடு கட்டியது. கண்ணாடியைத் துடைத்து அணிந்து கூர்ந்து கவனித்தேன். மழை சாட்டை சாட்டையாய் வீசிய நாளில் இவற்றுக்குக் காய்ந்த சருகுகள் கிடைத்தது எப்படி? பின்னல் பின்னலாய் வளையமிட்டுக் கட்டியது. அதன் அலகு ஒன்றுக்குள் ஒன்று கோத்துப் பின்னியது. முழுமையாய் வெளித் தெரியவில்லை என்றாலும் வட்டவடிவக் கூடாய் இருந்ததை உணர முடிந்தது.

வெகுநேரமாகியும் பச்சையண்ணன் வந்திருக்கவில்லை. அவர் குந்தியிருந்த குடிசை தென்னந்தட்டியால் மறைக்கப் பட்டிருந்தது. ஒருவேளை உள்ளே உறங்கிக் கொண்டிருப்பாரோ? சென்று பார்த்துவிடுவது என்று தீர்மானித்துக் குடிசை நோக்கி நடந்தேன். தட்டியை விலக்கிப் பார்த்தபோது அவர் வாசப்படியில் தலைவைத்துப் படுத்திருந்தார். "என்னண்ணா..."

போர்வையை விலக்கி எழுந்து உட்கார்ந்து "வா பாலு" என்றார்.

அவர் உடம்பிலிருந்து அனல் தெறித்து வந்து என்மேல் பாவியது. "காச்சலா?"

"தடுமம்! குளுரு தாங்க முடியல; ராத்திரியெல்லாம் ஒரு பொட்டுத் தூக்கமில்ல; மாத்திர வாங்கித் தர ஆளில்ல; ஒன்னைய வந்து பாக்கலாம்னு பாத்தா ஒரு எட்டு நடக்க முடியல. அப்படியே படுத்துட்டேன்."

என்னிடம் காசு இல்லை. எப்போதும் அக்கா கால் அரை தந்துவிட்டுப் போவாள். இன்று அவளே வெறுங்கையோடு வேலைக்குப் போனதால் எனக்குக் காசு கிடைக்கவில்லை.

"எனக்கொரு ஒதவி செய்றியா?"

"சொல்லுங்கண்ணா."

"அந்தா தொங்குதுல்ல, மஞ்சப்பையி; அதுல பணம் இருக்கு; அஞ்சு ரூபா எடுத்து ரெண்டு வேளக்கி மாத்திரையும் ரெண்டு இட்டிலியும் வாங்கியாரியா?"

பைக்குள் நிறையப் பணம் இருந்ததைப் பார்த்தேன். ஒருரூபாத் தாள் ஐந்து எடுத்துக்கொண்டு பையை இருந்த இடத்தில் மாட்டினேன்.

"இன்னொம் ரெண்டு ரூபா எடுத்துக்க; நீயும் ஏதாச்சும் சாப்புடு."

"காலையலயே சாப்புட்டேங்; களிக்கிண்டி கீரயக் கடஞ்சிருந்தாங்க; ஒங்களுக்குக் கொஞ்சம் எடுத்து வரவா?"

"வேண்டாம்; போயி இட்டிலியும் மாத்திரையும் வாங்கியா; வகுத்துக்கு எர போட்ட பெறகுதாங் மாத்திர சாப்புடணும்."

சென்ற மாதம் அம்மா சந்தையில் இருந்து வாங்கித் தந்திருந்த வேட்டியை இன்று உடுத்தியிருந்தேன். தூக்கிக் கட்டிக் கொண்டு சாலையில் நடந்தபோது சாலைக் குழிகளில் இருந்த மழைநீர் வேட்டியில் தெறித்தது.

பங்களாமேடு தாண்டி கே டி கே மில் எதிரில் இருந்த கிருஷ்ணா மெடிக்கல்ஸ் திறந்திருந்தது. கடை நிறைய மருந்துக் குப்பிகளும் அட்டைப்பெட்டிகளும் அடுக்கப் பட்டு ஒளிர்ந்தன. "காச்சலுக்கு மாத்திர வேணும்."

"யாருக்கு?"

"அண்ணனுக்கு."

"வயசு?"

சொல்லத் தெரியாமல் இருந்தேன். "என்னையவிட இருவது வயசு மூத்தவரு."

"நாப்பது இருக்குமா?"

"இருக்கும்."

வட்ட மாத்திரை இரண்டும் குழா மாத்திரை இரண்டும் தந்து எழுபது பைசா வாங்கினார். இன்னும் மேற்கில் நடந்து பஸ்டாண்டுக்கு எதிரில் இருந்த மைசூர் கஃபேயில் இரண்டு இட்டிலி வாங்கினேன். "சாம்பாருக்கு ஏனம் கொண்டாரலியா?"

கையை விரித்து 'இல்லை' என்றேன்.

"கட்டுச் சட்டினி கொஞ்சம் உண்டனா வச்சிருக்கேங்; கொண்டு போ." சட்டினியைத் தனியாகக் கட்டித் தந்தார்கள்.

இட்டிலியும் மாத்திரையும் சாப்பிட்டுத் திரும்பவும் படுத்துக் கொண்டார். நான் அவர் அருகிலேயே அமர்ந்தேன். இரண்டு மணிநேரம் கழித்து அவர் உடம்பில் வேர்வை கொட்டியது. எழுந்து அமர்ந்து போர்வையால் துடைத்துக் கிறக்கம் நீங்கினார். நான் பதட்டம் தணிந்து மகிழ்ச்சியடைந்தேன். எனக்குத் தேனியில் இருக்கும் ஒரே நண்பர் அவர்தான்.

"ஒடம்புல உள்ள கழிவுகள்தான் வியாதி; வேர்வையாவோ காத்தாவோ சளியாயோ வெளியேறிருச்சுன்னா ஒடம்பு தெம்பாயிடும்."

அவர் பேச்சு எனக்குப் பிடித்திருந்தது. வேர்த்துக் கொட்டியதும் தெளிச்சியடைந்தார். மதியச் சூரியன் சாலைப் பள்ளத்திலும் மண்ணிலும் பொதிந்திருந்த நீரை வாங்கி வானத்துக்கு அனுப்பிக் கொண்டிருந்தது. நீரோடு மல்லுக் கட்டியதால் சூரியனின் சூடு என்மேனியைச் சோதிக்கவில்லை. "மதியத்துக்குச் சாப்பாடுண்ணா?"

"நாம்பாத்துக்கிறேங்; கஞ்சித்தண்ணி வச்சு, காரசாரமாப் புளித் தொவையல் அரச்சு சாப்புட்டா இருக்குற கொஞ்சநஞ்சக் காச்சலும் ஓடிப் போயிரும்." எழுந்து பாயைச் சுருட்டி வைத்துவிட்டு, ஈயச்சட்டியில் நீரெடுத்து விறகடுப்பைப் பற்ற வைத்தார். தென்னைமட்டைக் கழிவுகளான பண்ணாடைகளை அடுப்பில் திணித்துத் தீமூட்டினார். பண்ணாடைகள் எவ்வளவு நனைந்திருந்தாலும் காய்ந்த விறகுபோல எரியும். பிறகு சுள்ளிகளை அடுக்கி நெருப்பின் வேகத்தைக் கூட்டினார். நான் வீட்டுக்குக் கிளம்பியபோது பத்துப் பண்ணாடைகளைக் கட்டித் தந்து "எரிக்ய வச்சுக்கங்க" என்றார். ஈர விறகின் அடுப்பை ஊதி ஊதியே நெஞ்சாவி பரியும் அம்மாவுக்கு இது பேருதவி.

22

சாலைப் பள்ளங்களும் மண் திட்டுகளும் சூரியக் கதிர்பட்டுக் காய்ந்து இயல்புக்கு வந்திருந்தன. ஆனால் வயலோரப் பாத்திகள் அரைவேக்காட்டுக் கேப்பைக் களி மாதிரி சதுப்புத் தட்டி வழுக்கின. கால்களைப் பையப் பைய எடுத்துவைத்து நிதானமாய் நடந்தேன். வலதுபுற வயல்படுகையில் நீர் நிறைந்து பருத்திச் செடிகள் சோர்ந்திருந்தன. பிஞ்சும் காயுமாய் இருந்த பருத்திச் செடிகள் மேனி நடுங்கிக் காய்களை உதிர்த்துவிடத் துடித்தன. பல செடிகளின் வேர்ப் பகுதி அழுகிக் கருகிப் போயிருந்தன. ஒரு செடியை மரவட்டை ஒன்று கொறித்தபடி நெளிந்தது. பெரிய பெரிய பூரான்களும் கொடுக்கு நீட்டிய தேள்களும் பாத்தியின் ஓரக்காலில் ஊர்ந்தபடி இருந்தன. பருத்தி இலைகள் பச்சயம் வறண்டு செவட்டையடித்துக் கன்றாவியாய்க் காட்சி தந்தன. பார்க்கவே பாவமாய் இருந்தது.

கைலிவேட்டி கட்டிய ஒருவர், அவர் அந்த நிலத்தின் சொந்தக்காரராய் இருக்கலாம், நிலத்தின் மையப் பகுதியில் நின்று ஒரு செடியைப் பிடுங்கி முகத்துக்கு அருகில் வைத்து ஏதோ முணுமுணுத்தார். தான் செலவழித்து வளர்த்த பயிர் இறந்துவிட்டதே என்று புலம்புவதாய் நினைத்துக் கொண்டேன். அவர் செடியை அப்படியும் இப்படியும் ஆட்டியபடி வானத்தை அண்ணாந்து பாாத்துக் கையெடுத்துக் கும்பிட்டார். நான் ஒரு நிமிடம் நின்று சோர்ந்துபோன அவர் முகத்தைப் பார்த்து வருத்தப்பட்டேன்.

ராமய்யா பெரியய்யா குளித்து முடித்து எதிரில் வந்துகொண்டிருந்தார். நெற்றியில் விபூதிப் பட்டையும் கையில் துளசி இலைகளுமாய், தோளில் ஈரவேட்டியைக் காயப்போட்ட படி சிவப் பழம் மாதிரி நடந்து வந்தார். "பொன்னார் மேனியனே" என்ற தேவாரப் பாடல் அவர் உதடுகளை நனைத்தது. அவருக்கு வழிவிடும் நோக்கோடு வயலுக்குள் இறங்கி நின்று வணக்கம் வைத்தேன். வயல் சகதியில் கால்கள் இறங்கின.

"ஏலே அய்யா! விழுந்துராத; வரப்புல ஏறு."

ஏற முயன்று தோற்றுப்போனேன். கால் வழுக்கி உள் இழுத்தது. ஓரத்து வளையில் இருந்து நண்டு ஒன்று முழங்கால் வரை ஏறியது. காலை உதறியபோது இறுக்கிப் பிடித்துக் கொண்டது.

வரப்பில் வளர்ந்துகிடந்த நெடுநீளமான புல் படுகையைப் பிடித்து என் சக்தி முழுசையும் திரட்டி நண்டை வலது கையால் பிடுங்கி தூர எறிந்தேன். அது ராமய்யா பெரியய்யா அருகில் போய் விழுந்த நிலையில் அதைத் தூக்கித் தன்னிடமிருந்த மஞ்சப் பையில் போட்டுக் கொண்டார். "நண்டுச்சாறு ஜலதோஷத்துக்கு நல்லது."

வேட்டி சட்டையெங்கும் திட்டுத் திட்டாய் சகதித் துளிகள்! குளிக்கையில் அலசிப் போடவேண்டும். திரும்புகாலில் இதே மாதிரி ஒட்டாமல் பார்த்துக் கொள்ள வேண்டும்.

"ஏம்ல! வேலவெட்டிக்கிப் போறியா; வெத்தாளாத் திரியிறியா?"

"வெத்தாளுதேம்பெரியய்யா; நீங்க கைகாட்டினீங்கன்னா அந்தத் தெசையில நடந்துக்கிட்டிருப்பேங்."

"கமிசங்கடையில வெலாசம் போட வாரியா?"

சந்தோஷமாய்த் தலையாட்டினேன். எஸ் எஸ் எல் சியில் முதல் மதிப்பெண் வாங்கிய போதுகூட அத்தனை மகிழ்ச்சி உண்டாகவில்லை. 'அடுத்து என்ன?' என்ற கேள்வியுடன் கூடிய வருத்தத்தை அது உண்டுபண்ணியிருந்தது.

"சந்த மொதக்கேட்டுக்கு எதுத்தாப்புல மேக்குப் பாத்த கட; முத்துக் கண்ணு நாடார் கமிசன் மண்டின்னு எழுதியிருக்கும்; மொகப்புல நாந்தேங் ஒக்காந்திருப்பேங்; என்னய வந்து பாரு."

மனம் மேலும் கீழும் குதித்துத் துள்ளியது. புதுச் சூரியன் ஒன்று மூளையில் மின்னியது. "குளிச்சதும் வாரேம்பெரியய்யா."

"இன்னக்கி பொதங்கெழம பசாரு லீவு; நாளக் காலையில எட்டுக்குள்ள வந்துரு." பைக்குள் இருந்து நண்டு எட்டிப் பார்த்தபோது உள்ளே தள்ளிப் பை முகப்பை இறுக்கிக் கட்டினார்.

பைய நடந்து சடையால் ஊற்றை அடைந்தபோது கூட்டம் குறைவாய் இருந்தது. படியோரம் சோப்பு, சீயக்காய், முறுக்கு விற்பவர் வழக்கமான தன் விற்பனையை நடத்தியபடி இருந்தார். பையில் இருந்த பத்துப் பைசாவை நீட்டி ஒரு சோப்பும் ஒரு முறுக்கும் வாங்கி உள் இறங்கி சடையால் முனி கோயில் நோக்கி நடந்தேன். தீபம் ஏற்றிவிட்டுப் பூசாரியம்மா வெளி வாசலில் அமர்ந்திருந்தார். ராமு அவர் தோள்பட்டையில் மேல் ஏறியும் தவ்வியும் விளையாடினான்.

“ராமு!” என்று கூப்பிட்டேன். வாய்பிளந்து பல்லைக் காட்டியபடி “வீர்ர்ர்” என்று கத்தினான். அருகில் போனபோது முறுக்கைப் பார்த்து என்மீது தாவி தோளில் ஏறி நின்றுகொண்டான். அதன் தலையைத் தடவினேன். பூசாரியம்மா மடியிலும் என் மடியிலும் மாறிமாறித் தாவினான்.

“ராமுவுக்குத் தான வாங்கியாந்திருக்க; குடு.” பூசாரியம்மாவின் வார்த்தைகள் முடியுமுன் என் கையில் இருந்ததைப் பிடுங்கிக் கொண்டான். வாய்க்குக் கொண்டுபோய் மெல்ல மெல்லக் கடித்துத் தின்றான்.

சிலநிமிட விளையாட்டுக்குப் பின் திடீரென வீரிட்டு அலறியபடி வேகமெடுத்துப் பாய்ந்து இச்சிமரத்தின்மேல் ஏறி அமர்ந்து கீழ்நோக்கிப் பார்த்தான். கோயில் பக்கவாட்டில் இருந்து நெடுநீளமான சாரையொன்று வளைந்து நெளிந்து ஊர்ந்து, வேலிப் பருத்திச் செடியோரம் இருந்த எலிவளைக்குள் நுழைந்தது.

“வாடா ராமு; அது ஒண்ணுஞ்செய்யாதுடா.” மேலும் கீழும் எட்டிப் பார்த்துவிட்டுக் கீழிறங்கி வந்து சூலாயுதத்தைப் பிடித்து ஆட்டினான் ராமு.

பூசாரியம்மாவிடம் குறிசொல்லும்படி கேட்டேன். “ஒரு வேலக்கி அழைப்பு வந்திருக்கு; போகலாமா, வேண்டாமா?”

“என்னா மகனே இப்படிக் கேக்குற? சனங்க வேலவெட்டி இல்லாமத் தட்டழிஞ்சு கெடக்குக; குறிகேக்குற நேரமா இது; ஒடனடியா ஓடு.”

“நெலக்யுமான்னு கேட்டேன்.”

“எல்லாம் நம்மகிட்டதேங் இருக்கு; வாயில பொய்யும் கையில களவும் இல்லைன்னா நெடுங்காலம் நீடிக்கும்; இதுக்கெல்லாம் முத்துப் போட வேண்டியதில்ல; வாழ்க்கையில நொம்பலப்பட்டு விரக்தியில வாரவுகளுக்குத்தேங் முத்துப் போட்டு நம்பிக்கை தரணும். ஒனக்கு வேண்டியகில்ல.”

மனம் மேலும் களிப்படைந்தது. உடம்பில் வலிமை அதிகரித்து, ராமுவின் தலையைத் தடவிவிட்டு ஊற்றுக் கிணற்றுக்கு நடந்தேன். துண்டை இடுப்பில் கட்டிக்கொண்டு வேட்டிக்கும் சட்டைக்கும் சோப்புப் போட்டுத் துவைத்தேன். நன்கு

வெளுக்கட்டும் என்று மூன்றுமுறை தேய்த்துத் தேய்த்துத் துவைத்தேன். திருப்தி உண்டாகும்வரை கல்லில் ஓங்கி ஓங்கி அடித்து அழுக்கு நீக்கினேன். மேலேறி முள் கம்பியில் காயப் போட்டுவிட்டு, குளியலுக்கு உள் இறங்கினேன். கதம்ப வண்டு ஒன்று படிக்கட்டுகளில் நின்று பயமுறுத்தியது. குளிக்க வந்த இன்னொருவர் அதைப் பார்த்து பயந்து "ஒதுங்கி நில்லு" என எச்சரித்தார். ஒருகடியில் உயிர் போய்விடும். வண்டுக் கடிக்கி மருந்து இல்ல." கொட்டகுடியில் இறங்கி கூழாங்கல் ஒன்றை எடுத்துவந்து அதன்மீது எறிந்தார். அது பறந்து என் தலையைக் கடந்து இச்சிமரத்தில் போய் உட்கார்ந்தது. அவர் குளித்து முடித்த பிறகு நான் நிர்வாணக் குளியல் போட்டேன். இந்த ஊற்றில் பெண்கள் வந்து குளியல் போட அனுமதி இல்லை என்பதால் கூச்சமின்றிக் குளித்து முடித்தேன். ஆற்றின் ஓசை சப்தமற்ற பேரமைதிக்குக் கவசம் போர்த்தியது.

வேட்டியும் சட்டையும் காயும்வரை இடுப்பில் துண்டைக் கட்டிக்கொண்டு முள்கம்பியோரம் நின்று ஆற்றின் வேகத்தை ரசித்துக் கொண்டிருந்தேன். நுரை ததும்பிப் பாய்ந்தது. தென்னை மட்டை ஒன்று வளைந்து சுழன்று மிதந்து போனது. எதிர்க்கரைக் கல்படுகை ஒன்றில் முட்டி நிற்க முயன்று, மீண்டும் நீர் இழுவைக்குப் பணிந்து மைய ஓட்டத்தில் கலந்தது.

குளிர்காற்று உடலை நடுக்கியபோது ராமய்யா பெரியய்யாவின் குரல் உஷ்ணம் ஏற்றியது. "வாம்லே" என்று அவர் கூவி அழைத்தார். மாரிமுத்து நாடார் கமிசன் மண்டி கண்முன்னே வந்து நின்று கைகாட்டி அழைத்தது. பாண்டியன் நெடுஞ்செழியன் காலத்து மாளிகைபோன்ற பிரம்மாண்டம்! இருபுறமும் தோரணக்கொடிகள். உள் அரங்கில் பொதிபொதியாய்ப் பஞ்சு மூடைகள்! முதலாளி என்னை அழைத்து எல்லா மூடைகளுக்கும் விலாசம் போடச் சொன்னார். எதைக் கொண்டு விலாசம் போடுவது என்று தெரியாமல் விழித்தேன். என் கனவைக் கலைக்கும் விதமாக அந்தக் கதம்ப வண்டு திரும்பவும் வந்து ஊற்றுப் படிக்கட்டில் உட்கார்ந்தது. அது பறந்து போகும் வரை காத்திருந்துவிட்டு கடைக்குப் போய்க் கற்றுக் கொள்ளலாம் என்ற நினைப்போடு உடைமாற்றிக் கிளம்பினேன். பூசாரியம்மா தலைதொட்டு வாழ்த்திவிட்டுத் தொன்னையில் கூழ் ஊற்றித் தந்தார். சாப்பிட்டு, கொட்டகுடியில் வாய் கொப்புளித்துக்

கரையேறி வீடு நோக்கி நடந்தேன். கால்கள் நிதானமாகவும் மகிழ்ச்சியோடும் நடந்ததால் பாத்தி சதுப்புகள் வழிமறிக்கவில்லை.

வீட்டுக்குப் போகுமுன் நந்தவனத்துக்கு எட்டெடுத்து வைத்தேன். பச்சையண்ணன் காய்ச்சல் கலைந்த மேனியோடும் ஒளிபொருந்திய கண்களோடும் பிள்ளையார் கோயில் திட்டி அமர்ந்திருந்தார். "என்னய ஆசீர்வாதம் பண்ணுங்கண்ணே." என்று கைகூப்பி நின்றபோது "என்னா வெசேசம்?" என்றார்.

விலாசம் போடும் வேலையைச் சொன்னேன். "நல்ல தொழில்; இன்னக்கி இருக்குற பருத்தி மண்டி மொதலாளிக பலபேர் ஆரம்பத்துல வெலாசம் போட்டு முன்னேறுனவுகதாங்; கருக்கடையா நடந்துக்கிட்டா வானமும் கைக்கு வரும். உத்தியோகம் புருஷ லட்சணம்" பிள்ளையார் காலடியில் கிடந்த விபூதியை எடுத்து என் நெற்றியில் பூசினார்.

அவர் வார்த்தைகள் தெம்பூட்டின. "நீ எடுத்து எறியும் கூழாங்கல் இலக்கை அடையுமென்றால் நீ ஒன்றை சாதித்துவிட்டாய். தணியாத தாகமும் தவறாத இலக்கும் உனது நோக்கமாய் இருக்கவேண்டும்." பச்சையண்ணன் வைத்திருந்த புத்தகத்தின் ஒரு பக்கத்தை விரித்து வாசித்தார். சடையால் ஊற்றின் நீர்க்குளியலைத் தாண்டி இந்தத் தத்துவக் குளியல் சிறகுகளாகிப் பறக்கவைத்தது.

கம்பையில் இருந்த சாவியை எடுத்து வீட்டைத் திறந்து உள் நுழைந்தபோது ஜெக ஜோதியாய் இருந்தது. என்றுமில்லாத புதுப் பொலிவோடு என் கண்களில் வெளிச்சம் படிந்தது. இடிகூழைப் பெயர்த்து வைத்து, நீரூற்றிக் கரைத்து வெங்காயத்தைக் கடித்துக் கொண்டு குடித்தேன். அமிர்தம் என்று சொல்வார்களே; அது இப்படித்தான் இருக்கும் போலும்.

திண்ணையில் அமர்ந்து கற்பனைக் கனவுகள் ஓடிய வானத்தில் பறந்துகொண்டிருந்த போது சின்னகாமு வீட்டைக் கடந்து போனாள். சூளைக்குப் போவாள் போல. "என்னா பாலு; வெள்ளையுஞ்சொள்ளையுமாருக்க; எங்குட்டும் ஊருதேசத்துக்குப் போகப் போறியா?"

"வேலக்கி."

"யாத்தீ! என்னா வேல?"

"பருத்தி மண்டிக்கி."

“பரவால்ல; பொழச்சுக்கிருவ; கண்ணுங்கருத்துமாருந்து சம்பாரி; செண்பகாவ மறந்துராத.”

“செண்பகாவா?”

“நீதேங் அவளக் கட்டிக்கிட போறியாமே; அவுக்கு அவுக்குன்னு ஒழச்சு ரூவாய சேத்துக்கிட்டிருக்கா.”

“பொய் சொல்றா காமு; அப்பா அம்மா காதுக்குப் போச்சுன்னா அம்புட்டுத்தேங்.”

“சாதி வேறைன்னாலும் நல்ல கொணவதி. அப்பா அம்மாட்ட நாம்பேசுறேங்.”

“இந்தப் பேச்சு அவுக காதுக்குப் போகவேணாம். பின்னு பெறகு பாப்பம்.” நான் பேசியதைக் கேட்டபடி சூளை நோக்கி நகர்ந்தாள்.

மகாலட்சுமி எதிரில் வந்து நின்று கண்ணாடியைப் பிடுங்கினாள். ‘குருட்டுக் கண்ணுன்னா நானு; நல்ல கண்ணுன்னா அவளா?’

வேலைக்குப் போகப் போகிறேன் என்ற நினைப்பில் அன்றையப் பொழுது மற்றெல்லா நாட்களையும்விட சந்தோஷமாய்க் கழிந்தது. பத்துமுறைக்குமேல் கண்ணாடியைக் கழற்றி மாற்றி, நாளை நான் நடக்கப் போகும் நெடும்பாதையைக் கண்ணுற்றேன். என்றைக்குமே இத்தனை வெளிச்சத்தைக் கொட்டியதில்லை வானம்.

23

பங்களா மேட்டில் இருந்து மூன்றாந்தல் வரை, பருத்திப் பொதி ஏற்றிய இரட்டை மாட்டு வண்டிகள் அணிவகுத்து நின்றன. பேருந்துகளும் லாரிகளும் இடதுபுறமாய் ஊர்ந்து நகர்ந்தன. வருசநாடு, கண்டமனூர்ப் பகுதிகளில் இருந்து அதிகப் பருத்தி வரத்து இருப்பதால் மதுரை சாலை முழுவதும், கண்டமனூர் விலக்கு வரை வண்டிகள் நின்றிருந்தன. பஸ்டாண்ட் பக்கத்தில் கூட்ட நெரிசல் அதிகம். நான் மைசூர் கஃபேயை ஒட்டி, அடுத்தவர்கள் மேல் இடித்தபடி நடந்தேன். பெரிய கடைகளின் படிக்கட்டுகளில் ஏறித்தான் கடக்க முடிந்தது. மூன்றாந்தல் திரும்பிய போது வண்டிகளைக் கடந்து என்னால் போகமுடியுமா என்று

தெரியவில்லை. மக்கள் நடந்துசெல்ல ப்ளாட்ஃபாம் இல்லை. சாலையும் கடைவாசலும் ஒரே சாராங்கத்தில் இருந்தன. பெரியகுளம் சாலையில் வண்டிகள் தாறுமாறாய் ஒழுங்கற்று நின்றிருந்தன. கமிசன் கடைகள் அனைத்தும் கிழக்கிலும் மேற்கிலும் எதிரெதிர்த் திசையில் இருந்ததால் சாலையின் இருமருங்கும் வண்டிகள் வழிமறித்து நின்றன. போலிஸார் விசில் ஊதியபடி வண்டிகளின் வரிசையை ஒழுங்குபடுத்தினர். ஆனாலும் முடியவில்லை. சாணி பொறுக்கும் சிறுமிகள் கூடைகளோடு வண்டிக்குப் பின்னால் நடந்தனர். சில பெண்கள் பொதியில் இருந்து துருத்திக் கொண்டிருந்த பருத்திப் பழங்களை உருவி மடியில் போட்டுக் கொண்டனர். "பருத்தியக் களவாங்காதம்மா" என்று ஒரு வண்டிக்காரர் கத்தினார். பெண்கள் சட்டை செய்யாமல் தங்கள் வேலையைத் தொடர்ந்தனர்.

நான் மாரிமுத்து நாடார் கமிசன் கடையை அடைந்தபோது பெரியய்யா தலைக்குமேல் தொங்கிய சுவர்க் கடிகாரம் மணி ஒன்பதைக் காட்டியது. "வாடே; என்னா இம்புட்டு நேரம்?"

"கடந்து வர முடியல பெரியய்யா."

நரைத்த முடிக்காரர் ஒருவர் பருத்தித் தாட்டுகளில் விலாசம் போட்டுக் கொண்டிருந்தார். என்னை ஏறிட்டுப் பார்த்துவிட்டு, "இவந்தாம் நீரு சொன்ன ஆளா?" என்றார். அவர்தான் கடை முதலாளி எனப் பின்னர் தெரிந்துகொண்டேன்.

"ஒழுக்கமான பைய." பெரியய்யா நோட்டில் ஏதோ எழுதியபடி சொன்னார்.

"நொங்கு மாதிரி கண்ணாடி போட்டிருக்காங்; எழுதப் படிக்ய வருமா?"

"முடிஞ்சாப் பாப்பம்; இல்லாட்டி போடான்னு வெரட்டி விட்டுருவம்." பெரியய்யா நகைச்சுவைத் துணுக்குப் போல சொல்லிவிட்டு லேசாகச் சிரித்தார்.

முதலாளி என்பக்கம் திரும்பி "இன்னக்கி என்னா நடக்குதுன்னு பாத்துக்க; நாளையிலருந்து வேலயத் தொடங்கலாம்; சரியா?"

"சரிங்கண்ணா."

"இப்பப் போயி பிட்டியார் கடையில டீ வாங்கியா."

பெரியய்யா தன் முதுகுக்குப் பின்னால் இருந்த அட்டலையில் நிமிர்ந்து நின்றிருந்த பெரிய பிளாஸ்க் ஒன்றை எடுத்துத் தந்து ரெண்டு ரூபாத் தாள் ஒன்றை நீட்டினார். "அந்தக் கட எங்கருக்குன்னு தெரியுமா?"

தலையைச் சொறிந்தவாறு "தெரியல பெரியய்யா" என்றேன்.

"பஸ்டாண்டுக்குள்ள நொழஞ்சு கடைசிக்கிப் போனைன்னா மேற்கோரமா ஒரு சின்னக் கட; காஃபி டீ மட்டுந்தாங் விப்பாங்க; நாஞ்சொன்னேன்னு ரெண்டு ரூவாக்கி வாங்கியா."

கடைக்கும் பஸ்டாண்டுக்கும் இருநூறு கெஜ தூரம்தான்! வண்டிக் கூட்டத்துக்குள் நுழைந்து மிதந்து வர இருபது நிமிடம் ஆனது. 'P T R காஃபி பார்' என்று எழுதப் பட்டிருந்த கடையை எளிதில் கண்டுபிடிக்க முடிந்தது. ஸ்டவ்வில் பால் கொதித்துக் கொண்டிருக்க வரிசையில் நின்றிருந்தவர்களுக்குக் கண்ணாடி கிளாசில் பாலோடு டிக்காக்சனும் ஜீனியும் சேர்த்துப் பரிமாறினார் ஒருவர். அவர் தலையில் குத்தாலம் துண்டு உருமா போல கட்டி இரண்டு கைகளையும் மேலுயர்த்திக் கீழிறக்கி ஆற்றிக் கொண்டே இருந்தார். மேனியில் சிவப்பு பனியன் வேர்த்து நனைந்திருந்தது. டீ வாங்கியவர்கள் அலாதியாய்ச் சென்று அருந்திவிட்டு கிளாஸ் நுழையும் அளவுக்கான துவாரங்கள் உள்ள பட்டரையில் வைத்துவிட்டுச் சென்றனர். டோக்கன் தர ஒருவரும் கிளாஸ் கழுவ ஒரு சிறுவனும் என மூன்றுபேர் உழைத்தனர். முன்னடியில் அமர்ந்து டோக்கன் கிழித்துத் தந்தவரிடம் ரூபாய்த் தாளை நீட்டி "பெரியய்யா டீ வாங்கியாரச் சொன்னாரு" என்றேன்.

காகித டோக்கன் ஒன்றைக் கிழித்துத் தந்தார். கண்ணருகில் வைத்து "பார்சல்" என்ற எழுத்துகளைப் புரிந்துகொண்டேன். "நீ புது வேலக்காரனா?" என்றார். "அந்தக் கடையில ஒரு பயலும் நிக்ய மாட்டேங்குறானுக; நீயாச்சும் கிருமமா நின்னு சாதிச்சுக் காட்டு."

"சரிண்ணே."

டீ வாங்கி கடைக்குச் சென்றடைய மேலும் இருபது நிமிடங்கள் ஆயின. பெரியய்யா அட்டலையில் இருந்து சின்னச்சின்ன எவர்சில்வர் கிளாஸ்களை எடுத்துத் தந்தார். ஆறு கிளாஸ்கள் இருந்தன. "எல்லாத்திலயும் ஊத்தி மொதல்ல புள்ளிகளுக்குக் குடு"

என்றார். புள்ளிகள் என்றால் என்னவென்று புரியாமல் விழித்தேன். பருத்தி கொண்டு வந்து இறக்கிய சம்சாரிகள் என்று பின்னர் தெரிந்துகொண்டேன்.

“ஒம்பேரென்ன?” என்றார் ஒரு புள்ளி.

“பாலுங்கய்யா. பாலமுருகன்.”

“அய்யாப்பட்டம் போட்டுப் பேசுறான்ல; மருவாதிக் காரெந்தேங்.” அவர் சொன்னது எனக்கு மகிழ்ச்சியாய் இருந்தது.

அடுத்து முதலாளிக்கும் பெரியய்யாவுக்கும் பரிமாறிவிட்டு ஓரமாய் ஒதுங்கி நின்றேன். டீ மிச்சமிருந்தது. “நீயுங்குடி” என்றார் பெரியய்யா.

“பழக்கமில்ல” என்று சொல்லலாம் எனத் தோன்றிய சிந்தனையை மனசுக்குள் அடக்கிக் கொண்டு தேங்கி நின்றேன்.

“டீத் தண்ணிதான; சும்மா குடி.”

அரை கிளாஸ் ஊற்றிக் கொண்டு மீதியை முதலாளி டம்ளரில் ஊற்றினேன். சுவையான டீ. என் வீட்டில் இதுநாள்வரை இப்படிப் பட்ட டீ சாப்பிட்டதில்லை; அம்மாவோ அக்காவோ டீ போட்டுத் தந்ததுமில்லை. ஆஸ்டலில் இருந்தபோது காலை டிஃபனுக்குப் பிறகு காஃபி கிடைக்கும். அது இனிப்புக் கலந்த சுடுதண்ணி. நல்ல காஃபி குடிக்க எனக்கு இன்று வாய்ப்பு வந்திருக்கிறது. எல்லாரும் குடித்து முடித்த பிறகு, கடைக்குப் பக்கத்தில் இருந்த பாத்ரூமுக்குள் சென்று ஒரு சின்ன வாளியில் தண்ணீர் பிடித்து, டம்ளர்களையும் பிளாஸ்கையும் கழுவி அட்டலையில் கவிழ்த்து வைத்துவிட்டு முதலாளி அருகில் நின்று அவர் செய்த காரியங்களைக் கூர்ந்து கவனித்தேன். விலாசம் போட்டு முடித்து பெரியய்யா பக்கத்தில் கிடந்த இன்னொரு ஸ்டூலில் உட்கார்ந்தார் முதலாளி.

நான் நின்றுகொண்டே இருந்தேன். புள்ளி ஒருவர் “எதுக்கு நின்னிட்டிருக்க; ஒக்காரு” என்றார். பருத்தித் தாட்டுமேல் அமர்ந்தேன்.

மேலும் ஒன்றிரண்டு வண்டிகள் வந்து தாட்டுகளை இறக்கி வைத்தன. வெளிவாசலில் இறக்கிவைத்து முதலாளி அவற்றுக்கும் விலாசம் போட்டார்.

சூரியன் உச்சி வானத்துக்கு ஏறியபோது வந்திருந்த புள்ளிகள் பெரியய்யாவிடம் பணம் வாங்கிக் கொண்டு சாப்பிடப் போனார்கள். அவர்கள் பெயரைக் குறித்துக் கொண்டு பற்று எழுதினார். பருத்தி

விற்றுக் கணக்கு முடிக்கும்போது கழித்துக் கொள்வாராம். ஐந்து ரூபாத் தாள் ஒன்றை எடுத்துத் தந்து "மைசூர்க் கஃபேயில சாப்பிட்டு வா" என்றார். எனக்கு ஆச்சர்யமாய் இருந்தது. கடைச் செலவில் எனக்கும் கூட சாப்பாடு கிடைக்கிறதே! கமிசன் கடை என்றால் அதிக வருமானம் கிடைக்கும் போலும்.

"பசிக்யல பெரியய்யா."

"பசியா வரம் வாங்கி வந்திருக்கியா?"

கூச்சம் ஓடிய உதட்டை லேசாகப் பிரித்துப் புன்னகைத்தேன்.

"டீ வடையாவது சாப்பிட்டு வா" என்று ஒரு ரூபா தந்தார். அந்த நேரம் பார்த்து "வடை, போளி, சுண்டல்" என்று கூவிக் கொண்டு ஒருவர் வந்தார். "என்னா பெரியய்யா இன்னக்கிக் கூட்டம் கம்மியாருக்கு?"

"ஓஞ்ச பருவந்தான; அடுத்தவாரம் தான்ய தவசம் வரும்; அப்பக் கேட்டுக்க கூட்டத்த."

"நீங்க என்னா சாப்பிடுறீங்க?"

"எனக்கு வேணாம்; பயலுக்குக் குடு."

என் கண்ணாடியால் என்னை அடையாளம் தெரிந்துகொண்டு "இவெங் கடல வறுக்குறவரோட மகன்ல?" என்றார்.

"தெரியுமா?"

"ஒருநாப் பாத்திருக்கேங்; இவனோட அய்யா நித்தம் போளி வாங்குவாரு; ஒருநா இவனும் வாங்கிச் சாப்பிட்டிருக்யாங்." ஒரு பேப்பரில் போளியும் வடையும் வைத்துத் தந்தார். இனிப்பும் காரமும் கலந்த சுவை புதுத் தெம்பைத் தந்தது. சாப்பிடுமுன் வேண்டாம் என்று தோன்றிய நிலையில் சாப்பிட ஆரம்பித்ததும் இன்னும் இன்னும் என ஏங்கியது நாக்கு. பல வருடங்கள் சுவையறியாத ஏழ்மையில் கிடந்ததால் புதிய சுவை புதிய ஆசையைத் தூண்டியது. சந்தை கேட்டில் இருந்த டீக்கடையில் பத்துப் பைசாவுக்கு டீ குடித்துவிட்டு வந்து மீதிக் காசைத் தந்தேன். பெரியய்யா கல்லாவைப் பூட்டி,சாவியைத் தன் இடுப்பில் செருகிக் கொண்டு "பாத்துக்கடே" எனக் கீழ் இறங்கி நடந்தார். வீட்டுக்குச் சாப்பிடப் போகிறார் எனப் புரிந்தது. அவருக்கு முன்பே முதலாளி போய்விட்டார்.

கடையில் நான் மட்டும் தனித்து இருந்தேன். புள்ளிகள் உட்பட அனைவரும் சாப்பிடச் சென்றுவிட்டனர். கடையின் தனிமை ஒருவித லஜ்ஜையை உண்டுபண்ணியது. தனிமை புதிதல்ல; வீட்டின் தனிமை திண்ணையில் கழிந்தது. அங்கு திண்ணையைத் தவிர வேறெதும் இருந்ததில்லை. இங்கு நிறையப் பருத்தித் தாட்டுகளும் கல்லாப்பெட்டியும் மை ஊறிய டப்பாக்களும் எழுதுகுச்சிகளும் இன்னும் ஏதேதோ நிறைந்து கிடந்தன. அவையெல்லாம் உயிர்பெற்று வந்து என் உயிரோட்டத்துக்குப் புதுநிறம் தந்தன. வீட்டுத் தனிமையில் எப்போதாவது செண்பகாவும் சின்னகாமுவும் வந்து லந்தடித்துவிட்டுப் போவார்கள். இன்று, இந்தத் தனிமை எனது எதிர்காலத்துக்கானது. நிறைய சம்பாதித்து, அக்காவைக் கட்டித் தருவதோடு அப்பா அம்மாவுக்கு ஓய்வு தரவேண்டும். கண்களை மூடி அண்ணாந்து பார்த்தபோது வானத்தில் தங்கப் பரல்கள் மின்னின. இந்த ஒளி எனக்கு வழிகாட்டும்.

முதலாளி விலாசம்போடப் பயன்படுத்திய சிலிண்டர் வடிவ டப்பாவைக் கையில் எடுத்துப் பார்த்தேன். முக்காலடி உயரம் இருக்கும் அதற்குள் பிரம்பு போன்ற உருட்டுக் குச்சி ஒன்று மையைத் தொட்டுக் கிடந்தது. உள்ளே அடியில் பச்சை நிற மை! விரல் விட்டுத் தொட்டுப் பார்த்தபோது ஒட்டிக் கொண்டது. பருத்தித் தாட்டில் தடவி அழிக்க முயன்றேன். அழியாத நிலையில் தண்ணீர் ஊற்றிக் கழுவினேன்; மை போகவில்லை. பயம் தொற்றியது. முதலாளி வைவாரோ? “அதிகப் பிரசங்கித் தனமா நடக்காத” என்று பெரியய்யாவும் கூட சத்தம் போடக் கூடும். ஆனாலும் ஒரு தைரியம்; இதுக்குப் போய் வைவார்களா என்ன?

“ப”னா “உ”னா என்று எழுதப்பட்டிருந்த ஒரு தாட்டில் அந்த எழுத்துகள்மேல் குச்சியால் இழுத்துவிட்டேன். நேருக்குநேர் அமையாமல் கொஞ்சம் பிசகானது. முதலாளி போட்ட விலாசம் மாற்றம் அடையாததால் எனக்கும் விலாசம் போட வருகிறது என நிம்மதியடைந்தேன். கொஞ்சம் நேர் செய்தால் போதும்; சரியாகி விடும். ஆனாலும் இன்னும் கொஞ்சம் நேராய் எழுதப் பழக வேண்டும்.

மதியம் மூன்று மணியளவில் பெரியய்யா வந்து தன் இருப்பிடத்தில் அமர்ந்தார். மதியம் என்றாலும் புதிதாய் விபூதி

தீற்றியிருந்தார். அவர் நிறத்தையும் உருவத்தையும் என் விழிகள் வாங்கி முத்தமிட்டன.

"லேய்; ஒரு வேல செய்யிறியா?"

"சொல்லுங்க பெரியய்யா."

நெடுநீளமான, ஒன்றரை முழம் இருக்கும், பட்டாக் கத்தி ஒன்றை எடுத்துத் தந்து "ஒவ்வொரு தாட்டையும் லேசாக் கிழிச்சு, ரெண்டு கிலோ அளவுக்குப் பருத்திய எடுத்துத் தனித்தனியாக் கட்டி வையி." நியூஸ் பேப்பர்களை விரித்து வைத்துப் பருத்திப் பழங்களை நிரவி பிசிறு இல்லாமல் நூல் கொண்டு கட்டித் தனித் தனியாய் வைத்தேன். அந்தப் பொட்டணங்கள் மேல் பெரியய்யா பேனாவால் புள்ளிகளின் பெயர்களை எழுதினார்.

நான்குமணி ஆனபோது விற்கும் புள்ளிகளும் வாங்கும் புள்ளிகளும் வந்து சேர்ந்தார்கள். வாங்க வந்தவர்கள் அனைவரும் வெள்ளைவேட்டி வெள்ளைச் சட்டையோடு ஒளிமுகம் காட்டினர். முதலில் பெரியய்யாவுக்கு முதல் வணக்கம் வைத்தார்கள். அவர்கள் அனைவரும் திருப்பூர், கோயம்பத்தூர்ப் பகுதிகளில் இருந்து வந்திருப்பதாய்ச் சொன்னார் பெரியய்யா. உள்ளூர் ஜின்னிங் பாக்டரியில் இருந்தும் ஒருசிலர் வந்திருந்தனர். "தென்னாட்டின் மான்ச்செஸ்டர் கோவை" என்ற பள்ளிப்பாடம் ஞாபகத்துக்கு வந்து போனது.

அரைமணி நேரம் கழித்து முதலாளி வந்து சேர்ந்தார். காலையில் போல் இல்லாமல் பளீரென உடுத்தியிருந்தார். அவர் வந்துசேர்ந்த போது, நான் கட்டிவைத்திருந்த சாம்பிள் பருத்தியை அவிழ்த்துப் பார்த்து வாங்க வந்தவர்கள் விலை கேட்டனர். விதைக் கட்டு, சொத்தைசொள்ளை, நிறப்பொலிவு, இழைநெடுகம் போன்ற அம்சங்கள் விலையைத் தீர்மானிப்பதை என்னால் புரிந்துகொள்ள முடிந்தது. சொத்தைப் பருத்தி குறைந்த விலைக்குப் போனது. விதைக்கட்டு உமுள்ளது அதற்கடுத்த நிலையிலும் வெண்மையாகவும் வளுவளுப்பாகவும் இருந்த தாட்டுகள் அதிக விலைக்கும் விற்பனையாயின. போட்டி போட்டு வாங்கினார்கள். "ப"னா "உ"னா சரக்குக்கு நல்லவிலை கிடைத்தது.

மொத்தம் பத்துப் புள்ளிகளின் சரக்கு! ஏழுமணிக்கெல்லாம் விற்பனையாகி விலைப் பட்டியல் தயாரானது. வாங்கியவர்கள்

காசோலை தந்தார்கள். ஒருவாரம் கழித்து வங்கியில் கணக்காகி விடும். வங்கிகள் எல்லாம் நாட்டுடமை ஆக்கப்பட்டுவிட்டதால் வங்கிப் பரிவர்த்தனை அந்தஸ்தானதாய் மாறியிருந்தது.

கொண்டுவந்த புள்ளிகளுக்குக் கணக்குப் பார்த்துப் பெரியய்யா நோட்டுகளை எண்ணிப் பட்டுவாடா செய்தார். அவர்கள் முகம், மலர்ந்து வாங்கிக் கொண்டார்கள். அவர்களின் தோட்டப் பசுமை அதில் படர்ந்து மின்னியது என்பதாய் நினைத்துக் கொண்டேன். புள்ளிகள் ஒவ்வொருவரும் எனக்கு எட்டணா தந்தார்கள்.

வேண்டாம் என்று மறுத்தபோது பெரியய்யா வாங்கிக் கொள்ளச் சொன்னார். இரவு ஒன்பது மணிக்கெல்லாம் கடைநேரம் முடிந்து கதவு சாத்தப் பட்டது. அதற்கு முன்பாகவே முதலாளி சக வியாபாரிகள் சிலரோடு புறப்பட்டுப் போய்விட்டார். “பட்டத் தண்ணி அடிக்யப் போறானுக பாரு” என்றார் பெரியய்யா.

ஷட்டர்க் கதவை. மேலிருந்து கீழே இழுத்துச் சாத்தினேன். கதவு சாத்துவது எளிதாய் இருந்தது. இருபுறமும் இருந்த கொண்டியை இழுத்துவிட்டு, பூட்டுகொண்டு பூட்டி பெரியய் யாவிடம் சாவியைத் தந்தேன். இருவரும் காலாற நடந்தோம். மதுரை சாலையில் டிவிஎஸ் ரோட்டில் அவர் திரும்பிக் கொள்ள, நான் பங்களாமேடு நோக்கி நடந்தேன். ஒருசில பைக்குகளும் பஸ்களும் எதிர்த் திசையில் இருந்து வந்து ஒளி பாய்ச்சியதைக் கண்கள் வலியோடு எதிர்கொண்டன. எதிர்வெளிச்சம் கண்ணாடிக்குள் உஷ்ணத்தைப் புகுத்தியது. பத்து எட்டணாககள் கனத்த பாக்கெட்டோடு வீட்டு வாசலை அடைந்தேன்.

24

அம்மாவுக்கு என்றால் ஆச்சர்யம் தாங்கவில்லை. “வேல செய்யாமயே அஞ்சுரூவா கெடச்சுருச்சா?” அவர் விழிகளிலும் எதிர்வெளிச்சம் படர்ந்திருந்தது. அது சந்தேக வெளிச்சமா, சந்தோச வெளிச்சமா எனப் புரியமுடியவில்லை. அப்பா என் முதுகைத் தட்டித் தந்தார். “நாங்கூட அனல்ல வெந்து ஒருநாளக்கி மூணுரூவாக்கி மேல சம்பாரிக்ய முடியல.” என்றவர் “கமிசங்கடைன்னா சும்மாவா?” என்றார். “கீழ கெடக்குற பருத்திச் சொள, சிந்திக்

கெடக்குற தவசம் எல்லாமே காசுதேங்; சுதாரிச்சவெங் கோபுரத்துமேல ஏறுவாங்."

அக்கா காசுகளை வாங்கி எண்ணிப் பார்த்துவிட்டு என்னிடமே தந்தாள். நான் அம்மாவிடம் தந்தபோது அவர் கை நடுங்கியது. "காலநேரம் பாக்காம, ஒறக்கச் சடவுன்னு சோந்து கெடக்காம ஒழக்யணுமிய்யா; நாங்கதேங் அத்தக் கூலிக்கி மாரடிச்சுக் கெடக்கம்; நீயாச்சும் நாலுகாசு சம்பாரிச்சு அக்காவக் கரையேத்தி விடணும்."

"சரிம்மா."

"படிச்ச படிப்புக்கு ஆபீஸ் வேல கெடச்சிருந்தா நல்லாருக்கும்." இது அக்காவின் ஆதங்கம்.

பசியினாலும் மழையினாலும் உறங்காமல் கிடந்த இரவுகள் ஏராளம் உண்டு; இன்று மகிழ்ச்சியால் தூக்கம் பிடிக்காமல் புரண்டு புரண்டு படுத்தேன். அக்காவும் கூட அந்தப் படியாகவே விழித்துக் கிடந்தாள். "ஒறங்குங்க கண்ணுகளா" என்றார் அப்பாவின் அருகில் படுத்துக் கிடந்த அம்மா. அவரின் சந்தோசத்தை அப்பாவோடு கலந்துதான் கொண்டாட முடியும் என்று எனக்குத் தோன்றியது.

தூக்கச் சடவில் செண்பகா வந்து இறுக்கி அணைத்தாள். முழு மேனியையும் எனக்குள் கிடத்தி தனது உராய்வை வேகப் படுத்தினாள். "ஸ்ஸ் ஆ!" என்ற முனகல் காற்றில் கலந்து பரவியது. அப்போது மகாலட்சுமி ஓடிவந்து செண்பகாவைப் பிடித்துத் தள்ளிவிட்டு 'குய்யோ முறையோ' எனக் கதறினாள். அவளையும் என்னோடு சேர்த்து அணைக்க முயன்றபோது தலைக்குமேல் சுவரில் மாட்டியிருந்த மதிலொட்டித் தீபத்தை என் கை பிடித்திருந்தது. நல்லவேளையாக டூம் கிளாஸ் உடையவில்லை.

வெகுதூரத்தில் இருந்து கூவிய சேவல் ஒன்று விடியப் போவதை அறிவித்தது. எழுந்து வெளியில் வந்தபோது டிரவுசர் நனைந்திருந்தது. செண்பகாவின் அணைப்பில் ஸ்கலிதமாகிவிட்டது போலும். சாக்கடையில் ஒண்ணுக்கடித்துவிட்டுத் திண்ணையில் அமர்ந்தேன். நாய்கள் அங்குமிங்கும் அலைந்தபடி இருந்தன. இங்கே படுத்துக் கிடந்தது எழுந்து கொஞ்சதூரம் சென்று இன்னோர் இடத்தில் படுத்தது.

'செங்கமங்கலாய் விடிந்தபோது அக்கா எழுந்து வெளியில் வந்தாள். "ஒறக்க வரலியா?"

தேனிசீருடையான் | 139

“சீக்கிரம் குளிச்சுட்டுக் கடக்கிப் போகணுமில்ல; அதேங்.”

கருப்பாயக்கா வீட்டுக்கு அருகில் இருந்த எடசந்துக்குள் நுழைந்து ரயில் ரோட்டுக்குப் போனாள் அக்கா. அங்குதான் பெண்கள் சிறுநீர்க் கழிக்க ஒதுங்குவார்கள். அதன் பிறகு அம்மாவும் எழுந்துகொள்ள இருவரும் காலைக் கடன் கழிக்கக் கரட்டுக்குச் சென்று திரும்பினார்கள். அவர்கள் வருவதற்குள் அப்பா எழுந்து துண்டை எடுத்துத் தோளில் போட்டுக் கொண்டு வேலைக்குக் கிளம்பினார். “கமிசங்கடக்கிப் போறைல்ல?”

“ஆமாப்பா.”

“மொதலாளிமார்களுக்குக் கோவம் ஜாஸ்தி வரும்; சங்கடப்படாம இருந்து சாதிக்யணும்.”

“ஆகட்டும்ப்பா.”

வரப்புச் சகதிக்காடு நன்கு காய்ந்திருந்ததால் வேகமாய் நடந்து சடையால் ஊற்றை அடைந்தேன். மரத்தில் இருந்து தரைக்கும் தரையில் இருந்து மரத்துக்கும் தாவி விளையாடிக் கொண்டிருந்தான் ராமு. என்னைக் கண்டதும் படிக்கட்டுக்கு ஓடிவந்து காலைப் பிடித்துச் சுரண்டினான். பெட்டிக் கடைக்காரர் ஓலைப் பாய் விரித்து சரக்குகளை எடுத்துப் பரப்பிக் கொண்டிருந்தார். ராமு எதையும் தொடாமல் அலாதியாய் நின்றான். ஐந்து பைசாவுக்கு ஒரு முறுக்கு வாங்கித் தந்ததை வாங்கிக் கொண்டு ஓடிப்போய் மரத்தில் ஏறினான். பூசாரியம்மா எழுந்து கோயிலைக் கூட்டிக் கோலம் போட்டிருந்தார்.

ஆற்றங்கரை வழியாய்க் கொஞ்சதூரம் சென்று காலைக் கடன் முடித்து, ஆற்றில் அலம்பிக் கரையேறியபோது இச்சிமரக்காற்று மேனியில் பட்டு நடுக்கியது. ஊற்று நீரின் சாரல் துளிகள் கூதலை அதிகப் படுத்தியன. குளிக்கலாமா வேண்டாமா என்ற தயக்கத்தோடு கொஞ்சநேரம் ஒதுங்கி நின்றேன். டிரவுசர் பிசுபிசுப்புத் தட்டியதால், கடைக்குக் குளிக்காமல் போவது நல்லதல்ல என உணர்ந்து உள் இறங்கி நீருக்கடியில் தலையைத் நீட்டினேன். பற்கள் கிட்டித்து நடுங்கின. அரை நிமிடம்தான். தலையில் இருந்து மேனியில் இறங்கிய நீர் ‘கதகத’வென சூடு படிந்திருந்தது. தலையின் உஷ்ணத்தை வாங்கி உடம்புக்குத் தந்தது. கூதலில் நடுங்கிய உடம்பு இப்போது கதகதப்பால் சுகம் கண்டது.

குளித்து முடித்துக் கரையேறிப் பூசாரியம்மாவிடம் வந்து நின்றபோது பெரியய்யா வந்து சேர்ந்தார். "என்னடே; முந்திக்கிட்ட?"

"கடக்கி வரணுமில்ல பெரியய்யா?"

"நல்லது; கடக்கி வந்தாலும் வராட்டாலும் இந்த மாதிரி சுறுசுறுப்போட வந்து குளிச்சைன்னா ஒடம்புக்கு நோவு இல்ல." குளித்து முடித்து, துளசிச் செடியில் சில இணுக்குகள் பிடுங்கி முனியப்பனுக்கு சாத்திவிட்டு ஒன்றிரண்டைத் தன் வாயில் இட்டு மென்று, இன்னும் சில இணுக்குகளைப் பிடுங்கிக் கையில் வைத்துக் கொண்டு நடக்கத் தொடங்கினார்.

நானும் அவரைப் பின்தொடர நினைத்தபோது பூசாரியம்மா கூப்பிட்டு அப்போதுதான் ஆக்கி முடித்திருந்த கம்மங்கூழைத் தொன்னையில் வைத்துத் தந்தார். வெங்காயம், பச்ச மிளகாய், கருகப்பிள்ளை எல்லாம் போட்டுத் தாளித்து மணமாய் இருந்தது. "இதே போல ஒம்பொழப்பு மணமாருக்கணும்." அவரின் வாழ்த்துமொழி மன அந்தரங்கத்தில் சில்லிட்டு நின்றது.

அம்மா வேலைக்குப் போய்விட்டிருக்க அக்கா சமையல் செய்துகொண்டிருந்தாள். நான் தந்த ஐந்து ரூபா நெல்லுச் சோறுக்கு வழிவகை செய்தது.

பெரியய்யா வருவதற்கு முன்பே கடைவாசலில் நின்றிருந்தேன். சந்தை முடிந்த மறுநாள் என்பதால் கடைவீதி கூட்டம் இன்றி அமைதியாய் இருந்தது. சாலை முழுவதும் குப்பைகள் நிறைந்து கிடந்தன. தோட்டித் தொழிலாளிகள் நெடுங்குச்சியில் பொருத்தப் பட்ட துடைப்பத்தால் சாலையைக் கூட்டினர். காக்கி உடை அணிந்து ஊரைத் துப்புரவு படுத்தினர். சாலையோரப் புழுதிப் படலத்தை சமப் படுத்தி, குப்பைகளை மட்டும் தகரத்தட்டில் அள்ளிச் சென்று வட்டத் தொட்டியில் சேமித்தனர். ஊர்க் குப்பைகள் அங்கங்கு இருந்த தொட்டிகளில் நிறைந்தன.

நான் பெரியய்யாவின் வரவை எதிர்பார்த்து வாசப்படியில் அமர்ந்தேன். "நீங்க புதுசா?" எனக் கேட்டபடி ஒரு தோட்டித் தொழிலாளி அருகில் வந்து அமர்ந்தார்.

"ஆமா."

"பெரியய்யா உத்தம புத்திரங்; மொதலாளிக்கித் தெரிஞ்சுந் தெரியாமயும் படியளப்பாக; சின்னஞ்சிறிசுகளக் கூட்டியாந்தா பிஸ்கோத்து வாங்கித் தருவாரு; சொடல அய்யா வித்து வாரப்ப நாங் இருந்தா போளி, வடையெல்லாம் வாங்கித் தந்து பசி தீப்பாரு."

அந்நேரம் பெரியய்யா வந்துநின்று என்னிடம் கடைச் சாவியைத் தந்தார். "டே சுருளியாண்டி! என்னடே இந்நேரம்?"

"நேத்து சந்தக் கெடுவு; குப்ப கணக்கு வழக்கில்லாம சேந்து போச்சு; குறுக்கு வலிக்கிது பெரியய்யா."

"டீத் தண்ணி குடிக்கிறியா?"

"தர்மப் பிரபு; நல்லாருப்பீங்க."

அவர் தந்த பத்துப் பைசாவை வாங்கிக் கொண்டு எதிர்க் கடைக்குப் போனார் சுருளியாண்டி.

ஷட்டர் கேட்டைத் திறந்து, மைய விளக்கை எரியவிட்டு, வடக்கோரம் நிறுத்தி வைக்கப் பட்டிருந்த துடைப்பத்தை எடுத்துக் கடையை சுத்தப் படுத்தினேன். பத்தி பொருத்தி சாமி படத்துக்குக் காட்டிவிட்டு, சூடம் கொளுத்தி ஆரத்தி எடுத்தார் பெரியய்யா. என்னிடம் காட்டி கும்பிடச் சொன்னபோது, சுடரைத் தொட்டு முகத்தில் ஒற்றிக் கொண்டேன். சுடர்ப் புகை முகம் தொட்டதில் கண்கண்ணாடி மங்கியது. கழற்றி வேட்டி நுனியால் துடைத்துப் போட்டுக் கொண்டேன்.

முதலாளி வந்திருக்கவில்லை. பிட்டியார் கடையில் டீ வாங்கி நானும் பெரியய்யாவும் சாப்பிட்டோம். பெரியய்யா கணக்கு நோட்டை எடுத்து ஏதோ எழுதிக் கொண்டிருக்க, நான் சும்மாவே உட்கார்ந்திருந்தேன். பனிரெண்டு மணியளவில் ஒரு புள்ளி, தலையில் ஏதோ சாக்கு சிப்பத்தைத் தூக்கிக் கொண்டு வந்து கடைக்குள் இறக்கிவைத்தார்.

"வாடே முத்தப்பா" என்றார் பெரியய்யா.

"கும்புடுறேம் பெரியய்யா."

"எள்ளா, மல்லியா?"

"எள்ளு; கரடிக் கலர் தோத்துப் போகணும்; அட்டக்கரின்னு கூட சொல்லலாம். கையாலயே பிழிஞ்சு எண்ணெயாக்கிற

முடியும்."

குத்தூசி ஒன்றை என்னிடம் எடுத்துத் தந்து "கொஞ்சம் உருவிட்டு வா" என்றார். சின்ன முறம்போல ஒருபக்கம் பள்ளமாய் இருந்தது நுனிப்பகுதி ஊசிபோல கூர்மையாகவும் கைப்பிடிப் பகுதி அகன்றும் இருந்தது. எப்படி உருவுவது என்று தெரியாமல் நின்றபோது முத்தப்பன் வாங்கி, சாக்குக்குள் குத்தி வெளியில் இழுத்தார். ஊசியோடு வந்த எள்ளுப் பருக்கைகளை இடது கையில் வாங்கி, பெரியய்யாவிடம் காட்டினார்.

"மேலொண்ணு கீழொண்ணு இல்லையே?"

"அப்படிச் செய்யக்கூடியவனா நாங்? பூராவுமே நல்லா வெளஞ்சு பழுத்துப் போச்சு;"

மேல் அட்டலையில் இருந்த டெலிபோனின் நம்பர்களைச் சுழற்றி, "முத்து; எள்ளு மூட வந்திருக்கு; என்ன செய்ய?" என்றார்.

முதலாளியோடு பேசுகிறார் எனப் புரிய முடிந்தது. எதிர்க் குரலை வாங்கிக் கொண்டு "ஆகட்டும்" என்றார். முத்தப்பனைப் பார்த்து "மொதலாளி பணமெடுக்க பேங்குக்குப் போயிருக்காரு; எங்குட்டாச்சும் போறதாருந்தா, போய்ட்டு நாலுமணிவாக்குல வா."

"சரி; பத்து ரூவா குடுங்க; போய்ட்டு வாரேங்."

"எங்க போகப்போற?"

"ஒங்களுக்கொரு சங்கதி தெரியுமா? இங்க எனக்கொரு வங்கனகாரி இருக்கா."

"அடப்பாவி! ஒனக்குப் போயி எவடே பொச்சக் காட்டுறா?"

மீசையை முறுக்கியபடி "நாங் ஆம்பள சிங்கம் பெரியய்யா; சந்தக்குள்ள குடுசு போட்டிருக்கா."

"சுந்தரியவா சொல்ற?"

"ஆமாங்கய்யா."

"தூத்தெறி! எல்லாப் பயகளுக்கும் முந்தி விரிக்கிறவ எப்படிடே வங்கனகாரி ஆவா? உரிமையா முந்தி விரிக்கிறவ பொண்டாட்டி; புருசனுக்குத் தெரியாம ஒனக்கு மட்டும் முந்தி விரிச்சா அவதேம்டே வங்கனகாரி; துட்டுக்குப் படுக்குறவளப் போயி வங்கனகாரிங்குற?"

“ஏழைக்கேத்த எள்ளுருண்டதேங் பெரியய்யா.”

“வெக்கமால்ல?”

“என்னா செய்யிறது; ஒத்தக்காலுக்குள்ள எத்தன நாளக்கித்தேங் ஒறவாடுறது?”

“ஒம்பொண்டாட்டியும் இதே மாதிரி நெனச்சா என்னெம்ப?”

“போனாப் போனதுதேங்; நாங் தேனிப்பக்கம் வந்த பெறகு அவ என்னா செய்யிறான்னு கண்டுக்கிட்டிருக்க முடியுமா?”

“போடா, பித்துக் கெட்ட பயலே.”

முத்தப்பனின் மீசைக்கடியில் இருந்து லேசான புன்னகை வெளிப்பட்டுக் காற்றில் பரவியது.

மிளகாவத்தல் ஒரு சிப்பம், சுண்டவத்தல் ஒரு சிப்பம், மல்லி ஒரு மூடை என்று பல்வேறு சரக்குகள் வந்து இறங்கின. மாலை நான்கு மணிவாக்கில் முதலாளியும் அதன்பிறகு கொள்முதல் புள்ளிகளும் வந்தார்கள். வாங்கவந்த அனைவரும் உள்ளூர் முதலாளிகள். அ,னா கடை கணக்குப் பிள்ளையும் பொ,னா கடை ஏஜண்ட்டும் விலையைத் தீர்மானித்தார்கள். முத்தப்பன் கேட்டார். “வெளைய வச்சு சுத்தப் படுத்திக் கொண்டாரது நாங்க; வெல வக்கிறது நீங்களா?”

ஆனாகடைக் கணக்குப் பிள்ளை சொன்னார். “நாங்கதானப்பா விக்யப் போறம்; இன்னக்கி மார்க்கெட் நெலவரம என்னான்னு ஒனக்குத் தெரியுமா?”

பெரியய்யா குறுக்கிட்டு முத்தப்பனைப் பார்த்துச் சொன்னார். “ஒனக்கு வெல வக்யத் தெரியாது; இவுகளுக்கு வெளைய வக்யத் தெரியாது; அதனாலதாங் ரெண்டு பேரும் கமிசங்கடக்கித் தரகு தாரீக.”

முத்தப்பன் புரிந்தமாதிரி சிரித்துக் கொண்டு புரியாதவனாய்த் தலைசொறிந்தான். மல்லி கொண்டுவந்த மயிலண்ணனும் சுண்டக்கா சிப்பம் கொண்டுவந்த சுந்தரமும் முத்தப்பனின் முதுகில் தட்டிச் சிரித்தனர். “வயக்காடு வேற; மார்க்கெட்டு வேற; மார்க்கெட்டு இல்லைன்னா அந்தக் காலம் மாதிரி தலைல சொமந்து ஊரூரா அலைய வேண்டியதுதேங்” என்றார் சுந்தரம்.

“நீதாம்லெ அறிவுக்காரெங்” என்றார் பெரியய்யா.

மல்லி, எள்ளு இரண்டிலும் காப்படி அளவுக்கு உருவிக் கொண்டு எடைபோட்டு விநியோகம் செய்தனர். கமிசன் போக மிச்சத்தைத் தந்து கணக்கு முடித்தார் பெரியய்யா. சுண்டக்கா சிப்பத்தை சோமாறாமல் அப்படியே எடைபோட்டனர். அது கசப்புக்காய் என்பதால் எடுத்துவைத்துப் பயனில்லை.. “எதுக்கு இம்புட்டு எடுக்குறீக?” என்று யாரும் கேட்கவில்லை. அது கமிசன் கடைப் பழக்கம் என்று ஏற்கெனவே அறிந்திருந்ததால் இழப்பின் குறைபாடு விவசாயிகளைப் பாதிக்கவில்லை.

இன்று எந்தப் புள்ளியும் எனக்குப் பைசாத் தரவில்லை. மிளகா, எள்ளு, மல்லி ஆகிய பண்டங்களில் கொஞ்சம் கொஞ்சம் எடுத்துத் தனித்தனியாய்க் கட்டித் தந்தார் பெரியய்யா. மிச்சத்தை முதலாளி வீட்டுக்காகக் கட்டிவைத்துவிட்டு, வழக்கம்போல இரவில் கடை முடித்து, அடைத்துவிட்டு சாலைவழியாய் நடக்கத் தொடங்கினோம். மதுரை பெரியகுளம் சாலைகள் வெறிச்சோடிக் கிடந்தன. பஸ்டாண்டுக்கு எதிரில் ஒருவர் தள்ளுவண்டியில் பழங்கள் வைத்து விற்றுக் கொண்டிருந்தார். அவருக்கு இன்னும் இரவு வரவில்லை போலும். “என்னலே கருப்பையா; யாரு வருவாகன்னு தொறந்து வச்சிருக்க?” என்ற பெரியய்யாவின் கேள்விக்கு “வாங்கய்யா” என்று எழுந்து நின்றான்.

“யாவாரம் பரவால்லியா?”

“இருக்குங்கய்யா; நேத்து பருத்தி வண்டிக வந்துச்சு; கிராமத்துக்கரவுக ஒண்ணுரெண்டு வாங்குனாக; இன்னக்கி யாரும் வரல; காத்தாடிக் கெடக்கு.”

“அம்புட்டுத்தாம்லெ; ஒருநா சம்பாத்தியம் ஒம்பது நாளக்கிப் போதும்; ஒரு சீசன்ல கெடக்கிற லாபம் ஒரு வருசத்துக்குக் கஞ்சியூத்தும்.”

“அப்படியெல்லாம் இல்ல பெரியய்யா; ஒங்க மாதிரி பெரிய தொழில் பண்றவுகளுக்கு வேண்ணா சரியாருக்கும்; எங்களப்போல அன்னாடங்காச்சிகளுக்கு ஒத்து வராது. அழுகப் பய பண்டம்; அன்னன்னக்கி வெல போகலைன்னா குப்பத் தொட்டிக்கிப் போக வேண்டியதுதேங்.”

“எல்லாருக்கும் அளந்த படி கெடக்யும்.” பேசிக்கொண்டே ஒரு ஆப்பிள் பழத்தை எடுத்து என் கையில் தந்தார்.

“வேணாம் பெரியய்யா.”

“வீட்டுல கொண்டு போயிக்குடு.” இன்னொரு பழம் எடுத்துத் தனக்கு வைத்துக் கொண்டு ஐந்து ரூபாத் தாள் ஒன்றை எடுத்துத் தந்தார். வாங்கிக் கொண்டு மீதிப் பணம் தந்தார் கருப்பையா. மங்கத் தொடங்கிய பெட்ரோமாக்ஸ் லைட்டைக் கீழ் இறக்கிக் காற்றடித்தார். ஒருவர் வந்து நின்று “யாவாரம் பரவால்லியா?” என்று கேட்டார்.

“ஒங்களுக்கு வாடக தாரதுக்குக் கூட விக்யலண்ணா.”

“நித்தம் இப்படித்தேங் பொலம்புற; காட்டுச் சாலையில மூணு செண்டு எடம் வாங்கியிருக்கியாமுல்ல.”

“அழுகச் சரக்க வித்து நெலம் வாங்க முடியுமாக்கும்; எம்பொண்டாட்டி நகைய வித்து வாங்குனதாக்கும்.”

“நல்லாரு; எனக்கு வாடக தந்தா ஒனக்கு லாபம்.”

“இரண்டு ஐந்து ரூபாத் தாள்களை எடுத்துத் தந்தார்.

நடந்துகொண்டிருக்கும்போது பெரியய்யா சொன்னார். “கவர்மெண்ட் ரோடு; எவனோ வந்து வாடக வசூலிக்கிறாம்பாரு.”

“அக்குரமமா இருக்கே.”

“கந்துவட்டிக்காரெங் ரோட்டோரத்துல அஞ்சுக்கு அஞ்சு மடத்தப் பிடிச்சுப் போட்டு, தொழில் பண்றவுகளுக்கு அன்னாட வாடகைக்கி விடுறானுக; பாவம்! பொழப்பு நடத்தத் துப்பில்லாதவுக கெடக்கிறதுல அவனுக்குக் கொஞ்சம்னு சமாதானமாகுறாக.”

“இதெல்லாம் போலிசுக்குத் தெரியுமா?”

“தெரியாம என்ன; அவுகளுக்கும் பங்குதேங்.”

பாவம் என்று நினைத்துக் கொண்டு வேகமாய் நடந்தேன்.

25

விலாசம் போடப் பழகிய தருணம் சுவாரஸ்யமானது. பெரியய்யா ஐந்து ரூபா தந்து மைவில்லை வாங்கிவரச் சொன்னார். அந்தச் சொல் எனக்குப் புரியவில்லை. வில்லை என்றால் தேங்கா வில்லை, கருப்பட்டி வில்லைதான் தெரியும். அதாவது கத்தரிக்கப்

பட்ட தேங்காத் துண்டு, உடைக்கப்பட்ட கருப்பட்டித் துண்டு! மை வில்லை என்றால்? நீராய் நீர்த்துக் கிடக்கும் மையை எப்படித் துண்டு கத்தரிப்பது? புரியாதவனாய்த் தயங்கி நின்றேன்.

“போடே; போயி வாங்கிட்டு வா.”

நீர்த்திருக்கும் மையை எப்படி வில்லையாய் வாங்குவது என்று கேட்காமல் “எங்க பெரியய்யா வாங்கணும்?” என்றேன்.

“கட(ர்)க்கர நாடார் சந்துல.”

தேனியில் இருந்து அலாதியாய் வெகுதூரத்து ஊரான சென்னைவாசியாக பலகாலம் வாழ்ந்த நான் கடற்கரை நாடார் சந்து எங்கிருக்கிறது என்று தெரியாமல் விழித்தேன்.

“பஸ்டாண்டுக்கு எதுத்தாப்பில, கருப்பையா பழம் விக்கிறான்ல; அத ஒட்டி வடக்காம சந்து போகும்; அங்க ‘மகேந்திரா கெமிக்கல்ஸ்’னு ஒரு கட; அங்க போயிக் கேளு.”

தேனியின் மைய வீதியையே இன்னும் தெரிந்துகொள்ளாமல் இருக்கிறேன்; இண்டு இடுக்குகளை என்றைக்கு அறியப் போகிறேன்? காலாற நடந்து போய்ப் பழக் கடைக்காரரைக் கேட்டேன். சந்துப் பகுதியைக் காட்டினார். எனது பார்வைப் பரப்பில் கண்ணாடிப் பார்வைக்குக் கடை முகப்புத் தெரியவில்லை. படபடப்பும் தவிப்பும் தொற்றிக் கொண்ட நிலையில் கருப்பையா அழைத்துப் போய்க் கடையருகில் நிறுத்தினார். ”மகேந்திரா கெமிக்கல்ஸ்” என்ற பெயர்ப்பலகை சிறிய எழுத்துகளில் ஒடுங்கிக் கிடந்தது. தெரியாதவர்களுக்கு இந்த எழுத்துகள் வழிகாட்டப் போவதில்லை. கல்லாவில் இருந்தவரிடம் “மைவில்ல அஞ்சு” என்றேன்.

“என்னா கலரு?”

வில்லைகள் பல கலர்களில் இருப்பதை உணர்ந்தேன். “பெரியய்யா வாங்கியாரச் சொன்னாரு.”

உள்ளே திரும்பி “பச்ச வில்ல அஞ்சு எடுத்துட்டு வா.”

சிறுவன் ஒருவன் பச்சைநிற வில்லைகள் ஐந்தை எடுத்துப் பேப்பரில் மடித்துத் தந்தான். ஒரு ரூபா நாணயம்போல வட்டமாய்

இருந்தது. சூட மிட்டாய்போல வட்ட வடிவம்! வாங்கிக் கொண்டு, திரும்புகாலில் கருப்பையாவிடம் நன்றி சொல்லிவிட்டுக் கடைக்கு விரைந்தேன்.

பெரியய்யா சொன்னபடி ஒரு வில்லையை டப்பாவில் போட்டு, இரண்டு டம்ளர் தண்ணீர் ஊற்றி, விலாசம் போடும் குச்சியால் கலக்கினேன். திடப் பொருளாய் இருந்த வில்லை சில்லு சில்லாய் உடையாமல் கரைந்து நீர்த்துப் போனது. முழுசும் கரையும்வரை நன்றாகக் கலக்கிக் கொண்டே இருந்தேன். சில துளிகள் தெறித்து சட்டையில் பட்டு ஒட்டிக் கொண்டது. கையில் தெறித்ததைப் போக்கவே இரண்டு நாள் பிடித்தது; சட்டையில் பட்ட இந்தக் கறைகளைப் போக்க எத்தனை நாள் ஆகுமோ.

“பதட்டமில்லாம செய்யிடே” என்றார் பெரியய்யா.

மைடப்பா பசுமை ததும்பிக் காட்சி அளித்தது. செழித்து வளர்ந்த விவசாயி போல மனக் குதூகலம்! ஒண்ணாப்புப் படிக்கும்போது நூறுவரை ஏற்றியும் இறக்கியும் சொல்லத் தெரிந்த நாளின் கொண்டாட்டம்! சும்மா கிடந்த ஒரு படுதாவில், *S B* என்று விலாசம் போட்டேன். அப்படியென்றால் *S BALU*. என்னமாய்ப் பிரகாசித்தது! தேசியக் கொடியில் தெரியும் பசுமைபோல என் வாழ்வின் உயரத்தில் படர்ந்திருந்தது. போட்டுப் பார்த்த விலாசத்தை ஈரம் காய்ந்ததும் பேப்பரால் துடைத்தேன். கொஞ்சமும் மங்கவில்லை. மை கரைக்கவும் விலாசம் போடவும் தெரிந்த நாள் உன்னதமானது. கணக்குப் பாடத்தில் நூறு மதிப்பெண் வாங்கிய மனோநிலை! சட்டையில் பட்ட மை அழுக்கு அல்ல; ஆனந்தக் குறியீடு.

புதன்கிழமை லீவுநாளில் பாக்கெட்டில் ஐந்து ரூபாய் இருந்தது. அப்போது விற்பனைக்கு வந்திருந்த சன்லைட் சோப்பு வாங்கி, பாதியளவு கரையும் வரை தேய்த்துத் துவைத்தேன். இருப்பதிலேயே அதிக விலையுள்ளதும் கனமுள்ளதும் சன்லைட் சோப். ‘பணக்கார சோப்பு’ அது வெள்ளைச் சட்டைக்கு அதைப் போட்டுக் கறை போக்குவார்கள். கறை போக அரைமணி நேரம் துவைக்க நேர்ந்தபோதும் சலிப்பு உண்டாகவில்லை. என் சம்பாத்தியத்தில் என் துணிகளைத் தூய்மைப் படுத்திக் கொண்டேன்.

மணித்துளிகளும் வாரங்களும் மாதங்களும் கடந்து கொண்டிருந்தன. வாரக் கிழமைகளின் பெயர்கள் ஏறத்தாழ மறந்துபோயின. மார்க்கெட் நாள், பசார் நாள், லீவு நாள் என்றுதான் ஞாபகப் படுத்த முடிந்தது. ஞாயிறும் வியாழனும் மார்க்கெட் நாள், செவ்வாய் வெள்ளி பசார் நாள், புதன் லீவுநாள்! மார்க்கெட் நாள் என்றால் கமிசன் கடைகளில் கூட்டம் அதிகமிருக்கும். விவசாயிகளும் வியாபாரிகளும் சங்கமமாகி தேனி நகரம் களைகட்டி நிற்கும். பசார் நாளில் கிராமத்து ஜன்ங்கள் தங்கள் பெட்டிக்கடை விற்பனைக்காகவும் வீட்டு உபயோகத்துக்காகவும் பொருட்கள் வாங்க வருவார்கள். பெரிய பெரிய கடைகளிலும் ஜவுளிக் கடைகளிலும் கூட்டம் வழியும். “மொத்த விலைக்கே சில்லரையிலும் கிடைக்கும்” என்ற பெயர்ப் பலகை வெகுமக்களைப் பெருவாரியாக ஈர்த்தது.

எனக்கு ஒவ்வொரு நாளும் ஏதேனும் லாபம் கிடைத்தபடி இருந்தது. மார்க்கெட் நாளின் வருவாய் அதிகம். பருத்தி சீசன் என்றால் பத்துப் பதினைந்து கிடைக்கும். பசார் நாளில் கிடைத்த சமையல் பொருட்கள் வீட்டுத் தேவையை ஓரளவு பூர்த்தி செய்தன. அதனால் அக்கா தனது சம்பாத்தியத்தில் ஒரு பகுதியை சீட்டுப் போட்டு சேமித்தாள். கருப்பாயி அக்காதான் எங்கள் ஏரியாவின் பெரிய சீட்டுக்காரி. இருபதுபேர் வரை சேர்த்து, வசூலித்து முதல் சீட்டை அவர் எடுத்துக் கொள்வார். அடுத்தடுத்த சீட்டுகளைக் குலுக்கிப் போட்டு யாருக்கு விழுகிறதோ பைசாக் கூடக் கமிசன் எடுக்காமல் அப்படியே பட்டுவாடா செய்வார். முதல் சீட்டுப் பணத்தை வட்டிக்கு விட்டுப் பெருக்குவதுதான் சீட்டுப் பிடிப்பதில் அவருக்கான வருமானம். நிறையப்பேர் அவரை நம்பி சீட்டுப் போட்டார்கள். ஐந்தாறு குரூப்வரை இருந்தது. கருப்பாயக்கா வீட்டில் செல்வம் பொழிந்தது.

லீவு நாளில் பச்சமலை அண்ணனுடனான சந்திப்பு முக்கிய நிகழ்வு. அவர் நல்ல வாசகராய் இருந்ததால் அவர்மூலம் எனக்கு அறிவுத்தீனி கிடைத்தது. எப்போதாவது செண்பகா என்னைத் தேடி வருவாள். அவள் வருகைப் பொழுது மதிய நேரமாய் இருக்கும். ஆளரவம் இல்லாத தனிமையில் எங்கள் உரையாடல் காதலின் உயிர்ப்புக் கோடாய் ஒளிரும்.

“பயப்படுறியா?” என்று ஒருமுறை கேட்டாள் செண்பகா.

“யாரும் தப்பா நெனக்யக் கூடாதுல்ல.”

“என்னாதப்பு; ஒவ்வொருத்தியும் ஒரு ஒரு ஆம்பளையோடதான படுத்து எந்திரிக்கிறாளுவ.” அவள் பேச்சு எனக்குப் பிடித்துப் போனது.

இப்படியாக, எனது உழைப்புப் பாடும் காதல்பாடும் கலந்து பயணித்தன. குடும்பத்தின் கஷ்டப் பிரவாகம் தணிந்து, நாங்கள் கரையோரம் ஒதுங்க உதவியது மட்டுமில்லாமல் செண்பகாவின் நட்பும் என் மூளையில் ஒரு கவசமாய்ப் படிந்து தைரியம் ஊட்டியது.

அன்று லீவு நாள் என்பதால் அவசரமில்லாமல் எழுந்து, சடையால் ராமுவுக்கு ஒரு வாழைப் பழமும், முனியப்பனுக்கு ஒரு கட்டு சூடமும் அன்பளிப்பு செய்துவிட்டு, தரையோடு படுத்துக் கிடந்த கொட்டகுடியில் கால் நனைத்து, உயர்ந்து நின்ற கொட்டகுடி ஆத்தங்கரை கடந்து, நாணல் அடர்வனத்தையும் சதுரம் சதுரமாய் சமன் செய்யப்பட்டிருந்த வயல் வரப்புகளையும் தாண்டி, நெல் நாற்றுகள் தலை சாய்ந்து ஆடிய பாதை வழியாக முல்லையாத்துக்கு நடந்தேன். இடுப்பில் கோவணமும் தலையில் உருமாவும் கட்டிய ஒருவர் ஏற்றம் இரைத்துக் கொண்டிருந்தார். கொம்பு நீண்ட மாடு ஒன்று ஏற்றத்தை இழுத்து “மூசு மூசு” என மூச்சு விட்டது. தோல்வாளி இறவை செய்தது. மனிதனும் மாடும் சேர்ந்து இழுக்கதில் நீர் தவ்வொளம் போட்டு வாய்க்காலில் ஓடியது. அருகில் இருந்த மரத்தடியில் பெண் ஒருத்தி கேப்பைக் கருதைக் கசக்கித் தின்றுகொண்டிருந்தாள். மனிதனையும் மாட்டையும் பெண்ணையும் மாறிமாறிப் பார்த்தபடி மெதுவாக நடந்தேன்.

“கேப்ப திங்கிறியா?” என்று அந்தப் பெண் கேட்டாள். இதுவரை அவளை நான் பார்த்ததில்லை. எந்தப் பழக்கமும் இல்லாத என்னைப் பார்த்துக் கேட்கிறாளே!

இறவை மனிதன் சில விநாடிகல் நின்று மாட்டை ஆசுவாசப் படுத்தியபடி “குளிக்யவா?” என்றார்.

“ஆமாண்ணா.”

“மலங்காட்டுல மழ பேஞ்சிருக்கும்போல; செந்தண்ணி ஓடுது; ஒரு முங்குமட்டும் முங்கிட்டு வந்துரு; சளி பிடிச்சுரும்.”

“கொட்டகுடி தெளிவாத்தேங் ஓடுது.”

“கொட்டகுடி போடி மலையிலருந்து வருது; முல்லையாறு கேரளக்காட்டுத் தண்ணி; கேரளாவுல நல்ல மழைன்னு சொன்னாக.”

வலிய வந்து ஆலோசனை சொல்லும் இவர்களின் நோக்கம் என்ன? அன்பு தவிர வேறு எதுவாகவும் இருக்கப் போவதில்லை. அந்தப் பெண் தந்த பசுங்கேப்பைப் பருக்கைகளை வாங்கி வாயிலிட்டு மென்றபோது நாசியில் பசுமை வாசமும் நாக்கில் கொளகொளப்பான ருசியும் பதிந்தன. தொண்டையிலும் கூட ருசி இறங்கியது.

இறவைச்சத்தம் இனிமையானது. “விய் விய் விய்!” என்று கீச்சுக்குரலில் கத்தியது. கிணற்றின் இருபுறமும் ஊணுகால் நட்டு, மேலாக இணைப்புக் கம்பு கட்டி, அதில் உருளை பொருத்தி மாட்டு இழுவையில் உருளை கத்தியது. அது ஒரு பாட்டுச்சத்தம் போல மனசை ஊடுருவியது. ‘சலேர்’ என்று பாய்ந்த தண்ணீர்ச்சத்தம் இசைக்குப் பக்க வாத்தியம் போல இருந்தது. சில பறவைகள் சப்தம் எழுப்பியபடி குஞ்சுகளுக்கு உணவு ஊட்டின. கீழ் இறங்கி சின்னச் சின்ன சீவாத்திகளைக் கொத்திக் கொண்டு போய், கூட்டுக்குள் இருக்கும் தனது பிள்ளைகளுக்கு ஊட்டின. ஒன்றிரண்டு குஞ்சுகள் இரையை வாங்கத் தெரியாமல் திணறியபோது, தனது வாயில் எடுத்து துண்டு கத்தரித்து மீண்டும் ஊட்டியது தாய்ப்பறவை. குஞ்சுகள் கழுத்தை மேலும் கீழும் அசைத்து விழுங்கிப் பசியாறின. தாய்ப்பறவை உரிந்துகிடந்த முட்டைத் தோடுகளை விழுங்கின. கழிவைத் தான் தின்று சுத்தமான உணவைக் குஞ்சுகளுக்குத் தந்தபோது அம்மாவின் நினைவு வந்தது. களியை எங்களுக்குத் தந்துவிட்டு அடிப்பத்துக் கஞ்சியை அவர் குடித்துப் பசியாறி என்னையும் அக்காவையும் வளர்த்தார்.

கோழியும் ஒரு பறவைதான். அது பிறந்த மறுநொடி இரை பொறுக்க அழைத்துச் சென்றுவிடுகிறது. கூட்டுப் பறவைகள் தாய் ஊட்டுவதை மட்டுமே உண்கின்றன. இரையை வாங்க முடியாத குஞ்சுகள் இறந்துவிடக் கூடும்.

முல்லையாறு சிவந்து பாய்ந்தது. நீரோட்டம் இரு கரைகளையும் தாண்டித் திமிறிக் கொண்டு ஓடியது. ஆற்றின் மையத்தில் இருந்த

சொருக்குப் பாறையை மூழ்கடித்தபடி வேகமெடுத்துப் பாய்ந்தது. முல்லையாறு குளியலுக்கானது மட்டுமல்ல; சொருக்கடித்துப் பாய்ந்து அக்கரை சென்று மீண்டும் இக்கரைக்கு வந்து சேரும் விளையாட்டுக்கானதும் ஆகும். நீர் அதிகம் பாயும் நாட்களில் அது ஒரு சாகசம். நான் சிறுவனாய் இருந்தபோது காசியண்ணன் என்னையும் கைத்தாங்கலாய்த் தூக்கிக் கொண்டு சொருக்கடித்து அக்கரை சென்று இக்கரைக்குத் திரும்பி வந்தபோது பயத்தில் அலறியிருக்கிறேன். பின்னாளில் நானும் அந்த வித்தையைக் கற்றுத் தேர்ந்தேன். இன்று நீரோட்டம் பயம் காட்டியது. சொருக்குப் பாறைக்கு நீந்திச் செல்வது கடினம். கரையருகிலேயே நீரிழுவை அதிகம். இழுத்துக்கொண்டு போய் எங்காவது முட்ட வைத்துவிடும்.

துவைகற்கள் ஆற்றில் மூழ்கியிருந்தன. துவைக்க முடியாது போலும். சட்டையிலும் வேட்டியிலும் படிந்திருந்த மைக்கரையை எப்படிப் போக்குவது? கரையில் இருந்து நூறடி தள்ளியிருந்த அரசமரத்தடிக்குப் போய் அமர்ந்து நீரோட்டத்தைப் பார்த்துக் கொண்டே இருந்தேன். நடந்து செல்லாமல் தவ்வித் தவ்விப் பாய்ந்தது. திவலைகள் பட்டுக் கரையெங்கும் ஈரநாம்பல்! அரசமரம் வரை திவலைகள் தெறித்தன. நடுக்கொப்பில் அமர்ந்திருந்த நாரை ஒன்று, ஆற்றின் மையப் பகுதிக்குச் சென்று, ஆலவட்டம் அடித்துக் கீழ் இறங்கி, நெடுநீளமான விரால்மீன் ஒன்றைத் தூக்கிக்கொண்டு மரத்துக்குத் திரும்பியது. வட்டவடிவக் கூட்டில் முட்டைகள் இருப்பதைக் காணமுடிந்தது. அடைகாக்கிறது போலும். மீனின் கழுத்துப் பகுதியைக் கொத்தி உயிரைப் போக்கிவிட்டு, முழுசாய் விழுங்கியது.

நீரில் நனைத்துக் கையில் வைத்தபடி சோப்புப் போடலாமா? ரத்தச் சிவப்பில் ஓடிய நீர் சட்டையில் ஒட்டிக் கொண்டால்? மனம் அங்குமிங்கும் அலைந்து முடித்த பிறகு சடையால் ஊற்றுக்கே போய்விடுவது என முடிவெடுத்தேன். திரும்புகாலில் ஏற்றச் சத்தம் ஓய்ந்து மாடு மேய்ச்சலில் இருந்தது. அவனும் அவளும் குடிசைக்குள் ஒட்டிப் படுத்துக் கிடந்தனர். கண்ணாடிப் பார்வையில் குடிசை நிழலுக்குள் இருந்தவர்கள் என்ன செய்கிறார்கள் எனத் தெரிய முடியவில்லை. வேறுவிதக் கற்பனையோட்டத்தை மனதுக்குள் ஏந்திப் பைய நடந்தேன்.

கொட்டகுடியிலும் நீரோட்டம் பெருகி இழுவையில் உடல் மல்லுக்கட்டியது. முல்லைக்குப் போகும்போது காலடியில் கிடந்த

நீர் இப்போது நுரை ததும்பி இடுப்புயரம் வளர்ந்து ஓடியது. போடி மலையிலும் மழை பெய்திருக்கக் கூடும். பயம் கொண்டவனாய் ஆற்றைக் கடந்து முனியப்பன் கோயிலுக்கு வந்தபோது மூச்சு வாங்கியது. ராமு ஓடிவந்து காலடியில் நின்றான்.

26

பூசாரியம்மா அருகில் அமர்ந்து அசதி கலையும்வரை ஓய்வெடுத்தேன். ராமு சுற்றிச் சுற்றி வந்து ஆலவட்டம் போட்டுக் கொண்டிருந்தான். சாமி கும்பிட வந்தவர்கள் தந்த வாழைப் பழத்தை உரித்துத் தின்றுவிட்டுத் தோலை ஆற்றுக்குள் எறிந்தான். அப்படியும் இப்படியும் தாவிக் குதித்து இருந்த இடத்திற்கு வந்து அமர்ந்துகொண்டான். ஒருவர் குறிகேட்டுக் கொண்டிருந்ததை உற்று உற்றுப் பார்த்தான். குறி கேட்டவர் முகத்தையும் உருண்டு ஆடிய சோவிகளையும் மாறிமாறிப் பார்த்தான். சோவிகளை அள்ளி உருட்டிய பூசாரியம்மாவின் கைகளையும் மெலிதான சத்தம் எழுப்பிக் கண்ணுற்றான். "வெள்ளம் வந்தா ஆத்துக்குள்ள எறங்காத; வெக்க வந்தா வெயிலுக்குள்ள நடக்காத; துக்கம் வந்தா சோ(ர்)ந்து நடுங்காத." பூசாரியம்மாவின் ஜோதிட பாஷை வித்தியாசமானது. "என்னாப்புனு ஒனக்கு விசாரம்?"

குறிகேட்ட இருவரில் ஆண் அமைதியாய் இருக்க பெண் சொன்னாள். "கட்டிக் குடுத்த நாள்லருந்து பேயடிச்ச மாதிரி சோந்து கெடக்கா தாயி."

"சட முனியப்பா! பாவப்பட்ட சீவாத்திக; இதுக்கொரு தாப்பிரியம் சொல்லுப்பா." சோவியை இரு கைகளாலும் குலுக்கி உருட்டிப் போட்டுவிட்டு "பதினொரு பூ பூத்திருக்கு மகளே;" என்றார். "பதினோராமிடம் லாப ஸ்தானம்; நட்டப் பட ஒண்ணுமில்ல; நோய்க்கும் பாரு; பேய்க்கும் பாருன்னு நம்ம மூத்தவுக சொல்லியிருக்காக; அதனால......." என்றபடி மீண்டும் சோவி உருட்டினார். எட்டு சோவிகள் மல்லாக்க விழுந்தன. "எட்டுங்குறது ஆரோக்கிய ஸ்தானம்; நாடி நரம்புகள்ல, நஞ்சுக் கொடி ஓடின வகுத்துக்குள்ள, அடப்புக்காட்டுற நெஞ்சுக்குள்ள ஏதோ தடுமாற்றம் இருக்குப்பா; நல்ல வைத்தியரப் பாத்துக் காட்டுங்க; பேயோட்டுறம்னு புள்ளைய இம்சப் படுத்தாதீங்க;

முனியப்பெங் காட்டுற தெசையில் போயி மருந்து மாயம் பாத்து கொணப்படுத்துங்க; ஆறுமாசம் அவகாசந்தந்திருக்காரு முனியப்பரு; நல்லான பெறகு இங்க வந்து அய்யனுக்கு வேட்டி துண்டு காணிக்க வயிங்க. சரியா?" அவர்கள் வைத்த ஒண்ணேகால் ரூபா காணிக்கைக் காசை எடுத்து உற்றுப் பார்த்துவிட்டு, பூசாரியம் மாவிடம் தந்தான் ராமு. "அறிவுக்காரப் பய" என்றார்.

"எனக்கும் ஒரு குறி சொல்லுங்கம்மா" என்றேன்.

"ஒனக்கு என்னாய்யா கொறச்ச? பெரியய்யா ஒன்னய நல்ல எடத்துல ஒக்கார வச்சுட்டாருல்ல."

"நெசந்தேங் பூசாரியம்மா; அதனாலதேங் அக்காவுக்கு ஒரு மாப்பிள்ள வருது; அது ஆகுமா, ஆகாதான்னு பாக்கணும்."

"நீ படிச்ச புள்ள; சோவி சோசியம் நூத்துக்கு நூறு பலிதமாகுமுன்னு நெனக்கிறியா? ஏதோ காஞ்சு போன மனசுக்குத் தண்ணி ஊத்துன மாதிரி ஒரு நல்ல வார்த்த; அம்புட்டுத்தேங்; நம்ம நடைமொறையிலதேங் கண்ணு நல்லது கெட்டதுகளப் புரிய முடியும்."

"அப்ப சோசியம் பொய்யிங்குறீங்களா?" என்று கேட்க நினைத்து வார்த்தைகளை மனசுக்குள் வைத்துக் கொண்டேன்.

"பொண்ணு காரியம்; பொல்லாங்கு இல்லாம நடக்கட்டும்."

9ல் இருந்து 10.30க்குள் நல்ல நல்லநேரம். அநேகமாக ஒன்பதரைக்கெல்லாம் வந்து விடுவார்கள். குளித்து முடித்து, பூசாரியம்மாவிடம் ஆசீர்வாதம் வாங்கிக் கொண்டு, எட்டரைவாக்கில் சடையால் பகுதியைவிட்டுக் கிளம்பினேன். வேட்டியைத் தோளில் காயப்போட்டபடிப் பைய நடந்து சாலை முகப்புக்கு வந்தபோது காய்ந்திருந்த வேட்டியை நன்கு இறுக்கிக் கட்டிக்கொண்டு என்னையே நான் ஏறிட்டுப் பார்த்தேன். வெள்ளை வேட்டியும் நீலக்கலர் சட்டையும் உடம்புக்கு எடுப்பு. தலைமுடியைக் கையாலேயே வாரிவிட்டுக் கொண்டு நாயர் கடைக்குப் போனேன். பெண்பார்க்க வருபவர்களுக்கு இனிப்புக் காரம் வாங்க வேண்டும். கல்யாண ஏற்பாட்டின் முதல் படி பெண்பார்த்தல்; இரண்டாம் படி மாப்பிள்ளை வீடு பார்த்தல்.; இரண்டு சடங்குகளிலும் இனிப்பு, காரம் பரிமாறுவது சம்பர்தாயம்.

அப்போதுதான் சுடச்சுட மிட்டாஸ் அடுக்கப் பட்டிருந்தது. பூந்தி வாங்கிவரச் சொல்லியிருந்தார் அம்மா. எல்லா வீடுகளிலும் பூந்திதான் முதல் இனிப்பு. வித்தியாசமாய் இருக்கட்டும் என்று மிட்டாஸ் வாங்கினேன். மிட்டாஸும் இனிப்புத்தானே? பத்து ரூபாய்க்கு மிட்டாஸும் மிக்சரும் வாங்கி, பேப்பரில் பொதிந்து கையில் வைத்துக் கொண்டேன். கருப்பையா பழக்கடையில் ரெண்டு சீப்பு ரஸ்தாளி வாழைப்பழம், கேட்டபோது "எப்படி கொண்டு போவ?" என்றார்.

"பையி எடுத்தாரலண்ணே."

"சரக்கு வாங்கும்போது பையி கொண்டு வரணும்." என்றபடி மாதுளைப் பெட்டி ஒன்றில் வைத்துக் கட்டித் தந்தார். இனிப்பு வகையறாவையும் அதிலேயே வைத்துக் கொண்டேன். ரெண்டு ரூபாய்க்குத் தரமான காஃபித்தூள்! பெட்டி நிறைந்து கனத்தது. அக்கா வாழ்க்கையும் இப்படியே அமையும்.

ஒன்பதேகாலுக்கெல்லாம் வயல்பட்டியில் இருந்து ஐந்துபேர் வந்தார்கள். பையனின் அம்மா, அப்பா, அக்கா ஆகியோரோடு இன்னொரு பெரியவரும் வந்திருந்தார். ஊரின் பெரியமனிதராய் இருக்கலாம். ஊர் நாட்டாமையோ ஜாதி நாட்டாமையோ.

அம்மாவும் அப்பாவும் வாசலில் நின்று "அல்லாரும் வாங்க!" என்று கையெடுத்துக் கும்பிட்டனர். கருப்பாயக்கா, சின்னகாமுவோடு அவளின் அப்பா, கடலை வறுக்கும் காதர் மாமா ஆகியோரும் திண்ணையில் இருந்து எழுந்து வரவேற்றனர்.

பையன் வெள்ளைச் சட்டையும் இளஞ்சிவப்பு பேண்ட்டும் அணிந்து, மஞ்சச் செயினில் கைக்கடிகாரம் கட்டி முழிப்பாய் இருந்தான். நெடுநீளமான கைகள்! உருண்டைமுகம்! அலையும் விழிகள். திண்ணையில் புதுப்பாய் விரிக்கப்பட்டு அனைவரும் அமர்ந்தனர். நான் ஓடிப் போய் பச்சையண்ணனையும் அழைத்து வந்தேன்.

"இவெங் எம்மகெங்; பெரிய பத்து படிச்சிருக்யாங்." என்னை அறிமுகப் படுத்தினார் அப்பா.

"பெரிய பத்தா?" என்று விழிகளை உயர்த்தினார் பையனின் அப்பா. "எம்பய படிப்புக் கொறச்சல்தேங்; ஆனா சம்பாத்தியத்துல

பெரியபடிப்புக்காரவுக எட்ட முடியாது." பையனின் அம்மா பெருமிதம் பொங்கப் பேசினார்.

"என்னா தொழில் செய்றாரு?" அப்பா கேட்டுக் கொண்டிருந்த நிலையில் அம்மா வீட்டுக்குள் போய் எவர்சில்வர் டம்ளர்களில் தண்ணீர் எடுத்துவந்து நீட்டினார். தண்ணீர் தருவது முதல் உபச்சாரம். அவை கருப்பாயக்கா வீட்டு டம்ளர்கள். சின்னகாமு வீட்டில் இருந்து சின்னச்சின்ன தட்டுகள் வந்திருந்தன. இனிப்பு, மிச்சர், வாழைப்பழம் வைத்துத் தருவதற்கு.

இனிப்பு கார வகைகளையும் அம்மாவே எடுத்துவந்து தந்தார். மாப்பிள்ளையின் முகம் அலைந்துகொண்டிருந்தன. அக்காவைத் தேடுகிறானோ? நிறைவாக அக்கா காஃபி எடுத்துவந்து, யார் முகத்தையும் பார்க்காமல், நிலம் பார்த்து நெளிந்தபடி ஒவ்வொரு வருக்கும் நீட்டினாள். சடை நிறைய பூச்சூடி ஒளிப்பிழம்பாய்க் காட்சியளித்தாள்.

அந்த நேரம் பார்த்து செண்பகா வந்து சேர்ந்தாள். "நிமுந்து பாத்துக் குடுங்க மதினி." அப்போதும் அக்கா குனிந்த தலை நிமிர வில்லை.

"மாப்பிள்ள மொகத்தப் பாரு மல்லிகா." காதர் மாமா சொன்னபோது சின்னதாய்ச் சிரித்து அனைவரையும் ஏறிட்டுப் பார்த்தாள். முகம் பளீரென மின்னியது.

"மருமகங் எந்த ஸ்கூல்ல படிச்சாரு?" மாப்பிள்ளையின் அப்பா கேட்டார்.

"பெரிய பத்து நாடார் ஸ்கூல்லதான இருக்கு; தம்பி அங்கதேம்படிச்சிருக்கும்." பையன் அம்மாவின் கணிப்பு.

"பொட்டச்சிங்குறது சரியாப்போச்சுல்ல; முந்திக்கிட்டு நாக்க நீட்டக் கூடாது; ஆம்பளைக சபையில பொட்டச்சிக்கி என்ன பேச்சு?" மாப்பிள்ளை அப்பாவின் கோப உபதேசம்.

"நீங்க எனக்கு பெரியப்பா மொற; பொம்பளைக ஏம்பேசக் கூடாது?" செண்பகாவின் துடுக்குத்தனம் அனைவரையும் அசத்தியது.

"வாய மூடு புள்ள." சின்னகாமுவின் அப்பா அமட்டியபோது "அவ சொன்னதுல என்ன தப்பு?" என்றாள் சின்னகாமு.

கருப்பபாயக்கா சொன்னார். “அவுக ஒண்ணும் தப்பா சொல்லலியே.”

“இப்பல்லாம் எம்புட்டோ மாறிப் போச்சு; நாட்ட ஆண்டுக் கிட்டிருக்கது ஒரு பொம்பளதான?” சின்னகாமுவின் நியாயம் ஆண்களின் தலைகளுக்குமேல் பறந்து சென்றது.

“சரி விடுங்க; ஆகவேண்டியதப் பேசுவம்.” காதர் மாமா ஆண்பெண் விவாதத்துக்கு முற்றுப் புள்ளி வைத்தார்.

“அண்ணெங் என்னா பண்றாரு?” மாப்பிள்ளையின் சம்பாத்தியத்தைக் கேட்டாள் செண்பகா. அக்கா கதவோரம் நின்று காதுகொடுத்தாள். அவளின் முகப்பிம்பம் இருட்டு மின்னலாய் மின்னியது.

“தரகு பாக்குறாங்; வாழக்காத் தரகு, தேங்காத் தரகு, ஏங், ஆடு மாடு பிடிக்யணும்னாக் கூட இவனத் தேடித்தேங் வருவாக; பத்துரூவாத் துட்டு இல்லாம வீட்டுக்கு வர மாட்டாங்.” மாமனாகப் போகிறவரின் வார்த்தைகளைக் கேட்க அக்காவின் காதுகள் வெளிவாசல்வ்ரை நீண்டன.

“எங்க மதினியும் சம்பாத்தியக்காரிதேங்.” செண்பகாவின் மிடுக்கேறிய வார்த்தைகள்.

“எங்க வீட்டுக்கு வந்துட்டா வேலவெட்டிக்கிப் போக வேண்டியகில்ல; அடுப்புல பொழங்க; கெணத்துல எறக்ய, அம்புட்டுத்தேங்.”

சொல்லிய மனைவியின் முகத்தை முறைத்துப் பார்த்தார் மனமகன் தந்தை. “நாஞ்சொல்வன்ல? நீ எதுக்கு முந்துற?”

“பொண்ணுங்கள அடக்குறது ஒங்கூர்ப் பழக்கமா, ஒங்கவீட்டுப் பழக்கமா?” பச்சையண்ணன் வாய்திறந்தார்.

“என்னா தம்பி இப்படிக் கேக்குறீங்க; நாடு முழுக்க இதுதேம்பழக்கம் வாழையடி வாழையா வந்துக்கிட்டிருக்கு எங்காத்தா வாசலவிட்டுக் கீழ எறங்க மாட்டா தெரியுமா? ஆம்பளைக்கி வீரம் அழகுன்னா பொம்பளைக்கி அடக்கந்தேங் அழகு.”

“அப்படியா? நாம கும்பிடுற காளியாத்தா அசுரனவே அதம் பண்றாளே; அது வீரமில்லியா?” பச்சையண்ணனின் மறு கேள்வி..

“சரி சரி; அத விட்டுட்டு மத்ததப் பேசுங்க.” காதர் மாமா திசைமாற்றினார்.

“நாங்க நகநட்டுக்கோ துட்டு துக்காணிக்கோ ஆசப்படல; பொண்ணு வாய்வார்த்த வாசலத் தாண்டாமப் பாத்துக்கிட்டாப் போதும்.”

“அப்படின்னா நக வேணாமா?” இது பச்சையண்ணன்.

“என்னா தம்பி; எடக்குமடக்காவே பேசிக்கிட்டிருக்க; பொண்ணு கொணமணமா இருக்கணும்னா பணம் பவுசு வேணாம்னு அர்த்தமா?” உடன் வந்தவர் முதன்முறையாய் வார்த்தையாடினார்.

“கடன ஒடன வாங்கி மூணுபவுனு போட்டுருவாங்க; சரின்னீங்கன்னா முகூர்த்தங் குறிக்கலாம்.” காதர் மாமா கடைசி கோல் அடித்தார்.

“சரிக்குடுங்க” என்றாள் பையனின் அம்மா.

“வாய மூடுறியா?”

மாப்பிள்ளை வீட்டார் அலாதியாய்ச் சென்று ஏதோ பேசிவிட்டு வந்து சம்மதம் என்றனர். கல்யாண நாடகத்தின் முதல் காட்சி முடிந்தது. மாப்பிள்ளை வீட்டார் விடைபெற்றுப் போன பிறகு என் வீட்டார் அனைவரும் கூடி அமர்ந்து பேசினர். அக்காவும் சேர்ந்துகொண்டாள். “இந்த சம்மந்தம் வேண்டாம்” என்றாள் செம்பகா.

“நானும் அதத்தேஞ் சொல்றேன்” என்றார் பச்சையண்ணன். “பொண்ணுன்னா கிள்ளுகீரைன்னு நெனக்கிறாக; சுதந்திரமில்லாத எடம் சூன்யக் காடு.” அவர் வார்த்தைகள் எனக்குத் தவிர வேறு யாருக்கும் புரிந்திருக்கும் என்று சொல்ல முடியவில்லை.

“நெசந்தேங்” என்றார் காதர் மாமா. “ஆனாலும் இது பொண்ணுகாரியம்; ஒருகாலத்துல பொண்ணுகள கடவுளா நெனச்சுக் கும்பிட்டம்; இப்ப ஆம்பளைக ராஜியம் நடக்குது; ஒதுங்கிப் போறதவிட ஒத்துப் போறது நல்லதுன்னு தோணுது.”

சின்னகாமுவின் அப்பாவும் அதையே வலியுறுத்தினார். “எந்த வீட்டுக்குப் போனாலும் அங்க ஒரு சட்டாம்பிள்ள இருக்கத்தான செய்வாங்.”

“பொது எடத்துல வச்சே இம்புட்டுத் தூரம் வதக்கிறாரே; வீட்டுக்குள்ள எம்புட்டு இம்சு இருக்கும்?” பச்சையண்ணன் கேள்வியில் நியாயம் இருந்தது.

அம்மாவைப் பார்த்தாள் செண்பகா. “இந்தத் தட்டுவாணிப் பய குடும்பம் வேணாம்த.”

“ஏய்! என்னய அத்தைங்குற; மல்லிகாவ மதினிங்குற; என்னா நெனச்சுக்கிட்டுப் பேசுற?”

“ஒங்க மகன நாந்தேங்கட்டிக்கிறப் போறேன்.”

“அடி செருப்பால; ஒடம்பு கொண்டிரிக்யம் போடுதா?”

“அப்படிக்கூட வச்சுக்கங்க.” அவள் பல்லிடுக்கில் புன்னகை ஒன்று அரும்புவதை அனைவரும் கண்டனர்.

“பேசாம இருடி” என்றாள் சின்னகாமு. “பாலுவுக்குப் பட்டணத்துக்காரி பொறந்திருப்பா.” சின்னகாமுவின் ஏடாசி அனைவரையும் சிரிக்க வைத்தது.

“நானும் பட்டனத்துக்காரிதேங்; தேனி என்னா வங்காடா?”

“இந்த நெனப்ப விட்டுரு பாத்துக்க.” அம்மா கண்டிப்பான முறையில் சொன்னபோது “அதப் பெறகு பாப்பம்” என்று பச்சையண்ணன் முடித்து வைத்தார்.

நிறைவாக அக்காவைக் கேட்டார்கள். “எனக்கு இந்த மாப்பிள்ள வேணாம்.”

27

செய்தித் தாள்கள் வழியாகத் தமிழை நன்கு வாசிக்கக் கற்றுக்கொண்டேன். ரெண்டாப்பு வரை கண் தெரிந்த பள்ளியில் படித்திருந்ததால் வாசிப்பு எளிமைப் பட்டது. ஆபரேஷன் செய்து கண்ணாடி போட்டபின்னும் பார்வை முழுத் திறத்தை எட்டவில்லை என்பதால் கூர்மையாகப் பார்த்தே வாசிக்கலானேன். தினத்தந்தியும் தினமணியும் கடைக்கு வந்தன. ஓய்வு நேரத்தில் வாசிப்பதைப் பழக்கமாக்கினேன். பெரியய்யா தடைசொல்லாமல் அனுமதித்தார். தினமணியைவிட தந்தி எளிதாய் வாசிக்க முடிந்தது. பெரிய பெரிய

எழுத்துகள்! எளிமையான சொற்கள். கண்முன்னே வந்து நிற்பதுபோல சம்பவங்களின் சித்திரம்! கருத்துப் படங்களும் சின்னச்சின்னக் கதைகளும் செய்திகளுக்கப்பால் மனசை ஈர்த்தன. பலபேர் கடைக்கு வந்து தந்தி வாசித்திவிட்டுப் போனார்கள்.

தந்தியைவிட தினமணிக்கு அழுத்தம் அதிகம். செய்திகள் விரிவாகவும் விளக்கமாகவும் முக்கியத்துவம் பெற்றன. உள்ளூர்ச் செய்திகள் முதல் உலகச் செய்திகள் வரை ஆழமாகப் பேசியது. நடுப்பக்கக் கட்டுரையும் தலையங்கமும் முக்கியப் பதிவுகள். ஆனாலும் எனக்கு வாசிக்கக் கடினமாய் இருந்தது. பொடி எழுத்துகள் கண்ணாடிக்குள் நுழைய மறுத்துப் போக்குக் காட்டின. கிட்டத்தில் வைத்து வாசித்தபோதும் உருட்டு உளுந்துபோல எழுத்துகள் வடிவம் பெற்றுப் புரிதலில் தடுமாற்றம் உண்டானது. உற்று உற்று வாசிக்க நேர்ந்தபோது கண்கள் வலித்தன. ஆனாலும் தினமணியை வாசிக்கப் பெருமுயற்சி எடுத்தேன்.

ஆங்கில வாசிப்பு ரெம்ப ரெம்பக் கடினம். தினமணியின் ஆங்கிலப் பதிப்பான இந்தியன் எக்ஸ்பிரஸ்ஸும் கடைக்கு வந்தது. கண் தெரிந்தவனாய் இருந்தபோது ஆங்கிலம் வாசித்துப் பழகாததால் உள்வாங்கிக் கொள்ள முடியவில்லை. ரெம்பக் கிட்டத்தில் வைத்துப் பார்த்த போதும் ஆங்கில எழுத்துகள் கோடுகளாக மட்டுமே தெரிந்தன. “கண்ணக் கெடுத்துக்கிறாதடே” என்ற பெரியய்யாவின் ஆலோசனையை ஏற்று ஆங்கில வாசிப்பை நிறுத்தினேன்.

எம்ஜியார் திமுகவில் இருந்து விலக்கப்பட்ட போது இரண்டு பத்திரிகைகளும் எம்ஜியாருக்கு ஆதரவாய் எழுதின. கலைஞர் கருணாநிதியைத் திகுடுதிம்ப்பாய்ப் பேசி மக்கள் மனங்களைத் தம்பக்கம் ஈர்த்தன. “திமுக என்றால் எம்ஜியார் கட்சி” என்ற மனப்பதிவு அரசியல் நிலத்தில் பச்சைப் பயிராய் வளர்ந்திருந்ததால் அது இப்போது எம்ஜியாருக்கு லாபம் தந்தது. தேனி பஜாரின் பெரு முதலாளிகள் எம்ஜியாருக்கு ஆதரவாய்க் களம் கண்டனர். சில முதலாளிகளும் பருத்தி வாங்கி ஜின்னுக்கு அனுப்பிய புள்ளிகளும் எம்ஜியார் தொடங்கிய கட்சியை ஆரவாரமாய் வரவேற்று வால் போஸ்ட் ஒட்டினர். பஜாருக்குப் பருத்தி ஏற்றிவந்த கிராமத்து விவசாயிகள் மற்றும் மாட்டுவண்டிக்காரர்கள் எம்ஜியாரின் ரசிகர்கள்

என்பதால் அவர் தொடங்கிய கட்சியை ஆரவாரமாய் வரவேற்றனர். ராமன் ஆண்டாலும் ராவணன் ஆண்டாலும் எனக்கென்ன என்ற அளவில்தான் அவர்களின் அரசியல் அறிவு. சினிமாவில் நல்லவராக மட்டுமே வேடம் தறித்த எம்ஜியார் அவர்களின் அரசியல் பிம்பம்.

பருத்திக் கொள்முதலில் பெரும்புள்ளி முருகேசன். அவர் தேனியில் எம்ஜியார் கட்சி அமைக்கப் படுவதற்குப் பேருதவி செய்து தன்னை ஒரு முக்கியஸ்தராக நிலைநிறுத்திக் கொண்டார். புதுக் கட்சிக்கு முதலிலேயே ஆதரவுக் கரம் நீட்டினால் பின்னால் பெரும் லாபம் கிடைக்கும் என்பது அவர் கணக்கு. கொள்முதல் புள்ளிகளும் விற்பனைப் புள்ளிகளும் நிதியுதவி செய்து வாழ்த்தினர்.

அன்று இரவு பகவதியம்மன் கோயில் திடலில் முருகேசன் தலைமையில் பொதுக்கூட்டம் நடைபெற்றது. அது ஒரு சின்னக் கோயில்தான். பத்துக்குப் பத்து எல்லையில் வட்டச் சதுர வடிவில், கூம்பு வடிவ மேல்விதானத்தோடு கட்டுமானம் பெற்ற அழகிய கோயில். வீதியோரத்தின் பகுதிகளை அடைத்திருந்தது. நகராட்சி நிர்வாகம், ஆக்கிரமிப்புகளை அகற்றிய நாட்களில் கோயில் தவிர்க்கப் பட்டது. "சாமிகுத்தம் ஆயிரும்" என்று நகராட்சி ஊழியர்கள் நினைத்திருக்கக் கூடும். கோயில் திடல் அரசியல் கூட்டங்களும் கலை நிகழ்ச்சிகளும் நடத்த ஏதுவாகிப் போனது.

மேடையில் ஒளிவிளக்குகள் பிரகாசமாய் மின்னின. ஆறு டியூப் லைட்டுகளை ஒன்றாகப் பிணைத்து மேடை வெளிச்சத்தை மிகைப் படுத்தியிருந்தனர். "எம்ஜியாருக்காகவே இப்படியொரு புதுமையை ஏற்படுத்தினேன்" என்று மைக்செட் ஈஸ்வரன் பெருமிதம் காட்டினான். அதுநாள்வரை ஒற்றை டியூப் மட்டுமே வரிசைகட்டி வெளிச்சம் பாய்ச்சிய நிலையில் இந்த மேடை வித்தியாசமாய் ஒளிர்ந்தது.

திமுக தலைவர் அண்ணா இறந்து போனதால் அவர் பெயரை முன்னொற்றாக ஏற்று "அண்ணா திமுக" என்று எம்ஜியார் தான் தொடங்கிய புதிய கட்சிக்குப் பெயர் வைத்திருந்தார். அதேபோல முருகேசனும் தன் பெயருக்கு முன்னொட்டாகத் தேனியை இணைத்து "தேனிமுருகேசன்" ஆனார். "எம்ஜியார் பாணியே என் பாணி" என்று அந்த மேடையில் அறிவிப்பு செய்தார்.

வெகுமக்கள் கூட்டம் அதிகமாய் வழிந்த நிலையில் மேடையில் இளைஞர்களே அதிகம்பேர் இருந்தனர். சென்னையில் இருந்து வந்திருந்த முக்கியப் பேச்சாளர் "இந்த இளைஞர்கள் கையில் அண்ணா திமுக பாதுகாப்பாய் இருக்கும்." என்று பிரகடனப் படுத்தியதோடு ஒரு கோரிக்கையை முன்வைத்தார். "இது எம்ஜியார் கட்டளை; அனைவரும் எம்ஜியார் உருவத்தையோ பெயரையோ பச்சை குத்திக் கொள்ள வேண்டும். ஏனென்றால், அனைவர் உள்ளங்களில் மட்டுமில்லாமல் உடல்களிலும் அதிமுக பதிவுபெற வேண்டும்." மேடை இளைஞர்கள் கைதட்டி வரவேற்றனர். "நான் நாளையே பச்சைகுத்திக் கொள்வேன்" என்று தேனிமுருகேசன் அறிவித்தார். அவரைத் தொடர்ந்து பலரும் அறிவிப்பு செய்ய ஒரு கிராமத்து மனிதர் மேடையேறி "நானும் குத்திக் கொள்வேன்" என்றார். "உடல் மண்ணுக்கு; உயிர் எம்ஜியாருக்கு."

வளர்மதி என்ற பதினான்கு வயது சிறுமியின் பேச்சும் இலக்கிய அணிச் செயலாளர் அகிலனின் உரையும் கவித்துவ அழகு. கலைஞரை வசைபாடியும் எம்ஜியாரைத் துதி பாடியும் வழிந்தார்கள். தாங்கள் ஆட்சிக்கு வந்தால் ஜனங்களுக்கு என்ன செய்வோம் என்று ஒருவர்கூடப் பேசவில்லை. திரைப்படங்கள் மூலம் ஏற்கெனவே இருந்த எம்ஜியார் பிம்பம் அதிகப் பிரகாசம் பெற்று வான் முகட்டில் முட்டியது.

மேடையை உற்றுக் கவனித்து, கண்கண்ணாடி வழியாய் ஒவ்வொரு முகத்தையும் உளவாங்க முயன்றேன். பழக்கத்தில் இருந்த முருகேசன் முகம் கூட முழுப் பதிவு கொள்ளவில்லை. நிழலடி மறைப்புகளாய்த் தோற்றம் கொண்டன. மேடையருகில் சென்று நின்றபோது ஓரளவு துல்லியம் கிடைத்தது. "ஒதுங்குடா" என்று பின்னால் இருந்து யாரோ சத்தமிட்டதால் அப்படியே கீழே அமர்ந்துகொண்டேன். உட்கார்ந்தபடியே பையப்பைய நகர்ந்து மேடைக்குப் பக்கவாட்டில் போய் நின்று திரும்பவும் உற்றுப் பார்த்தேன். மீண்டும் நிழலடித் தோற்றம்தான். "முழுப் பார்வையும் வராதோ..." என்று மனம் வருந்தியது.

கூட்டம் முடிந்த போது "புரட்சி நடிகர் எம்ஜியார் வாழ்க" என்று எல்லாரும் முழங்கினார்கள். முடிய பதினொன்றுக்குமேல் ஆனது. கீழ் இறங்கிவந்த தேமு (தேனிமுருகேசன்) என் தோளைத் தட்டிக் குதூகலம் காட்டினார். "ஒங் ஓட்டு எம்ஜியாருக்குத்தான?"

மெல்லிய புன்னகையை மட்டும் பதிலாய்த் தந்துவிட்டு வீடு நோக்கி நடந்தேன். அம்மாவும் அக்காவும் திண்ணையில் அமர்ந்து எனக்காகக் காத்திருந்தனர். "என்னடா இம்புட்டு நேரம்?"

"அரசியல் கூட்டம்."

"ஒங்கப்பாவும் வந்திருந்தாரா?"

"நாம்பாக்கல." சில நிமிடங்களில் அப்பாவும் வந்து சேர்ந்தார்.

"அவுக பொழப்பு அரசியல் நடத்துறது; நம்ம பொழப்பு ஒழச்சுச் சம்பாரிக்கிறது; அவுக பொழப்ப அவுக பாக்கும்போது நம்ம பொழப்ப நாம பாக்கணும்." இது அக்காவின் அறிவுரை.

"சரிதாம்மா; சினிமாவுக்குப் போறம்; கோயில் கும்பிடும்போது நாடகம் போடுறாக; அதுக்குப் போறம்; அதுமாதிரிதேங் இதும்; அரசியல் நாடகம்."

"ஆட்சி செய்யிறவங்கதான நமக்கெல்லாம் பொழப்புத் தாராங்க?" என்றேன் நான்.

"இருந்தாலும் காலாகாலத்தில வந்து சாப்புட்டுத் தூங்கணும். நாங்களும் ஒழச்சுக் களச்சுத்தான வந்து வீட்டு வேல செய்யிறோம், எங்களுக்கும் ஒறக்கம் வருமில்ல?"

மறுநாள் கடைக்குப் போனபோது அப்பா நாயர் கடையில் நின்று உரக்கப் பேசிக் கொண்டிருந்ததைப் பார்த்தேன். அவர் காமராஜர் பிரியர். காமராஜர் ஒரு மாணவனிடம் தோற்றுப் போன போது இரண்டுநாள் வேலைக்குப் போகாமல் சோம்பிக் கிடந்தார் என்று அம்மா சொல்லியிருக்கிறார். இப்போது அவர் எம்ஜியாரை வரவேற்று உரத்த குரலில் பேசினார். எம்ஜியாரை வரவேற்பது என்பது திமுகவை எதிர்ப்பது என்றாகியது. "கம்யூனிஸ்ட் கட்சிக்காரெங் இந்தியாவக் கெடுத்தாங்; திமுககாரெங் தமிழ்நாட்டக் கெடுத்தாங்." அப்பாவின் அரசியல் மொழி நாயர் கடையில் நின்றிருந்தவர்களின் காதுகளை வசீகரம் செய்தது.

காதர் மாமா அப்பாவுக்கு ஆதரவு தெரிவித்தார். "கப்பமாவுக் கஞ்சி குடிச்ச நாக்கு இன்னம் மளுமளுன்னு இருக்கு."

இன்னொருவர் குறுக்கிட்டார். கப்பமாவுக் கஞ்சி ஒரு கெட்ட கனா; ஏழபாழைக ஒருவருசம் குடிச்சாக; ஆனா இன்னக்கி நெல்லுப்

பருக்கையா திங்கிறம்னா யாரு காரணம்? திமுகதேங்." ஆதரவும் எதிர்ப்பும் கனமான குரல்களாய் வானத்தில் பறந்தன.

அப்பா வாங்கித் தந்த மிட்டாஸைத் தின்றபடி கடைநோக்கி நடந்தேன். அன்று பஜார் முழுக்க தேனிமுருகேசனுக்கு நல்ல வரவேற்பு. "பிடிச்ச கொப்ப விட்டுறாத." என்றார் பெரியய்யா. "கணக்குக் கேட்டவெங் கணக்கில்லாம செலவழிப்பாங்." எம்ஜியார் திமுகவின் பொருளாளர்; நடந்து முடிந்த மாநாட்டுக்கான கணக்கைக் கேட்டதால்தான் அவர் கட்சியில் இருந்து விலக்கப்பட்டார்.

"விடுவனா பெரியய்யா? அடுத்த ஆட்சி நம்மலோடதுதேங்; அப்ப ஒங்களுக்கொரு கவுன்சிலர் பதவி வாங்கித் தாரேங்."

"எனக்கு எதுக்குடே அதெல்லாங்?" முனியப்பெங் எனக்கு நெழல் தருவாரு."

"எம்ஜியார் ஓரத்துல கெடைக்கிற நெழல்தேம் பெரிசு."

"நெழல் மட்டுமில்லடே; அதிகாரத்துல பங்குங்கெடக்யும்; அதிகாரம்தாங் அதிகச் செல்வாக்கையும் செல்வத்தையும் தரும்; கொட்டப்போற மழையில ஒரு டம்ளர் கெடச்சா போதும். நீ பெரிய ஒசரத்துக்குப் போயிருவ."

"ஒங்க ஆசீர்வாதம் என்னய வாழ வக்யும் பெரியய்யா." காலை எழுந்து செல்லமுத்து ஆசாரியிடம் சென்று தான் பச்சைகுத்திக் கொண்டு கைக் காட்டினார்.

"என்னடே, பொசகெட்ட தனமாருக்கு; மனுசங் சந்திர மண்டலத்தப் போயி தொட்டுக்கிட்டிருக்காங்; பச்ச குத்துறது, காவி குத்துறது; என்ன இது பழக்கம்."

"இருக்கட்டும் பெரியய்யா; இது ஒரு முதலீடு மாதிரி; அரசியல் முதலீடு."

அடுத்துவந்த புதன்கிழமை நந்தவனத்துக்குப் போய்ப் பச்சமலையண்ணனைக் கண்டு பேசினேன். அவர் குளித்து முடித்து வெளிச்சமாய் இருந்தார். "ஒன்னய அதிமுக கூட்டத்துல பாத்தேங்."

"நீங்களும் வந்திருந்தீகளா?"

"ஒங்கப்பாவும் வந்திருந்தாரு; புதுக் கட்சி; புது முகங்கள்; திமுகவுல எடமில்லாதவுகல்லாம் இங்க வந்துட்டாக; ஒண்ணு

தெரியுமா? புரட்சி நடிகருக்குப் புரட்சித் தலைவர்ன்னு பேர் மாத்திட்டானுக."

கப்பமாவுக் கஞ்சி பற்றிப் பேச்சு வந்தபோது "அது ஒரு கொடுங்காலம்" என்றார் பச்சையண்ணன். "காசுபணம் உள்ளவுகளே அரிசியோ தானிய தவசமோ வாங்கி உங்க முடியல; சின்னமனூர்ல அரிசிச் சந்த; பத்து மைல் தூரந்தாங்; தேனிக்கிக் கொண்டார முடியல; நாங் நித்தம் சின்னமனூர் போயி ஒரு கிலோ மட்டும் வாங்கிவந்து சமச்சு சாப்பிட்டேங்; அஞ்சுகிலோ வாங்கி வந்தாலும் "கடத்தல்"னு கேஸ் போட்டுருவானுக; வீட்டு உபயோகத்துக்காக ரெண்டு கிலோ வரை கொண்டு வரமுடியும். இந்தக் கோபம் எம்ஜியார் வளர்றதுக்கு இன்னொரு முக்கியக் காரணம்."

"அன்னக்கிப் பொழுதுல யாரு ஆட்சியிலருந்தாலும் இதுதான நெலமa?"

"நெசந்தேங்; வானம் வரண்டு பூமிப் பொசுங்கியிருந்த காலம்; யாருக்கு இது புரியிது?"

திமுக 1967ல் வெற்றிபெற்று ஆட்சிபீடம் ஏற மொழி அரசியலும் அரிசி அரசியலும் முக்கியக் காரணங்கள். 1966ல் ஒண்ணேகால் ரூபா படியரிசி விற்ற நிலையில் திமுகவால் பெரும் பிரச்சாரம் முன்னெடுக்கப்பட்டது. "ரூபாய்க்கு மூணுபடி" என்ற முழக்கம் பெரும் தாக்கத்தை ஏற்படுத்தி திமுகவை வெற்றியடைய வைத்தது. ஜெயித்ததும் பதுக்கி வைத்திருந்தவர்கள் பறிமுதல் செய்துவிடுவார்களோ என்ற பயத்தில் படியரிசி முக்கால் ரூபாய்க்கு விற்க ஆரம்பித்தார்கள். சில மாதங்களுக்குப் பின் மீண்டும் ஒண்ணேகால், ஒன்றரை என்று ஏறிப் போனது. "உற்பத்திக் குறைவு" என்று விபரம் தெரிந்தவர்கள் சொன்னார்கள். அப்போதுதான் கப்பமாவில் கஞ்சி காய்ச்சி குடிக்கும் நிர்ப்பந்தம் உண்டானது. ஒருசிலர் கப்பக் கிழங்கை அவித்துத் தின்றார்கள். கூழ் குடித்துப் பசியாறிய வயிறுகள் கஞ்சிக்கு ஏங்கிய நிலையில் பசை காய்ச்சப் பயன்பட்ட கப்பமாவைக் கஞ்சியாக்கிக் குடிக்கத் தொடங்கினார்கள். நாக்கு மளுமளுத்து ஆட்சியாளர்கள் மேல் கோபத்தை உண்டாக்கியது.

"மழதண்ணி பேஞ்சு தானிய உற்பத்தி அதிகரிச்சு எல்லாருக்கும் நெல்லோ சோளமோ கெடக்யத் தொடங்கினதால எம்ஜியாருக்கு லாபம்" என்றார் பச்சையண்ணன். கப்பமாவு, உணவுப் புழக்கத்தில் இருந்து விலகியபோது எம்ஜியார் திமுகவில் இருந்து விலகினார்.

28

பிள்ளையார் கோயில் படிக்கட்டில் அமர்ந்து ரீடர்ஸ் டைஜஸ்ட் ப்ரைல் மேகசீன் வாசித்துக் கொண்டிருந்தேன். பார்வையிழந்தோர் பற்றிய ஒரு கட்டுரை. இங்கிலாந்து நாட்டைச் சேர்ந்த ஒரு பார்வையிழந்த அறிஞர் எழுதியிருந்தார். "இந்தியாவில் பார்வையிழந்தோர் வாழ்க்கை இன்னும் அடிமட்டத்தில் கிடக்கிறது என்ற வாசகம் விரல் வழியாக மனசுக்குள் ஏறியது. புரிந்தும் புரியாமலும் உள்வாங்கினேன். விரல் ஓட்டத்தில் ப்ரைல் மேகசீனை வேகமாக வாசிக்க முடிந்தது. வலதுகை ஆள்காட்டி விரல் முன் செல்ல, இடதுகை விரல்கள் பின்சென்று எழுத்துகளை வாசித்தன. விரல்கள் வாசித்த ஆங்கில எழுத்த்துகளைக் கண்கள் வாசிக்க முடியவில்லையே என வருத்தமாய் இருந்தது. ஆங்கிலம் வாசிக்க முடிந்தால் வேலை செய்தபடி வேறு ஏதாவது படித்து அலுவலக வேலைக்குப் போக முடியும். பிள்ளையாரை நோக்கி மனசால் கும்பிட்டுக் கோரிக்கை வைத்தேன். "இண்டியன் எக்ஸ்பிரஸ் வாசிக்க வரணும் சாமி."

மேகசீனில் உள்ள புள்ளி எழுத்துகளைக் கண் அருகில் வைத்து நோட்டமிட்டேன். *Under* என்ற வார்த்தையைக் கவனித்தேன். '*U*' எழுத்து 1, 3, 6, என்ற புள்ளிகளால் ஆனது. '*n*' னுக்கு 5,6. '*d*' 1,4.5. '*e*' 1,5. '*r*' 1,2,3,5. கண் தெரிந்த எழுத்துகளும் இதே மாதிரி இருந்தால் எவ்வள்வு நன்றாய் இருக்கும்?

ஏற்றம் இறைத்துக் குளித்து முடித்த ஒருவர் என்னருகில் வந்துநின்று நான் வாசிப்பதை உற்று நோக்கினார். அதே நேரத்தில் பச்சையண்ணன் குடிசையில் இருந்து வெளியேறி என்னருகில் வந்து நின்றார். "வாங்கண்ணாச்சி."

"என்னா பச்ச; காய்கறி வெளச்சல் எப்படி இருக்கு?."

"பரவால்ல அண்ணாச்சி; இந்த மாசம் பூ நல்ல வெலக்கிப் போச்சு; முல்லை, கனகாம்பரம் அவுகளே பறிச்சுக்கிட்டுக் காசு குடுத்துட்டுப் போனாக."

"ட்ரஸ்டுல சேத்தாச்சா?"

"என்னாண்ணாச்சி இப்படீக் கேக்குறீக; காய்கறிக, தேங்கா, பூ எது வித்தாலும் ஒடனடியா பொருளாளர்ட்ட ஒப்படச்சுருவேங்; ஒரு தென்னமட்ட கீழ விழுந்தாக் கூட பொருளாளர்ட்ட சொல்லிட்டுத்தேங் தீ எரிக்ய வச்சுக்கிருவேங்."

"ஒன்னயப் பத்தி எனக்குத் தெரியாதா என்ன; சும்மா ஒரு பேச்சுக்குக் கேட்டேங்."

"சரிண்ணாச்சி; ஒங்க தொழில் எப்படி இருக்கு?"

"எதக் கேக்குற?"

"ஊறுகாத் தொழில்;"

"ஜோராப் போகுது; எலுமிச்சை தோதாக் கெடக்கிது; நம்மூர்ல வெல ஜாஸ்தி; அதனால் ஆந்திரா போயி கொள்முதல் பண்ணிட்டு வாரேங்; அவனுக கிட்ட பழம் வாங்கி சரக்காக்கி, அதாவது ஊறுகாயாப் பக்குவப்படுத்தி அவனுகளுக்கே திருப்பி விக்கிறேன்; அம்பது பெட்டி நூறுபெட்டின்னு ஏற்றுமதியாகுது."

"இங்கிலிஸ்காரெங் நம்ம நாட்ட ஆட்சி செஞ்ச மாதிரின்னு சொல்லுங்க."

"எப்படி?"

"இங்கருந்து பருத்திய வாங்கிட்டுப் போயி துணியா நெஞ்சு நமக்கே வித்தான்ல?"

"அதுதான யாவாரம்?"

"பரவால்லண்ணாச்சி; தேனிக்குள்ள புதுசா ஒரு தொழில உண்டு பண்ணிட்டீக."

"புதுசெல்லாம் இல்ல; பலபேரு செஞ்சதுதேங்; உள்ளூர்க் குள்ளயே சுத்தி சுத்தி வந்துக்கிட்டிருந்தானுக; நானு வெளி மாநிலத்துக்குப் போயிருக்கேங்; இது உள்ளூர்த் தொழில் இல்ல பச்ச; ஒலகத் தொழில்னு புரிஞ்சு போச்சு; சான்ஸ் கெடச்சா இலங்கை பர்மாவுக்குக் கூட அனுப்ப முடியும்; நம்ம சரக்கு ஆறுமாசத்துக்குக் கெடாமருக்கும். ஏற்றுமதிக்கி என்னா வழிமொறைன்னு பலபேருகிட்டக் கேட்டுக்கிட்டிருக்கேங்."

"ஜெயிச்சுருவீங்கண்ணாச்சி."

“பிள்ளையாரப்பெங் கைவிட மாட்டார்.” பூங்காவுக்குள் சென்று இரண்டு செண்பகப் பூக்களைப் பறித்துவந்து பிள்ளையார் காதருகில் செருகிவிட்டு அவன்முன் கீழே விழுந்து வணங்கினார். எழுந்து ஐந்துமுறை உக்கிபோட்டு இரு கன்னங்களிலும் கைகளால் போட்டுக் கொண்டார்.

“ஏம்பச்ச...”

“சொல்லுங்கண்ணாச்சி.”

“யாரிந்தப் பய?”

“கடல பொறிக்கிறாருல்ல; சுப்பையா அண்ணாச்சி; அவர் மகெங்.”

“அப்படியா சங்கதி? நான் இன்னவரக்கிப் பாக்கல.”

“மெட்ராஸ்ல குருட்டு ஸ்கூல்ல படிக்யப் போயிட்டு இப்பத்தேங் வந்திருக்காரு;. நம்ம எம் எம் அண்ணாச்சி கடையில வெலாசம் போடப் போயிக்கிட்டிருக்காரு.”

“அப்படின்னா நேத்திரம் தெரியாதா?”

“ஆமாண்ணாச்சி.”

“இப்ப நல்லா பார்வ வந்திருச்சா தம்பி?”

“பரவால்லங்கய்யா” என்றேன்.

”ஏங் அண்ணெங் மக ஒரு பிள்ள; பூவிழுந்து கண்ணு போயிருச்சு; மெட்ராஸ்ல போயி நல்ல தனியார் ஆஸ்பத்திரியிலதேங் பாத்தாக; இருட்டா இருந்த கண்ணு பஞ்சடஞ்சு தெரியுது; ஒலகம்பூரா பருத்திப் பஞ்சு கெடக்குற மாதிரிதேந் தெரியுதாம்.”

“நரம்பு மண்டலத்துல ஏதாச்சும் எடக்கு இருக்கும்ணாச்சி..”

“என்ன எழவோ; ஆகமொத்தம் பார்வையும் போயி பொழப்பும் போச்சு; இனி அந்தப் பிள்ள வீட்டோட ஆளுதேங்.”

பிழைப்பு போகவில்லை; முயன்றால் கிடைக்கும் என்று சொல்ல நினைத்தேன். பார்வையிழந்தோருக்கான பள்ளியிலோ தொழிற்கூடத்திலோ சேர்த்துவிட்டால் எதிர்காலம் வெளிச்சப்படும் எனச் சொல்ல நினைத்ததை நாக்குமேல் நிறுத்திக் கொண்டேன். பணக்காரக் குடும்பம்; எப்படியும் சமாளிக்கும்.

“அது சரி; இவெங் என்னத்தையோ தடவிக்கிட்டிருக்கானே; என்ன இது.”

“பொஸ்தகம்; கண்ணில்லாதவுக படிக்கிறது”

“கார்ட்போர்ட் அட்டையில புள்ளி புள்ளியாருக்கு?”

“ஆமாண்ணாச்சி; அந்தக் காலத்துல எழுத்தாணியால ஓலையில எழுதுவாகள்ல; அந்தப்படிதேங் எழுத்தாணியால பேப்பர்ல குத்திப் புள்ளி உண்டாக்கி எழுதுன பொஸ்தகம்.”

தன் கையால் புள்ளிகளைத் தடவிப் பார்த்தவர் பேப்பர் ஒவ்வொன்றாய்ப் பிரித்துப் பக்கங்களைப் புரட்டினார். “நல்ல அட்ட; ஊறுகா மட்டக்கிப் பதிலா ப்ளாஸ்டிக் பைகள்ல ஊறுகாய நெரப்பி இந்த மாதிரி அட்டைகள்ல பின் பண்ணி சேல்ஸ் பண்ணுனா புதுமையாவும் இருக்கும்; எகனாமிகலாவும் இருக்கும்.”

மேகசீனை மூடிவிட்டு அவர் முகத்தை ஏறிட்டேன். நல்ல சிவந்த நிறம்; சிரிப்புப் படிந்த கன்னக் கதுப்புகள்; தீவிரத் தேடல் கொண்ட விழிகள். “ஏப்பா; இத எனக்கு வெலக்கித் தாரியா?”

என்ன சொல்வது என்று தெரியவில்லை. இதுநாள்வரை வீட்டைக் காத்துக் கிடந்த வேஸ்டுக்கு விலை கிடைக்கிறது என்றால் நம்ப முடியவில்லை.

“நல்ல வெல தாரேங்; எம்புட்டிருந்தாலும் எடுத்துக்கிறேங்.”

“குடுத்துரு பாலு” என்றார் பச்சையண்ணன். “வீட்டுல சும்மாதான கெடக்கு.”

“படிக்கிற புஸ்தகத்த வெலக்கி விக்யணுமான்னு தோணுது.”

“படிச்சு முடிச்சு ஸ்கூல் புஸ்தகத்தப் பேப்பர்க் கடையில போடுறதில்லையா? அதுபோலதேங்.”

சரிதான் என்று பட்டது. குடிசையின் வடக்கு மூலையில் ஓராள் படுக்குமளவு சதுரத்தில் மேகசீன்கள் அடைந்து கிடக்கின்றன. காலியானால் திண்ணையில் கிடக்கும் என் படுக்கையை வீட்டுக்குள் மாற்றமுடியும். ‘சரி’க்குடுத்தேன்.

“நாளக் கால ஆறுமணிக்கி இதே எடத்துக்கு வாரேங்; எடுத்து வையி.”

“வீட்டுக்கு வாங்க.”

“வீடு எங்குன இருக்கு?”

பச்சையண்ணன் சொன்னார். “இங்குனக்குள்ள வந்துருங்க; நாங்கூட்டிட்டுப் போறேங்.”

அன்று இரவு அம்மாவிடம் சொன்னேன். எல்லையற்ற மகிழ்ச்சியால் முகம் பூத்துக் குலுங்கியது. “வீட்ட அடச்சுக் கெடக்கேன்னு இருந்தேங்; நல்ல காலம் பொறந்துருக்கு.”

அக்கா ஒவ்வொன்றாய் எடுத்துத் துணியால் துடைத்துத் தந்ததை வாங்கித் திண்ணையில் அடுக்கினேன். ஒன்றோடு ஒன்று பிதுங்கி கீழே சரிந்து விடாமல் ஒழுங்கு படுத்தினேன். ரெண்டு மணிநேரத்துக்குமேல் வேலை இழுத்தது. திண்ணை முழுக்க அம்பாரக் குவியல். கருப்பாயக்கா வந்து பார்த்துவிட்டு “இம்புட்டுமா உள்ள கெடந்துச்சு?” என்றார்.

“இன்னம் ஒருமடங்கு. ஏனபானம் தொடக்ய, வீட்டுக்குள்ள அண்டுற கசடுகள அப்புறப்படுத்தன்னு குப்பக்கிப் போனது பாதி. வெலபோகும்னு தெரிஞ்சிருந்தா வீடடக்கிக் குமிச்சு வச்சிருப்பேங்.” அன்று இரவு நான் வீட்டுக்குள் படுத்துக் கொண்டேன்.

அம்மாவும் அக்காவும் கோழி கூப்பிட எழுந்து காலைப் பணிகளை முடித்தபோது மணி ஆறைத் தாண்டியது. ஊறுகா கம்பனிக்காரர் மொபட்டில் வந்து இறங்கினார். நகரில் ஒருசிலர் மட்டுமதான் மொபட்டோ பைக்கோ வைத்திருந்தனர். சைக்கிள் வைத்திருந்தால் அவர் நடுத்தரக் குடும்பத்தார்; செல்வந்தர்கள் மோட்டார் வாகனம் வைத்திருந்தனர். மூணு வேளையும் பசியாறக் கஞ்சி குடிக்க முடிந்தவர்கள்.

மொபட்டுக்குப் பின்னால் மூணுசக்கர சைக்கிள் வந்து நின்றது. அதில் பச்சையண்ணன் அமர்ந்திருந்தார். உருமாகட்டிய நடுத்தர மனிதர் சைக்கிள்ரிக்ஷா ஓட்டி வந்தார். சட்டையில்லாத மேனியும் கட்டியிருந்த அழுக்கு வேட்டியும் உழைப்பின் சித்திரம்.

“காண்ட்ராக்டா என்ன வெல சொல்ற?” ஊறுகாய் முதலாளி கேட்டார்.

“எடக் கணக்குப் போடுங்க” என்றார் பச்சையண்ணன்.

“அப்பக் கடக்கி அள்ளிட்டுப் போயி அங்க வச்சு எட போடுவம்.”

பச்சையண்ணன் பொறுப்பெடுத்துக் கொண்ட நிலையில் அள்ளி அள்ளி ரிக்‌ஷாவில் அடுக்கினேன். பச்சையண்ணன் உதவிசெய்தார். இடம் கொள்ளாமல் மேகசீன்கள் திமிறி நின்றன. நூல்கயிறு கொண்டு இறுக்கிக் கட்டப்பட்டு வண்டி புறப்பட்டது.

“ரெண்டு நடக்கி உள்ளத ஒரே நடையில ஏத்திட்டேங்; கூலிய சேத்துக் குடுங்க.” என்றார் ரிக்‌ஷாக்காரர்.

“வாங்கிக்கப்பா; பகவான் அளக்குறதுல ஒனக்கொரு பங்கு.”

அவரவர் பணிகளுக்கு அனைவரும் பிரிந்து போன பிறகு அன்று இரவு ஒரு கணிசமான தொகையைக் கொண்டு வந்து தந்தார் பச்சையண்ணன். அம்மா ஐந்து ரூபா தந்ததை வாங்க மறுத்து “ஒதவி செய்யிறதுக்குக் கூலி கெடையாது” என்றார் பச்சையண்ணன். வீதியில் இறங்கி அவர் நடந்தபோது கருணையின் மணம் பூமியெங்கும் பரவியது.

29

அப்புறமும் மேகசீன்கள் வந்தன. உலகமெங்கும் பார்வை யிழந்தவர்களுக்காக அரசாங்கங்கள் வெளியீடு செய்தன. தமது நாட்டு வாசகர்களுக்கானதாய் அவை பிரசுரமாயின என்றாலும் இந்தியா போன்ற நாடுகளின் குருடர்களுக்கும் அனுப்பப்பட்டான. மேலை நாட்டு அரசுகள் இலவசக் கல்வியோடு பார்வையிழந்தோர் வாழத் தேவையான அனைத்துப் பொருளாதார உதவிகளையும் செய்கின்றன. போலந்து நாடு கல்வி தந்து வேலைவாய்ப்பிலும் முன்னுரிமை தருகிறது; வேலை கிடைக்கும்வரை, எத்தனை ஆண்டுகள் ஆனாலும் மாதாந்திர உதவித் தொகை வழங்குகிறது. அப்படியான நிலமை எனது நாட்டிலும் வரவேண்டும்.

வந்துகொண்டிருப்பவற்றையும் தாண்டி அதிகப்படியான பிரைல் மேகசீனுக்காகக் கடிதம் எழுதிப் போடலாம் என்றால் என்னிடம் பிரைல் போர்ட் இல்லை. பல்வேறு நாடுகளில் கிறித்துவக் கூடங்கள் கருத்தியல் பரப்புரைக்காக நிறைய வெளியிட்டன. கவர் வாங்கி எழுதி ஏர்போஸ்டில் அனுப்பலாம்; ஆனால் பிரைல் கடிதம் மூலமாகத்தான் கோரிக்கை வைக்க முடியும். மாதம் ஆறு மேகசீன்கள் வருவதே போதும் என்று நினைத்துக் கொண்டு வந்தவற்றை சிரத்தையோடு அடுக்கினேன்.

அம்மாவும் அக்காவும் கூட வீடு மெழுகும்போது தண்ணி தெறிக்காமல் சூதானப் படுத்தினர்.

ஒருவருட முடிவில் மேகசீன் விற்று முடித்தபோது காசுப்புழக்கம் தாராளமான நிலையில் அக்காவுக்கு தாடிச்சேரியில் இருந்து ஒரு வரன் வந்தது. “செழிப்பமான ஊரு” என்று அம்மா பெருமிதமாய்ப் பேசினார். “எங்க முப்பாட்டனுக்கு முப்பாட்டெங் ஏத்தக் கெணறு எறச்சுப் பொழச்ச ஊரு.”

“ஆறு தலமொறக்கி அங்குட்டா?” அப்பா கேலியாய்ச் சிரித்தார்.

“கேலிக்கி ஒண்ணும் கொணச்சல் இல்ல; ஒங்க வம்சம் அன்னக்கிருந்து இன்னக்கி வரக்யும் கூலித்தனந்தான செய்யிது.”

“நீங்க?”

“சம்சாரித்தனம்.”

முகம் சுளிக்க வைக்காத எதிர்மொழிகள்.

தாடிச்சேரி மாப்பிள்ளை பரவாயில்லை. நாலு ஏக்கர் புஞ்சைக் காடும் ரெண்டு செண்ட்டில் காரவீடும் சொந்தம். பெண்பிள்ளைகள் மூன்றுபேர் வேறு வேறு ஊர்களுக்கு வாழ்க்கைப் பட்டுப் போய்விட்டனர். “அக்குப் பிக்கு இல்லாத குடும்பம்” என்றார் பெண்பார்க்க அழைத்துவந்த பெரியவர்.

இத்தனை பெரிய செல்வாக்கியமுள்ள குடும்பம் குடிசை நோக்கி வர என்ன காரணம்? பச்சையண்ணனிடம் கேட்டபோது சிறிது நேரம் யோசித்துவிட்டு “காரணத்தத் தேடுனா காரியம் நடக்காது” என்றார். “ஒங்கக்கா சாமர்த்தியக்காரி; எந்தப் பொந்துக்குள்ளயும் இருந்து பொழப்பு நடத்திருவாங்க.”

இந்த சந்தேகத்தை அக்காவிடமும் எழுப்பினேன். தைரியமாகவும் முகமலர்ச்சியோடும் இருந்தாள். மாப்பிள்ளையை விட அக்காவுக்குப் புஞ்சைக்காடு பிடித்துப் போனது. நாளெல்லாம் வேலைசெய்து விளையவைத்து, தன் உழைப்பின் விளைச்சலை வீட்டுக்குக் கொண்டு வர முடியும். கூலியாட்களை வேலை வாங்குவது பெருமிதம்.

என் கேள்விக்கான விடை சில தினங்களுக்குப்பின் காற்றுவாக்கில் காதுக்கு வந்தது. “டவுனுப் பொண்ணுதேங் எனக்கு

வேணும்." மாப்பிள்ளையின் ஆசையை நிறைவேற்ற அவன் அம்மாவும் அப்பாவும் சம்மதித்தார்கள். "ஏழைன்னாலும் எதம்பதமா நாகரீகமா நடந்துக்குவாள்ல?"

தாடிச்சேரி மாப்பிள்ளை வீட்டில் கல்யாணம் நடந்தேறியது. ஊருக்குப் பொதுவான சாவடியில் பலரும் கல்யாணம் காதுகுத்து, சடங்கு எல்லாம் செய்வார்கள். பெரிய வீட்டுச் செல்வந்தர்கள் மட்டும் வீட்டில் நடத்துவார்கள். சாவடியைவிட வீடுதான் கௌரவம். மாப்பிள்ளை அப்பா நல்லாண்டி தான் ஒரு பெரிய வீட்டுக்காரர் என்பதை ஊருக்குச் சொல்ல சொந்தவீட்டில் பந்தலிட்டு, சரவிளக்குகள் ஏற்றி, மைக்செட் போட்டுக் கல்யாணம் செய்வித்தார். முதல் நாள் இரவு நாங்கள் அனைவரும் போய்ச் சேர்ந்தோம். குதிரை பூட்டிய சாரட் வண்டி ஓடுவது போல சரவிளக்குகள் ஒளிசிந்தின. மெத்தில் இருந்து தொங்கவிடப் பட்டிருந்தவை நீள நீளக் கயிறுகளாய் கீவீடுவரை நீண்டிருந்தன. பந்தலின் இருபுறமும் குலைதள்ளிய வாழைமரங்கள் நட்டு மையத்தில் "நல்வரவு" விளக்கொளி மின்னியது. கருப்பாயக்கா, சின்னகாமு வீட்டாரோடு பச்சையண்ணனும் வந்து வாழ்த்துரைத்தார். எல்லாரும் ரெண்டோ ஐந்தோ மொய் எழுதிய நிலையில் பச்சையண்ணன் சுவர்க் கடிகாரம் பரிசளித்தார். இது ஒரு புதுமை என்று கிராமத்து மக்கள் பேசினர். "யேயப்பா! பெண்டுலம் உள்ள கடிகாரம்! பொண்ணு வீடும் செல்வாக்கியம் உள்ளதுதேம்போல."

கல்யாணம் முடிந்த அன்று இரவு அம்மா மட்டும் அக்காவுக்குத் துணையாகத் தங்கிக் கொண்டார். எங்களோடு வந்த மற்றவர்கள் சாயுங்கால பஸ்ஸில் தேனிக்கு நகர்ந்தனர். நானும் அப்பாவும் இரவு ஒன்பது மணிக்குமேல் நடந்து கிளம்பினோம். கும்மிருட்டும் வானத்து நட்சத்திரங்களும் கூடிக் கலந்த ஒருவித மயக்க வெளிச்சம் எங்களை வழிநடத்தியது. சில்வண்டுகளின் 'கிய்ய்ய்' என்ற இடைவிடாத ஒலியும் விநோதமான பூச்சிகளின் சப்தமும் அச்சுறுத்தின. தைரியத்தை வரவழைத்துக் கொண்டு அப்பாவோடு பேசியபடி நடந்தேன். எனது நடைச்சத்தம் என்னைப் பயமுறுத்தியது. பின்னால் யாரோ நடந்து வருவதுபோல பாவனை! அப்பாவின் குரல் பூதத்தின் குரல் போல மனசில் ஆகியது. அவர் முகத்தை ஏறிட்டபோது எனது கண்ணாடியின் வழியே கருமையாய் இருட்டுக் கட்டி நின்றது. கண்ணாடியைக் கழற்றித் துடைத்துப் போட்டுக் கொண்டபின்னும் அவரின் இருட்டுமுகம் மாறவில்லை. சரளைச்

சாலையில் கல் குத்திப் பாதங்கள் வலித்தன. ஓரிடத்தில் முள் குத்தியதைக் குனிந்து. பிடுங்கி எறிந்தேன். காலடி நிலம் முனியப்பனின் ஆங்கார விழிகள் போல இருந்தது.

தைரியத்தை வரவழைத்துக் கொண்டு நடந்தபோது சாலையோரத்தில் நெடிதுயர்ந்த ஆலமரம் ஒன்று நின்றிருந்தது. விழுதுகள் படர்ந்த பெருத்த உருவம். பத்துப்பேர் சேர்ந்தாலும் கட்டிப் பிடிக்க முடியாது. மரக்கொப்பில் இருந்து ஏதோ ஒரு சத்தம்! யாரோ எதையோ உதறுவது போலக் கேட்டது. கூடவே சலங்கை ஒலியும். மனப்பிரம்மையா; பேய் நடமாட்டமா? மனதின் உதறல் உடலிலும் படிந்தது.

“குளுருதா?” என்றார் அப்பா.

இதுதான் சாக்கு என்று பயந்த மனசை மறைத்து “ஆமாப்பா” என்றேன். தன் துண்டை என் உடம்பில் பொத்திவிட்டார். பத்து மைல் தூரம் நடந்து வீடு வந்து நுழைந்தபோது கே ட்டி கே மில்லில் இரண்டு மணியடித்தது.

ரெம்ப நாளைக்குப் பிறகு அப்பாவும் நானும் அருகருகில் படுத்தோம். மதிலொட்டி தீபம் மெல்லொளி வீசியது. சுடரிலிருந்து மேல் கிளம்பிய கரும்புகை கூரையில் முட்டிக் காணாமல் போனது. பச்சையண்ணன் பரிசளித்த பெண்டுல கடிகாரம் மனசுக்குள் வந்து போனது. அவர் ஏன் இத்தனை உறுத்தோடு பழகுகிறார்? அவர் யாரோ, நாங்கள் யாரோ? இத்தனைக்கும் என்னால் அல்லது எங்களாலும் அவருக்கு எந்தப பயனும் இல்லை. தீப வெளிச்சத்தில் பச்சையண்ணனின் விழிகள் மின்னின.

விடியல் வந்து உசுப்புமுன் செண்பகா கதவைத் தட்டினாள். நான் கதவைத் திறந்து கண்ணாடியை மாட்டிக் கொண்டு பார்த்தபோது செண்பகாவின் முகம் ‘பளிச்’சென மின்னியது. குளித்து முடித்து மஞ்சள் பூசியிருந்தாள். நெற்றி மையத்தில் மெல்லிய கோடு போல விபூதி தீற்றியிருந்தாள். “கண்ணால காரியம் நல்லா முடிஞ்சிருச்சா?”

“ஒக்காரு செம்பு” என்றபடி நானும் திண்ணையில் அமர்ந்தேன். அப்பா எழுந்து ஒண்ணுக்குப் போய்விட்டு வந்து “கஞ்சித்தண்ணி வக்யட்டா?” என்றார்.

“நானு சோறாக்கிக் கொழம்பு வக்கிறேம் மாமா.” செண்பகாவின் குரலில் உரிமை மிதந்தது.

“ஓங் சின்னாத்தாகாரி வையப் போறா.”

“அவுக வேலக்கிப் போய்ட்டாக.”

“நீ?”

“லீவு போட்டாப் போச்சு.”

“வேணாம்; ஓங் சோலியப் பாரு; கஞ்சி வச்சுக் குடிச்சுட்டு மக வீட்டு வரக்யும் போய்ட்டு வரணும்.” ‘மகவீடு’ என்ற சொற்களில் புதிய உரிமை ‘பளிச்’சிட்டது. இன்னொரு புது பந்தம்; புது சேர்மானம்; நாடிச் செல்லவும் கூடிக் குலாவவும் புது திசை வாய்த்திருக்கிறது. புதுப் பயணம் நெடுநாளைக்கு நீடிக்கும்.

“எனக்கு ஒத்த வார்த்த சொல்லக் கூடாதா? நானும் வந்திருப்பன்ல.”

“வீட்டுல பத்திரிக குடுத்தம்ல.”

“நான் எம்புட்டோ மொரண்டு பிடிச்சேங்; சின்னம்மா விட மாட்டேன்னுருச்சு. மொய்யெழுதக் காசில்லையாம்.”

அப்பா வீட்டுக்குள் போய் அடுப்பு பத்தவச்ச நேரம் செண்பகா என் கன்னத்தை இழுத்து முத்தம் வைத்தாள். “நேத்து நைட்டு மதினி என்ன செஞ்சிருப்பாங்க?” மெலிதான சிரிப்பை உதிர்த்தபடி கேட்டாள். அவளது முகத்தில் பச்சை நரம்புகள் ஓடின. அதன் பிறகுதான் எனக்கே அந்தக் கேள்வி எழுந்தது.

“தெரியல” என்றேன்.

“இன்னும் சின்னப் புள்ளையாவே இருக்க.” குவட்டில் குத்தினாள். அது ஓர் இனிமையான குத்து. “நான் இன்னக்கி லீவு சொல்லட்டா?”

“எதுக்கு?”

“பேசிக் கொள்ளக் காலம் ஆச்சு; ஒனக்கு லீவுன்னா எனக்கு வேல; நானு லீவு இருந்தா ஒனக்கு வேல; இன்னக்யாச்சும் பேசிக்கிட்டிருப்பாம்.”

“நானும் அப்பாவும் தாடிச்சேரி போறம். இன்னொரு நா பேசுவம்.”

கையைப் பிடித்து அழுத்திவிட்டு எழுந்து நடந்தாள். தாவணி முந்தி நூல் நூலாய்ப் பிரிந்து தொங்கியது. அடுத்த மாதம் கிடைக்கப்

போகும் அதிகப்படியான காசை மிச்சம் வைத்து அவளுக்கொரு தாவணி எடுத்துத் தரவேண்டும், அம்மாவுக்குத் தெரியாமல்.

30

தேனி பஸ்டாண்ட் அல்லோலகல்லோலப்பட்டது. இடைவெளியற்ற மனித நெருக்கம்! ஆண்களும் பெண்களும் சாரிசாரியாக நடந்தனர். பெண்களின் முகத்தில் புதுப் பொலிவுடன் கூடிய மகிழ்ச்சி அப்பிக் கிடந்தது. சுதந்திர ஒளி அவர்களின் கண்களில் மின்னலடித்தது. மேனியெங்கும் புது நகைகள். இளம்பெண்கள் தமது தோள் தொட்டு நடந்த இளைஞர்கள் பக்கம் திரும்பி நாணம் பொதியப் பேசினர். அக்கா மல்லிகாவைப் போல் அவர்களும் புது வாழ்க்கை தொடங்கியவர்களய் இருப்பார்கள் போலும்.

ஒரு வித்தியாசமான ஜோடி எங்களைக் கடந்து சென்றது. அவள் சிவந்த நிறத்திலும் அவன் கருவாயனாகவும்; பொருந்தாக் கூட்டு. எப்படி இவள் சம்மதித்தாள்? வண்ணங்களின் வேற்றுமை என்பது மன வேற்றுமையின் பகுதி. இன்று சிவப்பு நிறம் கொண்டவர் கறுப்பைத் துச்சமென நினைக்கிற காலம். ஆனால் இந்தப் பெண் விகற்பமில்லாமல் அவனோடு உரசி நடந்தாள். ராமாயண ராமன் கருப்பு நிறம் கொண்டவன் என்று பொன்னுசாமி சார் சொல்லித் தந்திருக்கிறார். "கோமுனி உடன் வரு கொண்டல்" நெருங்கிய சொந்தமாகவோ காதல் பறவையாகவோ இருக்க வாய்ப்புண்டு. காதலுக்கு நிறபேதம் இல்லை என்று திருக்குறள் வாசித்தபோது தமிழாசிரியர் சொல்லியிருக்கிறார். "மேனி நிறமோ ஏழ்மையோ காதலைப் பாதிக்காது." இவர்கள் காதலர்களாய் இருக்க வாய்ப்புண்டு.

ஓடைப்பட்டி பஸ் வரும்வரை நிழல் குடையில் காத்திருந்தோம். அப்பா சிகரட் பற்ற வைத்து வானத்தில் ஊதினார். புகை சுருள் சுருளாய்ப் பறந்து காற்றில் கலந்தது. எதிரிலிருந்த டீக்கடையில் சள்ளைபரிந்த வியாபாரம்! பிட்டியார் கடையிலும் கூட விலக இடமின்றி நெருங்கிக் கிடந்தது. கிராமத்து மக்கள் நகரத்துக்கு வரும்போது நல்ல காஃபி சாப்பிடுகிறார்கள். கிராமங்களில் நல்ல டீயோ காஃபியோ கிடைப்பதில்லை. பெருங்கொண்ட விவசாயிகள்

காஃபி சாப்பிடுவதற்காகவே காலையில் எழுந்து தேனிக்கு வந்து அருந்திவிட்டு எங்கள் கடைக்கு வந்து பேப்பர் பார்த்துப் பின் தோட்டக் காடுகளுக்குச் செல்கிறார்கள். கமிசன் மண்டிக்கு வரும் பெரும்பாலானவர்கள் அப்படித்தான். நகரத்து காஃபியை அருந்திவிட்டுக் கிராமத்துக் காஃபியை விரும்புவதில்லை.

"ஒருமாச வருமானத்த ஒரே நாள்ல எடுத்துருவாங்" என்றார் அப்பா. 'நாமலும் டீக்கட போடலாமா?' என மனம் எண்ணியது. ஆனாலும் அது தப்பு. சொந்தமாய் முதலீடு செய்து தொழில் நடந்தால்தான் ஆச்சு; தோற்றுப் போனால்? கமிசன் கடைப் பணி நன்றாகத்தான் ஓடுகிறது. சம்பளத்தோடு மேல் வரும்படி. இது போதும்.

அக்காவுக்குக் கல்யாணம் நிச்சயமானபோது கடனுதவி செய்யும்படி பெரியய்யாவிடம் கோரிக்கை வைத்தேன்.

பெரியய்யா என் எண்ணத்தை முதலாளியிடம் கொண்டு போனபோது "என்ன செலவு?" என்றார்.

"மூணு பவுனு போடுறதுன்னு பேச்சு; ஒரு பவுனு கைவசம் இருக்கு; இன்னம் ரண்டு பவுனு எடுக்கணும்."

என்னிடம் சீட்டு எழுதித் தந்து பட்டாபி செட்டியார் கடையில் போய் எடுத்துக் கொள்ளச் சொன்னார். எந்த அட்டியும் சொல்லாமல் சம்மதித்து விட்டாரே என்று ஆச்சர்யமாய் இருந்தது. "காரியம் கூடணுமுன்னு இருந்தா எல்லாம் தானா வந்து சேரும்" என்றார் அம்மா.

அக்காவை அழைத்துக் கொண்டு பட்டாபி செட்டியார் கடைக்குப் போனார் அம்மா. அம்மாவை ஏற இறங்கப் பார்த்த நகைக்கடை உரிமையாளர் "எம் எம் மொதலாளி எப்படிப் பழக்கம்?" என்று கேட்டார்.

"எம்மகெங் அங்க வெலாசம் போடுறாங்."

"பாலுப்பயலா?"

"ஆமாங்கய்யா."

"சூட்டிகையான பய."

கூடுகளில் நிறைய நகைகள் தொங்கின. ஒவ்வொன்றும் பார்வையில் பட்டு மனசை ஈர்த்தன. அகன்று விரிந்தவையும்

ஒடுங்கிக் சிறுத்தவையுமாக நகைகள் பல டிசைன்களில் இருந்தன. கீழ் நுனியில் இலைவைத்துச் செய்தவை, பூ மலர்ந்து சிரித்தவை, இதயவடிவ முக்கோணப் பரவல் என்று பல டிசைன்கள்! எல்லா நகைகளையும் எடுத்து உடம்பில் பூட்டிக்கொள்ள வேண்டும்போல் இருந்தது அக்காவுக்கு. வானத்து நட்சத்திரங்களைப் போலவும் நிலாவைப் போலவும் மின்னின. சங்கிலி எடுக்கலாமா, நெக்லஸா என குழப்பம் உண்டானது. நெக்லஸ்தான் நிறைந்து தெரியும். சங்கிலி என்றால் நூல் சரடுபோல உள்ளடங்கிக் கிடக்கும். இரண்டின்மீதும் ஆசை என்றாலும் ஒன்றுக்குத்தான் வழி. அக்கா விரும்பிய நகைகள் எல்லாம் மூன்று பவுனு, ஐந்து பவுனு என்று இருந்தன. ஒந்தம்பிகாரெங் பெரியாளாகட்டும்; பத்துப் பவுனுக்கு செஞ்சு போடுவாங்." இரண்டு பவுனு என்பதே அம்மாவுக்குத் திருப்திதான். நிறைவாக நெக்லஸ் ஒன்றைத் தேர்வு செய்து அணிந்தபோது அக்கா நிறைந்து காணப்பட்டாள்.

வெகுநேரம் கழித்து ஓடைப்பட்டி பஸ் நுழைந்த நொடியில் அனைவரும் ஓடி ஏறினார்கள். ஆண்பெண் என்று வித்தியாசமில்லாமல் பஸ்ஸைத் தொற்றினர். அப்பா ஓடிப்போய் படிமேல் ஏறிநின்று நான் நுழைவதற்காக இடம் விட்டுத் தொங்கினார். முண்டி ஏறியபோது ஒரு முரட்டுக் கை என் கழுத்தை இறுக்கியது. மூச்சுத் திணறலில் 'அப்பா' எனக் கத்த முயன்றேன். முடியவில்லை. மனம் பதட்டமடைந்து வியர்த்து ஒழுகியது. "குருட்டுக் கூதிகா! சின்னப் பயலைப் போட்டு முண்டா! இப்படி நெருக்குறீக?" அப்பா கத்தினார்.

"சின்னப் பயகனக்காவா ஏறுறாங்? என்னையவே முண்டித் தள்றானே; சொகுசா இருக்கணும்னா கார் பிடிச்சுப் போகணும்."

அப்பாவின் வாயிலிருந்து திகுடுதிம்பான வார்த்தைகள் வெளிப்பட்டன. எனக்குப் பின்னால் ஏராளமானவர்கள் படியில் தொங்கியபடி பயணித்தனர். நான் முன் நகர்ந்து நடுமையத்துக்கு வந்திருந்தபோது அப்பா பின்பக்கத்தில் நின்றிருந்தார். என் உடம்பு ஒரு பெண்ணின் உடம்போடு உரசிக்கொண்டே இருந்தது. அவள் வளைக்கரம் என் தொடை இடுக்குக்குள் உரசி நின்றவேளை 'விளுவிளு'வென உடம்பு சிலிர்த்தது. அவள் தன் கையை உயர்த்தி மேல் கம்பியைப் பிடிக்க நினைக்கையில் அவள் என்னில் முழுமையாய் ஒட்டிக் கொண்டாள். என் உடம்பு பூரானைப்போல்

நெளிந்து நெளிந்து மருகியது. இப்போது உடம்பும் உடம்பும் ஒட்டி உராய்ந்தன. அவளின் கத்தரிப்பூக் கலர் தாவணிக்குள் அவளின் நிர்வாணம் நின்றிருப்பதை மானசீகமாய் தரிசித்தேன்.

தாடிச்சேரியில் நாங்கள் இறங்கியபோது வருத்தம் உண்டானது. அவளைத் திரும்பித் திரும்பிப் பார்த்துக் கொண்டே கூட்ட இறுக்கத்தைக் கடந்து கீழ் இறங்கினேன். அப்பா மட்டும் இல்லை என்றால் ஓடைப்பட்டி வரை டிக்கட் எடுத்துப் போய்வரலாம். இறங்கிநின்று அவள் தரிசனம் கிடைக்குமா என எட்டிப் பார்த்தபோது இன்னொருவனின் உடம்போடு ஒட்டிக் கிடந்தாள். என் குவட்டில் இடித்தாள் செண்பகா.

நடந்து முக்குத் திரும்பி வீட்டை அடைந்தோம். கல்யாணப் பந்தல் குளுமை வீசி வரவேற்றது.

வீட்டு வாசப்படியில் அமர்ந்திருந்த கிழவி ஒருத்தி சிற்றுரலில் வெற்றிலை இடித்துக் கொண்டிருந்தாள்; இலைக்குள் கொட்டப்பாக்கு வைத்து, கொஞ்சூண்டு சுண்ணாம்பு தடவி மடித்து இடித்தபடி இருந்தாள். வெற்றிலைதான் எத்தனை பெரிய மயக்கம் தருகிறது. "பட்டத் தண்ணியவிட வெத்லதேங் ரெம்பக் கெறக்கம் தரும்" என்று சின்ன மாமா ஒருமுறை சொன்னது நினைவு வந்தது. பல்விழுந்து கடிக்க முடியாத நிலையிலும் கிழவிகளும் கிழவர்களும் இடித்துச் சப்புகிறார்கள். வெற்றிலை அந்தரங்க இன்பத்தின் ஊற்று. அல்லது மதி மயக்கத்தை உண்டாக்கும் லாகிரி வஸ்து.

"என்னடி குருவம்மா!" அந்தக் கிழவி அம்மாவைக் கூப்பிட்டார்.

"இந்தா வாரேங் ஆத்தா."

"வேற ஒண்ணுமில்ல; புள்ளைக பேச்சு வார்த்தையெல்லாம் பரவாயில்லியா?"

"என்னா கேக்குற நீ?" பக்கத்தில் அமர்ந்திருந்த ஒரு பெரியம்மா கிழவியை விரசியது. "அவ என்னா பக்கத்துல வெளக்குப் பிடிச்சு நின்னாளா?"

"போடி துப்புக்கெட்ட சிறுக்கி; தீவம் ஏத்தித்தேங் பாக்கணுமாக்கும்? மொகவாட்டம் தெரியாதா?"

"காலையில நாம்பாத்தேங்; முடி அலங்கோலமாக் கெடந்துச்சு;

வளவி ஒடஞ்சு ஒதட்டுல கீறல்; இது பத்தாதா; அவுக பேச்சு நல்லாருந்துச்சுங்குறதுக்கு?"

"அம்பூட்டுத்தேங்; அந்தக் காலத்துல நாம பாக்காத வித்தையா? இன்னக்கிப் பிள்ளைக நங்கு நாகரீகம் பாத்து அடங்கி ஒடுங்கிக் கெடக்குக; அதும் படிச்சவளுக ஒதுங்கிப் படு; அளவாத் தொடுன்னு ஓரங்கட்டி விடுதுக; அப்படித்தேங் எங்கூர் சத்திரப்பட்டி சிறுக்கி ஒருத்தி விடவே மாட்டேன்னுட்டா; அஞ்சு மாசம் புள்ள தவுதாயப் பட்டிருக்கு; தாயில்லாப் புள்ள; யாருட்ட போயி சொல்லும்; பாவம்; ஒருநா அவனோட அக்காகாரி பாக்க வந்தப்ப சொல்லி அழுதிருக்யாங்; என்னமோ ஏதோன்னு ஆஸ்பத்திரிக்கிக் கூட்டிட்டுப் போயிருக்கா; சோதிச்சுப் பாத்த டாக்டரு அவள ஏசி எடுத்துருக்காக; அன்னக்கி ராத்திரி அவனோட அக்காவும் கூட இருந்து வழிப்படுத்தியிருக்கா; ஒலகத்துல இப்படியும் கண்டிருக்கமா?"

இன்னொரு கிழவி பக்கத்தில் வந்து அமர்ந்து அவரும் வெற்றிலை இடித்தார். "பொட்டச்சிக்கித்தேங் மொத உறுத்துல வரணும்; தொங்கிக் கெடக்குறவனக்கூட நிமித்தி வக்யணும்; கல்யாணம் வரக்யுந்தேங் வெக்கம் அடக்கமெல்லாம்"

அக்கா காஃபி பலகாரம் கொண்டுவந்து தந்தாள். பட்டுச் சேலை உடுத்தி வேறு தினுசாய்த் தெரிந்தாள். அவள் முகம் நாணிக்கோணி பூமியைப் பார்த்தது. நெக்லஸ் அவள் கழுத்தோடு இறுகியும் இறுகாமலும் மின்னியது. "ராத்திரி நடந்தே போய்ட்டீகளாக்கும்?"

ஆமாம் என்பதுபோல் தலையசைத்தார் அப்பா.

"இருந்துட்டு வெள்ளென வண்டிக்கிப் போகலாம்ல."

"காலாற நடந்து கொள்ளக்காலமாச்சு; இருட்டுக் காலமும் குளுந்த காத்தும் சொகமாருந்துச்சு."

"சரிப்பா; கொஞ்சம் இருங்க; சமயல் நடந்திட்டிருக்கு." சொல்லிவிட்டு, மாமியார் குரல் கேட்டு "இந்தா வந்துட்டேந்த்த" என்றபடி வீட்டுக்குள் நடந்தாள்.

பந்தலுக்கடியில் சில சிறுவர்கள் ஓடியாடி விளையாடினர். ஒரு சின்ன வாண்டு வாழை மரத்தின்மேல் குரங்குபோல் 'விருவிரு'வென ஏறினான். "ஏலே கூதர; எறங்குடா; அது என்ன வெத்துமரம்னு நெனச்சியா? கல்யாண லட்சுமியோட ஒடம்பு; கோவிச்சுக்கிருவா.

அப்பறம் ஒனக்குக் கண்ணாலமே நடக்காமப் போயிரும் பாத்துக்க." வெத்தலைப் பாட்டி சத்தம் போட்டது. "ஹே..." என இரைந்தபடி இறங்கி ஓடினான்.

"எங்க மருமகனக் காங்கல?" அம்மாவிடம் கேட்டார் அப்பா.

"காட்டுல கொஞ்சம் செதுக்குற வேல இருக்காம்; போயிருக்காரு; மதியச் சாப்பாட்டுக்கு வந்துருவாரு. பாட்டுக்காரத் தம்பி."

31

"விண்ணளந்து மண்ணளந்து வீரநாயகி கண்ணளந்து நிக்கிற வேங்கை முனியப்பா! சின்னஞ்சிறிசுக ஒங்காலண்டி வந்திருக்குக; வேத்தும பாக்காம, வெரசுன்னு ஆகும் ஆகாதுங்குறதச் சொல்லுப்பா."

இந்த வார்த்தைகள் செண்பகாவை உலுக்கியதை என்னால் உணர முடிந்தது. ஆகும் ஆகாது என்பதல்ல; ஆக்கிக் காட்ட வேண்டும்; அதுதானே ஆண்டவன் சித்தம்.

செண்பகா என்னை ஒட்டி அமர்ந்திருந்தாள். குளிக்க வந்த நாலைந்துபேர் சுற்றி நின்று வேடிக்கை பார்த்தனர். ராமுப் பயலுக்கு யாரோ சட்டை அணிவித்திருந்தார்கள். அங்குட்டும் இங்குட்டும் குதித்தபடி பூசாரியம்மாவைச் சுற்றி வந்தான். கொட்டகுடிப் படித்துறையில் துவைத்துக் கொண்டிருந்த யுவதி ஒருத்தியும் வந்து செண்பகாவின் அருகில் நின்றாள். கண்காட்சிபோல எல்லாக் கண்களும் என்மீதும் செண்பகா மீதும் விழுந்தன.

மல்லியக்காவுக்கு முடிந்தபின் என் கல்யாணம் பற்றிய பேச்சு அடிபட்டது. சின்னகாமுதான் அம்மாவிடம் வந்து பேச்சைத் தொடங்கினாள். "மல்லிக்கி முடிச்சிட்டீக; மச்சானுக்கு எப்ப?" 'பாலு' என உச்சரித்த நாக்கு இப்போது 'மச்சான்' என மாற்றிக்கொண்டது.

"பொட்டச்சிக்காக வாங்குன கடன அடக்யணுமில்ல."

"கன்னாலக் கடெங் தானா அடஞ்சுரும்; அதுக்காக மச்சாங் காரியத்த நிப்பாட்டுனா ஏதாச்சும் ஒரு பெராந்து வந்து கொத்திக் கிட்டுப் போயிரும்." என்னை ஓரக் கண்ணால் நோக்கியபடி வார்த்தைகளை உச்சரித்தாள்.

“இவெங் என்னா கோழியா கிளியா, தூக்கிட்டுப் போறதுக்கு; வல்லூறாக்கும் சுறாமீனவே காலால எத்தி அதகளம் பண்ணிருவியாங்..” அம்மாவின் முகத்தில் அடங்காத நம்பிக்கையுடன் கூடிய மலர்ச்சி; நான் சம்பாத்தியகாரனாகிவிட்டேன் என்ற பெருமிதம் பொங்கியது. “எத்தன சிறுக்கிக காத்துக் கெடக்கா தெரியுமா - நாங் வாரேங் வாக்கப்பட; எங்கக்கா வாரா பிள்ள தூக்கன்னு.”

“அப்பறம் என்ன; வரிசகட்டி வாரவளுகள நிப்பாட்டி ரெண்டு பக்கமும் இடுக்கிக்கிட வேண்டியதுதான?”

அந்த நேரம் பார்த்து கருப்பாயக்கா வந்து சேர்ந்தார். திண்ணைக்குக் கீழ் கிடந்த இடி உரல்மேல் அமர்ந்தார். ஒதுங்கிக் கிடந்த மாராப்பை நெஞ்சுக்குமேல் இழுத்துவிட்டபடி “காமு என்னா கத சொல்றா?” என்றார்.

“பயலுக்கு ஒரு கால்கட்டுப் போடணுங்குறா.”

“ஏங் அவளவே வந்து படுக்கச் சொல்லு; எங்குட்டும் தேடி அலைய வேண்டியதில்லைல்ல?”

கருப்பாயக்காவின் முகத்தை அண்ணாந்து பார்த்தாள் சின்னகாமு. “நெசமாலுமே வந்துருவேங்பாத்துக்கங்க.”

“அடிசக்க; நீயும் எப்ப எப்பன்னுதேங் அலையிற போல்ருக்கு.” அம்மா சின்னகாமுவின் கன்னத்தை இணுங்கினார்.

“சரி; அது கெடக்கட்டும். தம்பிக்கி என்ன இருவது ஆகுமா?”

“இருவத்திரெண்டு.”

“இருவத்தஞ்சு வயசு வரக்யும் காத்திருக்கலாம்; படிச்சு வேலக்கிப் போற பயக முப்பதானாலும் சரிக்குடுக்க மாட்டெங் குறானுக; ரம்ப மாதிரி லட்சுமிகடாட்சத்தோட ஒருத்தி வார வரக்யும் காத்துக்கெடக்கானுக; கொணமணம் பாக்குற காலம் ஓடிப்போச்சு; பணம் பவிசுதேங் முக்கியமாப் படுது.”

“நெசந்தேங்” என்றாள் சின்னகாமு. “அன்னக்கி வெறுங் கழுத்தோட வாக்கப் பட்டு வந்தவுக, இன்னக்கி ஆம்பளப் பயலப் பெத்துட்டம்னு எம்புட்டு ஒசரத்துல ஏறி நிக்கிதுக. அஞ்சு போடு; பத்துப் போடு; செலவுக்கு அம்பதாயிரம் குடுன்னு.”

"அன்னக்கிக் கால்ரூவாக்கி ரெண்டுபடி நெல்லரிசி வித்துச்சு; ஒருவீச தக்காளி காலணா; குடிக்யக் கஞ்சி, ஒழக்யத் தெம்பு இருந்தாப் போதும்னு இருந்தாக; இன்னக்கி அப்படியா? நம்ம மல்லிகாவ எடுத்துக்க; கழுத்து நகையோடதான வாக்கப்பட்டுப் போயிருக்கா?"

கருப்பாயக்காவின் சொல்கேட்டு அம்மாவின் முகத்தில் ஒவ்வொரு பல்லும் ஒவ்வொரு பூவாய் மலர்ந்தது. "எம்மகெங் கெட்டிக்காரப் பய; கண்ணுமட்டும் தெரிஞ்சு இங்கயே இருந்து ஒழச்சிருந்தா இன்னேரம் காரவீடு கட்டியிருப்பேங்."

அவர்கள் பேசப் பேச என் இரு தோள்களையும் மகாலட்சுமியும் செண்பகாவும் தொற்றிக் கொண்டனர். இருவர் உதடுகளிலும் மாறிமாறி முத்தமிட்டேன். உடலின் இண்டு இடுக்குகளைத் தடவித் தடவி விறைப்பேற்றினர். அன்று இரவு தூங்கும்வரை விடாமல் உரசிக் கொண்டே இருந்தனர். ஸ்கலிதம் உண்டாகி அம்மாவுக்குத் தெரியாமல் மேகசீன் பேப்பர் ஒன்றைக் கிழித்துத் துடைத்து வெளியில் எறிந்தேன்.

மறுநாள் புதன் விடுமுறை; அம்மா அப்பா வேலைக்குப் போனபின்னும் உறங்கியபடி இருந்தேன். முதல் நாள் இரு பெண்களின் நச்சரிப்பில் உடம்பு சோர்ந்து போனது. நாள் முழுதும் எனக்கான கல்யாணப் பேச்சுதான். எழுந்து உட்கார்வதும் கொட்டாவி விட்டு சோம்பல் முறிப்பதும் மீண்டும் படுத்துக் கொள்வதுமாய்க் காலை நேரம் கடந்து போனது.

பத்து மணி இருக்கும். செண்பகா வேகமாய் ஓடிவந்து "பாலு..." என்றபடி திண்ணையில் அமர்ந்தாள். "இன்னம் ஒறக்கம் போகலியா?"

அவளுக்கு ஞாயிறுதான் லீவு; இன்று புதன்; ஏன் வந்திருக்கிறாள்? எழுந்து, வேட்டியை இறுக்கிக் கட்டிக் கொண்டு எட்டிப் பார்த்தேன்.

"வெளிய வா..."

கயிற்றுக் கொடியில் கிடந்த சட்டையை எடுத்து உதறி மாட்டியபடி திண்ணைக்கு வந்தேன். செண்பகா நைந்துபோகாத தாவணி அணிந்திருந்தாள்.

"இன்னக்கி நீ ரெம்ப அழகாருக்க." சந்தனக் கலர் சட்டையணிந்த என் மேனியை ஒருமுறை ஏறிட்டுப் பார்த்தபடி சொன்னாள்.

"நீயுந்தேங்" என்றேன்.

கையைப் பிடித்து இழுத்து அருகில் அமர்த்தினாள். "கொலமேகம் எட்டிப் பாக்குது; என்னக்கி வெஷமழ தூறப் போகுதோ தெரியல."

படிப்பறிவு இல்லாதவளா இவள்? வித்தியாசமாய் வார்த்தையாடுகிறாளே! கொலைமேகம், விஷமழை; எப்படி இவளுக்கு இந்த வார்த்தைகள் தெரிந்தன? "என்னா சொல்ற புள்ள?"

"என்னய ஒரு சகதிக் கெணத்துல தள்ளிவிடப் போகுது என்னோட சித்தி."

"அப்பபடின்னா?"

"மூக்கறுந்த பய ஒருத்தனுக்கு என்னயக் கட்டி வக்யப் போகுதாம்."

எனக்குச் 'சுரீர்' என வலித்தது. மகா என்னிடமிருந்து விலகிய பிறகு செண்பகா ஊனுகம்பாய் நிற்கிறாள். பிடுங்கி எறிந்துவிட்டால் அப்புறம் நான் எந்த மூங்கிலை ஒடித்து ஊன்றி நிற்க முடியும். அவள் முகத்தைக் 'குறுகுறு'வெனப் பார்த்தேன்.

"நான் சீரியசாப் பேசுறேன்; நீ உம்மணாமூஞ்சியா நிக்கிற?"

"கல்யாணம் பண்ணச் சொல்லுதா?"

"ஆமா."

"அதுக்குள்ள என்ன அவசரம்?"

"எப்படா வீட்டவிட்டுப் பத்திவிடுவம்னுதான நெனக்கிது? நகநட்டு வேணாம்; வெத்து மேனியோட அனுப்புனாப் போதும்னு ஒருத்தெங் கேக்குறாங்; நல்லதாப் போச்சுன்னு நெனக்கிது சித்தி."

வெளியேறத் துடித்த பெருமூச்சை உள்ளுக்குள் அமுக்கிக் கொண்டேன். "ஒனக்கும் வயசாச்சுல்ல; எப்படியும் ஒருத்தெங் வீட்டுக்குப் போய்த்தானே தீரணும்."

"என்னா பாலு; சாம்பார்ல போட்ட கத்தரிக்கா மாதிரி 'சொலசொல'ன்னு பேசுற? என் நெனப்பே ஒனக்கு இல்லியா?"

“நாங் என்ன செய்ய முடியும்?”

என் தோளை இறுக்கிப் பிடித்தபடி “நீதாம்பாலு எனக்கு வேணும்” என்றாள்.

“எப்படி செண்பகா? நீ வேற சாதி; நாங் வேற சாதி; அப்பா அம்மா ஒத்துக்குவாங்களா?”

செண்பகாவின் கண்ணோரம் நீர்த்திவலைகள் மிதந்தன. “கஞ்சா விக்கிற பயலுக்கு என்னயக் கட்டித் தந்து கொல்ல நெனக்கிது சித்தி; ஏற்கனவே அவெங் ரெண்டு கண்ணாலம் முடிச்சு கஞ்சா விக்கிற மாதிரி அதுகளையும் ஆத்துப் பட்டியில வித்துட்டானாம்; அப்பேர்ப்பட்டவெங்கூட என்னய ஓட்டிவிடப் பாக்குது.”

‘அடப்பாவமே!’ என நினைத்துக் கொண்டேன். மனம் வலித்தது. அம்மா சொன்ன கதை ஒன்று ஞாபகத்துக்கு வந்தது. பருத்தி மில்லில் வேலைசெய்த பரிமளா நல்ல அழகி; அவளுக்குத் தன் அழகின்மீது பெருமிதம் உண்டு. தான் சரோஜா தேவி போல சினிமாவில் நடிக்க வேண்டும் என்ற ஆசை. கூலிக் காசு முழுவதையும் விதவிதமான பவுடர்களையும் லோஷன்களையும் வாங்குவதற்குச் செலவழித்தாள். விதவிதமான பூச்சுகளை அப்பிக் கொண்டு திரிந்தாள். ஆண்கள் பார்வையை அதிகம் விரும்பினாள். முதலாளி மகன் ஓரிருமுறை சீண்டியதை மறுக்காதவளாய் ஏற்றாள். இதைக் கவனித்த ஒரு லோடுமேன் அவளுக்கு சினிமாவில் வாய்ப்பு வாங்கித் தருவதாகச் சொன்னபோது “ஒன்னால எப்படி முடியும்?” என்று கேட்டிருக்கிறாள்.

“இதுக்குன்னே ப்ரோக்கர் இருக்காங்; அவனக் காட்டுறேங்; கூடப் போனைன்னா சினிமாவுல சேத்து விட்டுருவாங்.” என்று சொன்னதை நம்பியிருக்கிறாள். ஒருநாள் ‘பளிச்’சென உடுத்தி அவனோடு சென்றுவிட்டாள். அவன் சாலையோர டிஃபன் செண்ட்டருக்குக் கூப்பிட்டுப் போய் மயக்கப் பொடி கலந்த புரோட்டா வாங்கித் தந்து சுய நினைவை அழித்து, மயக்க நிலையில் வேறூருக்குக் கூப்பிட்டுப் போய் சிவப்பு விளக்குப் பகுதியில் விற்றுவிட்டான்; என்ன முயன்றும் அந்த நரகத்திலிருந்து அவளால் மீண்டு வர முடியவில்லை.

அந்த அழகியைப் போல் இவளும் ஆகவேண்டாம்.

“என்னா பாலு; ஊமக் கோட்டாம்மாதிரி முழிக்கிற?”

“வருத்தமாருக்கு செண்பகா; பொண்ணுக மட்டும் ஏழையாப் பொறக்கக் கூடாது.”

“இந்த வித்தாரப் பேச்ச விடு; இப்ப என்னயக் காப்பாத்த வேண்டியது ஒம்பொறுப்பு. என்ன சொல்ற?”

எதுவும் புரியாதவனாய் விழித்தேன். அம்மா அப்பா ஒப்புக் கொள்வார்களா? என் சாதியில் நிறையப் பெண்கள் கல்யாணத்துக்குக் காத்திருக்கிறார்கள். அவர்கள்தான் விடுவார்களா? சின்ன மாமா மகள் சுதந்திரப்பெண்; அவர் கச்சைகட்டி வந்துவிட்டால் என்ன செய்வது? கேள்விகளால் மனம் குழம்பியது.

என் மடியில் முகம் புதைத்து அழுதாள். “ஒண்ணு எனக்கு தைரியம் குடு; நாம எங்குட்டாச்சும் ஓடிப்போவம்; நாங் ஒழச்சு ஒன்னயக் காப்பாதுறேன். இல்லாட்டி எனக்கு ஒரே ஒரு அரளிவெத போதும்.”

அப்போது பெரியய்யா நினைவு வந்தது. அவர் நல்ல யோசனை சொல்லக் கூடியவர். அப்பாவிடம் சொல்லி சரிக்கட்டுவார். அன்று புதன் கிழமை என்பதால் அவர் ஒன்பது மணிக்கு மேலும் சடையால் முனியப்பன் கோயிலில் இருக்க வாய்ப்புண்டு. “வா; சடையாலுக்குப் போவம்.”

“சாகவா?”

“வாய மூடு; வாழ நெனக்கிறதுதேங் மனுசக்கனம்; ஏங் சாகணும்; அங்க இருக்க பூசாரியம்மாட்ட குறிகேப்பம்.”

செண்பகாவும் சம்மதிக்க சடையால் நோக்கி நடந்தோம். பெரியய்யா வந்து போய்விட்டதாய்ப் பூசாரியம்மா சொன்னார். அப்புறம் செண்பகாதான் சங்கதி சொல்லி குறிகேட்டாள். பூசாரியம்மாவுக்கு இரக்கம் உண்டாகி “நாங் இருக்கேங் மக்கா; கவலப்படாதீக” எனச் சொல்லிவிட்டு பூஜைசெய்தார். சூலாயுதத்தில் நல்ல நிறமுடைய எலுமிச்சம்பழம் செருகி, முனியப்பன் காலடியில் சூடம் எரித்து பூசை நடந்தது. பிறகு வாசலில் வந்து அமர்ந்து சோவியை உருட்டிப் போட்டு “ஏழு பூ பூத்திருக்கு மகளே” என்றவர் “களஸ்திர ஸ்தானம் வலுவாருக்கு; ஆரும் வந்து ஊடுசரடு விட முடியாது; ஓங் நெனப்பு ஜெயிக்கும். நல்ல பொழப்பு ஒனக்குக் காத்துக் கெடக்கு. அஞ்சாத; அழுகாத; முனியப்பெங் தொண.” இடைவெளி விடாமல் வார்த்தையாடினார்.

ஆற்றிலிருந்து மேடேறி வந்த யுவதி ஒருத்தி கோபமாய்ப் பேசினாள். "ஒங் சித்திகாரியக் கத்தியெடுத்துக் குத்திப் போட்டு கச்சேரிக்குப் போகவேண்டியதுதான?"

"ஏய் நீ ஆரு? பொழக்கிறதுக்கு வழிகேட்டா, கச்சேரீக்கிப் போகச் சொல்ற."

"பொட்டச்சிக பொழப்பே நாறப் பொழப்புதேங்;" பேசியபடி யுவதி துவைகல்லுக்கு இறங்கிப் போனபின் மற்றவர்களும் கலைந்து சென்றனர்.

"பாலு! ஓம் பிடிமானத்துலதேங் இருக்கு - இவளோட பொழப்பு; என்னா செய்யப் போற?"

"ஒண்ணும் புரியல பூசாரியம்மா; ஐடியாக் கேக்கலாம்னு பெரியய்யாவத் தேடிவந்தேங்; அவர வீட்டுக்குப் போயி பாக்க வேண்டியதுதேங்."

"திருப்பூர் போகணும்னு சொன்னாரு; வர ரெண்டுநா ஆகுமாம்..."

எனக்கு மேலும் குழப்பம். செண்பகாவின் முகம் கருத்துக் கனல் பறந்தது.

"நாங் இனி எங் வீட்டுக்குப் போகமாட்டேங்; அன்னக்கிக் கண்ணகி மலையோரம் நடந்த ,மாதிரி ஆத்தோரமாவே நடந்து கடல்ல விழுந்து உசுர மாச்சுக்கிருவேங்."

"வைராக்கியத்த விட்டுறாத தாயி; நாங் ஒரு ஓசன சொல்றேங் கேக்குறீகளா?"

வாடிய செடியில் நீர் ஊற்றின மாதிரி இருந்தது. "சொல்லுங்கம்மா."

"எங்குடுசு ஒண்ணு சும்மாதேங் கெடக்கு; எனக்குப் பாத்தியப்பட்டது. ஒருவாரம் அங்கன தங்குங்க; அப்பறம் ஆகுறதப் பாப்பம்."

"எங்கருக்கு பூசாரியம்மா?"

"சுருளிப்பட்டியத் தாண்டி தீத்தத்துக்குப் போற பாதையில."

பயம் என் மனசுக்குள் நெளிந்து நெளிந்து ஓடியது. சுருளிப்பட்டி தேனியில் இருந்து முப்பது மைல் தூரம். அங்குபோய் எப்படித்

தங்க முடியும்? சாப்பாட்டுக்கு என்ன செய்வது? பல கேள்விகள் மனசை நிலைகுலையச் செய்தன.

“அதப்பத்திக் கவலப்படாத மகனே; எந்தம்பி ஒருத்தெங் எனக்குச் சொந்தமான தோட்டத்தப் பாத்துக்கிட்டிருயாங்; நெலம சரியாகுற வர அங்கயே சாப்புடுங்க; முந்திரி கொய்யாவெல்லாம் வெளையுது; வாங்கி ஊர்களுக்குப் போயி வித்தைன்னா கெடக்கிற லாவத்த வச்சு கவுருதியாப் பொழக்யலாம்.”

“வீட்டுக்கு என்ன தாப்பிரியம் சொல்ல முடியும்?”

“தைரியம் வேணும் பாலு; செண்பகாவா; ஒங் வீடான்னு முடிவு பண்ணு; தேடிவந்த பொண்ண ஏமாத்துறத தெய்வம் மன்னிக்காது.”

தலை வலி தாங்காமல் கீழே குனிந்து துவண்டபோது ராமு வந்து தலையில் தட்டிவிட்டுப் போனான்.

“நாங் ஒரு கத சொல்றேங் கேளு.” என்றார் பூசாரியம்மா.

32

தாமரைப் பூ பூத்தமாதிரி முகம் கொண்டவள் அருக்காணி. அளவான உயரமும் இறுக்கமான உடல்கட்டும் கொண்டு விறைப்பாகத் திரிந்தாள். பெண்ணுக்குப் பெண்ணே ஆசைப்படும் அழகு. சுருளிப்பட்டியைத் தாண்டிய தோட்டக்காட்டில் குடிசைபோட்டுக் குடியிருந்தது அவள் குடும்பம். பெற்றோர் இருவரும் கடுமையான உழைப்பாளிகள். தோட்டத்திலேயே உழைத்து, ஆக்கிச் சாப்பிட்டு, தூங்கி எழுந்தார்கள். சொந்தத் தோட்டம் உள்ளவர்களுக்குச் சொந்த வீடு தேவையில்லை என்ற நினைப்போடு அவர்கள் வாழ்க்கை நகர்ந்தது. தங்களின் சொந்த நிலத்தில் உற்பத்தி செய்த பொருட்களை தேனிச் சந்தையில் விற்று செல்வாக்கியமாய் இருந்தார்கள். தேனிக்குப் போகும்போதெல்லாம் புதுப் புதுத் துணிமணிகள் வாங்கிவந்து அருக்காணிக்கு அணிவித்து அழகுபார்த்தார் அப்பா. நாயர்கடை மிட்டாஸ் அருக்காணிக்குப் பிரியம் என்பதால் வாரம் தவறாமல் வாங்கித் தந்து மகிழ்வித்தார்.

படிப்பறிவில்லாத குடும்பத்தில் முதல் படிப்பாளி அருக்காணி. சுருளிப்பட்டிக்கு நடந்து சென்று படித்துவந்தாள். நவீன படிப்பில் பழக்கம் இல்லாத குடும்பத்தில் பிறந்தவள் என்றாலும் அனுபவத்தின் வழியாகப் புரிதல் தன்மை இயல்பாகி இருந்தது. சொல்வதையும் வாசிப்பதையும் எளிதாக உள்வாங்கினாள் என்பதால் மற்ற மாணவர்களைவிட அதிக மதிப்பெண் வாங்கி நல்ல மாணவி எனப் பேரெடுத்தாள். மேல்சாதிக்காரர்கள் மூக்கில் விரல் வைத்து அன்னமாறினர். "புழுதிக்காட்டுல பொற஌ற்றவளுக்கு ஆண்டவெங் எப்படி எழுதி வச்சிருக்யாம்பாரு." விளையாட்டிலும் ஓவியம் வரைவதிலும் முழுத் திறன் கொண்டாள்.

ஓவியம் வரைவதில் அலாதிப் பிரியம் கொண்டிருந்தாள் அருக்காணி. விதவிதமான நிறக் குடுவைகளை வாங்கி அனுதினமும் வரைந்து பழகினாள். தன் தோட்டத்துத் தாவரங்களை அச்சு அசலாக வரைந்து ஆசிரியர்களிடம் காட்டி மகிழ்ந்தாள். முதலில் செடிகொடிகளைப் பார்த்து, அதன் நெளிவுசுளிவுகளை மைகளினால் உருவாக்கியவள் காலப்போக்கில் மனசுக்குள் வாங்கிய உருவங் களைக் கற்பனைத் தீற்றலாய் வரைந்து பழகினாள். நிஜத்துக்கும் கற்பனைக்கும் வித்தியாசம் காணமுடியவில்லை. அப்பா வரைதாள்களையும் மைக்குடுவைகளையும் பண்டுல் பண்டுலாய் வாங்கித் தந்து ஊக்கப் படுத்தினார்.

ஒருநாள் தன் தந்தையின் படம் வரைந்து அதனடியில் கவிதை போல வரிகள் எழுதி திராட்சைக் கொடியில் தொங்கவிட்டிருந்தாள்.

"மனைவிக்குக் கணவன்;
மகளுக்குத் தந்தை;
இந்தத்
தோட்டத்துச் செடிகளுக்கு
நீ கடவுள்."

அடியில் சாந்தமுகம் படைத்த புலிப்படம் வரைந்து, அட்டையில் ஒட்டியிருந்தாள். மேல் இரண்டு வரிகளுக்குப் பச்சை வண்ணமும் கீழ் வரிகளுக்கு நீலநிறமும் தீட்டி, இருவண்ணங்களும் தனித்துவமாய் மின்னின.

அடுத்தடுத்து ஓவியத்தில் அவள் பெரும் தேர்ச்சியடைந்தாள். நீலமும் கருமையும் வெண்மையும் கலந்த வான்மேகத் திரட்சி, அண்டவெளியில் மென்மையாய் நகரும் இளங்காற்று, வேகமெடுத்துப் பாயும் புயல் என அனைத்து அமானுஷ்யப் பனுவல்களும் அவள் தூரிகையில் ஜனித்தன.

மனோகரன் அவள் சோட்டுக்காரன்; ஒரே வகுப்பில் படித்த நிலையில் இருவருக்கும் பாசம் உண்டானது. பல மாணவர்கள் ஜாதியைச் சொல்லி மனோகரனை எச்சரித்தபோதும் அவன் அருக்காணியை அதிகம் நேசித்தான். அவன் வீட்டுப் பலகாரங்களைத் தந்து அன்பு செய்தான். அருக்காணியும் தன் தோட்டத்தில் விளைந்த திராட்சை, கொய்யா போன்ற பழங்களைச் சாப்பிடத் தந்தாள்.

"கீச்சாதிக்காரி தொட்டதத் திங்கிறியாக்கும்?" சக மாணவர்கள் மனோகரனைக் கிண்டல் செய்தனர்.

"போடா பொக்குப் பயலே" என்று அருக்காணி திட்டினாள். "நாங்க தொட்டுப் பறிச்சதுதான மார்க்கெட்டுல விக்கிது; நீயும் ஒங்கப்பெங் ஆத்தாளும் அதத்தான வாங்கித் திங்கிறீங்க!"

மனோகரனின் சோட்டுக்காரப் பயல்கள் எட்மாஸ்டரிடம் புகார் செய்தனர். "அருக்காணி எங்களப் போடாவாடான்னு பேசுது சார்."

எட்மாஸ்டர் அருக்காணியின் அப்பாவை வரவழைத்துக் கண்டிக்கார். "காயாம்பூ; நாஞ்சொல்றேனேன்னு தப்பா நெனச்சுக்கிறாத; இந்துார்க்காரவுக எப்படிப்பட்டவுகன்னு ஒனக்குத் தெரியும்; அருக்காணியக் கொஞ்சம் வாயடக்கிப் பேசச்சொல்லு.."

"சரிங்கய்யா" என்று சொல்லிவிட்டுப் போனவன் அருக் காணியைப் பார்த்து "ஓங் வழியில் போ மகளே" என ஊக்கப் படுத்தினார். "வம்புக்குப் போகாத; அதே நேரம் வந்த சண்டய விடாத; மேச்சாதி, கீச்சாதின்னு நெத்தியில எழுதி வச்சிருக்கா என்ன?

அருக்காணி, மனோகரன் பழக்கம் நெருக்கமானது; காதலாக மலர்ந்து மோனலயமான இச்சைக்குத் தள்ளியது. மனோகரனோடு தேனிக்குச் சென்று சினிமாப் பார்க்கவும் வைகை அணையைச் சுற்றிப் வரவுமாய்.சந்தோஷம் அனுபவித்தாள். மனோகரனுக்கும் சேர்த்து அவளே செலவழித்தாள். தேனி வீதிகளில் நடந்து,

கடைகடையாய் ஏறி இறங்கி பொருட்கள் வாங்கி மனோகரனுக்குப் பரிசளித்தபோது அதில் "நாங்கள் காதலர்கள்" என்ற ஜீவன் இருந்தது.

ஒருநாள் இவர்கள் பெரிய ஓட்டலில் மற்றவர்களுக்குச் சமதையாய் அமர்ந்து வெள்ளை அப்பமும் காஃபியும் சாப்பிட்டுக் கொண்டிருந்தபோது சுருளிப்பட்டி நாட்டாமை பார்த்துவிட்டார். "ஏலே; அய்யா; யார்ரா இது."

அவன் வளைந்து நெளிந்து வேறுபக்கம் திரும்பினான்.

"தில்லவாரித்தனம் பண்றியா? ஊருக்கு வா; நாளக்கி ஒனக்குப் பஞ்சாயத்து இருக்கு."

மறுநாளும் அடுத்த நாளும் மனோகரன் பள்ளிக்கு வரவில்லை. சோட்டுக்காரப் பயல்களிடம் கேட்டபோது "நீ அவன மாட்டி விட்டுட்டைல்ல" என்று கேலியாய்ச் சிரித்தார்கள். எட்மாஸ்டர் அருக்காணியை அழைத்துக் கண்டித்திருக்கிறார். "ஒன்னால ஒரு பயலோட படிப்புக் கெடப்போகுது." ஒருவாரம் கழித்து தொய்வடைந்த முகத்தோடு அவன் பள்ளிக்கு வந்தவன் அருக்காணியோடு பேசத் தயங்கினான்.

விளையாட்டுப் பீரியடில் அவனை நெருங்கி "பயப்படுறியா?" என்றாள்.

தலைகவிழ்ந்து "இல்ல" என்றான்.

பையப்பைய மீண்டும் நெருக்கமானார்கள். ஒரு கோடை விடுமுறையில் அருக்காணி மனோகரனை அழைத்துக் கொண்டு மூணாறுக்கு சுற்றுலா சென்றாள். தன் நண்பர்களோடு எக்ஸ்கர்ஷன் போவதாக மனோகரன் அவன் வீட்டில் சொல்லிவிட்டுக் கிளம்பினான். மூணாறு நிலத்தின் குளுமையில் விடுதி எடுத்துத் தங்கி இருவரும் ஒடுங்கிப் படுத்துக் கிடந்தபோது வெதுவெதுப்பு தேவைப் பட்டது. அருக்காணிதான் முதலில் மனோகரனைத் தீண்டினாள். அவனுக்கோ பயம்! வெளியில் தெரிந்தால் வீட்டில் ரணகளமாகிவிடும்.

"வேணாம்புள்ள."

"நாம ரெண்டு பேரும் குடும்பம் ஆகப்போறம்ல; பெறகு என்ன?"

“பயம்மாருக்கு.”

“பயப்படாத; எந்த எடஞ்சல் வந்தாலும் ஒன்னய நாங்காப் பாத்துவேங்.”

குளிரிலும் வேர்த்து விருவிருத்துப் போனான்.

அவன் உடலை இறுக்கி அணைத்தாள் அருக்காணி. ஒரு மயக்கநிலையில் அவன் துவண்டு சுயமிழந்த நின்ற நிலையில் அருகில் இருந்த பொருட்கள் மறைந்தன. பிரபஞ்சவெளியின் வெளிச்சப் புள்ளிகளும் இருட்டுத் திட்டுகளும் மறைந்து மோனலயமான கடல்வெளி தென்பட்டது. வீர்யமாய் நீச்சலடித்தாள் அருக்காணி. மனோகரனின் ஆன்மாவை வசப்படுத்தி முக்கி முக்கித் திக்குமுக்காட வைத்தாள். சூரிய வெளிச்சம், நிலாவெளிச்சம் என்ற எல்லைகளைத் தாண்டி எதிர்வெளிச்சம் ஒன்று இருவர் உடல்களிலும் ஊர்ந்து ஒளிர்ந்தது.

மனோகரன் அருக்காணியோடுதான் சுற்றித் திரிகிறான் என்ற செய்தி சுருளிப்பட்டி முழுவதும் பரவிய அடுத்த நாட்களில் அவன் பள்ளிக்கு வராதவனானான். ஒருமாதம், இரண்டு மாதம் அவன் வரவில்லை. அருக்காணிக்கு வாழ்வில் முதல் முறையாக விசனம் உண்டானது. வாழ்க்கை வெறிச்சோடிப் போனது. இரவுப் படுக்கையில் “மனோ” எனப் புலம்ப ஆரம்பித்தாள்.

அருக்காணியின் அம்மா பசுங்கிளியும் அப்பா காயாம்பூவும் மகளைத் தேற்ற முயன்றனர். “தவிக்யாத மகளே; எங்குட்டாச்சும் கண்டுபிடிச்சுக் கொண்டாந்து ஒங்கிட்ட ஒப்படக்கிறம்; எம்புட்டுப் பெரிய கலவரம் வந்தாலும் அவனக் கொண்டாந்து ஒப்படக்ய வேண்டியது எங்க பொறுப்பு.”

ஊருக்கு உள்ளும் வெளியிலும் தேடி அலைந்து களைத்துப் போனார்கள். கண்டுபிடிக்க முடியவில்லை. அருக்காணியின் தைரியமனம் துவண்டு சரிந்தது. முதன்முறையாக விரக்தியின் ஓரக்காலில் நடக்கத் தொடங்கினாள். பள்ளி இறுதித் தேர்வை எழுதாமல் அழுது புலம்பினாள். மூணாறுப் பயணத்தைத் தவிர்த்திருக்கலாமோ என நினைக்க ஆரம்பித்து, மனோகரன் காணாமல் போனதுக்குத் தான்தான் காரணம் என நினைக்கத் தொடங்கினாள்.

மனோகரன் ஆற்றில் மூழ்கி செத்துப் போனான் என்று அவன் சக படிப்பாளி அருக்காணியிடம் வந்து சொன்னபோது அவள் திகிலடைந்து மயங்கிச் சரிந்தாள். திக்கித் திணறிப் புலம்பியபடி தோட்டத்துக்கு உள்ளும் வெளியிலும் சுற்றி அலைந்தாள். நல்ல துணி அணியாமலும் பவுடர் பூசாமலும் வெம்பி வதங்கினாள். அனுதினமும் பெற்றோருடன் சண்டையிட்டு சாப்பிட மறுத்தாள். லாவண்யம் அழிந்த மேனியோடு ஊர் எல்லை தாண்டியும் நடக்கத் தொடங்கினாள். மனோகரனோடு ஏறி இறங்கிய கடைகளுக்கு அருகில் நின்று தேம்பித் தேம்பி அழுதாள். "மனோ! நீ ஆத்துல போகல; யாரோ ஒன்னயக் கொன்னுட்டாக; அவுகளோட அடிமடிய அறுத்துக் காக்கைக்கிப் போடுவேங்."

தோட்ட வேலையோடு அருக்காணியைத் தேடும் வேலையும் கூடியது அவள் பெற்றோருக்கு. தேனிக்கும் பாளையத்துக்கும் சென்று அலைந்து பிடித்து வந்து அறையில் அடைத்தார்கள். இரவு முழுக்கப் புலம்பிக் கொண்டே இருந்தாள். உடுக்கையடித்துப் பேய் ஓட்டிய போதும் உடுக்கடிக்காரனின் தலைமுடியைப் பிடித்து ஆட்டினாள். தோட்டத்தில் ஓடித் திரிந்த பாம்புகளை லாவகமாகப்பிடித்துக் கைகளில் ஏந்தி விளையாடினாள். அது வாய்பிளந்து சீறியபோது கழுத்தைப் பிடித்து முத்தமிட்டாள். "நீ என் மனோதானே?" எனக் கேட்டாள். அது இல்லை என்பதுபோல் சீறியது. வெறிச்சோடிப் போன வாழ்வின் அந்தகார இருட்டுக்குள் ஒளிர்ந்த எதிர்வெளிச்சமே அவளின் திவ்ய நிலவாகிப் போனது.

ஒரு கட்டத்துக்குமேல் அவள் பெற்றோர் அவளைத் தேற்ற முடியாமல் விட்டுவிட்டனர். ஒவ்வொரு நாளும் ஆற்றோரத்தில் சென்று மனோகரனைத் தேடினாள். ஆற்றின் ஓசையில் மனோகரனின் குரல் கலந்து பயணித்தது. இவள் கரையில் அமர்ந்து வாய்க்கு வந்த வார்த்தைகளைப் பாட்டாக்கிப் பாடினாள். ஒவ்வொரு வரியிலும் மனோகரனின் பெயர் இருந்த்து. ஒருநாள் இரவு, நட்சத்திர ஒளிபட்டுப் பளிங்குபோல் மின்னிய தண்ணீருக்குள் இறங்கினாள். இழுவை அதிகமாய் இருந்தபோது "விடு மனோ" என்று கெஞ்சினாள். "விடமுடியாது" என்றபடி ஆடைகளை விலக்கினான் மனோகரன். ஆடை விலக்குவது அவன்தான் என நினைத்தாள். வேகமெடுத்த இழுவையில் உள்ளே சரிந்து விழுந்தாள். நீச்சலடிக்கத் தெரிந்தவளின் கைகளும் கால்களும் தன்னிச்சையாய் இயங்க

படுக்கை வசமாய் நீரோடு பயணித்தாள். பாறைகளில் முட்டி மோதி வைராக்கியத்தோடு நீச்சலடித்தாள். ஆற்றுக்கு அனுதாபம் வந்திருந்த வேளையில் நாணல்புதர் மண்டிய கரையோரம் அவளை ஒதுக்கிவிட்டுப் போனது.

கண்விழித்தபோது முனியப்பன் கோயில் வாசலில் கிடத்தப் பட்டிருந்தாள். வெள்ளை வஸ்திரம் உடுத்தி தாடியுடன் இருந்த ஒருவர் அவள் உடல் நீரை வெளியேற்றிக் கொண்டிருந்தார். “வனதேவதை வந்திருக்கிறாள்; காப்பாத்து முனியப்பா” என்று அவர் நெய்விளக்கேற்றி பூஜை செய்தார். “அடித்த சூறைக்காற்றில் தெறித்து விழுந்த நிலாக் கன்னி இவள்; உன் அடியாளாய் ஏற்றுக் கொள் முனியப்பா.”

அவள் எழுந்து அமர்ந்தபோது அவள் முகத்துக்குச் சாம்புராணி காட்டி உஷ்ணப்படுத்தித் தெளிச்சியடைய வைத்தார். “யார் மகளே நீ?”

வெறித்த பார்வையை வீசிவிட்டு “மனோகரன் காதலி” என்றாள்.

“உன் பெயர்?”

சிலநொடிகள் யோசித்தவள் “மனோகரி” என்று சொன்னபோது அவள் உடலில் நடுக்கம் குறைந்திருந்தது..

கீழிருந்த தாடிக்கும் மேலிருந்த மீசைக்கும் இடையில் சின்னதாய் ஒரு புன்னகையைக் கசியவிட்டபடி “இந்த மூலஸ்தானத்தில் உன் மனோகரன் இருக்காங்; இனி நீ இங்கயே இருந்து அவனோட வாழலாம்.” சொல்லிவிட்டு மயங்கி விழுந்து நிரந்தர நித்திரைகொண்டார். அன்று முதல் முனியப்பன் வளாகத்து பூசாரியாய் மாறி, குறிசொல்லி தேவ சேவை செய்து வருகிறாள் அருக்காணி என்ற மனோகரி.

ஓராண்டுக்குப் பின் அவள் பெற்றோர் தேடி அவளைக் கண்டுபிடித்து “அந்தத் தோட்டமும் குடிசையும் ஒன்னோடது; என்னக்கிருந்தாலும் நீ வந்து அனுபவிக்யலாம் மகளே” எனச் சொல்லிச் சென்றனர். அஸ்தமனமாகிவிட்ட வாழ்க்கையின் அஸ்தமனமில்லாப் பயணமாய்த் தொடர்ந்தது அவளின் ஆன்மீக சேவை.

2. நிலாக்காலம்!

1

அம்மா ராஜலட்சுமி; அப்பா கனகராஜ். அம்மாதான் எனக்கு செண்பகலட்சுமி என்று பெயர்வைத்தார். செண்பகப்பூப் போல நிறமும் வாசமும் கொண்டிருந்தேனாம். அப்படியான நிறம் இல்லை என்று இப்போது எனக்குப் புரிகிறது. மாநிறம் என்று சொல்லக்கூடிய இளங்கருப்பு நிறம். செண்பகம் பிள்ளையார் சாமிக்கு உகந்தது. எங்கள் வீட்டுக்கு வெளியில் படர்ந்து கிடந்த செடிகளில் இருந்து வெள்ளிக் கிழமைதோறும் பிள்ளையார் கோயில் பூசாரி பூப்பறித்துச் சென்று அபிஷேகம் பண்ணிவிட்டு விபூதிப் பிரசாதம் கொண்டுவந்து தந்து ஆசீர்வாதம் செய்வாராம். பிள்ளையார் கோயில் பூசாரி அம்மாவுக்கு மிகவும் பிடித்துப் போனவராய் இருந்தார். அவரின் தெய்வீக வாசம் கமழும் முகமும் கள்ளமில்லாப் புன்னகையும் நிலாவெளிச்சம் போல மின்னின.

ஆனால் அப்பாவுக்கு அந்தப் பெயர் பிடிக்கவில்லை. பூசாரி பறிக்கும் பூவாகிய செண்பகப் பூவின் பெயர் அவருக்கு ஒவ்வாமை தந்தது. அம்மா பூசாரியோடு அன்யோன்யமாய் இருந்ததை விரும்பாதவராய் இருந்த காரணத்தால் அந்தப் பூவின் பெயரும் பிடிக்கவில்லை. 'கருப்பாயி' என்று வைக்கலாம் என்று சொன்னதை முற்றிலும் நிராகரித்தார் அம்மா. "போன செம்மத்துப் பேர இந்த செம்மத்துல வப்ப்பியாக்கும்?" அப்பாவால் அம்மாவை வெல்ல முடியாமல் போனபோது செண்பக லட்சுமி நிலைத்துவிட்டது.

அப்பா தொழுமாடு ஓட்டிச் சென்று மேயவிட்டு சம்பாத்தியம் பண்ணினார். நாடு பூராம் சிந்து மாடுகள் இறக்குமதியான பிறகு

மேய்ச்சல் தொழில் பாதிப்படைந்தது. சிந்து மாடுகள் பால் அதிகம் கறக்கும்; ஆனால், வெயிலுக்கோ மழைக்கோ தாங்காது. வெட்டார வெளியில் அலையவிட்டால் தவங்கிப் போகும். அதனால் மேய்ச்சலை விட்டுவிட்டுப் பால் வியாபாரம் செய்தார். அது நொண்டப்பிடிச்ச வேலையாய் இருந்தது. காலை மூன்றுமணிக்கு எழுந்து கொட்டத்துக்குப் போய், பால் கறந்து வீதிவீதியாய் அலைந்து வீடுகள் தோறும் பால் ஊற்றி, மீண்டும் மாலை கறந்து, விநியோகித்து அலுப்பு அதிகம். ஆறே மாதத்தில் அப்பா களைத்துப் போனார். அதன் பிறகு மூன்று மாதம் ஓய்வில் இருந்தபோது கைக்காசு கரைந்து போனது.

அம்மாவின் யோசனையால் மாலைநேர புரோட்டாக் கடை நடத்த ஆரம்பித்தார். செல்வாக்கியமாய்ச் சம்பாதித்து செல்வாக்கியமாய்ச் செலவழித்தார். அப்பாவோடு சேர்ந்து அம்மாவும் கடை நடத்தினார். அடுக்களையில் நின்று புரோட்டா வீசி, மணக்க மணக்க சால்னா தயாரித்து வாடிக்கையாளர்களைக் கவர்ந்தார். அம்மாவின் குழம்புக்காகவும் கறிவகைத் தயாரிப்புகளுக்காகவும் நிறைய பார்சல் வாங்கிப் போனார்கள். 'குடி'மகன்களுக்கு எங்கள் கடைப் பதார்த்தங்கள் சுவைகூட்டின.

அம்மாவின் தங்கை சொர்ணலட்சுமி. மாடுமேய்க்கும் சித்தப்பாவுக்கு வாழ்க்கைப் பட்டிருந்தாள். அவர் சிங்காரச் செல்வன். ஏழ்மையிலும் சித்தி சிறப்பாகத்தான் குடும்பத்தைப் பராமரித்தார். ஆனாலும் அம்மாமேல் பொறாமை. அவளுக்குப் போல் தனக்கு வாழ்க்கை அமையவில்லை என்ற ஏக்கம். சம்பாத்தியம் குறைவு என்பதால் தட்டுத் தடுமாறித்தான் வாழ்க்கையை ஓட்ட முடிந்தது. "இருக்கட்டும்டி; எது குடுத்து வச்சிருக்கோ அதுதேங் கெடக்யும்; புருசனத் தவுர எது கேட்டாலும் ஒனக்கு நாந்தருவேங்."

"மாமா விடுவாராக்கும்?"

"அது ஒரு கூதுரக்கழுத; அதக் கேட்டுத்தேங் எதுஞ்செய்யணும்னா அம்மணத்த மறக்ய துணிகூட வாங்க முடியாது."

"எங்கையால சாப்புடுறதுக்கும் நீ ஊட்டிவிட்டு சாப்புடுறதுக்கும் வித்தியாசம் இருக்குல்ல." சித்திக்குக் கடைசிவரை அந்த வருத்தம் ஓயவே இல்லை. தான் உதவி செய்வதாக வாக்குத் தந்ததை சித்தி ஏற்றுக் கொள்ளவில்லை. ஒருகட்டத்தில் சித்திக்கு மூக்குமேல்

கோபம் ஏறிநின்று தவ்வாளம் போட்டது. "நாங் என்ன பிச்சக்காரின்னா நெனச்ச? ஒசரத்துல நின்னு பள்ளத்துல கெடக்கவள ஏடாசி பண்றியாக்கும்?"

அம்மாவுக்குக் கோபம் உண்டாகவில்லை. அனுதாபத்தோடு சித்தியை நினைத்து அவ்வப்போது வருத்தப்படுவாள். சித்தப்பா மாட்டுக்காரர் என்றாலும் சித்தியை நன்றாகத்தான் நடத்தினார். அம்மாவும் சித்தியைக் கண்டு பொறாமைப் படவே செய்தார். கனகராஜ் குடிகாரனாகவும் பிறரோடு வம்புதும்பு செய்பவனாகவும் இருந்ததால் அம்மாவுக்கு நிம்மதியாய்ப் பிழைப்பு நடத்த முடியவில்லை. மாட்டுக்கார சித்தப்பாவைப் போல் இருந்தால் போதும் என்று அம்மா நினைத்து மருகினாள்.

பத்துக்குப் பத்து சதுரத்தில் இருந்த கடை ஆக்குப்பாறைக்கு மட்டுமே போதுமானதாய் இருந்தது. புரோட்டா வீசி தோசை சுட மண் அடுப்பு; அதன்மேல் பள்ளம் பாரித்த நெடுநீளமான தோசைக்கல்! குழம்பு வைத்து, சுக்கா பொரிக்கக் கொடியடுப்பு, அதோடு ஏனபானங்கள் இடத்தை அடைத்துக் கிடந்தன. அடுப்புகளுக்கு எடசந்தில் விறகுச் செறகாய்கள் அடைத்து கொண்டன.

டேபிள், ஸ்டூல் போட்டு சப்ளை கடை வாசலில் நடந்தது. கடைக் கூரையோடு தார்ப்பாய் இணைத்துக் கட்டி, மறுமாடி வைத்த பந்தல் மாதிரி செட் போட்டு வியாபாரம் நடந்தது. அம்மாவின் ருசி பலரையும் இழுத்தபோது அடுத்தடுத்த கடைக் காரர்கள் பொறாமைப் பட்டுப் போலிசுக்குப் புகார் செய்தனர். "ரோட்ட ஆக்கிரமிச்சு எடஞ்சல் பண்றாங்."

எமது கடை உணவைச் சுவைத்திருந்த போலிஸ் நடவடிக்கை எடுக்கத் தயங்கினர். எடஞ்சல் கேஸ் போட மனமில்லாமல் அப்பாவிடம் மனுச் செய்தவர்களைக் காட்டிக் கொடுத்தனர். காட்டிக் கொடுத்தனர். ஒருநாள் குடிபோதையில் மனுக் கொடுத்தவனின் கடைக்குச் சென்று சத்தம் போட்டார். நெடுங்கழி ஒன்றைக் கையில் ஏந்தி கடைவாசலில் அடித்து "யே பொண்டுகப் பயகளா! நல்ல ஆம்பளையாருந்தா எம்முன்னாடி வந்து நில்லுங்கடா; ஆக்கத் துப்பில்ல; அவிக்ய வக்கில்ல; பிராது குடுப்பீகளாக்கும்? தூத்தெறி; தேவடியாப் பயக; போலிசுக்குப் போனா பயந்துருவனா; எங்கிட்ட வாங்கடா; நீயா நானான்னு பாத்துருவம்."

அடுத்தடுத்த வார்த்தைகள் தடித்து வந்தன. கடைக்காரனின் அம்மா, அக்கா, மனைவி அனைவரையும் வார்த்தைகளால் நிர்வாணப் படுத்தினார். பக்கத்தில் இருந்தவர்கள் சமாதானம் செய்து விலக்கிவிட்டனர். விலக்க விலக்க வில்லங்கம் கூடியவராய் உடல் விடைக்கத் துள்ளிக் குதித்தார். அம்மா வந்து விலக்கிவிட்டபோது அவரைக் கழிகொண்டு தாக்கினார். அம்மாவுக்குக் கெண்டைக்காலும் பிட்டமும் கன்றிச் சிவந்தன. அவ்வழியாக ரோந்துவந்த சிறப்புப் போலிஸ்படை அப்பாவைத் தூக்கிக் கொண்டு போனது.

அம்மா ஸ்டேஷனுக்கு நடந்து அப்பாவை விட்டுவிடும்படி போலிசாரிடம் கெஞ்சினார். வழக்கமாக சாப்பிட வரும் போலிஸ்காரர் அம்மாவைக் கண்டும் காணாதவர்போல் விலகினார். இன்ஸ்பெக்டர் அம்மாவை ஏற இறங்கப் பார்த்து "நல்லாத்தேங் இருக்க; அவன வசக்கத் துப்பீல்லியா?"

அம்மா அழுதார். "மன்னிச்சுக்கங்கய்யா" என்று கெஞ்ச மட்டும்தான் முடிந்தது. வேறு எப்படிப் பேசுவது என்று தெரியவில்லை.

நான்சித்தப்பாவை அழைத்துக்கொண்டு போலிஸ்டேஷனுக்குப் போனபோது அம்மா முகம் வீங்கி நின்றிருந்தார். அப்பா லாக்கப் ரூமில் படுத்துக் கிடந்தார். சித்தப்பா போலிசாரிடம் பேசிக் கொஞ்சம் பணம் தந்து விடுவிக்க ஏற்பாடு செய்தார். "நீங்க வீட்டுக்குப் போங்க; போத தெளியவும் அனுப்பி விடுறோம்" என்றனர்.

இரவு கழிந்து காலை எட்டு மணிக்கெல்லாம் அப்பா வந்து சேர்ந்தார். "என்னக்கிக் குடிக்கிறத நிப்பாட்டுறியோ அன்னக்கித்தேங் குடும்பத்துக்கு விடிவுகாலம்."

"போடி மொளகாக் காம்பு; ஒன்னயக் கிள்ளி எறிஞ்சாத்தேங் மொளகா அழுகாம இருக்கும்."

"அப்ப என்னய சாகச் சொல்றியா?" என்றார் அம்மா.

"பின்ன? நீ என்னக்கிச் சாகுறியோ அன்னக்கித்தேங் எனக்கு நிம்மதி; என்னயக் காட்டிக் குடுத்தவெங் ஒனக்கு வங்கணகாரெங்."

அம்மாவுக்குக் கோபம் கொப்பளித்தது. புளீய விறகை எடுத்து அப்பாவின் முதுகில் அடித்தார். எனக்கு அழுகை முட்டியது.

“வேணாம்மா” என்றபடி குறுக்கே விழுந்ததில் என் உள்ளங்கை அடிபட்டு வீங்கியது. இரண்டு நாட்கள் கடைபோடாமல் வீடு கண்ணீரில் முங்கிக் கிடந்தது.

மூன்றாம் நாள் அப்பாவை எதிர்பாராமல் அம்மா கடை திறந்து தொழில் நடத்தினார். அம்மா அடுக்களையில் நிற்க நான் மெதுவாக சப்ளை செய்தேன். “ஏ பாவாட” என்னை அன்பாய் அழைத்துஓரளவு வியாபாரம் நடந்தநிலையில் கடை மூடும்போது அப்பா வந்து விற்ற காசுகளை எடுத்துச் சென்றுவிட்டார். அடுத்த நாளும் அதற்கடுத்த நாளும் அவ்வண்ணமே செய்தவர் நான்கு நாட்கள் கழித்து கையில் காசில்லாத நிலையில் அப்பா கடன் வாங்கி வந்து கடையேறினார். சிலகாலம் ஒழுக்கமாய்க் கடை நடத்தினார் என்றாலும் ஆறுமாதம் கழித்து மதுபோதை அவரை விரட்டியது.

ஓராண்டு முடிவில் அப்பாவின் குடிகாரச் செலவையும் தாண்டி சம்பாத்தியம் அபரிமிதமாய் இருந்தது. அம்மாவுக்கு நகைநட்டு, சங்கிலி சரப்பிளி எடுத்துப் போட்டதோடு அப்போது காட்டுச் சாலையில் வீட்டுமனை விற்பனை மும்முரமாய் நடந்ததை அறிந்து அம்மாவின் பிடிவாதத்தால் ஐந்து செண்டு இடம் வாங்கித் தன் பெயரில் பதிவுசெய்தார் அப்பா. அம்மா தன் சிறுவாட்டுப் பணத்தில் ஒரு செண்டு விசாலத்தில் சின்னதாய் ஒரு வீடு கட்டிக் குடியேறினோம். அன்று அம்மா அப்பாவோடு சேர்ந்து நானும் எல்லையற்ற மகிழ்ச்சியில் திளைத்தேன்.

சாராயத்துக்குப் போக வீடு வாங்கும் அளவு சம்பாத்தியம் வருகிறது என்று அப்பாவுக்குத் திண்ணக்கம். வீடு சொந்தமான பிறகு அப்பாவின் அட்டகாசம் அதிகமானது. அம்மாவையும் குடிக்க வற்புறுத்தினார். அம்மா மறுத்தபோதும் விடாமல் வாயில் ஊற்றிவிட்டு எகத்தாளம் பேசினார். நான் அருகில் இருப்பதையும் சட்டை செய்யாமல் அம்மாவின் உடலில் ஊர்ந்தார். “கொமரி ஒருத்தி பக்கத்துல படுத்துக் கெடக்கது ஒறக்யலியா?”

“கெடந்தா என்ன; ஒருநா அவளும் இப்படிப் படுக்கப் போறவதான?”

மனசுக்குள்ளாக அப்பாவின் முகத்தில் காறித் துப்பினேன். அவர்களின் நிர்வாணத்தை இரவெல்லாம் என் கண்கள் கண்டுகொண்டிருந்தன. பயமும் கிளுகிளுப்பும் கூடிய உணர்ச்சியால்

என் உடல் துவண்டது. எனக்குக் கல்யாணம் ஆகவேண்டும் என்று நினைத்துக் கொண்டேன்.

கடையில் அப்பாவின் சண்டைக்காடு மேலோங்கி வளர்ந்தது. வாடிக்கையாளர்களிடம் அதிகப்படியான வார்த்தைகளை உதிர்த்தார். வாடிக்கையாக வந்த பலரும் விலகிப் போயினர். கடைவீழ்ச்சியில் அப்பாவின் குடிவேகம் கூடியது. அம்மாவும் கூட போதையில்லாத நாட்களைக் கடத்த முடியாமல் தவித்தாள்.

கடைக்கு உரிமைப்பட்டவர்கள் காலிசெய்யும்படி நோட்டிஸ் அனுப்பினர். "முடியாது" என்று அப்பா பதில் மனு அனுப்பினார். உரிமையாளருக்கும் உபயோகிப்பாளருக்கும் இடைவெளி அதிகரித்தது. கோர்ட், கேஸ் என்று இரண்டு வருடங்கள் ஓடியபின் உரிமையாளருக்குச் சாதகமான தீர்ப்பு வந்தது. கேசுக்காக அப்பா நிறைய செலவு செய்தார். மனம் குமைந்து அம்மா வாடி வதங்கிப் போனார். குடிபோதைக்கு அம்மா அடிமையான பிறகு, கையில் காசில்லாமல் வட்டிக்குத் தருபவர்களிடம் கையேந்தினாள்.

"என்னம்மா; நீங்களும் இப்படிப் பண்றீங்க?"

"மன்னிச்சுக்க மகளே." அவர் உதட்டோரம் கசந்த புன்னகை முகிழ்த்து மறைந்தது. "ஒங்கப்பங் தட்டுவாணிப் பய; பழக்கி விட்டுட்டாங்; விட முடியலப்பா."

கடை காலியான பிறகு பிளாட்ஃபாரத்தில் கடைபோட்டு மீண்டுவர முயன்றபோதும் தொழில் விருத்திக்கு வரவில்லை. வீட்டை மட்டும் வைத்துக் கொண்டு காலியிடத்தை அம்மாவின் கையெழுத்தோடு அப்பா விற்றுத் தீர்த்தார். ஒரே ஒரு பிடிகொம்பும் பறிபோனதே என்று அன்று முழுவதும் அழுதேன். என் படிப்பு இடையில் நின்றது. புளிக்கொட்டரைக்கும் பருத்தி மில்லுக்கும் வேலைக்குப் போய் வீட்டில் அடுப்பெரியப் பாடுபட்டேன். "ஒன்னய நம்பி இந்த உசுரு பொழக்ய வேண்டியிருக்கே மகளே." அம்மாவின் அழுகையில் நியாயம் இருந்தபோதும் அவரால் குடிப்பதை நிறுத்த முடியவில்லை. என் சம்பாத்தியம் சாப்பாட்டுக்கானதாக மட்டுமின்றி பிராந்தி பாட்டிலுக்கானதாகவும் மாறியது. குடிக்க அதிகமாகவும் உண்ணக் குறைவாகவும் செலவு செய்யப்பட்ட நிலையில் அத்தக் கஞ்சியும் அரக்கஞ்சியும் குடித்து

வேலைக்குப் போனேன். உடல் மெலிந்து சக்தியற்றுப் போனபோது "குடிக்காதீங்கம்மா" என்று புலம்பினேன்.

அன்று இரவு அம்மா குடிக்காமல் என்னை அணைத்துப் படுத்தார். மாலை மாலையாய் உதிர்ந்த கண்ணீர் என்னில் பட்டு நெருப்பாய்ச் சுட்டது. நானும் அம்மாவும் வெகுநேரம் வரை அழுதபடி விழித்துக் கிடந்தோம். மறுநாள் நான் வேலைக்குப் போய்வந்து வீட்டுக்குள் நுழைந்தபோது சித்தியும் சித்தப்பாவும் அம்மாவின் உடலைக் குளிப்பாட்டிக் கொண்டிருந்தார்கள். அம்மா அரளி விதையை அரைத்துத் தின்று செத்துப் போனார். அம்மாவைக் குழிக்குள் இறக்கிவிட்டுப் போன அப்பா திரும்பி வரவே இல்லை. சித்தப்பாவின் ஆலோசனைப்படி சித்தி எங்கள் வீட்டை எடுத்துக் கொண்டு என்னைத் தன் பராமரிப்பில் வைத்துக் கொண்டார்.

2

வேலை இல்லாத ஒருநாள் அடுத்த வீதியில் இருந்த சின்னகாமு சூளைக்கு மண் மிதிக்கப் போனேன். செவ்வலும் கரிசலும் தனித்தனியாக மிதிக்க வேண்டும். செவ்வலைவிடக் கரிசல்மண் மிதிக்கக் கடினமானது. அதில் களிமண் படிவம் அதிகம். ரெம்பவும் கஷ்டமான வேலை. செவ்வல் மண்ணில் கொஞ்சம் பொருபொருப்பு இருக்கும். செவ்வலில் சிவப்புநிறச் சட்டிகள், உப்புக் குலுக்கைகள், அகல் விளக்குகள் உருட்டப்பட்டன. கரிசல் மண்ணில் கருநிறச் சட்டிகள், மண் கலயங்கள் செய்யப்பட்டன. அடுப்பில் வைக்கக் கருஞ்சட்டிகள் தேவைப்பட்டன என்பதால் கரிசல் அதிக அளவில் சக்கர சுழற்சியில் வனையப் பட்டன. மண்ணில் நீர் ஊற்றி தாவணியை மேலே தூக்கிப் பாவடையில் செருகிக் கொண்டு கால்களைத் தூக்கித் தூக்கி மிதித்தபோது முழங்காலும் தொடையும் வலித்தன. சூளையில் சக்கரம் சுற்றிய சுந்தரமூர்த்தி இடுப்புக்கும் பாதத்துக்கும் இடைப்பட்ட பகுதியை மேய்ந்தபடி இருந்தான். "நாதாரிப்பய..." என்று மனசுக்குள் திட்டினேன்.

நீர்கோத்த மண்ணை மிதித்த பாதங்கள் எரிந்தன. கொப்புளங்கள் வெடித்து சீழ் கட்டியது. பெண்ணுடம்பில் எரிச்சல் உண்டாகிக் காலை அகட்டி அகட்டி நடந்தேன். மண்ணில் இறங்க முடியாத

உபாதையில் சின்னகாமு இரக்கப் பட்டு அவள் அப்பாவுக்கும் கணவனுக்கும் தெரியாமல் காசு தந்து உதவினாள். கொஞ்சமாய் வேலை வாங்கிக் கொண்டு முழுச் சம்பளம் தந்தள். காசு கொண்டு வராத நாட்கள் சித்தியின் ஏச்சுக்கும் பேச்சுக்குமானதாய் இருந்தன என்பதால் நிறையவே தந்து உதவினாள் சின்னகாமு.

காய்ச்சல் வந்து படுத்துக் கிடந்த நாட்களில் சின்னகாமு என் வீட்டுக்கு வந்து சித்தியைப் பார்த்து "செண்பகாவுக்கு ஊசி போடுங்க" என்று சொல்லி ஒரு தொகையைத் தந்து சென்றாள். சித்தி ஆஸ்பத்திரிக்குக் கூப்பிட்டுப் போகாமல் பேராசிட்டமால் மாத்திரை வாங்கி விழுங்கச் சொன்னார். காய்ச்சல் நின்ற பிறகு சூளைக்குப் போகாமல் புளிக்கொட்டரைக்குப் போனேன். மண்மிதிக்கப் போனால் கிடைக்கும் கூலியில் பாதிகூட கிடைக்கவில்லை. சித்தி அமட்டிக் கொண்டே இருந்தார். லீவு நாட்களில் சின்னகாமு வீட்டுக்கு நடந்து அவளோடு பேசி ஆறுதல் மொழி கேட்டு வருவேன். அப்போதுதான் பாலு குருட்டுப் பள்ளியில் படித்து முடித்துத் தேனிக்கு வந்திருந்து பழக்கமானான். அவர் அணிந்திருந்த தடித்த கண்ணாடி எனக்குள் ஒவ்வாமையை ஏற்படுத்தியிருந்தது என்றாலும் அவர் பேச்சும் பழக்கமும் பிடித்தமானதாய் இருந்தன. தடவித் தடவி வாசிக்கும் புள்ளி எழுத்துகளையும் விரல் ஓட்டத்தையும் கண்ணிமைக்காமல் கண்டு ரசித்தேன்.

"எப்படி பாலு ஒங்கண்ணு குருடாச்சு?"

'குருடு' என்ற வார்த்தையை அவர் ரசிக்கவில்லை. முகம் கோணி மூக்கு சுருங்கியது. "மன்னிச்சுக்க; எப்படி பார்வ போச்சு?"

"திட்டு முரப்பாடுன்னு ஜோசியரு சொல்றாரு; எனக்கு அதுல நம்பிக்கயில்லை; நரம்பு மண்டலத்துல ஏதோ கோளாறு; ஆப்பரேசன் பண்ணுனதும் பாதிப் பார்வ வந்துருச்சு."

முதன்முதலாக பாலுவின் கண்ணைத் தடவிப் பார்த்து, இமைகளை உயர்த்தி என் கண்ணருகில் இழுத்துக் கண்களால் முத்தமிட்டேன். அதன் பிறகு அருகில் அமர்ந்து தொட்டுப் பேசும் தைரியம் வந்தது. அப்போது அம்மாவும் அப்பாவும் குலவிய காட்சிகள் மனசுக்குள் வந்து உடம்பு விடைத்து நரம்புமண்டலம்.

ஜிவ்வென ஆனது. அம்மா அப்பாவுக்குப் பதில் நானும் பாலுவும் என்று மனசுக்குள் சித்திரம் வரைந்தேன்.

“ஒனக்கு பெத்தவங்க ரெண்டுபேரும் இல்லியாமா; சின்னகாமு சொல்லுச்சு.”

“அது பெரிய கத பாலு.” என்றபடி என் கதையை அரைபாதியாய் ஒப்பித்தேன். அனுதாபத்தோடு பாலு என் தலையைத் தடவிவிட்டான். “ஏழைக வீட்டுல பொம்பளப் பிள்ளைக பொறக்கக் கூடாது செண்பகா.”

“நெசந்தேம்பாலு. நீ ஆம்பள; நீயும் ஏழதேங்; கவுருதியா இருக்கைல்ல; என்னால முடியல..” அந்த அனுதாபத்தின்போது அவன் தோளில் கைபோட்டு இழுத்து அணைத்தேன். கூச்சத்தோடு என் அணைப்பை ஏற்றுக் கொண்டான். அப்பா அம்மாவின் லீலைகள் எனக்குள் இருந்த கூச்சத்தை விலக்கி தைரியத்தைப் புகுத்தின. அவன் கூனிக் குறுகி உட்கார்ந்திருந்தபோது, நடமாட்டம் இல்லாத வீதியின் வெறுமையைப் பயன்படுத்தி அவன் கன்னத்தில் முத்தமிட்டேன்.

“நாங் மகாலட்சுமிய மனசாரக் காதலிக்கிறேன் செண்பகா.”

சுரீரென உறைத்த மனசின் உணர்ச்சிகளைத் தணித்துக் கொண்டு “அப்படியா?” என்றேன். “முருகனுக்கும் கிருஷ்ணனுக்கும் ரெண்டு பொண்டாட்டிகங்குறது தெரியுமில்ல.”

“அது புராணம்; வாழ்க்கைக்கி சரிப்படுமா?”

“வாழ்க்கையத்தாங் கதையா எழுதுறாங்க.”

பெருமூச்செறிந்தபடி, கண்ணாடியை முன் நகர்த்தி என்னை ஒரு தினுசாகப் பார்த்தான். ”காதலுக்குத் துரோகம் பண்ணக் கூடாது செண்பகா.”

ஆழப்பதிந்த சுவடுகளைப் பையப் பைய அழிந்துபோகச் செய்யலாம் என்ற நம்பிக்கையோடு அவனுடன் மேலும் நெருங்கிப் பழகத் தொடங்கினேன். பாலு சென்னைக்குப் போக முடியாமலும் மகாலட்சுமி தேனிக்கு வரமுடியாமலும் இருந்த சந்தர்ப்பம் எனக்கான விடியலுக்கானதாய் இருந்தது.

நந்தவனத்துக் காவலர் பச்சையண்ணன் பாலுவின் நெருங்கிய நண்பர் என்பதால் அவரிடம் சென்று மனம் திறந்து பேசினேன்.

"முதல் காதல் என்னக்யும் அழியாது புள்ள" என்று சொன்னார். "மனுஷத் தாம்பத்தியத்தில அது அஸ்திவாரக் கல்; சந்தர்ப்பம் கெடச்சா நீ மேக்கல்லா இருக்க முடியும்." மகாலட்சுமிக்கும் பாலுவுக்குமான நில எல்லை இடைவெளி ஒருவேளை எனக்கும் பாலுவுக்கும் இணைப்பை உண்டாக்க வாய்ப்புண்டு என்றார்.

நான் எப்படி பாலுவின்மேல் மையல் கொண்டேன்? இல்லை, இல்லை, எப்படி பாலுவை நான் காதலித்தேன்? சூளைத் தொழிலாளி சுந்தரமூர்த்தியும் புளிக்கொட்டரைக் கணக்கர் ரத்தினசாமியும் என்னைத் தமது கண்களால் விழுங்கியபோது அவர்கள் மேல் உண்டாகாத பாசம் பாலுவின்மேல் உண்டாகிறதே! எனக்கும் பாலுவுக்குமான உறவு ஏற்கெனவே தீர்மானிக்கப் பட்டதா? எத்தனையோ ஆண்கள் கண்ணுக்கு முன்புறமும் பக்கவாட்டிலும் உலவுகிற சூழல் இருந்தும் அவர்களை ஏற்காத மனம் பாலுவை மட்டும் ஏற்று மயங்குவதன் மர்மம் என்ன?

"பெண்மனம் வித்தியாசமானது" என்றார் பச்சையண்ணன். "சின்னதாய் ஊற்றெடுக்கும் தலைக் காவேரி, மலையில் இருந்து இறங்கி தான் விரும்பும் பாறை இடுக்குகளிலும் மண் படுகைகளிலும் திசைமாறாமல் பயணிப்பது போல பெண்ணின் காதல் முகிழ்த்து மனம் பரவசம் கொள்கிறது. அவள் மானசீகமாக ஓர் ஆணை நினைத்துவிட்டால் பின் அவளின் காமம் அந்த ஒருவனுக்கானதாய் மட்டும்தான் வளர்கிறது. பேரழகன் என்றாலும் காதலிக்காதவனைப் பெண் ஏற்பதில்லை."

ஆனால் ஆண்மனம் காமத்தின் பிறப்பிடம். பெண்ணுடலைக் காமக் களஞ்சியமாய் அனுமானிக்கிறது. தான் காதலித்தவன் தனக்குக் கிடைக்காவிட்டாலும் அவன் எங்கிருந்தாலும் வாழ்க என்று பெண் நினைக்கிறாள். ஆனால் ஆண்மனம் வக்ரமானது. தனக்குக் கிடைக்காதவள் வேறு யாருக்கும் சொந்தமாகக் கூடாது என்று நினைப்பதோடு அவள் உடலைச் சிதைக்கப் பார்க்கிறான்.

பச்சையண்ணன் இலக்கியங்களில் இருந்து நிறைய உதாரணங்கள் சொன்னார். உலகின் உன்னதமான காதல் கவிதை

“யாயும் யாயும் யாராகியரோ” என்ற பாடல்தான். யார் எழுதியது என்று தெரியவில்லை. செம்புலப் பெயல் நீரார் என்று நூலைத் தொகுத்தவர்கள் பெயர் சூட்டியுள்ளனர். அநேகமாக அதை எழுதியது ஒரு பெண்ணாகத்தான் இருக்க முடியும். ஒரு பெண் தவிர வேறு யாராலும் காதலை முழுமைப் படுத்த முடியாது. சீதா பிராட்டி ராமனைக் காணாமலேயே காதல் கொள்கிறாள். அவனே வில்லொடித்துத் தனது வாழ்வின் இணையாய் நுழைய வேண்டும் என ஆசைப்படுகிறாள். ஒருநாள் வில்லொடிக்க ஒருவன் வருகிறான் என்று தாதியர் வந்து சொன்னபோது. அவள் மனம் திக்குமுக்காடுகிறது. அது ராமனாக இருக்கவேண்டும் என்று துடிக்கிறாள். வரும் இளைஞனின் அடையாளம் கேட்கிறாள். ஒரு முனிவரோடு வரும் கருப்பு நிற இளைஞன்; தாமரைப் பூ போல விரிந்த கண்கள் எனச் சொன்னதும் ராமன்தான் எனப் புரிந்து மகிழ்கிறாள். அதன் பிறகுதான் அவளுக்குக் காம உணர்ச்சி உண்டாகிறது. காமத்துக்கு முந்தைய காதல் பெண்களுடையது; ஆண்களின் காதல் காமத்துக்குப் பிந்தையது.

சாதாரண நந்தவனக் காவலருக்கு எத்தனை பெரிய அறிவு! பச்சையண்ணனை வியந்து நோக்கினேன். “அண்ணா! பாலுவ நான் மனசாரக் காதலிக்கிறேங்.”

“ஜெயிக்கும்; கவலப்படாத செண்பகா.”

ஒருநாள் பாலுவின் அம்மா என்னை அழைத்தார். “என்ன நெனச்சிருக்க ஒம்மனசுல?”

“என்னாங்கத்த?”

“அத்த; நொத்த; ஒரு எளந்தாரிப் பயகூட சரிக்கிச் சரியா நின்னு சிரிச்சுப் பேசுற? ஆரும் கண்டா ஒன்னயத் தட்டுவானின்னு நெனக்ய மாட்டாகளா?”

மனம் சுரீரென வலித்தது. பாலுவின் பழக்கத்தை அவர் விரும்பவில்லையோ? “தப்பா நெனக்யாதீங்கத்த.”

“இனிமே அத்தைன்னு சொல்லாத; நீ எந்தக் காட்டுச் சிறுக்கி?”

“விடும்மா” என்று மல்லி மதினி அத்தையை அமட்டினார். “தம்பி நல்லவெங்; அவெந்தப்புப் பண்ண மாட்டாங்.”

“அவெம்பாவம் பஞ்சுமாதிரி; இவ நெருப்பு; ஒடனே பத்திக்கும்.”

“ஆண்டவெங் எழுதுனத மாத்த முடியுமா?”

“நீயும் துப்புக்கெட்டவதேங் போல.”

அன்று இரவு முழுவதும் அழுதுகொண்டே படுத்திருந்தேன். அடுத்த லீவு நாளில் பாலுவைத் தேடிப் போனபோது எந்தப் பிசகும் இல்லாமல் வரவேற்றான். அத்தை சத்தம் போட்டதை அவனிடம் தெரிவிக்கவில்லை. பாலுவைத் திட்டினாரா எனத் தெரியவில்லை. அறிகுறி ஏதும் இல்லாமல் சகஜமாய்ப் பழகினான். இப்போது மகாலட்சுமியை மறந்துவிட்டான் என்ற நம்பிக்கையோடு அவன் மனசோடும் மேனியோடும் நெருக்கமானேன்.

அத்தைக்குத் தெரியாமல் எங்கள் பழக்கம் தொடர்ந்தது.

3

பூசாரியம்மாவின் தோட்ட வீட்டில் நானும் பாலுவும் குடியேறியபோது, அவரின் சித்தப்பா மகன் துரைசாமியும் அவர் மனைவி பாஞ்சாலியும் தோட்டத்தைப் பராமரித்தனர். அவர்கள் அருக்காணியம்மாவின் பெற்றோரைப் போல தோட்ட வீட்டில் தங்க மனமில்லாமல் சுருளிப்பட்டியை ஒட்டிய காலனியில் குடிசைபோட்டுத் தங்கினர். பிள்ளைகள் பள்ளிக்கூடம் போகவும் டவுனுக்குச் சென்று பொருள்கள் வாங்கி வரவும் தோதுப் படும் என்பதால் அவர்கள் அந்த முடிவு எடுத்தனர். சும்மா கிடந்த தோட்டவீடு எங்களுக்கான புகலிடமானது. பகல் முழுக்கத் தோட்ட வேலை! இரவில் நானும் பாலுவும் ஒதுங்கியே படுத்துக் கொண்டோம்.

பாஞ்சாலியோடு நானும் துரைசாமியோடு பாலுவும் சேர்ந்து உழைத்துக் கூலி வாங்கிப் பிழைப்பு நடத்தினோம். களை எடுப்பது, திராட்சைக்கொடியில் கவாத்து கத்தரிப்பது, பழம் பறித்துக் கூடையில் அடுக்கி நிறுத்துக் கொள்முதல் செய்ய வருபவர்க்கு விநியோகம் பண்ணுவது என்று சந்தோஷமான உழைப்பு. ஓசிக் கஞ்சி குடிக்காமல் உழைத்த கஞ்சி எங்களைச் சுதந்திரப் பறவைகளாய் மாற்றியிருந்தது. மாலைநேரத்துக் கொசுக்கடி ஓரிரு வாரங்களில் பழகிப் போனது. செடி செத்தைகளை எடுத்துத்

தீமூட்டிக் கொசுக்களையும் சில்வண்டுகளையும் விரட்டி உடலைப் பாதுகாத்தோம்.

ஆறுமாதங்கள் ஆகியும் எங்களை யாரும் தேடிவரவில்லை. தேடிவரவில்லையா, தேடியும் கண்டுபிடிக்க முடியவில்லையா? ஒருவேளை தேடிவந்து கண்டுபிடித்தாலும் அருக்காணியின் குடும்பம் எங்களைப் பாதுகாக்கும். நானுமே கூட எதிர்த்து மல்லுக் கட்டி ஜெயித்துவிடுவேன். பாலுமட்டும் பதட்டப்படாமல் இருக்க வேண்டும்.

பாஞ்சாலியும் துரைசாமியும் பகலிலும் விகற்பமில்லாமல் பழகினார்கள். வேலை செய்துகொண்டிருக்கும்போதே பாஞ்சாலியின் மேனிதொட்டு கிச்சுக்கிச்சு மூட்டினார். பாஞ்சாலி தன் கணவனுக்குப் பிடிகொடுக்காமல் நடந்தாள். நானும் பாலுவும் தம்பதியராய் இணையாத நிலையில் பாஞ்சாலி தன் கணவனின் தொடுதலை விலக்கியே வைத்தாள். "சின்னஞ்சிறுசுக அலமந்து போயிருவாக; ஒங் வெளையாட்ட நைட்டுல வச்சுக்க."

"அதுகளும் ஆணும்பொண்ணுந்தான; எங்குட்டாச்சும் ஒரசிக்கிரட்டும்."

"கண்ணாலத்துக்கு முந்தி அதுக வெலகியே இருக்கட்டும்னு ஒங்க அக்கா சொல்லி விட்டுருக்கு." அக்கா என்றால் அருக்காணியம்மா.

"அது கெழட்டுக் கரடி; நாம எளைய சிங்கங்க; சிங்கம் பொணையிறதப் பாத்திருக்கியா?"

"சீ! போ அங்குட்டு; அதுக மிருகம்."

"நாம மட்டுமென்ன; ஒசந்த மிருகந்தான?"

அவன் அவள் நெஞ்சைப் பிடிப்பதும் அவள் விலகி ஒதுங்குவதும் எனக்குள் குறுகுறுப்பை உண்டுபண்ணியது. ஒருநாள் திராட்சைப் பந்தலடியில் அவன் அவளின் சேலையை உருவிக் கீழே வீழ்த்தி...... நானும் பாலுவும் கண்டுவிட்ட போதும் அவன் அவளின் நிர்வாணத்தில் விளையாடினான். அன்று இரவு நானும் பாலுவும் அந்தக் காட்சியைச் சொல்லி ரசித்து மகிழ்ந்தோம். "பாலு! ஒனக்கு எப்படி இருக்கு?"

அவன் மென்மையாய்ச் சிரித்தான். நான் தலைகவிழ்ந்து ஏதும் பேசாத நிலையில் "கிறுகிறுன்னு ஏறுது செண்பகா" என்றான். "நாமலும் அப்படி வெளையாடுவமா?"

என் தோள் சேலை விலக்கி என் விருப்பத்தை வெளிப் படுத்தினேன். ஆனாலும் எங்கள் இருவருக்கும் ஒரு தடை இருந்தது. இன்னும் கல்யாணம் நடக்கவில்லை.

தூற ஆரம்பித்திருந்த இரவில் குடிசைப் படலைச் சாத்திவிட்டு உள் இருளில் படுத்துக் கொண்டோம். கோடைத் தூறல் என்பதால் அதிகம் குளிரவில்லை. அவன் மேல்சட்டை இல்லாமல் வெறும் பனியனோடு படுத்தான். கண்ணாடியைக் கழற்றித் துடைத்துப் போட்டுக் கொண்டு என் மேனியை ஒரு தினுசாய்ப் பார்த்தான். “திராட்சை வாசம் தூக்குது செண்பகா.”

“முந்திரி மட்டுமா? கொய்யாவுந்தேங் வாசமடிக்கிது.”

“திம்பமா?”

“பசிக்கிதா?”

“கெறக்கமாருக்கு.”

“பொறுத்துக்க பாலு; பூசாரியம்மாட்ட சொல்லிக் கண்ணாலங் கட்டிக் கிட்டு, வட்டி நெறைய, கும்பா நெறைய, ஏங், அண்டா நெறையப் போட்டு சாப்புடுவங்.”

பெருமூச்சு விட்டுப் பரிதவித்தான் பாலு. காட்டுப் பூக்கள் பூக்கும் ஓசை இருட்டின் மௌனத்தைக் குலைத்து மன அரங்கத்தைப் பிறாண்டியது. அவன் அணிந்திருந்த கண்ணாடி வழியாக அவன் கண்களைப் பார்த்தேன். ஒருவித பாட்டோசை படிந்த மௌன மொழியை உச்சரித்தபடி இருந்தது. என்ன அழகான கண்கள்! அவை அந்த இரண்டு கண்களையும் எடுத்து என் தொடையிடுக்கில் நுழைத்துக் கொள்ள வேண்டும்போல் இருந்தது.

“தூறல் அதிகரித்துப் படலின் இடுக்குகள் வழியாக உள்ளே தெறித்தன. ஏதோ ஒரு பறவை கிச்சுமுச்சுக் காட்டிக் காதல் மொழி பேசியது. ஆண்பறவை சிறகுகளை அகல விரித்துப் பெட்டையை அணைத்துக் கொத்தியது.”

என் வர்ணனையைக் கேட்டு “அது கொத்தல; முத்தமிடுது” என்றான் பாலு. முனங்கியபடி என் அருகில் நகர்ந்தான்.

பெரும் மலைக்காடு! மேல்மலையும் கீழ் மலையும் இணைந்த இடுவலுக்குள் இருந்து நீரூற்று கசிந்துவர தாகம் கூடியது. சிகரவெளிகள் நாலாபுறமும் கவிந்துவந்து காவலிட்டன. காட்டு

விலங்குகள் சுற்றிச் சுற்றி வந்து பாடின. பறவைகளும் ஊர்வனவும் ஆடிப்பாடிக் கும்மாளமடித்தன. வானம் கையெட்டத்துக்கு வந்து நின்று நிலாவைத் தூக்கிப் பிடித்து "வெளாடுங்க" என்று விளக்குப் பிடித்தது. தொடுவானமும் கடல் பரப்பும் சேருமிடத்தில் என் சேலையும் அவன் வேட்டியும் உரசிநின்றன. நெடுநீளமான பாம்பு ஒன்று என்னைக்கொத்த முயன்றபோது 'ஆ...'வெனக் கத்தியபடி எழுந்து உட்கார்ந்தேன். "வேணாம் பாலு."

"அடம் பிடிக்யாத செண்பகா; வாழப்போறதுன்னு முடிவு பண்ணுன பெறகு என்ன தயக்கம்."

"அருக்காணியம்மா உத்தரவு தந்தாத்தேங்."

அவன் உடல் தளர்ந்து எழுந்து வெளியில் வந்தான். மழை உரத்துப் பொழிந்தது. துளி துளியாய்ச் சிதறாமல் கம்பி கம்பியாய் நேர்கோடாகி பூமியைத் துவட்டி எடுத்தது. "நான் வானம்; நீ பூமி; மண்ணுக்கு இத்தன பிடிவாதம் ஆகாது..."

"மன்னிச்சுக்க பாலு; நாளக்கே கூட சடையாலுக்குப் போயி, அங்கனயே சரடு வாங்கிக் கட்டிக்கிட்டு வந்துருவம்; அப்பறம் ஓங் இஷ்டம்போல வெளாடலாம்." மழை ஓய்ந்த பிறகு, தோட்ட ஓரக்காலில் இருந்த குட்டையில் இருந்து தவளைச் சத்தம் 'டும்டும்டும்' எனக் கேட்டது. நிறைவடையாத மனசோடு இருவரும் படுத்து உறங்கினோம். உறக்கம் எங்கள் சிக்கலைத் தீர்த்து வைத்தது என்றுதான் சொல்லவேண்டும்.

காலை விடிந்து வெகுநேரம் கழித்து துரைசாமி மட்டும் தோட்டத்துக்கு வந்தார். அவர் வருவதற்குள் திராட்சைக் குலைகளை வெட்டிக் கைபார்த்துக் கூடைகளில் அடுக்கியிருந்தோம். மழைப்பொழிவு காரணமாக கழிவு அதிகம். பாதிக்குப் பாதி கழிந்து போனது. கழிவுபழம் வாங்குவதற்குத் தனி வியாபாரிகள் உண்டு. குறிப்பாகப் பெண்கள். வாங்கிச் சென்று சுருளித் தீர்த்தத்தில் பொட்டனம் கட்டி விற்றுவிடுவார்கள். கால் ரூபா, அரைரூபா என்று கூறுக'டி விற்பார்கள். ஓரளவு சம்பாத்தியம். சில நேரங்களில் ஐம்பது அறுபது வரைகூடக் கிடைக்கும். அன்றைக்கு அவர்கள் வீடுகளில் கறிச்சாப்பாடுதான்.

"பாஞ்சாலியக்கா வரலியா?" என்றதற்குத் துரைசாமி வித்தியாசமாகப் பதில் சொன்னார். "ராத்திரி போட்ட போட்டுல ஒடம்பு கிழிஞ்சு மயங்கிக் கெடக்கா." தூரமாய்ச் சென்று

ஒண்ணுக்கடித்துக் கொண்டிருந்த பாலுவுக்கு இந்த வார்த்தைகள் கேட்டிருக்க வாய்ப்பில்லை. துரைசாமிமேல் முதன்முறையாகச் சந்தேகப் பார்வை பாய்ந்தது.

“பாவம்ணே.”

“பொம்பள இடும்பு பண்ணுனா ஆம்பள உடும்பா மாறிருவான்ல.” உடும்புவாய் மாறாத பாலுவை நினைத்தபோது பெருமையாய் இருந்தது. நேர்த்தியும் நேர்மையும் அவன் குணங்கள்.

பாலு நெருங்கி வந்தபோது எங்கள் பேச்சு வேறுதிசை மாறியது. “அண்ணனும் தங்கச்சியும் என்ன பேசுறீங்க?”

“பாஞ்சாலியக்காவுக்கு ஒடம்பு சரியில்லியாம்” என்றேன் நான்.

“ஆஸ்பத்திரிக்கிக் கூட்டிட்டுப் போங்க”.

“சரக்குகள வித்துட்டுத்தேங் அந்த வேலையப் பாக்கணும்.”

வானம் மப்பும் மந்தாரமுமாய் இருந்தது. எட்டுத் திசையிலும் மழைக்குறி! வியாபாரிகள் அதிகம் வராத நிலையில் இரண்டு கூடை மட்டும் விலைபோனது. ஒண்டிவீரன் வந்து நிலமையை வாய்ப்பாக்கி அடிமாட்டு விலைக்கு வாங்கிப் போனான். தேனி பஜாரில் நின்று கூவிக் கூவி விற்பவன். மற்றவை அப்படியே இருந்தன. கழிவு பழம் வாங்கவும் யாரும் வரவில்லை. “மழ பேஞ்சாவே பொழப்பு நாறிப் போகும்” என்றார் துரைசாமி.

பத்துமணிச் சுமாருக்கு “என்னாண்ணே செய்யலாம்?” என்றான் பாலு.

“ஒண்ணும் புரியல; பாஞ்சாலி இருந்தா கழிவுகள எங்குட்டாச்சும் கொண்டு வித்துட்டு வந்துருவா. பாவம் அவ.” சில நொடி அமைதிக்குப் பின் துரைசாமி ஒரு யோசனை சொன்னார். “கூடச் சரக்க கம்பத்துல கொண்டு போயி வித்துட்டு வந்துர்ரேங்; கழிவுகளத் தீர்த்தத்துக்கு எடுத்துப் போறீங்களா?”

கண்ணாடியைக் கழற்றிவிட்டுக் கண்மூடி நின்றான் பாலு. கூலிக்குப் பழக்கப் பட்ட மனசு கூவி விற்க விரும்புமா?

“என்னா செண்பகா; பேச்சக் காணோம்.”

“பழக்கமில்ல” என்றான் பாலு.

"நாங் தோட்டக்காரெங்; நானும் வித்துப் பழகல; அதுக்காக சரக்க வேஸ்ட் பண்ண முடியுமா? வித்துப் பழகியாச்சுன்னா அப்பறம் கூலி வேலைய விட்டுருவ."

"சரிண்ணே" என்றேன் நான். அதிகம் அழுகாதவற்றைப் பிரித்து இரண்டு கூடைகளில் நிரப்பினேன். குடிசைக்குள் இருந்த பழைய பேப்பர்க்கட்டு ஒன்றை எடுத்துப் பிரித்து கூடைக்கு அடியில் போட்டுப் பழத்தை நிரப்பி, மடித்துத் தருவதற்காகக் கொஞ்சம் பேப்பரைக் கொடங்கையில் இடுக்கிக் கொண்டு நானும் பாலுவும் தீர்த்தம் நோக்கித் தலைச் சுமையாய் நடந்தோம். நான் புளிக்கூடையும் பஞ்சுப் பஞ்சாரமும் சுமந்து பழக்கப்பட்டிருந்தேன் என்பதால் சிரமம் இல்லாமல் நடந்தேன். பாவம் பாலு; பள்ளிக்கூடத்து நிழலடியில் கிடந்தவன்; கூடை சுமக்கத் தவுதாயப் பட்டான். "கஸ்டமாருக்கா?"

"ஆமா செண்பகா. கண்ணு மூக்கெல்லாம் வலிக்கிது."

இறக்கி வைத்தால் திருப்பித் தூக்கிவிட ஆள் இல்லை என்பதால் கஸ்டப்பட்டு நடந்தோம். பாலு அதிகம் தள்ளாடினான். இடுப்புயரப் பாறை இருந்த ஓர் இடத்தில் என் கூடையை நானே இறக்கிவிட்டு பாலுவின் சுமையை வாங்கிப் பாறைமேல் வைத்தேன். அவன் தன் தலையை இறுக்கிப் பிடித்தபடி பாறைமேல் உட்கார்ந்தான். அவன் விழியோரத்தில் "தப்பு செஞ்சுட்டமோ" என்ற ஆதங்கம் மின்னியது. என் சேலைமுனையை எடுத்து அவன் முகத்தைத் துடைத்துவிட்டேன்.

பாறையிலிருந்து எழுந்த அவன் பக்கத்து மர நிழலுக்கருகில் போய்நின்று கண்ணாடியைக் கழற்றித் துடைத்துப் போட்டுக் கொண்டு "தேனிக்கிப் போயிரலாமா?" என்றான். அவன் வார்த்தைகள் எனக்கு அதிர்ச்சியளித்தன. தோற்றுப் போவோமோ என பயம் உண்டானது.

"என்னா பாலு, இப்படிப் பேசுற? நாம பொழக்யணும்னு வந்திருக்கம்; தைரியமா இரு; நாங் சம்பாரிச்சு பொழப்பு நடத்துவம்."

அந்த வழியாய் நடந்து சென்ற இரண்டு பெண்கள் "முந்திரிப் பழமா?" என்று கேட்டபடி அருகில் வந்து ஆளுக்கொன்றாய்

எடுத்துச் சுவைத்துப் பார்த்தனர். அவர்கள் தோளில் களைக் கொத்து தொங்கியது. இடுப்பில் பண்ணரிவாள்! "ஆளுக்குக் கால்ரூபாய்க்குக் குடு மகளே."

உழைத்து உழைத்துக் கோடு விழுந்த முகத்தின் கண்கள் கூர்மையான பார்வை வீசி எங்கள் இருவரையும் ஒரு தினுசாய்ப் பார்த்தன. 'மகளே' என்ற வார்த்தையில் கேலியைவிட அனுதாபம் தொனித்தது. பேப்பர் ஒன்றை எடுத்துக் கிழித்துத் தந்தான் பாலு. வாங்கி நிறைய பழங்களை அள்ளிப் போட்டு வானத்தைப் பார்த்துக் கும்பிட்டபடி மடித்துத் தந்தேன். புரோட்டாக் கடை வைத்திருந்த போது மடித்துப் பழக்கப்பட்டிருந்ததால் சிரமம் தெரியவில்லை. காசை வாங்கியபோது "மொத போணி" என்றபடி திரும்பவும் கும்பிட்டுவிட்டு முந்தியில் முடிந்தேன். சேலை மேனிமறைக்கும் கவசம் மட்டுமல்ல; காசு சேமிக்கும் சேமிப்புக் கிடங்கு என்பதை முதன் முறையாக அறிந்தேன். வேறுசில பெண்களும் வந்து "நல்லா இனிக்கிது" என்றபடி ஐம்பது பைசா ஒரு ரூபா என்று வாங்கினார்கள். அந்த இடத்தில் அரைக்கூடை பழம் தீர்ந்தது. இப்போது பாலுவின் முகத்தில் துக்கத்தின் சுவடு மாறி மகிழ்ச்சியின் ரேகை படிந்திருந்தது. ஒருமணிநேர ஓய்வுக்குப் பின் "போகலாமா?" என்றேன்.

அரைக்கூடைப் பழத்தை பாலு தலையில் தூக்கிவிட்டு முழுக் கூடையை நான் சுமந்தேன். அவன் முகத்தில் தெளிச்சி உண்டாகியிருந்தது. சுருளியாறு தாண்டி தீர்த்த எல்லைக்குள் நுழைந்தபோது கூட்டம் அதிகமில்லை. ஈமச்சடங்கு செய்ய வந்தவர்கள் அங்கங்கே சாமியார்கள் முன் அமர்ந்து சடங்கு செய்துகொண்டிருந்தனர். பாலுவை ஒரு மரத்தடியில் உட்கார்ந்து விற்கச்சொல்லிவிட்டு நான் தலைச் சுமையாய், நடந்து குளிக்கும் இடத்துக்குச் சென்று விடலைப் பயல்களிடம் கூவி விற்றேன். என் மேனியை உற்றுப் பார்த்தபடி ஒருவன் "பழம் நல்லாருக்கு" என்றான்.

"அஞ்சுரூவாக்கித் தரவா?" என்றேன் நான்.

"பத்து ரூவாக்கிக் கூட வாங்கலாம்; அந்த அளவு கலரும் கதுப்பும்."

கதுப்பு என்றால் என்னவென்று எனக்குப் புரியவில்லை. கேலிச் சொல்லாய் இருக்க வாய்ப்புண்டு. அவனோடு சோட்டுக்காரப்

பயல்களும் நிறைய வாங்கி சிநேகிதிகளுக்குத் தந்து குஷிப் படுத்தினார்கள். குடும்பத் தம்பதியரைவிடக் காதல் இளசுகள் அதிகம் இருந்தார்கள். ஒருகூடைப் பழமும் ஒரு மணி நேரத்தில் விற்றுத் தீர்ந்தது. முந்தி கனத்த காசோடும் மனம் கனத்த மகிழ்ச்சியோடும் பாலு இருந்த இடம் நோக்கி நடந்தேன். அவனும் விற்று முடித்திருப்பான்.

ஓர் ஆலமரத்தடியில் உட்கார்ந்து சில்லரைகளை எண்ணினேன். மனசுக்குள் மகிழ்ச்சி பொங்கியது. கண்களுக்குள் நம்பிக்கை ஒளி வீசியது. குரங்கு ஒன்று வந்து கூடையை இழுத்துச் சரித்து எதையோ தேடியது. உள்ளிருந்து ஒன்றிரண்டு திராட்சை முத்துகள் சிந்தியதை எடுத்து வாயில் போட்டுக் கொண்டு ஓடியது. வேறுசில குரங்குகளும் என்னைச் சுற்றி வட்டமிட்டபோது பயம் தொற்றியது. எழுந்து கூடையை வீசிக் குரங்குகளை விரட்டிவிட்டு "வா பாலு போகலாம்" என்றேன்.

"கொரங்கு ஒண்ணுஞ்செய்யாது; ஒக்காரு போவம்" என்றான். அவனின் சந்தோஷம் பூத்த முகம் எனக்கு நிம்மதி தந்தது.

எங்காளை நோக்கி சாமியார் ஒருவர் நடந்து வந்தார். "புதுசா இருக்கீக; யாவாரம் பரவால்லியா?"

நானும் பாலுவும் ஒரே குரலில் "பரவால்ல" என்றோம். சாமியாரின் தாடி இடுக்குக்குள் இருந்து சின்னதாய் ஒரு புன்னகை முகிழ்த்து எங்கள் மேனிமேல் படர்ந்தது. "மழக்கோப்பா இருக்கதால வேற யாவாரிக வரல; இன்னம் ஒருகூட இருந்தாலும் வித்திருக்கும்" என்றார். அவர் எங்களைக் கண்காணித்திருப்பார் போல.

"நெறைய யாவாரிக வருவாகளா?"

"கோடையில சாங்கியஞ்செய்ய வாரவுகளவிட யாவாரிக கூட்டந்தேங் அதிகமிருக்கும்."

"யாவாரத்துக்கு நாங்க புதுசு சாமி."

"அதாங் தெரியுதுல்ல; நானு இருவது வருசமா இங்கதேங் கெடக்கேங்; எத்தனையோ பேரு வெதவெதமா வருவாக; போவாக; நெலச்சு நின்னது யாருமில்ல; நெலையாத வானம்; நெலையாத பூமி; நேத்து ஆராச்சும் நெனச்சாகளா, மழ வருமுன்னு? கொட்டித் தீத்துருச்சு; ஒங்க சந்தோசமும் அப்படித்தாம் புள்ளைகளா;

கெடைக்கிறப்ப சாப்பிடுறதும் கெடக்யாதப்ப முழி ஒசத்தி ஆண்டவனப் பாத்துக் கேள்வி கேக்குறதும்... எம்பொழப்ப ஒங்க கிட்ட ஒப்பிச்சு என்னாகப் போகுது. நல்லாருங்க புள்ளைகளா."

"இருவது வருசமா இந்தத் தலத்துல நல்லாத்தான இருக்கீங்க?" அவரின் விரக்தியை விரட்டும் வார்த்தைகள் பாலுவிடமிருந்து வெளிப்பட்டன.

ஒருதினுசாய்ச் சிரித்தார். "நல்லாருக்கது, கெட்டுப் போறது எல்லாம் நம்ம கையிலயா இருக்கு? சந்தனம் வெளையிறக் காட்டுப் பகுதியிலதேங் கஞ்சாச்செடியும் பயிராகுது; இதுல நாங் கஞ்சாவ இழுப்பனா, சந்தனத்த மோந்து பாப்பனா? இருவது வருசமா என்னய உசுரோட வச்சிருக்கது கஞ்சாதேங்; ஒங்களால சரின்னு ஒப்புக்க முடியுமா?" மீண்டும் ஒரு சிரிப்பு.

சாமியாரின் பேச்சு உவப்பானதாய் இருக்கவில்லை. பாலுவின் கையைப் பிடித்துத் தூக்கி எழுப்பினேன். இருவரும் நடந்து சுருளியாத்துப் படித்துறைக்கு வந்து சேர்ந்தோம்.

"இப்படிபோதையடிச்சுத் திரிஞ்சா எந்தப் பொம்பள ஏத்துக்குவா?" என்றேன்.

"நெசந்தேங்" என்றான் பாலு.

ஆத்தோரம் வடை சுட்டுக் கொண்டிருந்த பெண்ணிடம் ஆளுக்கு ரெண்டு வாங்கித் தின்று ஆற்று நீரை அள்ளிக் குடித்துப் பசியாறினோம். "புது யாவாரிகளா?"

"ஆமா ஆச்சி." நான் பதில் சொன்னேன்.

"களவாணிப் பயக ஜாஸ்தி; சூதானமா வந்து போங்க. நேத்துக்கூட சாமிகும்பிட வந்த பணக்காரிகிட்ட பத்துப் பவுனு சங்கிலிய நைசாப் பேசி அபேஸ் பண்ணிட்டுக் காட்டுக்குள்ள ஓடிட்டானுக; என்ன தேடியும் கண்டு பிடிக்ய முடியல.."

பயமாகத்தான் இருந்தது என்றாலும் "எங்க கிட்ட என்ன ஆச்சி இருக்கு, களவாட?" என்றேன்.

மெதுவாகச் சிரித்தாள். "ஒங் ஒடம்பு ஒண்ணு பத்தாதா?"

தலையைக் குலுக்கிக் கொண்டு "எவெங் வந்தாலும் பறம்படிச்சு விட்டுருவேங்." என்றேன்.

“இந்த தைரியந்தேங் முக்கியம். எந்தப் பொருளும் அனாதியாக் கெடந்தாத்தெங் களவு போகும்.”

கூடைக்குள் கூடை வைத்து, சும்மாட்டுத் துணிகளையும் பேப்பரையும் உள்ளே போட்டு இடுப்பில் தூக்கிக் கொண்டேன். பாலுவின் கையைப் பிடித்துக் கொண்டு ஆற்றைக் கடந்து நடந்தேன்.

அவன் முகம் அப்பாவித்தனம் காட்டியது. “எனக்குப் பயமாருக்கு செண்பகா” என்றான்.

“என்னா பயம்.”

“களவாடுவாகளாமே?”

அவன் விரலைப் பிடித்து சொடக்குப் போட்டேன். “அந்த ஆச்சி சொன்னதக் கேட்டைல்ல; அனாதியாக் கெடந்தாத்தேங் களவு போகும்; நாங் ஒனக்கும் நீ எனக்குன்னும் இருக்கப்ப யாருமே அனாதியில்ல பாலு; நீ மட்டும் நம்பிக்கய விடாம இருந்தாப் போதும்; இந்த ஒலகத்தவே ஜெயிக்க முடியும்.”

கண்ணாடியைக் கழற்றிவிட்டு என் கையைத் தூக்கித் தன் கண்களில் ஒற்றிக் கொண்டான். “எங்கம்மாவப் போலவே நீயும் ஓசாரக்காரிதேங்.”

“நம்ம பிள்ளைகளும் இதே மாதிரி பேசுனா அதுதாங் நம்ம வாழ்க்கையோட வெற்றி.”

இந்த வார்த்தைகள் அவன் உணர்ச்சிகளை உசுப்பிவிட்டன. சுற்றுமுற்றும் பார்த்துவிட்டு என்னை இழுத்து அணைத்தான். “புள்ளைக பெறக்கணும்னு நாங் ஆசப்படுறேங்; நிய்யிதேங் ஓரங்கட்டுற.”

நாணத்தோடு தலைகவிழ்ந்து அவன் அணைப்புக்குள் அடங்கினேன். அவனின் இறுக்கம் என்னில் கிளர்ச்சி உண்டாக்கியது. என் முலை அவன்மேல் படும்படி சாய்ந்து நின்ற தருணம் மேலும் அழுத்தமாய் இறுக்கினான். இரண்டு பெண்கள் எங்களைக் கடந்த போது எங்களை நாங்கள் விடுவித்துக் கொண்டு ‘சிலுசிலு’வென வீசிய காற்றை நுகர்ந்தபடி பைய நடந்தோம். சூரியன் உச்சியைத் தாண்டி நின்றது. “இன்னக்யும் மழ வரும்போல.” பாலு சொன்னான்.

“வரட்டும்; நமக்கு நல்லது; நாளக்யும் யாவாரத்துக்குப் போகலாம்ல.”

ஓர் இடத்தில் பத்தடி உயர மேட்டில் தவிக்கத் தவிக்க நாலைந்துபேர் ஏறிக் கொண்டிருந்தார்கள். அவர்கள் அனைவரும் முடி அடர்ந்த நெஞ்சுக்கூட்டில் துண்டு போர்த்தியிருந்தார்கள். “சித்தர் சாமிக்கு ஜே” என முழங்கியபடி ஏறி சமசதுரக் குடிசைக்குள் நுழைந்தார்கள். நானும் பாலுவும் எதிரிலிருந்த மரத்தடியில் நின்றோம். குடிலின் மேல் முகத்தில் “கால்மிதிச் சித்தர்” என்ற பலகை பச்சை எழுத்துகளில் மின்னியது.

“நாம்போயி என்னான்னு பாத்துட்டு வரட்டா?” என்றான் பாலு.

“நானும் வாரேங்.” பாறையேற்றத்தில் படிபடியாய்ச் செதுக்கியிருந்தார்கள். பத்துப் படி ஏறியதும் இடதுபுறம் திரும்பியபோது அந்தக் குடிசை பத்திமணம் கமழ ஈர்த்தது. பத்திக்குச்சியில் இருந்து கிளம்பிய சுருள் சுருளான புகை ஓர் ஆன்மீக நடனம். முழங்கால் வரை தொங்கிய வெள்ளைச் சட்டை அணிந்து ஒருவர் நாற்காலியில் அமர்ந்திருந்தார். தலையில் வெள்ளைத் துண்டு உருமா!

தரிசிக்க வந்து அமர்ந்திருந்த ஐந்து பேரில் முதலாமவர் சொன்னார். “எம்பொண்டாட்டிய நாலு நாளாக் காணல சாமி.”

பீடி ஒன்றை எடுத்துப் பற்றவைத்து மேல் நோக்கிப் புகை ஊதினார். “போலிசுக்குப் போனியா?”

“ரிப்போர்ட் குடுத்திருக்கேங் சாமி; ஒங்க கிட்டயும் ஆசீர்வாதம் வாங்குனா சீக்கிரம் வரும்னு அம்மா சொல்லிச்சு.” சொல்லி ‘விசுக்’கென அவர் முன் தலைகவிழ்ந்தார். சாமியார் தன் வலது காலால் அவர் தலையை மிதித்து “போ” என்றார். “நாளக்கே ஒம்மடியில வந்து விழுவா.”

எழுந்து வெளியேறியபின் அடுத்தவர் தனக்குத் தொழில் சரியில்லை என்று சொன்னார். அவர் தலையிலும் மிதித்து ஆசீர்வாதம் செய்தார். “ராகு கேது அடுத்த வீடு போக இன்னம் ஒருமாசம் இருக்கு; அப்பறம் தொழில் விருத்தியும் குடும்ப விருத்தியும் சேந்து வரும்.”

மூன்றாமவர் மகளுக்கு வரன் தேட எந்த திசை என்று கேட்டார். அவருக்கும் தலைமிதி ஆசீர்வாதம்தான். "தெக்கருந்து ராமெங் வடக்க பாத்து அம்பு விடுறாங்; ரெண்டு தெசையிலயும் ரெண்டு வரன்கள் இருக்கு; எது வந்தாலும் பிடிச்சுக்க."

"தெக்கூர்ல எம்பொண்டாட்டியோட தம்பி குடியிருக்யாங்; ஏழுகழுத வயசாச்சு; அவனுக்குக் கட்டி வக்யணும்னு எம்பொண்டாட்டி தலகீழா நிக்கிறா. எனக்கு சம்மதமில்ல சாமி."

இப்போது இடது காலால் அவரை மிதித்து "வடக்கூர்க்காரெங் வாரவரக்யும் காத்திரு; ஒரு மருந்து தாரேங்; ஒம்பொண்டாட்டிக்கிப் பால்ல கலந்து குடு; அவ தன்னோட தம்பிய மறந்துடுவா." வெளியில் எட்டிப் பார்த்து "நீலா" என்று அழைத்தார். "அஞ்சு பொட்டணம் எடுத்துத் தம்பி கையில குடு."

ஆசிபெற்ற ஒவ்வொருவரும் பத்து ரூபா காணிக்கை வைத்தார்கள். ரூபாய்களைக் காலால் எத்தித் தன் நாற்காலிக்கடியில் ஒதுக்கினார். பொட்டணம் வாங்கியவர் மேலும் ஐந்து ரூபா தரவேண்டியிருந்தது.

பாலு என் தோளைப் பிடித்து இழுத்தபோது "ஏ பொட்ட; இங்க வா" என்றார் சாமியார். "இவெங்கூட ஓடிவந்துட்டியாக்கும்?"

"இல்ல சாமி; பஸ் ஏறித்தாங் வந்தம்" என்றான் பாலு.

பீடி பற்றவைத்த அவர் பாலுமேல் புகை ஊதினார். எழுந்துவந்து அவனை எட்டி உதைத்தார். "நானு ஆரு? சீவில்லிபுத்தூரு செவத்தையங்; ஒரு மிதிக்கித் தாங்குவியா நீ? கேலி பேசுறியாக்கும்? இந்தப் பொட்ட நாய்க்காக ஒன்னய மன்னிச்சு விடுறேங்." இருவரும் 'விறுவிறு'வென இறங்கி மரத்தடிக்கு வந்து நின்று இளைப்பாறினோம். பாலுவைவிட எனக்குப் பதட்டம் அதிகமானது. "போயிரலாம் பாலு."

"இரு; தவிப்பாறிட்டுப் போவம்." குடிலுக்கருகில் இருந்து நீலா என்ற அந்தப்பெண் எங்களை எட்டிப் பார்த்து சாமியாரிடம் ஏதோ சொன்னாள். நான் கூடையைத் தூக்கித் தலையில் வைத்து வேகமெடுத்து நடந்தேன். பாலு என் பின்னால் ஓடி வந்தான்.

"காலால மிதிச்சுக் குறி சொல்றதால கால்மிதிச் சித்தரா?" என்றான் பாலு.

“அப்பபடித்தேம்போல. நம்ம சனங்க பாவம்.”

லேசாகச் சிரித்தபடி “நல்லவேள; ஒன்னால நாந்தப்பிச்சேங்.” என்றான்.

“அவெங்கூட இருக்கவ அவெம்பொண்டாட்டியா இருக்குமோ?”

“ஆரு கண்டா; பொண்டாட்டியோ வப்பாட்டியோ; நாங் வரலைன்னா ஒன்னயவும் இழுத்துக் கவுட்டுக்குள்ள போட்டிருப்பாங்.”

பாலுவின் கன்னத்தில் செல்லமாக இடித்தேன். “அப்பபடி வேற நெனக்கிறியாக்கும்; அவெஞ்சாமன இழுத்துப் பிடிச்சு அறுத்துக் காக்காய்க்கிப் போட்டுருவேங்.” எனக்கு எப்படி இப்படிப் பேச வந்தது என்று எனக்கே ஆச்சர்யமாய் இருந்தது.

என் தலையில் இருந்த கூடைகளை வாங்கித் தன் தலையில் வைத்துக் கொண்டான் பாலு. “நாங் போன ஜென்மத்துல தவஞ்செஞ்சுருக்கேங் செண்பகா.”

“மறுபெறப்ப நீ நம்புறியா?”

“இல்ல; ஆனாலும் ஒன்னப் போல ஒரு தைரியசாலி எனக்குக் கெடச்சது எம்புட்டுப் பெரிய அதிஷ்டம்!”

ஒரு மரநிழலில் நின்று கூடையை வாங்கிக் கீழே வைத்தேன். அவன் விரல் இடுக்குகளுக்குள் உதட்டு முத்தம் பதித்தேன். “இந்த நெனப்புக் கடை சிவரய்யும் இருக்கணும் பாலு.” என் விழிகளில் இருந்து சில நீர் முத்துகள் உதிர்ந்தன.

“அழுகுறியா?” என்றபடி தன் வேட்டி நுனியால் கண்களில் ஒத்தி எடுத்தான். “நீ நீயில்ல; நானும் நானில்ல; நாமலாயிட்டம்; ஒரு கவிதை சொல்லவா?”

“நீயா இட்டுக்கட்டி எழுதுனதா; எங்காச்சும் படிச்சதா?”

“கற்பனை கட்டி எழுதுற அளவுக்கு நாங் வித்தக(ன்) இல்ல; படிச்சதச் சொல்றேங்.

“என்ன விந்தை இது!
ஒன்றும் ஒன்றும் இரண்டு என்ற
உண்மைக்குப் புறம்பான
உண்மையை நிரூபித்த நாம்
ஒன்றும் ஒன்றும் மூன்று என்ற

இன்னோர் உண்மையற்ற உண்மையை
நிரூபிக்கப் போகிறோம்."

"பாலு!" உணர்ச்சி ஓடிய விழிகளால் அவனை ஏறிட்டுப் பார்த்தேன். எத்தனை பெரிய ஆசையைச் சுமந்துகொண்டிருக்கிறான். அருக்காணியம்மாவின் சொல்லைத் தள்ளிவைத்துவிட்டு பாலுவோடு படுக்கலாமா? மனம் குழம்பியது. சுற்றுவட்டாரத்தின் சின்னச் சின்ன குன்றுகள் பொடவுகளாலும் குகைகளாலும் நிரம்பி வழிந்தன. நரிகளும் சிறுத்தைகளும் விலகிநின்று என்னையும் பாலுவையும் அனுமதித்து "வெளாடுங்க" என்றன. அவனுக்குள் நானும் எனக்குள் அவனும் வலைக்குள் அகப்பட்ட மீன்களாய்த் துள்ளினோம். யானைத் தடம் படிந்த காட்டுவெளியில் இலையாடை பூண்டு இருவருக்குள் ஒருவராய் அடங்கி நடந்தோம். முயல்களும் மான்களும் சாமரம் வீசின.

"என்னா யோசன?" என் தோள்களைப் பிடித்துத் தன் பக்கம் திருப்பி என் விழிகளை உற்றுப் பார்த்தான்.

"ஒண்ணும் ஒண்ணும் மூணுமட்டுமில்ல; நாலு, அஞ்சுன்னு பெருவாழ்வு வாழ்வம் பாலு."

நான் கூடைகளைத் தூக்கித் தலையில் சுமந்ததை வாங்கித் தன் தோள்களில் சுமந்தான். சூரியன் மேற்குக் குன்றுக்குப் பின்னால் ஒளிந்துகொண்டபோது மேகத் திட்டு ஒன்று வானத்தில் வட்டம் கட்டி நின்றது. "மழ வரும்போல" என்றபடி கால்களை எட்டிப் போட்டுத் தோட்டக் குடிலுக்கு வந்து சேர்ந்தோம்.

4

அன்றைய இரவும் மழையிரவாகவே குளிர்ந்தது. என் மனசைப் புரிந்துகொண்டான் போலும். பாலு ஒதுங்கிப் படுத்து நிம்மதியாய்த் தூங்கினான். எனக்குத்தான் உறக்கம் பிடிக்கவில்லை. எழுந்து அமர்ந்து அவன் மேனியைப் பார்த்தபடி விழித்துக் கிடந்தேன். விலகிக் கிடந்த வேட்டியை எடுத்து நிர்வாணத்தை மறைத்து விட்டேன். மறைக்காமல் அப்படியே விட்டுவிடலாம் என்று மனம் நினைத்தபோதும் கை அனிச்சையாய்ச் செயல்பட்டு வேட்டியை இழுத்து மூடினேன். அந்த நிலையிலும் அவன் விழித்துக்

கொள்ளவில்லை. பெருவிருப்பத்தின் வெளியில் பெருமூச்சுகளின் ஊர்வலம். என் நெஞ்சுக்கூடு ஏறி ஏறி இறங்கியது. அவனை உசுப்பி நேற்றைய அவனின் விருப்பத்தை நிறைவேற்றலாமா என்று தோன்றியது. என் கால்கள் அவன் கால்களில் படும்படியாக நெருங்கிப் படுத்தேன். அப்போதும் அவன் தூக்கத்தில் இருந்து மீண்டுவரவில்லை. இன்று ஊத்துக்குப் போய் வியாபாரம் செய்த புதுவிதமான உழைப்பு அவனை அசத்திவிட்டது போலும். எனக்கும் அது புதுசுதான் என்றாலும் பஞ்சாலை, புளிக்கொட்டரை வேலைகளைவிடப் பெரிசாய்த் தெரியவில்லை. பெண்மை ததும்பித் ததும்பிச் சிந்தியது.

துரைசாமியும் பாஞ்சாலியும் எட்டு மணிவாக்கில் வந்து சேர்ந்தார்கள். "பாஞ்சாலிக்கா; ஒடம்பு சேட்டமில்லியா?"

"நாஞ்சேட்டமாத்தேங் இருக்கேங்; நாதாரிப்பய சேட்டதேங் கொறையல."

"என்னாக்கா சொல்றீக?"

"அத ஏங்கேக்குற புள்ள." தன் தொடை இடுக்குகளைக் கைகளால் பொத்திப் பிடித்துக் கீழே அமர்ந்தார்.

அவரைத் தூக்கிக் குடிசைக்குள் உட்காரவைத்தேன். பாலுவும் துரைசாமியும் கொய்யாக் காட்டுக்குள் நுழைந்து பழம் பறித்தனர். ஏற்கெனவே திராட்சை வெட்டிக் கழிவு நீக்கி இரண்டு கூடைகளில் நிரப்பியிருந்தோம்.

"பாலு எப்படி புள்ள நடந்துக்கிறாங்?" பாஞ்சாலியக்காவின் கேள்வி எனக்குள் கிளர்ச்சி உண்டு பண்ணியது.

"இன்னம் கண்ணாலம் ஆகல; ஒதுங்கித்தேம் படுக்குறோம்."

"தனியா இருந்துமா?"

"ஆமாக்கா; மனோகரிம்மா சத்தியஞ்சொல்லியிருக்கு. பொகலிடம் குடுத்தவங்க பேச்சக் கேக்கணுமில்ல."

"அது கெடக்கு; கெழட்டுப் பூன; வாசந்தெரியுமா, ருசி தெரியுமா? அதும்பேச்ச சட்ட செய்ய வேண்டியதில்ல."

நான் அமைதியாய்த் தலை கவிழ்ந்து மனசுக்குள் சிரித்தேன்.

“இப்படி ஒரு தோது கெடச்சா எங்க வீட்டு நாயி என்னா செய்யுந்தெரியுமா? இருவத்தி நாலு மணிநேரமும் வதக்கி எடுத்துரும்.”

பாஞ்சாலியக்காவின் முகத்தில் வலியுடன் கூடிய பெருமிதம் பொங்கியது. “நேத்துக்கூட பாரேங்; வெலக்கானப்பவும் விட்டுவக்யல; ஆஹ் அப்பா.” மீண்டும் தன் தொடையைப் பிடித்துக் கசக்கினார்.

நாலைந்து கூடைகளில் கொய்யாப் பழங்களைத் தூக்கிக் கொண்டு குடிலுக்கு வந்தார்கள். பவுனுபோல நிறம். உருண்டு திரண்டு குமருப்பயல் மேனிபோல மின்னின. எடுத்துத் தின்னத் தூண்டியது. கொய்யா வாங்குவதற்கு நாலைந்துபேர் வந்திருந்தார்கள். அனைவருக்கும் நிறுத்துப் போட்டுக் காசு வாங்கிப் பாஞ்சாலியிடம் தந்தார் துரைசாமி. மகிழ்ந்த முகத்தோடு வாங்கி சுருக்குப் பையில் திணித்துக் கொண்டார்.

“எனக்கும் ஒரு சுருக்குப் பையி” என்று கேட்டபோது குடிசையின் மேற்கு மூலையில் இருந்த அடுக்குப் பானையில் இருந்து ஒரு பையை எடுத்துத் தந்தார் பாஞ்சாலியக்கா.

“நேத்து வித்த காசு எம்புட்டு இருக்கு?” துரைசாமி கேட்டார்.

பேப்பரில் கட்டியிருந்ததை அப்படியே எடுத்துத் தந்தேன். பாதியை எடுத்துக் கொண்டு மீதியை என்னிடம் தந்தார். எனக்கு மகிழ்ச்சி உண்டானது. அன்றாடம் கிடைக்கும் கூலியைவிட அதிகம். பாஞ்சாலியக்கா தந்த சுருக்குப் பைக்குள் போட்டு ஈசானி மூலையில் இருந்த ஓலைக் கொட்டானில் வைத்து மூடினேன். ஏற்கனவே எங்களின் கூலிப் பணம் அதில் இருந்தது.

நேற்றுப் போல இன்றும் சுருளித்தீர்த்தம் சென்றோம். ரெண்டு மனு கொள்ளளவு கொண்ட பெரிய கூடையை நானும் ஒருமனுவுக் கூடையைப் பாலுவும் சுமந்தோம். கிளி கொத்திய கொய்யாப் பழங்களை ஒரு சில்வர்த் தட்டில் நிரப்பி அதை என் இடுப்பில் வைத்துக்கொண்டேன்.

கால்மிதிச் சித்தர் உறைவிடத்தை நெருங்கியபோது கூட்டம் அதிகம் இருந்தது. சில பெண் பக்தைகளும் வந்திருந்தனர். அவர்கள் கூந்தல் நிறைந்த தலைகளை சித்தர் மிதிக்கப் போகிறார் என்று

நினைத்து மனம் சிரித்தது. கீழ்ப் படியில் கூடையை இறக்கி வைத்துக் கொஞ்சநேரம் நின்றதில் இரண்டுபேர் மட்டும் வாங்கினார்கள். ஒரு பெண் கிளி கொத்திய கொய்யாவை எடுத்துத் தின்றுவிட்டுக் காசு தந்தாள். "வெள்ளக் கொய்யாவே இம்புட்டு இனிக்கிது; செகப்புன்னா எப்படியிருக்கும்?"

தீர்த்தம் நோக்கி நடக்கையில் பாலுவின் முகம் கொராவிக் கிடந்தது. பெரிய ஆஃபீசில் அமர்ந்து பேனாப் பிடித்து எழுத வேண்டியவன் இப்படிக் காடுமேடுகளில் அலைகிற வருத்தம் இருக்கும்போலும். "என்னா பாலு ஓசன?"

"அம்மா நெனப்பு வந்துச்சு."

"போவம்பாலு; நாம நாலு துட்டு சம்பாரிச்சுட்டு அவுக கால்ல விழுந்து ஆசீர்வாதம் வாங்குவம்; நாங் ஒனக்குப் பொண்டாட்டி மட்டுமில்ல; அம்மாவுமா இருப்பேங்."

கூடையைச் சுமந்தவாக்கில் என்னை இழுத்து அணைத்துக் கொண்டான். அவனின் மூக்கு சுவாசம் என்முகத்தில் பட்டுக் குளிர்ந்தது. வெப்பக்காற்றும் குளுமைப்படுகிறதே!

வானுயர வளர்ந்திருந்த மருதமர நிழலில் பெரிய கூடையை இறக்கிப் பாலுவை உட்காரவைத்துவிட்டுச் சின்னக் கூடையைச் சுமந்து அருவி நோக்கி நடந்தேன். அருவியிலும் கூட்டம் குறைவாகவே இருந்தது. காவி உடை தறித்து, சடை வளர்க்கிருந்த ஒரு சித்தர்முன் பத்து இளைஞர்கள் நின்றபடி அவருக்கு ஒவ்வொருவரும் ஒரு சிகரட் பாக்கெட் தந்து காலில் விழுந்து வணங்கினர். அவர் சூரியனைப் பார்த்துக் கும்பிட்டுவிட்டு, வலது கை உயர்த்தி வாழ்த்தினார். வாய்ச் சொற்கள் இல்லாத வாழ்த்துமொழி! ஒருசில மூதாட்டிகளும் அவர் கால்தொட்டு வணங்கினர். அவர் அதிகம் பேசமாட்டாராம். ஒருவார்த்தை சொல்ல வேண்டியதில்லை; சிகரட் பற்றவைத்து முகத்தில் ஊதிவிட்டால் போதும்; வாழ்க்கை சுப திசையில் பயணிக்கும். அவருக்கான காணிக்கை ஒரு பாக்கெட் சிகரட்; அவர் "சிகரட் சித்தர்" என்ற பெயர்கொண்டவர் எனப் பின்னர் அறிந்துகொண்டேன். மனசுக்குள் சிரித்தபடி தீர்த்தப்படிகளில் ஏறாமல் அடிப்படியில் சுமையை இறக்கிவைத்து நின்றேன்.

விற்பனை இல்லாத நேரத்தில் சித்தர்களைப் பற்றிய சிந்தனை ஓடியது. விநோதமான கோலங்களில் சித்தர்கள் வாழ்கிறார்கள். சிகரட் ஊதினால் நல்லது நடக்கும் என்று நினைப்பது விநோதமானது.

குரங்குகள் வட்டமடித்தன. சில இளைஞர்கள் அவற்றை விரட்டிவிட்ட போதும் அவை மரத்தின்மீது ஏறிநின்று பழக்கூடையைப் பார்த்து உறுமின. ஓர் இளைஞன் படியோர மலைச் சரிவில் வளர்ந்திருந்த முள் மரத்தில் இருந்து நெடுங்கழி ஒன்றை ஒடித்து என்னிடம் தந்து, “தரமேல தட்டிக்கிட்டிருந்தைன்னா கிட்ட வராது” என்றான். அவ்விதமே செய்தேன் என்றாலும் குரங்குகள் அருகில் வருவதும் குச்சிச் சத்தம் கேட்டு மரத்தில் போய் ஏறுவதுமாய்க் கண்ணாமூச்சி காட்டின. ஒரு பெண்ணுக்குத் திராட்சை மடித்துத் தந்தபோது ஒரு குரங்கு கூடைக்கு அருகில் வந்து நின்று உறுமியது. குச்சியால் அதன் தலையில் ஓர் அடி போட்டேன். “வீர்” எனக் கத்திக்கொண்டு ஓடி மறைந்தது. அடிவாங்கிய குரங்கைப் பார்த்து மற்றவையும் ஒரண்டை இழுக்காமல் ஒதுங்கிப் போயின. சிறிது நேரத்தில் குரங்குகள் வேறு இடத்துக்கு இரைதேடி ஓடியநிலையில் பயம் கலைந்து விற்பனையில் சிந்தனை நின்றது.

காலையில் சாப்பிடவில்லை என்ற நினப்பு வந்தபோது உடலெங்கும் பசிக்கோடுகள்! காலையில் வெள்ளன பாஞ்சாலி தோட்டத்துக்கு வந்துவிட்டதால் கஞ்சி காய்ச்சாமல் வெறும் காஃபிமட்டும் அருந்தியிருந்தோம். எனக்கு எதிரில் ஒரு கிழவி அவித்த மொச்சைப் பயறு விற்பதைப் பார்த்து வாங்கிச்சாப்பிட்டேன். பாலுவுக்கும் பசிக்குமே என்று மனம் எண்ணியது. தானாக ஏதாவது வாங்கிச் சாப்பிடுவானா என்று தெரியவில்லை. மொச்சை வாங்கி ஓரெட்டு நடந்து சென்று தந்துவிட்டு வரணும்போல் இருந்தது. குரங்கு பயம் தடுத்த நிலையில் என் எண்ணத்தை மாற்றிக் கொண்டேன்.

மாலை மூன்றுமணி இருக்கும். பாலு கூடையைத் தோளில் சுமந்தபடி என்னை நோக்கி வந்தான். விற்றுத் தீர்ந்தது போலும். அவன் முகத்தில் பசிக்கோடு படிந்திருந்தது. என் முந்தானையால் அவன் முகத்தைத் துடைத்துவிட்டு “ஏதுந்தின்னியா?” என்றேன்.

“இல்ல செண்பகா.”

“வடையாச்சும் வாங்கிப் பசியாறியிருக்கலாம்ல?”

“நீயுந்தான சாப்புடல...”

நெஞ்சம் கலங்கியது. நான் சாப்பிடாதபோது பாலு சாப்பிடவில்லை. ஆனால் அவன் சாப்பிடவில்லை என்று தெரிந்தும் நான் பயறுவாங்கித் தின்றேன். உள்ளுக்குள் மௌனமாய் அழுதபடி மொச்சைப் பயறு வாங்கித் தந்தேன்.

“ஒனக்கு?”

“பசிச்சுச்சு; வாங்கித்தின்னு தண்ணி குடிச்சேங்.”

மாலை நான்குமணி இருக்கும்; ஆள் அரவம் அடங்கிய நிலையில் மிச்சமிருந்த திராட்சையைக் குப்பைமேட்டில் கொட்டிவிட்டு ஊர் நோக்கி நடந்தோம்.

“பொறப்பட்டீகளா மக்கா?” என்றபடி சும்மாடு சுருட்டித் தலையில் வைத்தாள் மொச்சைக் கிழவி. “இன்னக்கி ஆண்டவெங் அளந்த படிக்காசு அம்புட்டுத்தேங்.”

எங்களோடு சேர்ந்து அவரும் நடந்தார். “நீங்க புருசெம் பொண்டாட்டியா?”

சின்னத் தயக்கத்தோடு “ஆமா ஆச்சி” என்றேன்.

“கழுத்தில கயிறு இல்ல; அதாம்பாத்தேங்.”

“காதலிச்சுக் கட்டிக்கிட்டம்.” பாலு பதில் சொன்னான். இந்த வார்த்தைகள் எனக்கான ஆறுதல்மொழி.

“காதலிச்சா கயிறு கட்டக்கூடாதா?”

எங்கள் யதார்த்த நிலைமையை அவரிடம் ஒப்பித்தேன. “அப்படியா சங்கதி?” என்றவர் “போலிசுக்குப் போனா அவுகளே கட்டிவப்பாங்க” என்றார்.

5

பாலுவுக்கு மட்டுமில்ல; எனக்கும் உணர்ச்சிகள் மேலெழுந்து கொதித்தன. எரியும் தீயாய் வெற்றடுப்பின் கனகனப்பு! அரிசி வாங்கி சோறு பொங்கும் காலம் எப்போது வரும்? அரிசியும் அடுப்பும் அருகருகில் இருக்கும்போது பொங்கிப் பரிமாறத் தயங்குகிறது மனம். அருக்காணியம்மாவிடம் சென்று முறையிடலாம். பாஞ்சாலியக்காவும் வற்புறுத்தியது. “நீ பழுத்த பழம்; அப்படியே விட்டுட்டா முத்திக் கனிஞ்சு வெதையெல்லாம்

போயிடும்."

வெட்கம் பிடுங்கித் தின்றது. "போங்கக்கா" என்று சிணுங்கினேன். "அப்படி நடக்க விடமாட்டேங். நானும் பொண்ணுதான?"

பாஞ்சாலியக்கா முதுகைத் தட்டி "சபாஷ்" என்றார். "அதேங் நிஜக்காதல்."

ஞாயிறு விடுமுறை என்பதால் குறிகேட்க நிறையப்பேர் வருவார்கள். அருக்காணியம்மாவுக்கு ஓய்வு கிடைக்காது; அதனால் திங்கட்கிழமை சென்று முறையிடுவது எனத் தீர்மானித்தோம். "நானும் வாரேங்" என்றார் பாஞ்சாலியக்கா.

எப்போது விடியும் என்று காத்திருந்து காலையில் முந்தி எழுந்து சமையல் முடித்து பாஞ்சாலியக்கா வரக் காத்திருந்தோம். இருவரும் வந்துசேர ஆறுமணியானது. பாலு வாசலில் வந்து ஆவலாதியோடு நின்றான். புதுசாய் உடுத்தியிருந்த பாஞ்சாலியக் காவைப் பார்த்து "போவம்கா" என்றேன். துரைச்சாமியண்ணனைப் பார்த்து "நீங்களும் வாங்க" என்று பாலு கூப்பிட்டான்.

"கொய்யாவும் திராட்சையும் பழுத்துக் கெடக்கு; நீங்க போய்ட்டு வாங்க" என்று வழியனுப்பினார்.

அதிகாலை ஐந்து மணிக்கெல்லாம் எழுந்து ஓலைக் கொட்டான் உண்டியலில் இருந்த சில்லரைகளை எண்ணியபோது நூறு ரூபாய்க்குமேல் இருந்தது. சுருக்குப் பையில் திணித்து மடியில் போட்டுக் கொண்டு பாஞ்சாலியக்காவோடு சுருளிப்பட்டிக்கு நடந்து, அப்போதுதான் புறப்பட்டுக் கொண்டிருந்த டவுன்பஸ்ஸில் ஏறினோம். டவுன்பஸ் புழக்கத்துக்கு வந்த பிறகு கிராமத்து ஜனங்களுக்குப் பிரயாணம் எளிமைப்பட்டது.

பஸ்ஸில் இருந்த ஒருவரின் கேள்வி. "பாஞ்சாலி! எங்க கௌம்பியாச்சு?"

"தேனிக்குங்கய்யா."

"அங்க வங்கனகாரேங் ஏதும் இருக்கானா?" கண்களை மேலுயர்த்தி நமட்டலாய்ச் சிரித்தான்.

"நூறுவாட்டி சொல்லிட்டேங்; இப்படிப் பேச்செல்லாம் எங்கிட்ட வச்சுக்காதீங்கன்னு."

“அப்படியா?” என்றுவிட்டு சொறிசொறியாய்ச் சிரித்தான். “பேசுனா என்னா செய்வ?”

“பெருசா ஆணிக்கால் செருப்பு வாங்கிப் போட்டுக்கிட வேண்டி வரும்.” மாலைச் சூரியன்போல பாஞ்சாலியக்காவின் கண்கள் சிவந்திருந்தன.

“அடி சும்பச்சிருக்கி; அம்புட்டுத்தூரம் ஏத்தம் போடுதா ஒனக்கு.”

எனக்குக் கோபம் பொங்கியது. “ஏ கெழட்டு நாயி.” நான் சீட்டில் இருந்து எழுந்து அவனை நோக்கி நடந்தேன். “ஒனக்குக் கூதி கொழுத்துச்சுன்னா பாம்பு பொடவுக்குள்ள போயி சாமான விட்டு ஆட்டு; எங்கள்ட்ட அப்படிப் பேசுனா செருப்பு மட்டுமில்ல; வெளக்குமாறும் பிஞ்சுரும்.”

“யாருளா இவ?” அவன் எழுந்து கையை ஓங்கியபடி அடிக்க வந்தான். பாலு ஓடிவந்து அவன் குடிமியைப் பிடித்துக் கையை முறுக்கித் தள்ளிவிட்டான். பாலுவுக்குக் கூட இம்புட்டு வீரம் இருக்கிறதே!

பஸ்ஸில் இருந்த கூட்டம் இருகூறுகளாகப் பிரிந்து மல்லுக்கட்ட, களேபரம் உண்டானது. “அவரு பெரிய குடும்பத்தச் சேந்தவரு” என்றது ஒரு கூட்டம்.

“பெரியதனம் சின்னத்தனம் பண்ணலயாக்கும்?” என்றான் பாலு.

கடப்பாரை கம்பிகளோடு இருந்த கூலிச்சனம் “நாயந்தான?” என்றது.

இப்படியாக இருதரப்பும் அடிதடி நோக்கி முன்னேறியபோது கண்டக்டர் ஓரிடத்தில் வண்டியை நிறுத்தி வம்பிழுத்தவரிடம் கெஞ்சினார். “காலம் மாறிக்கெடக்கு; பழைய காலம் மாதிரி பேசாதீங்கய்யா.”

“போடா வெண்ண; மண்ணுல பொரண்டு பொழப்பு நடத்துறவளுக்கு சப்போட் பண்றியாக்கும்? ஒருவேள நீயும் அவளுக்கு வங்கனகாரந்தானோ?”

நானும் பாலுவும் சேர்ந்து அவன் கன்னத்தில் அறைந்தோம். கிறுகிறுப்பு வந்து பஸ்ஸுக்குள் சரிந்தான். ஓர் இளவட்டப்பயல் பாலுவை அடிக்க வந்தபோது நான் ஊடே புகுந்து தடுத்துக் கீழே தள்ளிவிட்டேன். பாஞ்சாலியக்காவின் சொந்தக்காரர் ஒருவர் அவனைத் தூக்கி எறிந்துவிட்டு, "சாதிப் பகுமானம் இனி செல்லாது பெரிசு" என்றார்.

"போலிஸ்டேஷனுக்கு விடுங்கய்யா" என்று கண்டக்டரைப் பார்த்துக் கூறினான் வம்புக்காரன். நானும் பாலுவும் வழிமொழிந்தோம். "முட்டிக்கு முட்டி போட்டுப் பேத்தெடுத்தாத்தேங் வசத்துக்கு வருவானுக." வம்புக்காரன் தப்பித்துவிடாமல் இருக்க அருகில் நின்று காவல் இருந்தேன். ஆனால் அவன் கம்பம் நுழைவாயிலில் இறங்கி ஓடிப்போனான். "பாஞ்சாலி! நீ ஊருல எப்படிக் குடியிருக்கைன்னு பாக்குறேங்." எனக் கத்தியபடி மரங்கள் அடர்ந்த பகுதிக்குள் ஓடி மறைந்தான்.

"போடா! துப்புக்கெட்ட நாயே!" என்றார் பாஞ்சாலியக்கா.

நாங்கள் தேனி பஸ்டாண்டில் இறங்கிய நேரம் கிழக்கில் சிவப்புச் சூரியன் உதித்திருந்தான். நாயர் கடையைத் தாண்டித்தான் சடையாலுக்குப் போகவேண்டும்; ஒருவேளை அப்பாவோ காதர் மாமாவோ என்னைப் பார்த்துவிட்டால் விபரீதமாகி விடும். பாலுவுக்கு அதிகம் பாதிப்பு வரும். நான் கண்ணாடியைக் கழற்றி பையினுக்குள் வைத்து, தலையில் உருமாக் கட்டினேன்.

"இப்ப ஒன்னயப் பாத்தா அடையாளந் தெரியல பாலு." அவன் உருமாக்கட்டை மேலுயர்த்திவிட்டு சொன்னேன். கண்ணாடி இல்லாத முகத்தை உற்றுப் பார்த்து "இப்ப நீ ரெம்ப அழகு" என்றேன். பாஞ்சாலிக்கும் எனக்கும் ஊடாக, தரைபார்த்து வேகமாய் நடந்தான். கண்பார்வையைப் பக்கவாட்டில் சாய்த்தபோது வித்தியாசமான கோணத்தில் தெரிந்தது.

"ஒங்கம்மாவும் மல்லி மச்சியும் நின்றிருக்காக; ஒங்கப்பா மிட்டாசு வாங்குறாரு."

"மச்சாங் இல்லியா?"

"அவர எனக்கு அரபாதியாத்தேங் அடையாளந்தெரியும்; வெங்காயக் கலர் சட்ட போட்டு, கருப்பு நிற மேனியோட ஒருத்தர் ஒங்கக்காவ ஒட்டி நிக்கிறாரு."

அவரேதான் எனப் புரிந்து விசனப்பட்டான். இரண்டு மாதங்கள் ஓடிவிட்டன என்ற நிலையில் முகம் வாடியிருந்தான்.

“வருத்தப்படாத பாலு; பொம்பளைக கண்ணாலமாகி பொறந்த வீட்டையும் சொந்தபந்தங்களையும் மறந்து புருசெங் வீட்டுக்குப் போறம்; நாங்க அழுது வடிஞ்சா பொழப்பு நடக்குமா; செண்பகா ஒன்னய மட்டுந்தாங் நம்பி வந்திருக்கா. எதையும் நெனச்சு மருகாத.” பாஞ்சாலியக்கா தைரியம் சொன்னது.

கொஞ்சம் ஆறுதலாய் இருந்தது. சடையால் முக்குப் பாதைக்கு வந்த பிறகு கண்ணாடியை எடுத்து அணிந்து நடந்தான். கண்ணாடி அணியாத பார்வை எதிர்வெளிச்சம் கண்டு தடுமாறியது. அணிந்த பார்வை நேர்குத்தாய்ப் பாதை காட்டியது.

பலபேர் குளித்துவிட்டு வரப்புமேல் நடந்து வந்தார்கள். பேசிப் பழகாத ஆனால் பார்த்த முகங்கள் இருந்தன. அவர்கள் ஏதும் கேட்பார்களோ என பயந்து மீண்டும் கண்ணாடியைக் கழற்றியபோது “வேணாம்” என்றேன். “ஆரும் பாக்கட்டும்; என்னா கெட்டுப் போச்சு?”

பூசாரியம்மா சூலாயுதத்தில் எலுமிச்சம்பழம் செருகிக் கொண்டிருந்தபோது கோயிலுக்குள் நுழைந்தோம். “வாங்க புள்ளைகளா” என்று முகம் மலர வரவேற்றார். “பாஞ்சாலி! நீயும் வந்திருக்கியா?”

“புள்ள தொணக்கிக் கூப்பிட்டுச்சு; அதேங்.”

“நல்லது; இல்லாதவுகளுக்கு நம்மதேங் கூட நிக்யணும். சரி. தொர எப்படியிருக்யாங்?”

“நல்லாருக்கருத்த; குடி, கூத்தியெல்லாம் மறந்துட்டு தொழில் மேலதேங் முழுக் கவனம். காலனியில காரவீடு கட்டிக் குடியிருக்கம்; சுருளிப்பட்டி ஊருக்குள்ள மூணு செண்டு எடம் வாங்கியிருக்கம்; பிள்ளைக பெரிசாகும்போது அங்க குடியேறிருவாக,”

“எடம் வாங்குனது ஓரக்கால்லயா, ஊரு மத்தியிலயா?”

“மத்தியிலதேங்; புள்ளைக வளந்து வரும்போது எல்லாரும் சமதையாயிருவாக.”

“நெசந்தேங்; ஒடுங்குனவுக எந்திரிக்கிற காலம் வரத்தேங் போகுது. நல்லருங்க மக்கா.” என்று சொல்லிவிட்டு “மனோகரா”

என்று புலம்பினார். மனோகரனின் நினைவுக் கோடுகள் அவர் முகத்தில் படிந்திருந்தன. இரு கைகளாலும் முகத்தைப் பொத்தி விசனப்பட்டார்.

"கலங்காதீகத்தே; ஒங்களுக்குக் கெடக்யாத சொதந்திரம் எம்புள்ளைகளுக்கு வாக்யும்; நம்மலோட சந்ததி மனுசத்தனத்தோட பொழப்பு நடத்துவாக."

அருக்காணியம்மா முகம் திருப்பி பாஞ்சாலியக்காவை அணைத்துக் கொண்டார். "மேல உதிக்கிற சூரியனும் கீழ ஓடுற நதியும் சமமானதா மாறணும்; இந்த முனியப்பெங் கிருப செய்வாங்."

காலை பத்துமணியளவில் முனியப்பன் கோயில் வளாகம் யாருமற்ற வெளியாய் வெறிச்சோடியது. நெற்றி நிறைய விபூதி பூசிக்கொண்டு கோயில் முன் சம்மணமிட்டு அமர்ந்தார் பூசாரியம்மா. கோயிலுக்குள் முனியப்பனையும் கிழக்குச் சூரியனையும் பார்த்துக் கைகூப்பி வணங்கிவிட்டு சோவிகளை உருட்டிப் போட்டார். ஏழு சோவிகள் மல்லாக்க விழுந்தன. "ஏழு களஸ்திர ஸ்தானம்; புருசனுக்குப் பொண்டாட்டியும் பொண்ணுக்குப் புருசனும் அமையிற கோப்பு. தவறவிட வேண்டியதில்ல; இன்னக்கே குடும்பமா பொழப்பு நடத்தத் தடையில்ல; இது முனியப்பெங் வாக்கு."

மனசுக்குள் குதியாளம் போட்டேன். கொட்டகுடியைத் தாண்டி ஒரு கிலோமீட்டர் தூரத்தில் ஓடும் முல்லையாற்றின் பேரோசை உடலை அதிரடித்தது. பெருவெள்ளம் பாய்ந்தோடிய வனாந்திரவெளியில் எனது பயணப்பாதை பரந்து கிடந்தது. வேரோடிய விருட்சங்களும் கூந்தல் விரித்த தாவரங்களும் தங்கள் மடியில் எம்மை ஈர்த்துப் படுக்கவைத்தன. மிசுங்க முடியாத அடர்த்திக்குள் நானும் பாலுவும் இறுகிக் கிடந்தோம்.

"கேக்குறன்ல; வதுலர் சொல்லு."

அவர் பேச்சு செவிகளில் ஏறாத அந்தரங்க வெளியில் பறந்துகிடந்த நான் பூமிக்கு வந்து "சொல்லுங்கம்மா" என்றேன்.

"புருசெம்பொண்டாட்டியா இன்னக்கே பொழப்பத் தொடங்குறீங்களா?"

நாணம் படர்ந்த முகத்தைத் தரைநோக்கிக் கவிழ்த்தேன். “நீங்க சொல்றபடி நடக்குறேங்மா.”

“சொந்தபந்தத்தக் கூப்புடணுமா?”

“வேணாங்” என்று நான் சொன்னபோது பாலு அமைதியாய் இருந்தான்.

“என்னா பாலு சொல்ற?”

கைகளை வாயில் வைத்து லேசாக விம்மினான். கண்களும் முகமும் சுருங்கி விம்மல் விரிவடைந்தது.

“ஒங்காத்தா, அப்பனக் கூப்புடணும்னு நெனக்கிறியா?”

விம்மல் அழுகையாக மாறியது. என் முந்தானையால் கண்ணீர் துடைத்தவேளை என்னை இறுக்கி அணைத்துக் கொண்டு மேலும் அழுதான். அவன் அழுது முடிக்கும்வரை அமைதி காத்தோம். பூசாரியம்மா சொன்னார். “ஈரேழு லோகம் இருக்கா; சொர்க்கமும் நரகமும் இருக்கா, தெரியாது; ஆனா இந்த பூமி இருக்குங்குறது நிஜம்; பூமி பூராவும் ஜீவராசிகள் இருக்குங்குறது நிஜத்திலும் நிஜம்; சோறூட்டி சீராட்டி வளத்த அம்மாக்களைப் பறவைகளும் விலங்குகளும் பிரிஞ்சே ஆகணும்குறது அதவிட நிஜம். நீயும் செண்பகாவும் குடும்பமா உருமாறணும்; அதுதாங் இயற்கையோட பரிணாம விதி. நானும் மனோகரனும் குடும்பமாகல; அது செயற்கையான சதி. அந்தமாதிரியான நிலமை ஒங்களுக்கு ஏற்பட வேண்டாம் மகனே; அதனால இன்னக்கே குடும்பமாயிருங்க.”

பாலுவின் நாசியில் நிம்மதிப் பெருமூச்சு பீறிட்டது. “ஆகட்டும் பூசாரியம்மா.”

“நல்ல காலம்; தானியதவசமெல்லாம் வீடு வந்து சேர்ற வசந்தகாலம்! அரும்பி, பூத்துக் காச்சுக் கனியிறகாலம்; நல்லா பொழப்ப மகளே.” எனக்கும் பாலுவுக்கும் எலுமிச்சம்பழம் தந்து வாழ்த்தினார். விபூதி பூசி செந்துருக்கம் இட்டு வாழ்த்தியபோது “தாலி?” என்றேன்.

“வேணாம் மகளே” என்றார் பூசாரியம்மா. “நூல் சரடுன்னாலும் தங்கச் சங்கிலின்னாலும் அது ஒனக்கொரு பாரம்; கலாத்துண்டா இருக்கணும்; எந்தச் சொமயவும் நாம தாங்க வேண்டியதில்ல; ஆம்பளைகளப் போல பாரமில்லாம பொழப்பம்.”

முனியப்பன் மேனியில் சுற்றியிருந்த மஞ்சத் துண்டு ஒன்றை எடுத்து வந்து பாலுவின் இடது கையையும் எனது வலது கயையும் இணைத்துக் கட்டினார். கொட்டகுடிக்குக் கூப்பிட்டுப் போய் நீரள்ளி இருவர் தலையிலும் தெளித்துவிட்டார். "சூரியச்சூடு தணியட்டும்; சுகந்த மணம் வீசட்டும்; நேரிய பயணப்பாதையில் நெஞ்சங்கள் இணையட்டும்." மூன்றுமுறை தெளித்துவிட்டு, பாஞ்சாலியையும் வாழ்த்தச் சொன்னார்.

மேலேறி முனியசாமியைக் கும்பிட்டுவிட்டு பூசாரியம்மாவின் கால்களில் விழுந்தோம். "நல்லாருங்க மக்கா; பாஞ்சாலி இன்னக்கி நீதேங் இவுகளுக்குத் தாயும் தகப்பனும்; அவுகளோட தாம்பத்தியத்துக்குப் பாதைகாட்டு."

"ஆகட்டும்த்த."

வரப்பு தாண்டி நெடுஞ்சாலைக்கு வந்தபோது மீண்டும் கண்ணாடியைக் கழற்றி பனியனுக்குள் போட்டுக் கொண்டு உருமாக் கட்டினான். புத்தாடை புனையாமல் எளிமையாக நடந்த கல்யாணம். பாஞ்சாலியக்கா என் காதுக்குள் கொச்சைமொழி ஒன்றை ஓதினார். பூரிப்பு உண்டானது. அதே வார்த்தைகளை பாலுவுக்குக் கடத்தியபோது அவனும் சந்தோசப்பட்டான்.

கடைவீதியில் எந்தத் தெரிந்த முகமும் எதிர்ப்படவில்லை. எங்களை பஸ்டாண்டுக்குள் அனுப்பிவிட்டு நாயர் கடையின் முட்டாசு வாங்கிவந்தார் பாஞ்சாலியக்கா. முகூர்த்த நாள் இல்லை என்பதால் பஸ்டாண்டில் கூட்டம் குறைந்து காணப்பட்டது. கம்பம் போய், அங்கிருந்து டவுன்பஸ் ஏறி சுருளிப்பட்டிக்குப் போகவேண்டும். இன்னும் ரெம்பநேரம் ஆகும். இப்பொழுதே பாலுவின் அந்தரங்கத்தை உரித்துப் பார்க்கவேண்டும் என்று ஆசைப்பட்டேன். அடிவயிறு எழும்பி எழும்பித் தணிந்தது.

பாஞ்சாலியக்கா பலகாரப் பொட்டலத்தோடு வந்து நின்றபோது "பெரியகுளம்—சுருளிப்பட்டி" பஸ் வந்து நின்றது. சுருளிப்பட்டிக்குப் போகும் நேரடி பஸ் இது ஒன்றுதான் என்று பாஞ்சாலியக்கா சொன்னதும் ஓடிப்போய் மூணுசீட் பகுதியில் இடம்பிடித்தேன். பயண நேரம் குறையும்; பாலுவோடு கலக்கும் காலம் விரைந்து வந்து சாமரம் வீசும்.

6

அன்று இரவு நானும் பாலுவும் குடிலுக்குள்ளும் பாஞ்சாலியக்கா தாவாரத்திலும் படுத்துக் கொண்டோம். வெளியில் செடி செத்தைகளைப் போட்டுத் தீமூட்டிக் கொசுக் கூட்டத்தை விரட்டினார். கொசுக்கடி இல்லாமல் நாங்கள் எங்கள் வாழ்க்கையைத் தொடங்கவேண்டுமாம். பாஞ்சாலியக்கா வாங்கிவந்திருந்த மிட்டாஸ் துண்டு ஒன்றை எடுத்து பாலுவின் உதட்டில் ஊட்டி விட்டபோது அவனும் எனக்கு ஊட்டினான். "உன் மேனியைவிட இந்த மிட்டாஸ் இனிப்பா என்ன" என நினைத்துக் கொண்டு மென்று விழுங்கினேன். ஆப்பிள் பழத்தை நறுக்கி என் வாயில் வைத்து அவன் வாய்க்குக் கொண்டு போனபோது ஆப்பிள் துண்டை இறுக்கமாய்க் கவ்விக் கொண்டான். பழத்தின் ஒரு முனை அவன் வாயிலும் இன்னொரு முனை என் வாயிலும் நின்றுகொள்ள இருவரும் ஓங்கிக் கடித்ததில் மையப் பகுதி அவன் மடியில் விழுந்தது. அதை எடுப்பதுபோல் பாவனை செய்து அவன் உறுப்பை கைநடுங்கத் தொட்டுப் பார்த்தேன். பெண்மை சிலீர் சிலீரெனத் தவ்வியது. நெற்றிப்பொட்டில் அம்பு ஒன்று மூளை விட்டத்தில் பாய்ந்து என் தலையைக் கவிழச் செய்தது. எனக்கான உரிமை கிடைத்துவிட்டதை உணர்ந்து மீண்டும் ஒருமுறை தொட்டுப் பார்த்தேன். என்ன இறுக்கம்! என்ன கம்பீரம்!

உரிமையோடும் சுதந்திரத்தோடும் ஒருவரை ஒருவர் உரித்தெடுத்து மேனியின் மினுமினுப்பை முழுமையாக ரசித்தோம். அவன் உடம்பின் அஸ்திவாரமும் என் உடம்பின் கோபுரக் கலசமும் நேருக்குநேர் நின்று மல்லுக்கட்ட அழைத்தன. என் உடல் முழுவதையும் கண்கொட்டாமல் பார்த்து ரசித்தான் பாலு. எனக்கு ஏற்பட்ட நாணம் அவனுக்கு உண்டாகவில்லை. கண்களால் ரசித்தபின் கைவிரல்களால் மேனியை வருடி, குழறிக் குழறிப் பேசினான். எங்கே வாசித்தான் என்று தெரியவில்லை; பலப்பல கதைகள் பேசினான். மழையில் நனைந்தபடி பாழுங்குடிசைக்குள் ஒதுங்கிய இளசுகள் கண்களாலும் கைகளாலும் உடலாலும் அனுபவித்த சுவாரஸ்யத்தை, உணர்ச்சி குறையாமல் ஒப்பித்தான். பிள்ளையார் என்றும் மடம் என்றும் இரு உறுப்புகளையும் அவன் பெயரிட்டபோது மேனியெங்கும் பரவசம் பரவி கம்பீரம்

உண்டானது. நானும் கூட கதைகள் சொல்ல யத்தனித்தேன். அவன் ஆண் கதையையும் நான் பெண் உணர்ச்சியோடு கலந்த கதைகளையும் பேசியபடி இருந்தோம். அம்மா அப்பாவின் காமலீலைகள் மனசுக்குள் வந்துபோயின.

“வெறும் வாய்ப்பேச்சா பேசிக்கிட்டிருக்கீகளாக்கும்?” என்று பாஞ்சாலியக்கா வெளியில் இருந்து குரல் கொடுத்தார். மௌனமாக சிரித்த பாலு என்னை இழுத்துப் படுக்கையில் கிடத்தினான். மஞ்சரளிப் புதர்க்காட்டில் வளைந்தும் நெளிந்தும் ஊர்ந்த பாம்பு முகட்டில் வாய் பதித்து வேர்ப்பகுதியில் வால் சுருட்டி... அப்படியும் இப்படியும் அசைந்து அணைக்க முயன்று வெற்றி பெற முடியாமல் தவித்தது. என் அப்பாவும் அம்மாவும் பேசிய ஆலிங்கன மொழிகள் எனக்கு அத்துபடி என்றாலும் நடைமுறையில் செயல்வடிவம் பெறாமல் விலகியது. அவனுக்கு அனுபவம் இல்லை எனப் புரிய முடிந்தது. எனது ஆலிங்கனத்தின் ஈடுபாட்டில் சுணக்கம் உண்டானது. முதலில் இருந்த ஆவேசம் உறுப்புகளின் வலியால் தணிந்து தத்தளித்தது. “ஒறங்கு பாலு; நாளக்கிப் பாப்பம்.”

ஒருமணிநேரம் உறங்காமல் படுத்துக் கிடந்தநிலையில் மீண்டும் அவன் எழுச்சியடைந்து என்னில் கலக்க முயன்றான். கலக்கக் கலக்க வலி கூடியது. மூன்றாம் முறை அவன் முயன்றபோது சேலையைச் சுருட்டிப் பெண்ணுடம்பை மூடிக் கொண்டேன். அவனுக்கும் வலிக்கும்தானே! ஒதுங்கிப் படுத்தான்.

பாஞ்சாலியக்கா எழுந்து குரல் கொடுத்தபோது கதவுப் படலைத் திறந்து வெளியில் வந்தேன். பாலு உறக்கம் கலையாமல் கிடந்தான். பக்கத்தில் ஆள் அரவம் இல்லாததால் பாஞ்சாலியக்கா வெளிப்படையாகப் பேசி விசாரித்தார். “நல்லா பொழங்குனீங்களா?” என் உடல் வலியை ஒப்பித்தேன்.

“மொதப் பொணையல் அப்படித்தேங் இருக்கும்; பாலுவும் வேற எங்கயும் பொழங்காதவந்தாம் போல.”

“ஆமாக்கா; எனக்கு அவன நல்லாவே தெரியும்; பொட்டச்சியக் கண்டா பொந்துக்குள்ள ஓடி ஒளிஞ்சுருவாங்.”

மென்மையாய்ச் சிரித்த பாஞ்சாலியக்கா “நீயும் பொட்டச்சிதேன?” என்றார்.

இப்போது உண்மையான வெட்கம் என் முகத்தில் படர்ந்தது. "பரவால்ல செண்பகா; நீ குடுத்து வச்சவ; அடுத்த மேனி தொடாத புருசெங் வாச்சிருக்காங்; நூத்துல ரெண்டுபேரு கூட அப்படித் தேர மாட்டானுக."

பொங்கிவந்த பெருமிதத்தோடு கலைந்துகிடந்த கூந்தலை அள்ளி முடிந்தேன்.

"வென்னிவச்சுக் குளிச்சுட்டு அவனுக்கும் வெளாவிக் குடு; இன்னக்கி ஒருநா தோட்டத்துக்கு லீவு; பகல் பூரா ஜாலியாருங்க."

வேறுபக்கம் திரும்பி மென்மையாய்ச் சிரித்தேன். ஏடாசி வார்த்தைகள் சிலவற்றை வீசிவிட்டு தன் வீடு நோக்கிச் சென்றார் பாஞ்சாலியக்கா.

குளித்துவிட்டு, அடுப்படியில் நின்று சோறாக்கி, ரசம் வைத்து, எண்ணைக்காய் பொரித்துப் பின் பாலுவை எழுப்பினேன். "எந்திருச்சுக் குளி பாலு."

எழுந்து அமர்ந்து கைகளை முறுக்கிச் சோம்பல் நீங்கினான். "ஒடம்பெல்லாம் வலிக்கிது செண்பகா."

"புது வெளையாட்டு அப்படித்தேங் இருக்கும்னு பாஞ்சாலியக்கா சொல்லுச்சு. போகப் போக சரியாகும்." அயர்ச்சி அதிகமாகிவிட்டது போலும். குளித்து முடித்தபோது பசி கண்ணைக் கட்டிக் கொள்ள மூன்றுவட்டி சாப்பிட்டான். அவன் சாப்பிட்டதை வைத்தகண் வாங்காமல் பார்த்து ரசித்தேன். சாப்பிட்டால்தான் தெம்பு கிடைக்கும்.

நீலமலை முகட்டில் ஏறி, பள்ளத்தாக்கில் குதித்து, ஓடும் நதியோடு நீச்சலடித்து, முள் படுகை அருகில் படர்ந்துகிடந்த பூக்குவியலோடு மஞ்சம் விரித்து.... விதவிதமாய் சொர்க்கவாசல் திறக்க முயன்றோம். ராக்காச்சி ஒருத்தி பறந்துவந்து எங்கள் இடுக்குகளைப் பிடித்து துவம்சம் செய்தாள். நான்காம் நாள் இருவருக்கும் ஜவ்வு வெடித்து ரத்தம் பீறிட்டது. இருவர் மேனியிலும் பிசுபிசுப்பு! அன்று ஒருநாள் வலியின் உச்சத்தில் ஓய்ந்து படுத்தோம். அடுத்தடுத்த நாட்களில் வலியின் வேகம் குறைந்து பாறையடி நீரூற்றாய் இன்பம் ஊறியது.

ஒருவாரம் கழித்து, தோட்ட வேலை குறைந்திருந்த நிலையில் வியாபாரம் செய்து பிழைக்கலாம் என்று பாலு சொன்னதைப் பாஞ்சாலியக்காவும் துரைசாமியண்ணனும் ஏற்றுக் கொண்டு அதற்கான வழிமுறையை உண்டாக்கினர். முதலில் பாலு சைக்கிள் ஓட்டிப் பழகினான். கவட்டைக்கால் போட்டு ஓட்டி, பின் சீட்டில் ஏறி அமர்ந்து பழகி, வளைந்து நெளிந்து ஓட்டியவன் நாலாம் நாள் நேராகவும் பதட்டமில்லாமலும் ஓட்டினான். முதலில் தட்டுத் தடுமாறினாலும் வைராக்கியத்தின் வழியாக, கேரியரில் கூடையைக் கட்டி ஓட்ட முயன்று, கீழே விழுந்து மீண்டெழுந்து, முழுமையாய் சைக்கிள் சவாரி பழகினான்.

திராட்சை சீசன் குறைந்திருந்த தருணம், கம்பம் முதல் சுருளித்தீர்த்தம் வரையிலான எல்லாத் தோட்டங்களிலும் வரத்து ஓய்ந்து கவாத்து வெட்டும் பணி நடந்துகொண்டிருந்தது. கொய்யாக் கனிகள் தோட்டக்காடெங்கும் தொங்கின. வெளியில் இருந்து ஆள் பிடித்துவந்து பறித்து எடைபோட்டு வியாபாரிகளுக்கு விநியோகித்தோம். பத்துமணிக்குள் அனைத்தும் தீர்ந்த நிலையில் "பாலுவுக்கு?" என்றேன். பாஞ்சாலியக்கா ஒரு யோசனை சொன்னது. "ஈசானத்துல ஒண்ணுரெண்டு கொடிகள்ல முந்திரிமுத்துக கருத்துக் கெடக்கு; ஒரு கூட சேரும்; வழக்கம்போல தீத்தத்துக்குக் கொண்டு போயி வித்துட்டு வரச்சொல்லு."

கூடையையும் கத்தரிக்கோலையும் எடுத்துக் கொண்டு திராட்சைப் பந்தல் நோக்கி நடந்தேன். பாஞ்சாலியக்கா சொன்னதுபோல பழுத்துக்கிடந்தவற்றை வெட்டிக் கூடையை நிறைத்தேன். ஒரு முத்து கூட கழிவாகவில்லை. "வருசம்பூரா இப்படிப் பழுத்தா எம்புட்டு லாவம் கெடக்யும்?" ஆச்சர்யப்பட்டான் பாலு.

"எல்லா நாளும் தீவாளியாருந்தா ருசிக்காது." ஒரு தத்துவம் போல பேசினேன். என் கன்னத்தைக் கிள்ளி பேச்சை ரசித்தான். கூடை நிரம்பிய பின்னும் சில கொத்துகள் பழுத்துத் தொங்கின. "நாளக்கி ஆகும்" என்றான் பாலு.

பாஞ்சாலியக்கா ரெண்டு மனு நிறுத்துவிட்டு மூணு கொத்துப் பழம் இனாமாகப் போட்டது. "எதுக்குக்கா?" என்றேன்.

"டீச்செலவுக்கு ஆகும்ல."

“நாங்க உங்குறதும் உடுத்துறதும் சந்தோசமாருக்கதும் ஒங்க காசுலதானக்கா.”

பாஞ்சாலியக்கா என் கூந்தலை நீவிவிட்டு “நல்லாருங்க புள்ளைகளா” என்றார். “எங்க ஆத்தா அப்பெங் ஒண்ணுஞ்சேத்து வக்யல; அருக்காணியத்த சொத்து; நாலுபேருக்கு ஒதவணும்னு சொல்லியிருக்கு.” என் கண்ணோரம் நீர் கட்டியபோது பாஞ்சாலியக்கா துடைத்துவிட்டார்.

படலோரம் கிடந்த கனமான கொச்சைக் கயிறு ஒன்றை எடுத்து, சைக்கிளில் கூடையை ஏற்றி இறுக்கிக் கட்டினான். நான் கூட இருந்து உதவி செய்தேன். கூடை அப்படி இப்படி நகராமல் நிலைத்து நின்றது. “நானும் வரவா பாலு?”

“நாங் சைக்கிள ஓட்டவா, ஒன்னய ஓட்டவா?”

கேட்டுக்கொண்டிருந்த பாஞ்சாலியக்கா ஏடாசியாய்ப் பேசினார். “அவள நைட்டுல ஓட்டிக்கலாம்; இப்ப பாதையப் பாத்து சைக்கிள ஓட்டு.” கற்பனையில் மல்லாந்து படுத்து முகம் மலர்ந்தேன்.

மதியத்துக்குள் விற்றுவிட்டுத் திரும்பினான் பாலு. நானும் பாஞ்சாலியக்காவும் கவாத்து கத்தரித்துக் கொண்டிருந்தோம். துரைசாமியண்ணன் உரம் வாங்குவதற்காகத் தேனிக்குப் போய்விட்டார். திராட்சை முத்துகள் சீக்கிரம் பழுக்க ரசாயனத் தண்ணீர் ஒன்று கடைவீதியில் விற்பனையாகிறது. ஒருவாளி தண்ணீரில் பத்து சொட்டுக் கலந்து கொத்துகள்மேல் தெளித்துவிட்டால் சேதாரமில்லாமல் பழுக்குமாம்.

“அதுக்குள்ள வித்துட்டியா?” பாஞ்சாலியக்காவின் கேள்விக்கு சிரித்தபடி பதில் சொன்னான் பாலு. “திராட்ச யாவாரிக யாரும் வரல; ரெண்டு குடும்பத்தச் சேந்தவகளுக்குப் பத்தல; எத்தன கூட இருந்தாலும் வித்திருக்கும்.”

“இதுதேங் அறிகுறி; ஒங்க பொழப்பும் லாபகரமாத்தேங் இருக்கும்.” பாஞ்சாலியக்காவின் குரலில் அருக்காணியம்மாவின் மொழி இருந்தது.

அன்றிரவு முதலில் விற்றுவரவு எவ்வளவு எனக் கணக்குப் பண்ணினோம். கிலோவுக்கு ஒரு ரூபாமட்டும் ஏற்றிவைத்து விற்றதில் 24 கிலோவுக்கு இருபத்தி நாலு ரூபாயும் அதிகப்படி தந்த

கொத்துகளுக்கு ஆறு ரூபாயும் சேர்த்து முப்பது ரூபா லாபம். "டே வட திங்க்யலியா?" என்று நான் கேட்டபோது "ஒன்னயக் குடிக்யலாம்னுதேங்......" சொல்லிக் கொண்டே உடம்பைத் தூக்கிப் படுக்கையில் கிடத்தினான். அன்று இரட்டை சந்தோஷத்தில் தூங்கா இரவாகியது. காலையில் எழுந்து பார்த்தபோது எண்ணிய பணம் அங்கேயே கிடந்தது. எடுத்து ஓலைக் கொட்டானில் பத்திரப்படுத்திவிட்டு வாசல் தெளித்துக் கோலம் போட்டேன்.

அடுப்படி வேலை முடித்து பாலுவை எழுப்பியபோது மூடிய வேட்டிக்குள் அம்மணமாய்க் கிடந்தான். பாஞ்சாலியக்கா வருவதற்குள் அவனைக் குளிக்கச் சொன்னேன். நேற்றைய லாபத்தை நினைத்துக் கொண்டே வேகமாய்ச் செயல்பட்டுக் கூடையைத் தூக்கினான். இன்று பழம் இல்லையே என்ற நிஜம் மனசில் வந்து அடுத்து என்ன என்ற கேள்வி எழுப்பியது. துரைச்சாமியண்ணன் பழுத்துக் கிடந்த சில தோட்டங்களைக் கைகாட்டினார்.

7

வியாபாரம் தொடங்கி ஆறு மாதங்கள் ஆன நிலையில் நூற்றுக் கணக்கில் ரூபா சேர்ந்திருந்தது. என்ன செய்யலாம் என்று நானும் பாலுவும் யோசனை செய்தோம். "கொஞ்சம் வீட்டடி வாங்கிப் போடலாம்" என்றான். நல்ல யோசனைதான். அதற்குமுன் "கழுத்துக்கு ஒரு சங்கிலி எடுக்கலாம்" என என் எண்ணம் ஓடியது. ஒருவேளை தேனிக்குக் குடிபோக நேர்ந்தால் அந்தஸ்தோடு முகம் காட்ட முடியும்.

"நகைன்னா களவுபோகவும் வாய்ப்பிருக்கு; எடம் இருந்தபடியே கெடக்கும்."

சரிதான். ஒருசெண்டோ அரைச்செண்டோ வாங்கிப் பயனில்லை. ஐந்து செண்டாவது வாங்கினால்தான் நல்லது. என் அம்மா பெயரில் ஐந்து செண்டு இருந்ததால்தான் ஒன்னரை செண்டில் வீடுகட்டி மீதியை விற்றுக் கடனடைக்க முடிந்தது. அந்த வீடு சித்தியின் பெயருக்கு மாறியபின் எனக்குக் கஞ்சியூற்றி உயிர்வாழ்தலுக்குப் பேருதவி செய்தது. ஐந்து செண்டுக்குக்

குறைவாக வீட்டடி வாங்கவேண்டாம் என்றேன். ரெண்டு மூன்று நாட்களாய்க் குழப்பம் மூளையில் ஏறிப் பிறாண்டிய நிலையில் பாஞ்சாலியக்காவிடம் ஆலோசனை கேட்டேன்.

“எடம் நகையெல்லாம் எப்ப வேணும்னாலும் வாங்கலாம்; இருக்க துட்ட பேங்குல போட்டு வைங்க; கொஞ்சூண்டு வட்டியும் கெடக்யும். வட்டிக்காசத் தனியா ரெகரிங் டெபாசிட் போட்டா இன்னொரு தொகை சேரும்.”

எனக்கு இப்படி சிந்திக்கத் தெரியவில்லையே. வங்கி என்ற ஒன்று இருப்பதே பெரும்பாலான ஏழைகளுக்குத் அறிமுகமாகவில்லை. மனம் குதூகலமடைந்தது. பாஞ்சாலியக்காவின் முகத்தை வாஞ்சையோடு பார்த்தேன். “பாலுவ ஒருநா லீவெடுக்கச் சொல்லி அனுப்பணும்.”

“துப்புக்கெட்டவளாருக்க” என்றார் பாஞ்சாலியக்கா. “பொம்பளைக கிட்ட இருக்க பணம் என்னக்யும் வெரயமாகாது; ஆம்பளைக அநாவசிய செலவுக்காரனுக; அதனால ஓம்பேர்ல போட்டு வையி.”

மனம் சிலீரென வலித்தது. “ஆம்பளைய விட்டுட்டுப் பொம்பள நாட்டாம செய்ய முடியுமா? என் பாலு அப்படிப்பட்டவன் இல்லை. அவனை எத்தனை கோடிக்கும் நம்பலாம். அவனும் நானும் சேர்ந்து சம்பாதித்ததை எனக்காக மட்டும் ஒதுக்கிவைத்துக் கொள்ள மனம் மறுத்தது.

“பழைய காலம் மாதிரி சிந்திக்காத செண்பகா; பாலு நல்லவங்குறதுல சந்தேகமில்ல; நீ மட்டும் ஏமாத்துக்காரியா என்ன? எம்புருசெங் பாலு மாதிரி கட்டுத்திட்டம் உள்ளவரு இல்ல; அவனுக்குத் தெரியாம எத்தன ஆயிரம் வச்சிருக்கேந்தெரியுமா;? அவெங் தேனிப்பக்கம் போயி எம்புட்டோ செலவழிச்சுட்டு வந்தாலும் எங்காசுதேங் எடங்க மடங்கலுக்கு ஒதவுது.” பாஞ்சாலி யக்காவின் வார்த்தைகள் என்னை ஈர்த்தன.

“நீ அனாதி மாதிரி; எல்லாத்தியும் ஒங்குடும்பத்துக்கு மட்டுந்தேங் செலவுசெய்வ; பாலுக்கு அப்பா அம்மா அக்கால்லாம் இருக்காக; அந்த வழியில எறச்சுட்டான்னா கத கந்தலாயிரும்..”

இந்த வாதத்தை ஏற்கமுடியவில்லை: என் குடும்பம் வேறு; அவன் குடும்பம் வேறு இல்லை; என்றாலும் பாஞ்சாலியக்காவின் வார்த்தைகள் நிஜமானவை. எதிர்கால வளர்ச்சிக்கு வழிகாட்டக் கூடியவை. “சரிக்கா; பாலு வரவும் கலந்து பேசுறேங்.”

“பாலுமேல ஒனக்கு நம்பிக்கையிருக்குல்ல”

“ஆமாக்கா.”

“நீ செய்யிற காரியத்தத் தடுக்க மாட்டாங்.”

பாஞ்சாலியக்கா பலவந்தமாக கம்பத்துக்குக் கூட்டிப் போனார். குமுளி சாலையில் உள்ள பெரிய வங்கி ஒன்றில் பாரம் வாங்கி, இட்டு நிரப்பி, அவளே கையெழுத்துப் போட்டு டெபாசிட் செய்தாள். பளபளப்பான அட்டையுடன் கூடிய ஆங்கிலத்தில் எழுதப்பட்ட பாஸ்புக் தந்தார்கள். என்னுடைய எண் 5470. “கூட்டுத் தொகை ஏழு; ராசியான நம்பர்” என்றார் பாஞ்சாலியக்கா. பூமியில் நிற்கமுடியாமல் பறந்தேன். அந்தப் புத்தகத்தின் பளபளப்பும் சீல் பதிந்த மையெழுத்தும் என் வாழ்வுக்கொரு மதிப்பைத் தந்தன. எனக்கும் கூட வங்கிக் கணக்கு; பணம் உள்ளவள் என்ற அந்தஸ்து உருவானது. என் சித்தியோ பாலுவின் பெற்றோரோ இந்த உயரத்தை இன்றுவரை எட்ட முடியவில்லை. தேவைப்பட்டால் அவர்களுக்கும் உதவ முடியும். வெளியில் வந்தபோது வெயில் வெக்கை தணிந்திருந்தது. நூற்றுக்கணக்கில், ஆயிரக்கணக்கில் பொன் பரல்கள் பிரபஞ்சமெங்கும் தெளிக்கப்பட்டிருந்தன. ஒவ்வொரு பரலும் ஒருநூறு ரூபாயாக மாறி என் வங்கிக் கணக்குக்குள் நுழைந்தன. வான தேவதைகள் பூவை அள்ளிப் போட்டு வாழ்த்தினர். எல்லாரும் மனம் மகிழ்ந்து புரண்டு புரண்டு விளையாடினர். “ஜெயிச்சுட்ட செண்பகா.”

குமரன் டீஸ்டாலுக்குப் போய் வடையும் காஃபியும் வாங்கித் தந்தார் பாஞ்சாலியக்கா. இரும்புச்சட்டியில் எண்ணைக் ‘கொதகொத’வெனக் கொதித்துக் கொண்டிருந்தது. பெரும்பாலும் தொழிலாளிகளே கடையை நிறைத்து டீ சாப்பிட்டுவிட்டுக் கல்லாவில் காசு தந்து சென்றனர். காசாளரின் கைகள் சுழன்று சுழன்று காசுகளை வாங்கிப் போட்டன.

வெள்ளை வேட்டி கட்டிய ஒருவர் அடுப்படிக்கும் டீப்பட்டரைக்கும் சாப்பிடும் ஹாலுக்கும் அலைந்தபடி இருந்தார்.

"அவருதேங் மொதலாளி" என்றார் பாஞ்சாலியக்கா.

பாலு கண்ணுக்குள் வந்து நின்றான். "நாங் ஒரு பைசாக்கூட செலவழிக்யாம கொண்டாந்து குடுக்குறேங்; நீ தாட்டா செலவு பண்ற."

"பாலு அப்படியெல்லாஞ்சொல்ல மாட்டாங்; நீ சாப்பிட்டா அவெங் சந்தோசப்படுவாங். அதுமில்லாம நாந்தான வாங்கித் தாரேங்." பாஞ்சாலியக்காவின் வார்த்தைகள் என்னைத் தேற்றின.

சாலையில் பஸ், மோட்டார் பைக்குகளைவிட சைக்கிள்கள் அதிகம் ஊர்ந்தன. விற்பனை செய்பவர்கள் சைக்கிளை விதவிதமாய் வடிவமைத்து தட்டுகளையும் கூடைகளையும் கட்டி, கப்பக்கிழங்கு, சூரம் பழம், வெள்ளரிப் பிஞ்சு, ஆப்பிள் ஆரஞ்சு என பலப்பல சரக்குகளை வீதிவீதியாய் அலைந்து விற்றனர். இஸ்லாமிய இளைஞர் ஒருவர் சைக்கிள் கேரியரில் தண்ணி ட்ரம் ஒன்றைக் கட்டிக் கொண்டு ஒரு குழந்தைக்கு மந்திரித்துக் கொண்டிருந்தார். அந்தக் குழந்தை ட்ரம்மின்மேல் கைவைத்துத்தடவிக்கொண்டிருந்தது. இளைஞர் டம்ளரில் நீர்பிடித்து, வாயருகில் வைத்து ஓதி குழந்தைக்குக் குடிக்கத் தந்தார். உள்ளங்கையில் நீரெடுத்துக் குழந்தையின் முகத்தில் ஓங்கித் தெளித்தார். உலுக்கி விழுந்த குழந்தை அம்மாவை இறுக்கிப் பிடித்துக் கேட்டது "என்னாக்கா இது?"

"அந்தப் பையன் ஊம; அவெங் மந்திரிச்சுத் தண்ணி தந்தான்னா காத்து கருப்பு அண்டாது; சின்னஞ்சிறிசுகளுக்குப் பீடை பிணி தொத்தாது; அவுக ஆளுகளவிட நம்ம ஆளுகதேங் அவன அதிகம் நம்புறாக."

எனக்கு ஆச்சர்யமாய் இருந்தது. என்னவிதமான தொழில் இது.

"கிளியவச்சு ஜோசியஞ்சொல்றதவிட இது பரவால்லில்ல."

"ஆமாக்கா; வேலக்கி அரசாங்கத்த நம்புறதவிட இந்தமாதிரி தானா ஓசன பண்ணிச் செய்யிறது நல்லது."

கம்பம் நகரவீதிகள் அகலத் திறந்து என்னைச் சுதந்திரமாய் நடக்கச் செய்தன. வங்கிக் கணக்கில் இருந்த பணம் சிறகுவிரித்து

வானமெங்கும் பறந்து அந்தப் பணம் எனக்கும் பாலுவுக்கும் சொந்தமெனப் பறைசாற்றியது. அம்மணமாய்த் திரிந்த குழந்தைகளும் அழுக்கு வேட்டியோடு வீதியில் நடந்த ஆண்களும் ரவிக்கை அணியாத பெண்களும் என்னைப் பார்த்துப் பெருமூச்சுவிட்டுப் பொறாமைப் படுவதாய்த் தோன்றியது. குடிசைவீடுகள் என் கண்ணுக்குள் புகுந்து நான் மேலானவள் என அறிவுறுத்தின. அதே வேளையில் காரைவீடுகள் 'நானும் இப்படி உயரணும்' என்ற ஆதங்கத்தைத் தந்தன. பாலுவின் உழைப்பு வீண்போகாது என நினைத்துக் கொண்டேன்.

அன்று இரவு சாப்பிட்டு முடித்த பிறகு பாலுவிடம் சங்கதி சொன்னேன். வைத்தகண் மாறாமல் என் விழிகளை ஊடுருவினான். பெருமிதமா, பெருங்கோபமா? எதுவாயினும் பரவாயில்லை என நினைத்தபடி "என்னா பாலு?" என்றேன். என் மேனியை அலாக்காகத் தூக்கி வானத்தில் எறிந்து கீழ்விழாமல் இருகை விரித்துப் பிடித்தான். நெற்றியிலும் கன்னத்திலும் வாய்க்குள்ளும் முத்தமிட்டான். பாலுவின் எச்சில் இனிப்புக் காட்டியது. "அடியே செண்பகா; நீ எம்பொண்டாட்டியில்ல; தெய்வம்."

குழறிக் குழறி அவன் பேசியது மனசுக்குள் புகுந்து மூளையில் ஊடுருவியது. நானும் கூட அவன் தலையை இறுக்கமாய்ப் பிடித்து அவன் வாய் என்னிலிருந்து விலகிவிடாமல் தொண்டைக்குழி வரை நாக்கை நுழைத்தேன். அவனுக்கும் எனக்கும் வாய்வார்த்தைகள் வெளிவராமல் தடையாகி நின்றன. இருவருக்கும் மூச்சுத் திணறியபோது விடுபட்டு நிலைக்கு வந்தோம். வேர்த்து ஒழுகியது.

"என்னா பாலு; என்னக்யுமில்லாத புதுசா ஒரு வார்த்த பேசுன?"

"என்னா?"

"அடியே செண்பகான்னு கூப்புட்டியே."

"அது என்னோட குரலில்ல; அந்தராத்மாவோட குரல்; தப்புன்னா மன்னிச்சுக்க செண்பகா; உணர்ச்சி வேகத்துல ஒளறிட்டேங்."

"இந்த மொழி எனக்கு ரெம்பப் பிடிச்சுருக்கு பாலு."

"உண்மையாவா?"

“முழு உரிமையோட பேசுற மொழி; வெளி ஒடம்பு ஒறவ விட அந்தரங்க ஒறவு.”

“எப்படி செண்பகா இப்படியெல்லாம் ஒன்னால பேச முடியுது?”

இடையறாத கலவியில் வாடி போடி என்றே குழறினான். அப்போது புளிக்கொட்டரையில் வேலை செய்யும் இந்திராணியாக்காவின் நினைவு வந்தது. அவரைவிட அவர் கணவர் ஒரு வயது குறவு; “அண்ணி” என்றுதான் அழைப்பாராம்; “சோறு போடுங்க அண்ணி; பாயெடுத்து விரிங்கண்ணி.” அந்த வார்த்தைகள் இந்திராணியக்காவுக்கு மகிழ்ச்சி தரவில்லை. அதில் முழு உரிமை கிடைக்கவில்லை; அது அன்யோன்யமற்ற அன்னியமொழி. நதியின் இக்கரையில் இருந்து அக்கரையில் இருக்கும் உடம்போடு உறவுகொள்வது போல, அவ்வளவு இடைவெளி. “எனக்குப் பிடிக்யல செண்பகா; நானும் எம்புட்டோ சொல்லிட்டேங்; கேக்க மாட்டேங்குறாரு.”

“அன்பாருக்காருல்ல; அது போதும்கா.”

“பழகுற எல்லாருந்தேங் அன்பாருக்காக; புருசெங் பொண்டாட்டிக்கி அன்பத் தாண்டி ஒரு உரிமை இருக்கு; ‘அண்ணி’ங்குற சொல் இடைவெளிய அதிகரிச்சுக் காட்டுது.”

“டி”ப்பட்டம் போட்டுப் பேசும் பாலுவின் அன்யோன்யம் அவனுக்குள் நான் ஐக்கியமாகி விட்டதைக் காட்டியது. செயலூக்கம் தந்து என்னை மேலும் உழைக்கத் தூண்டியது. அவனுக்காக நானும் எனக்காக அவனும் என்ற முழுமை நோக்கிய பயணப் பாதையைச் சுட்டிக் காட்டும் வார்த்தைகள் அவை.

“இன்னக்கி ரெம்ப ஓவர் பாலு.”

களைப்பு மிகுதியால் ஒதுங்கிப் படுத்து உறங்கினான்.

8

பாலு நன்றாகத் தூங்கிக் கொண்டிருந்த ஒருநாள் இரவில் ஏதோ விநோத சத்தம் கேட்டது. புஸ் புஸ் என்ற பயமுறுத்தும் ஒலிப்பரல்கள் குடிசையைச் சுற்றி வளையமிட்டன. மதிலொட்டித்

தீபத்தைப் பொருத்தி குடிசைக்குள் தேடினேன்; ஏதும் தென்படவில்லை. தீபம் அணைத்துப் படுத்தபின் மீண்டும் அந்தச் சத்தம்! எழுந்து அமர்ந்து சுற்றும் முற்றும் பார்த்தபோது சத்தம் ஓய்ந்து போனது. இருட்டில் சத்தம் எழுவதும் வெளிச்சத்தில் ஒய்வதுமாய் மாறிமாறி நிகழ்ந்தன. என்ன சத்தம் என்று கணிக்க முடியவில்லை. வனாந்திரவெளியில் முடங்கிக் கிடந்த எங்கள் குடிசைக்குள் பேயோ பிசாசோ நுழைந்திருக்குமோ? இதுநாள் வரை எனக்குப் பேய் பயம் உண்டானதில்லை. சுந்தரியக்காவை உடுக்கடித்துப் பேய் விரட்டிய நாளிலும் நான் பயம் கொள்ளாமல் நிமிர்ந்து நின்றேன் . இப்போது பேய் பயம் வந்து கண்ணை இருட்டுகிறது.

தீபத்தை எரியவிட்டபடி படுத்தேன். பாலுவை எழுப்பலாமா? இருவரும் சேர்ந்து குடிசைக்கு வெளியில் தேடினால் எங்கிருந்து சத்தம் வந்தது எனக் கண்டுபிடிக்க முடியும். அவன் உடலை அசைத்துப் பார்த்தேன். நல்ல உறக்கம். பகலில் வியாபாரத்துக்குப் போய்விட்டு வந்த அசதி அவன் முகத்தில் படிந்திருந்தது. எழுப்பாமல் நான்மட்டும் விழித்துக் கிடந்தேன். தீபச்சுடர் அந்த சத்தம் உள் நுழையாமல் பார்த்துக் கொண்டது. கோழி கூப்பிட்ட வைகறையில் லேசாகக் கண்ணயர்ந்தேன். அப்புறம் அந்த சத்தம் வந்ததா என்று தெரியைவில்லை.

மறுநாளும் அதே சத்தம்! பயம் உச்சந்தலையில் ஏறிநின்று கண்களைக் குத்தியது. தோட்டவெளிக்குக் குடிவந்து இத்தனை நாட்களில் இப்படி நான் அச்சம் கொண்டதில்லை. என்றேனும் ஒருநாள் ஆந்தைச் சத்தம் அச்சமூட்டியதுண்டு. அதை தைரியமாக எதிர்கொண்டு நானும் பாலுவும் வெளியில் வந்து எட்டிப் பார்ப்போம்.

நடுக்குறி சாமத்தில் ஆந்தை அலறிய ஒருநாள் இருவரும் எழுந்து சாலைக்கு வந்து இரு திசைகளிலும் எட்டிப் பார்த்தபோது காவி வேட்டி கட்டிய ஒருவர் தீர்த்தம் நோக்கி நடந்து போனார். எங்களைப் பார்த்ததும் “ஓம் நமச்சிவாயம்” என்று முணுமுணுத்தவாறு வலக்கை உயர்த்தி “சேட்டமாருக்கணும்” என்று வாழ்த்திவிட்டுப் போனார். அன்றுமுதல் ஆந்தையின் அலறல் எனக்கு அச்சம் தரவில்லை. யாரோ ஒரு வழிப்போக்கர் கடந்து போகும்போதுதான்

ஆந்தை அலறும் என்று பாஞ்சாலியக்காவும் சொல்லியிருக்கிறார் என்பதால் ஆந்தைச் சத்தம் என்னை அச்சுறுத்தவில்லை.

அடுத்த நாளும் அதே சத்தம். "ஸ்ஸ்ஸ்" என்ற ஒலியலைகள்! தீபத்தை ஏற்றி வைத்தபடி விழித்துக் கிடந்தேன். இன்று வெளிச்சம் பரவியிருந்த நிலையிலும் மெலிந்து தேய்ந்து கேட்டது. குடிசை விட்டத்தையும் ஓரத்திட்டுகளையும் எட்டிப் பார்த்தேன். குடிசைக்கு வெளியில் இருந்து வந்ததை உணரமுடிந்தது. பாலுவை எழுப்பும் விதமாக அவன் உதட்டுக்குள் என் உதட்டைப் பதித்து, பல்லிடுக்கில் நாக்கை நுழைத்தேன். டகாரென எழுந்து என்னை இறுக்கி அணைத்து மல்லாத்தினான். "இரு பாலு; ஒரு சங்கதி சொல்லணும்."

"நடுச்சாமத்துல வேறென்ன சங்கதி இருக்கு?"

"காதுகுடுத்துக் கேட்டுப் பாரு; ஏதோ சத்தம் வருது."

கண்ணாடியை எடுத்து மாட்டிக் கொண்டு குடிலுக்குள் தேடினான். "சத்தம் வருது; உருவத்தக் காணம்."

"ஆமா பாலு; வெளிய எட்டிப் பாப்பமா?"

"வேணாம்புள்ள; நாம ரெண்டுபேருதேங் இருக்கம்; ஏதாச்சும் ஏடாகூடமாயிருச்சுன்னா?"

"ரெண்டு நாளாவே இப்படியிருக்கு."

"விடியட்டும்; என்னான்னு கண்டுபிடிச்சுருவம். இப்ப எனக்குப் பசிக்கிது."

எனக்குமட்டும் பசிக்கலையா என்ன! இருவருக்கும் பசியமந்த நேரம் சாமக்கோழி கூவியது.

பசிக்கும்போது உறக்கம் வராமல் திணறுவதும் அடங்கியதும் ஆழ்ந்த உறக்கம் கண்களில் படர்வதும் அனுபவத்தில் புரிந்தேன். காலை எட்டு மணிக்கு பாஞ்சாலியக்கா வந்து எங்களை எழுப்பிவிட்டார். "என்னா புள்ள; இன்னம் கலக்கந்தீரலியா? வேல ஜாஸ்தியோ?" நமட்டலாய்ச் சிரித்தார்.

"நாஞ்சும்மாருந்தாலும் ஆம்பள விடுதா?" மனசுக்குள் சிரித்தபடி தரைநோக்கிக் கண் கவிழ்ந்தேன்.

"போடி இவளே; பொம்பளைகதாண்டி ஆம்பளைய உசுப்பி விடுதுக; மாராப்ப இழுத்து விடுறது, மொகத்தப் பாத்து என்னமோ

மாதிரி சிரிக்கிறது; சும்மாவாச்சும் சாப்புடுறீகளான்னு கேக்குறது."

என் முகத்தில் வெட்கம் படர்ந்தபோது கூந்தல் கலைந்து கிடந்ததை உணர்ந்தேன். பேச்சை மாற்றும் விதமாக "ராத்திரியெல்லாம் புஸ்ஸு புஸ்ஸுன்னு சத்தம் கேட்டுக்கிட்டேருந்துச்சு; அசந்து படுக்க முடியல; ஒரே பயம்." என்றேன்.

சுற்றுமுற்றும் நோக்கிய பாஞ்சாலியக்கா தோட்டத்தின் ஓரக்காலில் முள்புதரைக் காட்டினார். வெள்ளை நிறத்தில் பாம்புச்சாட்டை கழன்று கிடந்தது. பேய் பயத்தைவிட பாம்பு பயம் பேரதிர்ச்சி. பாலுவின் தோளுக்குப் பின்னால் பம்மினேன். "அய்யோ அக்கா" என்று நாக்கு உளறியது.

ஏழடியாவது இருக்கும்; நெடுநீளமான பாம்புச் சட்டையை மெதுவாகத் தொட்டு எடுத்துத் தலையில் இருந்து கீழாகத் தொங்க விட்டார். கீழ்ப்பகுதி மெலிந்தும் நடுப்பகுதி தடித்தும் கழுத்துப் பகுதி கொஞ்சம் வளைந்தும் இருந்தது. "பாம்பு சட்ட கழட்டும்போது திக்குமுக்காடிப் போகும். ஒரு எடத்துல நிக்யமுடியாம அங்குட்டும் இங்குட்டும் அலையும்; சட்ட கழண்ட பெறகு அமைதியா எர தேடப் போயிரும்; சட்ட கழட்டுற ரெண்டுநாளும் அன்னந்தண்ணி இல்லாம அலஞ்சுக்கிட்டே இருக்கும்."

பாஞ்சாலியக்கா கையில் இருந்த வெள்ளைநிறச் சட்டையைப் பிடுங்கினேன். நனைந்த பேப்பர் மாதிரி கலாத்துண்டாய்க் கிழிந்தது. வால்பகுதியை, புதர்ப்பகுதியில் உள்ள பெரிய முள்ளில் செருகிவிட்டு பைய இழுத்து, உடம்பை வெளியேற்றி மேல்தோலைக் கழற்றி எறியுமாம். ஆறுமாதத்துக்கு ஒருமுறை சட்டை கழன்றால்தான் பாம்புக்கு நிம்மதி. அப்படி நிகழவில்லையென்றால் சாப்பிடாமல் கிடந்து செத்துப் போகும். பாஞ்சாலியக்கா சொல்வது உண்மையா? எனக்குள் எழுந்த கேள்வியை வாய்க்குள் வைத்துக் கொண்டேன். பாஞ்சாலியக்கா மேலும் சொன்னார். "நமக்குத் தூரக்கெடுவு மாதிரி பாம்புக்கு அதோட சட்ட; அந்த மூணு நாள்ல நமக்கு எம்பு' டுத் தொந்தரவு இருக்கு; அதுமாதிரிதேங் அதுக்கும்."

பாலு வாய்பிளந்து ஆச்சர்யத்தோடு கேட்டுக்கொண்டிருந்தான்.

"அந்த நேரம் அதத் தேடி வெளிய வராம இருந்தது நல்லது; எந்த சீவாத்தி வந்தாலும் கொத்திரும்; அதும் இது கண்ணாடி விரியன்; விரியன் தீண்டினா விதி முடிஞ்சிரும்."

இனிமேல் இந்தக் குடிசையில் இருக்க வேண்டுமா? நீண்ட ஆயுள்கொண்டு பாலுவுடன் இணைந்து வாழவேண்டும்; இதுமாதிரி ஏடாகூடம் நடந்துவிட்டால் காதலித்துக் கைபிடித்த இன்பப்பூக்கள் வாடி வதங்கிவிடும்.

கொய்யா அருந்தலாகிவிட்டது. இருமடங்கு விலைவைத்த போதும் வியாபாரிகள் போட்டி போட்டுக் கொண்டு வாங்கிப் போனார்கள். மருந்து அடித்தும் திராட்சை பழுக்காமல் கிடந்தது. இன்று இரவு கருப்பேறிப் பழுத்துவிடும் என்று பாஞ்சாலியக்கா சொன்னார். நாளை முதல்போணி பாலுவுக்குத்தான்.

நாளை இருக்கட்டும்; இன்றைக்கு? வருமானம் இல்லாமல் போகுமோ என்று அச்சப்பட்டேன். கிடைக்கும் ஒவ்வொரு ரூபாயும் எதிர்காலத்துக்கான நம்பிக்கை. வங்கிக் கணக்குக் கூடிக்கொண்டே இருக்க வேண்டும். ஒவ்வொருநாள் வரவையும் இருப்புக் கணக்கோடு சேர்த்துக் கூட்டி மகிழ்ந்தேன். பாலு அதைப்பற்றி நினைக்கிறானா என்று தெரியவில்லை. உயரும் ஒவ்வொரு ரூபாயும் வாழ்வின் உயரத்தை அதிகரித்துக் கொண்டிருந்தது.

"இன்னக்கி என்னக்கா செய்ய?" என்று பாஞ்சாலியக்காவைப் பார்த்துக் கேட்டான் பாலு.

"கவாத்து வேலையும் இல்ல; மம்பட்டி பிடிக்யத் தெரியுமா?"

பாலு பதில் சொல்வதற்குமுன் நான் முந்திக் கொண்டு "வேணாம்க்கா" என்றேன்.

"நொந்து போவானாக்கும்?"

"கண்ணாடியோட மம்பட்டி பிடிக்ய முடியாதுல்ல கழண்டு விழுந்துரும்.."

"கண்ணாடியக் கழட்டிட்டுச் செய்ய வேண்டியதுதான?"

அவர் காதுக்கருகில் சென்று மெல்லிய குரலில் சொன்னேன். "நேத்திரம் மத்திமம்."

"சரிதேங்" என்றார். எதிர்த்தோட்டத்தில் திராட்சை அமோகமாய்ப் பறிக்கப்பட்டிருந்ததைப் பார்த்த பாஞ்சாலியக்கா வாசல் படலோரம் நின்று "மாமு; எனக்கு ரெண்டு மனுவு வேணும்" என்றார்.

எதிர்த்திசையில் இருந்து வந்த குரல் "எங்க யாவாரிகளுக்கே பத்தல" என்றது.

"இன்னக்கி எனக்குக் குடுங்க; அதுக்கு வதுலா நாளக்கி ஒங்களுக்குத் தாரேங்."

"இன்னக்கி ரெண்டு மனுவு வாங்கிட்டு நாளக்கி நாலு மனுவாத் தாரியா?"

"என்னா மாமு இப்படிப் பேசுற?"

"இப்ப நானு சம்சாரியில்ல; யாவாரி."

"மாமு; ஒருநா எங்காட்டுலயும் மழ பேயும் பாத்துக்க."

"சரி பாஞ்சாலி; அன்னக்கி ஒங்காட்டுத் தண்ணிய நாங்குடிக்ய வரும்போது நீ சொல்றதக் கேக்குறேங்."

அவர் பேச்சில் புணர்ச்சிவாடை வீசியதைப் புரிந்துகொண்ட பாஞ்சாலியக்கா "பலவட்றப்பய" என வாய்க்குள் முனகியபடி "அப்ப இல்லியாக்கும்?" என்றார்.

ஒரு வியாபாரியிடம் பேரம் பேசிக்கொண்டிருந்த எதிர்த் தோட்டத்துக்காரர், "ஒழுங்காத் தாரியா; அங்குட்டு மாத்திவிடவா?" என மீசை முறுக்கினார்.

அவர் பாக்கெட்டுக்குள் ரூபாயைத் திணித்துவிட்டுக் கூடையைத் தூக்கிக் கிளம்பினார் பேரம் பேசிய வியாபாரி.

வேலை குறைவு என்பதால் துரைசாமியண்ணன் வரவில்லை. "அண்ணெங் எங்க தேனிக்கா?"

"அது எங்குட்டு அலையுதோ? கம்பத்துல சீட்டுக் கச்சேரிக்கிப் போயிருக்கும்; இல்லாட்டி சும்மாவாச்சும் சோட்டாளிகளோட ஊர்சுத்தப் போயிருக்கும்."

படலோரம் கிடந்த கல்திட்டில் அமர்ந்து பேசிக் கொண்டிருந்த போது பாலு வேலிப்படலைப் பார்த்தபடி ஒரு வார்த்தை சொன்னான். "கோவம்பழம் நெறைய செவந்து கெடக்கு."

"கிளியும் மைனாவும் உங்கணுமில்ல."

"இன்னக்கி ஒருநா பறிச்சுட்டுப் போயி வித்துட்டு வரட்டுமாக்கா."

பாஞ்சாலியக்கா அவன் முகத்தை ஏற இறங்கப் பார்த்தார். "என்னா சொல்ற பாலு? இதப் போயி காசு தந்து வாங்குவாகளா என்ன?"

"தேனியில ஸ்கூல் வாசல்ல பாத்திருக்கேங்; கிராமத்துல சீந்த மாட்டாக; கம்பத்துலயோ பாளையத்துலயோ போயி காசாக்கிட்டு வாரேங்."

"சம்சாரிக்கி இல்லாத நெனப்பு யாவாரிக்கி வருது?"

"இன்னக்கி ஒருநா வித்துப் பாக்கலாம்னு தோணுது."

"மகாராசனா பறிச்சுக்க; இதுக்கு எனக்குக் காசு வேணாம்; கிளிக கொத்துறத நீ கொத்திக்க."

பாலு கூடையை எடுத்துக் கையெட்டத்தில் இருந்தவற்றைப் பறித்து நிரப்பினான். நானும் உடனிருந்து உதவினேன். கொஞ்சம் உயரத்தில் இருந்தவற்றைப் பாஞ்சாலியக்கா தொறட்டியால் பறித்துப் போட்டார். இருபது கிலோ இருக்கும். சைக்கிளில் ஏற்றி ஊத்துப் பக்கம் கிளம்பினான்.

"டவுனுக்குப் போகணும்ன?"

"ஊத்துக்கு வாரது டவுனுக்காரகதான; அங்க செல்லுபடியாக லைன்னா நேரா கம்பத்துக்கு விட்டுற வேண்டியதுதேங்."

அவன் போன பிறகு பாஞ்சாலியக்கா சொன்னார். "கெட்டிக் காரனா இருக்காம்புள்ள; நல்ல கொப்பாத்தேம் பிடிச்சிருக்க; தோதான கொப்பு; பிடிய விட்டுறாத.."

முகத்தில் ஏறிய பெருமிதத்தைத் தரைக்குத் தந்துவிட்டு "கண்ணுத் தெரியாதவுக புதுசு புதுசா சிந்திப்பாகளாம்; பச்சமலை யண்ணஞ்சொன்னாரு."

"நந்தவனத்துல இருக்காரே, அந்தப் பச்சமலையா?"

"அவர ஒங்களுக்குத் தெரியுமா?"

"எனக்குப் பெரியாத்தா மகெங்; நெல்லைச் சீமையிலருந்து பஞ்சம் பொழக்ய வந்தவெங்; என்னோட மாமனாருதேங் அங்க சேத்துவிட்டாரு."

பாஞ்சாலியக்காவின் கையைப்பிடித்துக் கண்ணில் ஒற்றிக் கொண்டேன். "பச்சமலையண்ணெங் எங்களுக்குத் தெய்வம் மாதிரி; பாலுவுக்கு எடஞ்சல் வரும்போதெல்லாம் தைரியம் சொல்லி நம்பிக்க தருவாரு; நாம நெருக்கமாயிட்டம்; எங்க குடும்பத்துல எம்புட்டு எதிர்ப்பு வந்தாலும் நீங்க இருக்கைங்கங்குற தைரியம் வந்துருச்சுக்கா."

"முனியப்பங் வச்சிருக்குற சூலமும் கருப்பசாமி ஏந்தியிருக்க அருவாளும் ஒன்னயவும் ஒலகத்தவும் காப்பாத்தும்; கலக்கமில்லாம இரு."

பாம்புச்சட்டை ஞாபகத்துக்கு வந்தபோது "பயமாருக்குக்கா" என்றேன்.

"பாம்பு ஒண்ணுஞ்செய்யாது புள்ள; இன்னக்கி சும்மாதான இருக்கம்? இந்த முள் பொதர வெட்டி எறிஞ்சிருவம்; சட்ட கழட்டக்கூட இந்தப் பாதைக்கி வராது.

முதலில் புதருக்குத் தண்ணீர் பாய்ச்சினார் பாஞ்சாலியக்கா. அது நன்கு நனைந்து மென்மையானபின் மண்வெட்டி கொண்டு கெல்லியெறிந்தார். நானும் சேர்ந்து வெட்டியதில் கால்மணி நேரத்தில் துப்புரவாகி ஒப்புரவானது. அந்தப் புதார்ப்பகுதி வெற்றிடம் போல காட்சியானது. தோட்டவெளியில் நடைபாதை தவிர மற்றெல்லாப் பகுதிகளும் பசுமை படர்ந்து இருப்பதுதான் இயல்பு. இப்போது புதர் இருந்த பகுதி மூளியாகியது போல தோன்றியது.

"ஒருவாரத்துல புல் மொளச்சு மேவிரும்" என்றார் பாஞ்சாலியக்கா. "முள்ளுச்செடி வந்துச்சுன்னா திரும்பவும் முள்ளமட்டும் வெட்டிரலாம்."

பாஞ்சாலியக்கா தன் வீடுநோக்கி நடந்தபின் வெறுமைதட்டி உட்கார்ந்திருந்தேன். எதிர்த் தோட்டத் தொழிலாளிகளும் வேலைமுடிந்து போய்விட்டார்கள். ஆள் அரவம் இல்லாத மண்பாதையில் ஒன்றிரண்டு மாட்டுவண்டிகள் போயின. "தே! தே!" என மாடு ஓட்டும் மனித சத்தம் அவ்வப்போது என் பயம் போக்கிப் பக்கத் துணையாய் இருந்தது. வாசலில் நின்று ஊற்றுப்பாதையைப் பார்த்தபடி இருந்தேன். பாலு இந்தப் பாதையில்தானே வரவேண்டும்? யாரேனும் சைக்கிள் மிதித்துவந்தால் அது பாலுவாக

இருக்குமோ என்று ஆவலாதி பொங்கியது. கண்ணாடி அணிந்த அந்தக் கருப்புமுகம் வந்து வந்து என் கண்களில் மோதி விலகியது. அடர்த்தியான தலைமுடி நட்டுக்குத்தலாய் உயர்ந்து என் முகம் நோக்கி நீண்டது. வீச்சரிவாள் போன்ற அந்தக் கைகள் என் இடுப்பை அனைக்க வந்தன. "எப்ப வருவ பாலு?" என்ற கேள்வி மனசுவழியாக ஆன்மாவுக்குள் ஓடியது. தனித்திருக்கும்போது விரகதாபம் வானம்வரை உயர்ந்து நிலைகொள்ளாமல் அலைகிறது. அடர்வனம் போன்ற அவனின் குறிமேடு என்னில் இடித்து இடித்து விலகியது. குடிலுக்குள் போவதும் வெளியில் வந்து நிற்பதுமாய் நேரம் பைய நகர்ந்தது. ஒரு நொடி ஒரு யுகம்போல நத்தைவேகம் காட்டியது. மதிய உணவை நான்குமணிவாக்கில் முடித்தபோது அயர்ச்சி உண்டாகிக் கொஞ்சநேரம் தூங்கினேன். மூளை உறக்கம் கொண்டாலும் கண்கள் விழித்துக் கொண்டேதான் இருந்தன.

ஆந்தை அலறிய இருட்டு நேரத்தில் முழிப்புத் தட்டி, பக்கவாட்டில் கைகளால் அனிச்சையாய்த் துழாவினேன். நான் அவனைத் துழாவுவதும் அவன் என்னை அணைப்பதும் உறக்கத்தின்போது அனுதினமும் நடப்பவை. இன்றும் அதுமாதிரி தேடியபோது அவன் உடல் தட்டுப்படாமல் போகவே 'விசுக்'கென எழுந்து வெளியில் வந்து நின்றேன். மாலை மசங்கலுக்குப் பிறகு என்றைக்கும் நான் தனித்திருந்ததில்லை. பாலு இன்னும் வந்திருக்கவில்லை என்ற நினைப்பு அச்சத்தை உச்சத்துக்குக் கொண்டுபோனது.

ஊற்று நோக்கிய திசையில் எந்த சந்தடியும் இல்லை என்ற நிலையில் எதிர்த்திசையில், கம்பம் செல்லும் பாதையில் ஏறிட்டபோது சைக்கிள் டைனமோ வெளிச்சம் பூப்போல பூமியில் படர்ந்தது. கிட்ட நெருங்க நெருங்க பாலுவின் நுங்கு வடிவக் கண்ணாடி புலனாகியது. நிம்மதிப் பெருமூச்சு ஒன்று பீறிட்டு அவனை நோக்கி ஓடியது.

வேகமெடுத்து வந்து குடிலுக்குள் ஏறியவன் சைக்கிளை ஓரத்தில் நிறுத்திவிட்டு, உள்ளே சென்று சட்டை வேட்டிகளைக் கழற்றி எறிந்துவிட்டு, வெறும் ஜட்டியோடு மல்லாந்து படுத்தான். அவன் நெஞ்சுக்கூடு ஏறி இறங்கிப் படபடத்தது. மூச்சுக்காற்றை ஆழமாய் இழுத்து வெளியில் விட்டான். "என்ன ஆச்சு பாலு?"

சிலநிமிட ஓய்வுக்குப் பின் எழுந்து அமர்ந்து அவன் சொன்ன கதை எனக்குள் அழுகை மூட்டியது. ஊற்றுக்குப் போனபோது ஆற்றில் இடுப்புயர வெள்ளம் ஓடியது. "திடுதிப்புன்னு காட்டாத்து வெள்ளம் வந்துருச்சு" எனப் பக்கத்தில் கடைபோட்டிருந்தவர் வருத்தத்தோடு பேசினார். தனியாய் நடப்பவர்கள் கூட ஆற்றைக் கடக்க முடியாமல் திரும்பினார்கள்; சித்தர்களில் பலபேர் நீரோட்டம் கண்டு உள் நுழையாமல் இக்கரையில் நின்றனர். சில சாகச இளைஞர்கள் நடந்தும் நீச்சலடித்தும் கரைகடந்து சந்தோஷக் குரலெழுப்பிக் கொண்டாட்டமாய்க் கத்தினார்கள். ஈமச்சடங்கு செய்பவர்கள் இக்கரை ஆலமர நிழலில் ஜாகையிட்டனர்.

சுருளியூத்து வளாகத்தில் புதுசாய் அறிமுகமாகியிருந்த மூலிகைச் சித்தர் கூடையில் இருந்து ஒரு பழத்தை எடுத்துப் பிழிந்து "தேவாமிர்தம்" என்றார். கடலில் இருந்து அல்ல; பழங்களில் இருந்துதான் அமிர்தம் உருவாகிறது. பழம் உடலை வளர்க்கும்; மூலிகை. அது பிணிபோக்கும்."

"இது சனியுகம்; மண், தண்ணீர், காட்டுத் தாய் இலவசமாய்த் தரும் காய்கனிகள் எல்லாமே வியாபாரமாகிவிட்டது. இன்னும் சில மூலிகைகளும் கோவம்பழம், கத்தாழைப் பழம், அத்திப்பழம் போன்றவை இன்னும் வியாபாரிகள் கண்ணில் படவில்லை; இப்போது உன்கண்ணில் பட்டு லாபச் சிந்தனை உனக்குள் வந்துவிட்டது. இதையும் இனிக் காசு தந்துதான் வாங்கவேண்டுமா?" மீசையும் தாடியும் நிறைந்த அடர்வனத்துக்குள் இருந்து சின்னதாய் ஒரு புன்னகை! அனாச்சாரங்கள் சாரங்கள் ஆகிவிட்டன; சாரங்கள் அனாச்சாரவெளியில் மிதக்கின்றன; சாரங்களும் அனாச்சாரங்களும் வாழ்க்கையை ஆட்சி செய்யத் தொடங்கிவிட்டன. வாழ்க்கைக்கான தேவையை உருவாக்கிய காலம் மாறி, இன்று தேவைகளை உருவாக்கிவிட்டு வாழ்க்கையைத் தேடி அலைகிறான் மனிதன். தேவைக்காக மட்டுமே மனிதன் வாழ்கிறான். பழங்கள் இல்லாத் தோட்டம், மூலிகையில்லாக் காடு, வாழ்க்கை இல்லாத உலகம்! இனி எதிர்கால பூமி நீரில்லாக் கடலும் மண் இல்லா நிலமுமாய் மாறப்போகின்றன." சிரிப்பை உதிர்த்துவிட்டு இன்னொரு பழத்தை எடுத்துச் சுவைத்தபடி நகர்ந்தார். சித்தர்கள் எதைக் கேட்டாலும் மனமுவந்து தரவேண்டும்; அவர்களாக எடுத்துக் கொண்டால் தடுக்கக் கூடாது.

கோவம்பழத்தை யாரும் காசுகொடுத்து வாங்கத் தயாரில்லை. பார்க்கும் திசையெல்லாம் கோவங்கொடிகள் படர்ந்து கிடக்கும்போது காசு கொடுத்து யார் வாங்குவார்கள் என்ற கேள்வி ஒவ்வொரு கண்ணிலும் மின்னியது. அங்கிருந்த கடைக்காரருக்கு ஒரு கொத்துப் பழம் தந்துவிட்டு சைக்கிளை எடுத்துக் கிளம்பினான் பாலு.

நேராக வீட்டுக்குப் போய்விடலாமா, கம்பம் போய்க் கொஞ்சமாவது விற்றுவிட்டு சில சில்லரைக்காசுகளைப் பையில் வாங்கிக் கொண்டு போகலாமா என நினைத்துக் கொண்டே ஓட்டியதில் தன் குடிசையைக் கடந்தது தெரியாமல் கம்பம் பேருந்து நிலையத்தில் போய் நிறுத்தினான். சில சின்னப்பிள்ளைகள் கேட்டதற்காக ஒன்றிரண்டு பெற்றோர் கோவம்பழம் வாங்கினார்கள். பத்துப்பைசா, இருபது பைசா, அதிகபட்சம் கால்ரூபா என்று சில்லரைக் காசுகள் சேர்ந்தன. சைக்கிள் உருட்டியதில் களைப்புத் தட்டி உடல் துவண்டது. ஓரமாய் நிறுத்திவிட்டு நிழலில் உட்கார்ந்தபோது போலிஸ் விரட்டியது. “வண்டிய எடு” என்றபடி லத்திக் கம்பால் சைக்கிள் பின்புறத்தை ஓங்கித் தட்டினார் காவலர். சக்கரக் கவர் நெளிந்து நொங்கியது. தள்ளாட்டத்தோடு ஸ்டாண்டை எடுத்துவிட்டுப் பைய நகர்த்தி வேறோர் இடத்தில் நிறுத்தினான். அங்கும் இன்னொரு போலிஸ் வந்து விரட்டியது.

உடல் சோர்வு பலமடங்கு அதிகரித்தபோது பாலு கட்டுக் தடுமாறி தள்ளமாட்டாமல் தள்ளிக் கொண்டே சுருளிப்பட்டிப் பாதையில் நடந்தான். சைக்கிள் நேராகச் சுழலாமல் வளைந்து வளைந்து உருண்டது. அந்தி மயங்கிய அந்தகார இருட்டு உலகத்தைப் போர்த்த முயன்றபோது ஊருக்கு வெளியில் ஒரு மரத்தடியில் வண்டியை நிறுத்திவிட்டு கல் திட்டில் அமர்ந்து இளைப்பாறினான். பசி கண்ணைக் கட்டியது. சைக்கிள் ஓட்ட முடியுமா என்ற சந்தேகம் வந்து பயம் தொற்றியது. எப்படியாவது குடிசைக்குப் போய்விட்டால் போதும். ஊருக்குள் என்றால் டீ அருந்தி கிறக்கம் நீங்க முடியும்; இப்போது அதற்கும் வழியில்லை. தாகம் நாக்கை வறட்டியெடுக்க சுற்றும் முற்றும் ஏறிட்டுப் பார்த்தான். திராட்சைத் தோட்டத்தின் ஓர வாய்க்காலில் கொஞ்சமாய் நீர் தேங்கிக் கிடந்தது. ஆபத்துக்குப் பாவமில்லை. அள்ளிக் குடித்துக் கொஞ்சம் தெளிச்சி உண்டானபோது வைராக்கியம்

தொற்றிக்கொள்ள எட்டுமணிச் சுமாருக்கு வண்டியை மிதிக்க ஆரம்பித்தவன், ஆந்தை அலறிய நேரத்தில் குடிலை அடைந்தவேளை நான் நின்றிருப்பதைப் பார்த்து சைக்கிளை ஓரம் கட்டினான்

எனக்கு அழுகை முட்டிக்கொண்டு வந்தது. 'எனக்காகத்தான பாலு நீ இம்புட்டுத் தவுதாயப் படுற?' என்று நினைத்துக் கொண்டேன்.

அவன் என் கண்களைத் துடைத்துவிட்டு "சீ, கழுத ஏங் அழுகுற?" என்றான்.

பெருமூச்சு ஒன்றை வெளியேற்றிவிட்டு "இப்படியெல்லாம் கஸ்டப்படணும்னு நம்ம தலவிதியா?" என்றேன்.

அவன் எழுந்து அமர்ந்து தனது வெற்றுமேனியில் என்னை வாங்கிக் கொண்டான். "தொழில்னா பலதும் வரும்; கஸ்டம் நஸ்டம், எல்லாத்தியும் வாங்கித்தாங் ஆகணும்; நீ புளித்தட்டப் போன எடத்துல எந்தக் கஸ்டமும் இல்லாம ஜெயிச்சுட்டியா?"

நிஜம்தான். மழைக்காலம் வந்தால் புளி 'பிசுபிசு'வெனக் கையிலும் காலிலும், ஏன் உடம்பின் உள் அரங்கிலும் ஒட்டும்; பாவாடையைத் தூக்கிவிட்டு சுத்தப் படுத்திய காலங்கள் உண்டு; ஆனால் போலிஸ் பிரச்சினை புதுசாய்த் தெரிகிறது.

"ஒன்னோடது ஒரு கொட்டரக்குள்ள நடக்குறது; நாஞ்செய்யிறது யாவாரப் போக்கு; ஊர்மத்தியில போலிசும் வரும்; ரவுடியும் வருவாங்; எல்லாத்தியும் சமாளிச்சாத்தெங் ஜெயிக்க முடியும்."

பலப்பல வகையில் அவன் சமாதானம் சொன்னபோதிலும் என் அழுகையை என்னால் அடக்க முடியவில்லை. அவன் தோள்மேல் சாய்ந்தபடி தேம்பினேன். அவன் போலிசிடம் அடிவாங்கிக் கீழே சரிவதுபோல கற்பனை ஓடியது. நெஞ்சில் கைவைத்துக் கீழாக இறக்கினேன். வயிறு பள்ளமிட்டிருந்தது. நான் ஒரு பாதகத்தி; அவன் இன்னும் சாப்பிடவில்லை என்பதை அறியாமல் கிடக்கிறேனே. என்ன அசமந்தம்! முந்தானையால் கண்களைத் துடைத்துக் கொண்டு "கை கழுவிட்டு வா; சோறு வக்கிறேங்." வாழ்க்கையில் முதன்முறையாக, பாலுவுக்காக, என் அப்பா வீட்டுக் குலதெய்வமான வள்ளியை மனசுக்குள் கொண்டுவந்து கெஞ்சினேன். "எங்க பொழப்ப வளர வையி தாயீ!"

வேட்டியைக் கட்டிக்கொள்ளாமல் ஜட்டியோடு அமர்ந்து சாப்பிட்டான். விழுங்கிய கவளங்களைத் தொண்டைக்குழி ஏறி இறங்கி வாங்கியது. மொச்சப்பயறு என்றால் அவனுக்கு அதிகம் பிடிக்கும் என்பதை ஏற்கெனவே அறிந்து வைத்திருந்தேன் என்பதால் இன்று நன்றாக வறுத்து, கடுகுளுந்தம்பருப்போடு வெந்தயமும் சேர்த்துத் தாளித்து மணக்க மணக்க வைத்திருந்தேன். வெந்தயம் உடல் சூட்டைத் தணிக்கும். கடந்த ஒருவாரமாக உறவின்போது உடம்பு காந்தியது.

மொச்சப் பயறை அள்ளி அள்ளிச் சாப்பிட்டான். “ஒங்கைப் பக்குவம் சூப்பர் செண்பகா.” எனக்கு உடல் காந்தியது என்றாலும் பாலுவின் ஆசைக்குப் பங்கம் வந்துவிடாமல் ஒத்துழைத்தேன். இரவு நாயகன் பூமிப் பரப்பை விட்டு விலகியபோது எங்கள் கிச்சுக்கிச்சு விளையாட்டு முடிவுக்கு வந்தது

9

ஒரு கூடையில் வெள்ளைத் திராட்சையும் இன்னொன்றில் பன்னீர், கருப்புத் திராட்சையும் நிரப்பிக்கொண்டு, காலை பஸ்ஸைப் பிடித்து, கம்பம் பஸ்டாண்டில் இறங்கினோம். இப்போது நானும் பாலுவோடு சேர்ந்து விற்பனைத்தளத்துக்கு வந்துவிட்டேன். பஸ்டாண்ட் காண்ட்ராக்ட் எடுத்தவுர்க்கு வாடகையாகப் பத்து ரூபா தந்துவிட்டு, ஒரு மூங்கில் கட்டில் பழம் சோமாறி பஸ்ஸுக்குள் ஏறியோ பக்கவாட்டில் நின்றோ விற்றோம். இந்த உத்தியை முதலில் கண்டு பிடித்துச் சொன்னவன் பாலுதான். தேனி பஸ்டாண்டிலும் இப்படியான தொழில்கள் நடக்கின்றன. பூ, இஞ்சிமுரப்பா, தண்ணிப்பழம், மாங்காக்கீத்து, சின்னப் பிள்ளைகளுக்கான சிப்ஸ் என்று விதவிதமான பொருட்கள்! நாமும் அந்த பாணியில் இறங்கலாம் என்ற யோசனை பாலுவுக்குத் தோன்றியபோது என்னிடம் சொன்னான்.

நானும் உடனடியாக ஏற்றுக் கொண்டேன். ஆனாலும் மனசுக்குள் ஒரு தயக்கம். கம்பம் பஸ்டாண்டுக்கு நிறையப்பேர் வந்து போவார்கள். தேனிக்காரர்கள் யாரேனும் பார்த்து மாமாவிடம், பாலுவின் அப்பாவிடம் போட்டுக் கொடுத்துவிட்டால்?

“நடக்குறது நடக்கட்டும்; நீமட்டும் பயப்படாம தைரியமாரு; சமாளிப்பம்; ஒருவேள கண்டுபிடிச்சுக் கூப்பிட்டுப் போனாங்கன்னா ஒருவாரம், இல்லாட்டி ஒருமாசம் ஏசுவாங்க; அல்லது அடிப்பாங்க; நம்மல பிரிக்யமட்டும் முடியாது செண்பகா.”

இந்த வாக்கியம் எனக்கான ஆதரவுக்குரல். பாலுவின் நெஞ்சுக்கூட்டில் தலைசாய்ந்து என்னை நானே ஆறுதல் படுத்தினேன்.

பஸ்டாண்ட் வியாபாரம் தொடங்கிய முதல் நாள் இரண்டு கூடையிலும் கருப்புத் திராட்சை நிரப்பி எடுத்துச் சென்றோம். கேரியரில் ஒன்றும் சீட்டுக்குமுன் குறுக்கு பாரில் ஒன்றுமாய் கூடைகளை வைத்து ஓட்டினான். நான் பஸ்ஸில் போய் இறங்கினேன். பஸ் முன்செல்ல சைக்கிள் பின்தொடர்ந்தது. சின்னச்சின்னத் திருப்பத்திலும் பஸ் நின்று ஆட்களை ஏற்றி இறக்கிச் சென்றது. நிற்காமல் பயணித்த சைக்கிள் ஏறத்தாழ பஸ்ஸைப் பின் தொடர்ந்தே வந்தது. நான் எட்டி எட்டிப் பார்த்தவளாய் இருந்தேன். ஏற்ற இறக்கங்களில் தம் பிடித்து ஓட்டினான் பாலு. எனக்குப் பாவமாய் இருந்தது.

நான் பஸ்டாண்டில் இறங்கிப் பத்து நிமிடம் கழித்து பாலு வந்து சேர்ந்தான். ஓடிப்போய் முன்பாரில் இருந்த கூடையை நெஞ்சோடு அணைத்து வாங்கி இறக்கி வைத்துவிட்டு, கேரியரில் கயிற்றுக் கட்டை அவிழ்த்தேன். அவன் இடதுகாலைத் தரையில் ஊன்றி, வலதுகாலை முன்பார் வழியாக வெளியில் எடுத்து சைக்கிளை ஸ்டாண்ட் போட்டு நிறுத்திவிட்டுக் கூடையைக் கைத்தாங்கலாய்ப் பிடித்து இறக்கினான்.

“பஸ்டாண்ட் காண்ட்ராக்டர் ஓடிவந்து இங்க யாவாரம் பண்ணக் கூடாது.” என விரட்டினார்.

“வாடக தந்துர்ரேண்ணாச்சி.” பாலு பாவமாய்க் கெஞ்சினான்.

“கூடக்கிப் பத்து ரூவா; சாயந்தரம் ஆறுமணி வரக்யுந்தேங்.”

இருவரும் சேர்ந்து “சரிங்கய்யா” என்றோம்.

கூடையோடு பஸ்ஸுக்குள் ஏறி இறங்க முடியாது என்ற உணர்வு அப்போதுதான் வந்து குழப்பியது. என்ன செய்யலாம்?

பலரும் மூங்கில் தட்டில் வைத்து விற்பதைக் கவனித்திருந்த பாலு "நாம்போயி தட்டு வாங்குயாரட்டா?" என்றான்.

"தட்டுக்காக எங்குட்டுப் போயி அலைவ?"

முறுக்கு விற்ற அண்ணனிடம் சென்று கேட்டு வெளியில் போய் மூன்றாந்தல் அருகில் இருந்து புதுசாய் வாங்கி வந்தான். கால்ரூபாய்க்கு நியூஸ் பேப்பரும் வாங்கி விரித்துப் பழங்களை அடுக்கியபோது புது வெளிச்சம் பாய்வதுபோல இருந்தது. நானே வளர்த்து, நானே வெட்டி, நானே எடைபோட்டு அட்டியலிட்டு அடுக்கியிருந்தாலும் அது இப்போது வித்தியாசமான முறையில் புது ஜொலிப்பாகி நின்றது.

அப்போது உள் நுழைந்துகொண்டிருந்த பஸ்ஸை நோக்கி நடந்து "பன்னீர் கருப்பு முந்திரியேய்" என்று குரலெழுப்பினான் பாலு. அவன் படிப்புக்கேற்ற வேலையில்லாமல் இப்படிக் கூவி விற்கும் நிலைக்குத் தள்ளப்பட்டிருக்கிறானே என்று வருத்தப் பட்டேன். ஆனாலும் இது ஒன்றும் மோசமில்லை; அவனைப் பெற்றவர்களும் என் பெற்றோரும் வாழ்ந்ததைவிட இது மேலானது என்று சமாதானம் ஆனேன்.

"முந்திரியேய்" என்ற குரல் நாலாதிசைகளிலும் ஒலித்தபடி இருந்தது. பாலுவின் உருவமும் குரலும் நம்பமுடியாதபடி முரண்பட்டு நின்றன. ஒல்லியான உயரமான உருவம்; உருண்டை முகத்தில் விழிகளைப் பெரிதாக்கிக் காட்டிய தடித்த கண்ணாடிகள். அடிக்கடிக் கழற்றித் துடைத்துப் போட்டுக் கொண்டான். ஜெயிக்க முடியும் என்ற நம்பிக்கையோடு அலைந்து அலைந்து விற்பனை செய்தான்.

நான் இன்னொரு கூடையை அவிழ்த்து விரித்து பிளாட்ஃபாரத்தில் வைத்தேன். என்னிடமும் வந்து விலை விசாரித்தார்கள். எனக்கென்று தனித்தராசு இல்லாததால் குத்துமதிப் பாக அள்ளித் தந்து காசு வாங்கினேன். ஒரு தராசு மட்டும் பாலு வைத்திருந்தான். பாலு வேகவேகமாய் விற்றுவிட்டு வந்து கூடைச்சரக்கை அள்ளிச் சென்றான். மாலை நான்கு மணிக்கெல்லாம் தீர்ந்து போனது. முதல் நாள் விற்ற அனுபவத்தில் இரண்டு பொருட்கள் வாங்கினோம்; காசு போட காக்கிநிற சுருள் பை ஒன்று;

சன்னமாய்ச் சுருட்டி, அதன் இணைப்பில் உள்ள நூல் கயிறால் கட்டி வேட்டிக்கு உள்பக்கமாய் இறக்கி விட்டுக் கொள்ள முடியும்; இன்னொரு பொருள் நான் நிறுத்துப் போடுவதற்காக 200 கிராம் விட்டமுள்ள கைத்தராசு; பாலுவிடம் உள்ளது 500 கிராம் விட்டம்.

ஆறுமணி பஸ்ஸில் ஏறித் தோட்டத்தில் இறங்கியபோது பாஞ்சாலியக்கா எங்களை எதிர்பார்த்து நின்றிருந்தார். "மொத போணி பரவால்லியா?"

எனது உதட்டுப் புன்னகையை மறைக்க முடியாதவளாய் "பரவால்லக்கா" என்றேன். பாலு கண்ணாடியைக் கழற்றி, வேட்டி நுனியால் துடைத்து மாட்டிக் கொண்டு "ஒங்களுக்கு எப்படி நன்றி சொல்றதுன்னே தெரியலக்கா" என்றான்.

"அருக்காணியத்தக்கிச் சொல்லு; அவரு ஒங்கமேல அன்பு செஞ்சு எங்கிட்ட ஒப்படச்சிருக்காரு; நீங்க தோட்டத்துக்கு வந்ததால எனக்கும் லாவம்; ஒங்களுக்கும் ஒரு பொழப்பு கெடச்சிருக்கு. போற காலத்துல நீங்களும் தோட்டந்தொரவோட வீச்சா பொழப்பீங்க."

பாஞ்சாலியக்காவின் ஆசிர்வாதம் எங்களைப் பாதுகாக்கும்.

அடுத்த நாளும் அடுத்தடுத்த நாட்களும் வியாபாரம் குறைவின்றி நடந்தது. காசுபணம் பையிலும் ஓலைக் கொட்டானிலும் நிரம்பி வழிந்தது. வாரம் ஒருநாள் ஒருகூடை மட்டும் எடுத்து பாலுவை விற்கச் சொல்லிவிட்டு நான் வங்கியில் பணம் போட்டு வந்தேன். வங்கிவேலை முடிய பலமணிநேரம் பிடித்தது. செலானை நிரப்பத் தெரியாதவளாய் இருந்ததால் கருணையுள்ளம் படைத்த ஏதேனும் ஒரு மனிதருக்காகக் காத்திருந்தேன். சிலர் மனமுவந்து உதவினர். வேறுசிலர் ஏடாசியாய்ப் பார்த்துக் கண்ணடித்தனர். வங்கியில் ஆண்கள் அதிகம்பேர் வந்து போனார்கள். நான் மட்டும் பெண்! "வங்கிக்குப் பொட்டச்சிக வருவாகளா?" என்று பல கண்கள் கேட்டன. முதலில் கூச்சப்பட்டு ஒதுங்கினேன் என்றாலும் போகப்போகப் பழகி, கூச்சமில்லாமல் நிரப்பித் தரச்சொல்லி ஆண்களை அணுகினேன். பையப் பையப் பழகி இன்று நானே செலான் நிரப்பினேன். சின்னச்சின்ன எழுத்துகளில் மஞ்சள் நிற செலான் வசீகரமாய் ஒளிர்ந்தது. பணமதிப்பை விட செலான் மதிப்பு அதிகம் என மனம் எண்ணியது. வரிசையில் நின்று பணம் செலுத்தி

ரசீது வாங்கிவர நேரம் ஆனது. ஆண்களின் பெருவரிசையில் இருந்து அலாதியாய் ஒதுங்கி நின்ற என்னைக் கேஷியர் மனமுவந்து கூப்பிட்டால்தான் உண்டு; இல்லையென்றால் ஆண்கள் வரிசை முடியும்வரை காத்திருக்க நேர்ந்தது. சிலநேரம் எரிச்சல் உண்டானாலும் சேமிப்பின் அழுத்தம் வைராக்கியம் தந்தது.

இப்படியாக தொழில் நடந்துகொண்டிருந்த போது ஒருநாள் நான் பஸ்டாண்டில் போய் இறங்கி ஒருமணி நேரம் கழித்து பாலு சைக்கிளைத் தள்ளிக் கொண்டு வந்து சேர்ந்தான். பழக்கடை ஓரமாக நிறுத்திவிட்டு, வேட்டியை உயர்த்தி முகத்தைத் துடைத்தபடி பயணியர் நிழற்குடையின் படிக்கட்டில் போய் அமர்ந்தான். வழக்கமான சுறுசுறுப்பு அவன் உடலில் தென்படவில்லை. அருகில் போய் அமர்ந்து "என்னா பாலு?" என்றேன்.

"ஒண்ணுமில்ல" என்ற வார்த்தையை உச்சரித்தபோது அவன் உதடு வீங்கியிருப்பதைக் கண்டேன்.

"அய்யய்யோ" என்றபடி சுட்மாட்டுத் துணியால் முகத்தைத் துடைத்துவிட்டேன். "என்னா காயம்?"

வேட்டியை விலக்கிக் கால்களைக் காட்டினான். முழங்கால்கள் இரண்டும் சிராய்ந்து ரத்தம் கட்டியிருந்தது. கெண்டைக்காலிலும் குதிங்காலிலும் கூட ரத்தச் சுவடுகள்! "நாயி குறுக்க வந்து விழுந்துட்டேங் செண்பகா."

வழிந்த கண்ணீரை முந்தானையால் துடைத்தபடி பெட்டிக்கடைக்குப் போய் தேங்காண்ணை ஒரு பாக்கெட் வாங்கிவந்து செலிம்பாய்த் தேய்த்தேன். குமிழ் குமிழாய் எம்பிவந்த ரத்தத்துளிகளை எச்சில் தொட்டுத் தடவி உறைய வைத்தேன். "அடப்பாதரவே! கையூண்டி கர்ணம் பாஞ்சு வரும்போது இப்படி ஒரு எடகூறா?"

சுருளிப்பட்டி தாண்டிய திருப்பத்தில் ஒரு நாய் ஊடே புகுந்து ஓடியதில் இடதுகால் ஊன்றி நிற்க முயன்றவன் பேலன்ஸ் இல்லாமல் சாய்ந்துவிட்டான். வழிப்போக்கு சித்தர் ஒருவர் வண்டியைத் தூக்கி பாலு எழுந்துகொள்ள உதவி செய்திருக்கிறார். "வீரம் விளையும் உடம்பும் ஒருநாள் வீராந்து போகும்; உச்சந்தலை வானமும் உள்ளங்கால் மண்டலமும் ஒட்டியும் விலகியும்

ஓடிக்கொண்டே இருப்பதால்தான் மனுஷ ஜீவன் மல்லாந்தும் குப்புறவும் விழுந்து கெடக்கு; போ சாமி; போயி மூலிகைச் சாறு குடி." என்று உபதேசித்துவிட்டு அவரே தெருப் புழுதியை அள்ளி ரத்தம் வழிந்த பகுதியில் தூவி, சைக்கிளில் கூடையைத் தூக்கி வைத்து கயிறுகொண்டு கட்டி வழியனுப்பிவிட்டு விலகி நடந்தார். பைய உருட்டியபடி வந்து சேர்ந்தான் பாலு.

அன்று தொழில் செய்ய மனம் ஓடவில்லை. பிச்சையெடுக்காமல், களவு செய்யாமல் நேர்மையாய் விற்றுப் பிழைக்கிறோம்; இதில் இத்தனை எடஞ்சலா? கூடையைத் திறந்து பார்த்தபோது பாதிப்பழம் உடைந்து தண்ணியாய் வடிந்தது. உடையாத கொத்துகளை எடுத்துத் தட்டில் அடுக்கி, உடைந்தவற்றை இன்னொன்றில் வைத்தேன். லாபம் கிடைக்காவிட்டாலும் பரவாயில்லை என்ற எண்ணத்தில் விற்பனை செய்தோம். பாலு உட்கார்ந்த இடத்திலும் நான் பஸ் பக்கவாட்டிலும் விற்பனை செய்தோம். 'முந்திரியேய்' என்று உச்சரிக்க எனக்குக் கூச்சமாய் இருந்தது. "அய்யா முந்திரி; அம்மா முந்திரி" என்பதும்கூட விற்பனைக்கான மொழியாய் இருந்தது. என்னால் பஸ்ஸுக்குள் ஏற முடியவில்லை. இளையவனிலிருந்து முதியவன் வரை என் உடலை உரசித் தொந்தரவு செய்தனர். ஒரு கிழவனை "ஏய்யா இப்படிப் போட்டு அமுக்குற?" என்று கேட்டபோது "நீதான்லா பொச்சக் காட்டிக்கிட்டு அலையிற" என்று வெக்ரமாய்ப் பேசினான். மனம் குழம்பிக் குழம்பித் துடித்தது. அப்புறம் பஸ்ஸுக்குள் ஏறாமல் பக்கவாட்டில் நின்று விற்றேன்.

பாதிவிலை சொன்னதால் உடைபழமும் விற்றுத் தீர்ந்தது. கூலியில்லாத வெற்று உழைப்பாய் அன்றையப் பொழுது சாய்ந்து மறைந்தது. அன்றுமுதல் சைக்கிள் சவாரியை நிறுத்தி பஸ்ஸில் ஏற்றிச் சென்று விற்று பஸ் ஏறி வீடு வந்து சேர்ந்தோம்.

துரைச்சாமியண்ணன் பெரியகுளம் விவசாய ஆராய்ச்சிப் பண்ணைக்குப் போய், புது ரகமான ஆஸ்திரேலியன் திராட்சைக் கன்று வாங்கி வந்தார். ரசாயன உரம்போட்டு வளர்த்து, கொத்துப் பிடித்த பிறகு ரசாயன நீரில் நனைத்துத்தான் பழுக்க வைக்க வேண்டும். ஒரே ஒரு கொடியை மட்டும், பாஞ்சாலியக்காவின் ஆலோசனைப்படி, ரசாயன நீரில் முக்காமல் விட்டபோது, அது திரளாமல் சூம்பிப்போனது.

ஆஸ்திரேலியன் பச்சை திராட்சை உருண்டை வடிவம் கொள்ளாமல் நீளநீளமாய் முகிழ்த்து நின்றது. ஒரு கொத்து என்பது அரைக்கிலோ, ஒருகிலோ அளவுக்குப் பருமனாய், பொன்னிறம் பாவிய முகப்புடன் இருந்தது. பொன்னிற முத்துகள் வசீகரத் தோற்றம் கொண்டு காண்போரை வாங்கவைத்தது. "மொத போணி செண்பகாவுக்குத்தேங்" என்றபடி நிறுத்துக் கூடையை நிறைத்தார் பாஞ்சாலியக்கா. கூடையோடு காத்திருந்த வியாபாரிகள் பொறாமையில் புழுங்கினர். "கவட்டக் கொத்துகள அங்க போட்டுட்டுக் கழிச்சதுகள எங்களுக்குப் போடுறியாக்கும்?" என்றார் ஒரு வியாபாரி.

"ஒங் வகுசி எனக்குத் தெரியாதாக்கும்?" என்றார் பாஞ்சாலியக்கா. "மொதப் போணி செஞ்சாலும் நீ சரின்னு வாங்கிட்டுப் போவியாக்கும்; எப்படி நிறுத்தாலும் அதில ஒரு பொல்லாங்கு சொல்லாம வாங்க்ருக்கியா? ஆகுமானத ஒதுக்கிட்டு ஆகாத போகாதுகள மொதல்ல கழிக்கிறியாகும்னு கேப்ப; பொத்திக்கிட்டு வாங்கிட்டுப் போய்யா."

துரைச்சாமியண்ணன் கேக்கேகே எனச் சிரித்தார். "ஏ மாயி; இது ஒனக்குத் தேவையா? பொட்டச்சிகிட்ட வாங்கிக் கட்டலைன்னா யாவாரம் சூடு பிடிக்யாதா?"

"நீயே பாரு தொர; கண்ணாடிக்காரெங்கொத்துக்கும் எங்கொத் துக்கும் ஏணிவெச்சாலும் எட்டுமா?"

"ஒங்கொத்தும் அவரு கொத்தும் அம்புட்டுத் தொல வெட்டுலயாருக்கு; எடக்குப் பண்ணாம தூக்கிட்டுப் போப்பா."

எல்லா வியாபாரிகளும் அந்த பஸ்ஸில்தான் ஏறினர். ஒருசில இளம் வயதுப் பையன்கள் சைக்கிளில் ஏற்றிப் போயினர்.

தட்டை இருகூறாய்ப் பிரித்து ஒருபக்கம் வெள்ளையையும் இன்னொரு பக்கம் கருப்பையும் அடுக்கி, இடது தோளில் ஏந்தி "ஆஸ்திரேலுயன் திராட்சையேய்" என்று கூவியபடி பஸ் நோக்கி நடந்தான்.

"ஏ கண்ணாடி" என்று ஒரு பெண் அழைத்தபோது எனக்குக் கோபம் வந்து சண்டையிடத் தோன்றியது. விற்பனைத்தளத்தில் அப்படியெல்லாம் கோபிக்க வேண்டியதில்லை என சமாதானம்

ஆனநிலையில் "எதுங்க்கா வேணும்; கருப்பா வெள்ளையா?" எனத் தட்டை இடுப்புக்கு இறக்கி அவளிடம் சென்றான் பாலு.

வெள்ளையில் பெருமுத்து ஒன்றை எடுத்து வாயிலிட்டு சுவைத்தபடி "வெதையுமில்ல; தொலியுமில்ல; வித்து இல்லாம எப்படிப்பா வெளையிது?" எனக் கேட்டவள் பாலுவின் முகத்தைக் கண்களால் உரசினாள்.

"இன்னம் பத்து வருசந்தேங்; தொலியில்லாமயும் முந்திரி மொளக்யும்." என்றான் பாலு.

"அய்யய்யோ! மேத்தோலும் இல்லாம அடித்தூரும் இல்லாம எப்படி உசுரு நிக்யும்?"

பாலு ஏடாசி பேசத் தெரியாமல் திக்குமுக்காடினான். நான் அருகில் சென்று அவளைப் பார்த்து "உசுர உண்டாக்குறது நாமதான; எப்படின்னு காட்டுறேங் வா." என்றதும்,

"யாருடி நீ? கொண்டிவம்பு இழுக்குறியா?"

"பழத்தப் பாத்தமா, வாங்குனமான்னு இல்லாம, உருட்டியும் பொரட்டியும் போட்டுக்கிட்டிருக்க."

பாலு அவளை விட்டுவிட்டு பஸ் நோக்கி நகர்ந்த பிறகு நான் என்னிடத்திற்கு வந்தேன்.

தோளில் துண்டணிந்த இரண்டு இளைஞர்கள் அருகில் வந்து வெள்ளையில் ஆளுக்கொரு மணியைக் கிள்ளி வாயிலிட்டுச் சுவைத்துவிட்டு "நல்ல முழிப்பு" என்றான் ஒருவன். அவன் உதட்டுக்குமேல் நடுத்தர நீளத்தில் மீசை வைத்திருந்தான். இன்னொருவனுக்கு பெரிய மீசை! இருவருக்கும் பற்கள் நேர்கூர் இல்லாமல் வளைந்தும் நெளிந்தும் இருந்தன.

"இடதுகையில் தராசு ஏந்தியபடி "எம்புட்டுக்கு?" என்றேன்.

"எம்புட்டுன்னா வருவ?" என்றான் அசட்டுச் சிரிப்பை இழுவியபடி.

"அண்ணாச்சி! முந்திரிதான கேட்டீக?"

"முந்திரி முத்தவிட ஓம்முத்து எடுப்பாருக்கு" என்றான் இன்னொருவன்.

அவர்களின் ஏடாசி எனக்குப் புரியத் தொடங்கியபோது மாராப்பைக் கிச்சென இறுக்கிக் கொண்டு “ஏ பாலு” என்று கூவி அழைத்தேன்.

“அந்தக் கண்ணசடிக்காரெங் ஒம்புருசனா?”

“சீக்கிரம் வா பாலு.”

அவன் வந்தபோது அந்த இருவரும் ஓரக்காலில் ஒதுங்கி பஸ்டாண்டை விட்டு வெளியேறினர். “என்னா கூப்பிட்ட?”

“இன்னம் பசிக்யலியா? பொழுது மேற்க சாஞ்சிருச்சு.”

“காத்துள்ளப்பவே தூத்திக்கிட்டாத்தான; அஞ்சு நிமிசத்துல வந்துர்ரேங்.” மீண்டும் பஸ் நோக்கி ஓடினான். பருந்துகள் பறந்து திரியும் காட்டுவெளியில் அவன் ஒரு சிட்டுக் குருவி. பெருமூச்சொன்றை வெளியேற்றியபடி அவனின் பின்நடையைப் பார்த்தேன்.

10

ஆலவிழுது போல விளாறு விளாறாய்ப் பொழிந்த மழை திடீரெனப் பொட்டுப் பொட்டாய் உதிர ஆரம்பித்தது. சிலநிமிட இடைவெளியில் மீண்டும் ஓங்காரக் குரலெடுத்த காற்றோடு சேர்ந்து பேரலையாய்க் கொட்டியது. இப்போது பெருமழை வந்துவிட்டதே என்ற வருத்தம் தொற்ற முக்காடு போட்டுக்கொண்டு குடிலுக்குள் இருந்து வெளியில் வந்தேன். மழை. புனுபுனுத்தாலும் வருத்தம்; கொட்டித் தீர்த்தாலும் வருத்தம். என்ன மனம் இது!

மழையின் அடியை வாங்கிக் கொண்டு காற்றோடு மல்லுக் கட்டின மரக் கொப்புகள். ஈசானத்தில் புறப்பட்ட மின்னலொன்று நெடுநீளமாய்ப் பயணித்து மேற்குமலையில் முட்டி வழிந்தது. வழிந்ததா விழுந்ததா என்று புலனாகவில்லை. மலையடிவாரப் பள்ளத்தாக்கில் விழுந்து புதைந்திருக்க வேண்டும். பளீரென்ற கண்கூசும் வெளிச்சத்தோடு அந்த மின்னல் உதயமாகி அஸ்தமனப் பட்டது. அந்த வெளிச்சத்தைத் தாங்கமுடியாமல் புருவக்குகைக்குள் மறைந்து பதுங்கின விழிகள். அதைத் தொடர்ந்து தண்டு

முண்டெனப் பேரிடி ஒன்று காதைத் துளைத்து பூமிக்குள் இறங்கியது. "பக்கத்துலதேங் எங்குட்டோ விழுந்திருக்கு" என்றான் பாலு குடிசைக்குள் இருந்தபடி.

எந்த இடியிலும் மின்னலிலும் எனக்கொன்றும் ஆகப்போவ தில்லை என்ற நினைப்பு வந்தபோது குடிசைக்குள் போய் பாலுமேல் போர்வையைப் போட்டு மூடிவைத்துவிட்டு வெளியில் எட்டிப் பார்த்தேன். தோட்டவெளியெங்கும் நீர்த் தாரைகள் ததும்பிக் கிடந்ததைக் காணமுடிந்தது. தோட்டத்தைத் தாண்டிய சுருளியூத்து செல்லும் மண்பாதையில் வெள்ளம் பெருக்கெடுத்து ஓடியது. அதன் நடை 'சரசர'வெனக் குரலெழுப்பிப் பக்கவாட்டுப் புதர்களையும் ஓரக்கால் வேலிகளையும் கட்டித் தழுவி முத்தமிட்டுவிட்டு விலகிப் போனது. ஒளிர்ந்து அடங்கிய மின்னல் ஒளியில் முயல்குட்டியோ பெருச்சாளியோ மிதந்து செல்வதைக் கண்டேன். ஒன்றிரண்டு மரக்கட்டைகளும் மிதந்து போயின. ஒரு மரத்துண்டு என் குடிலோரம் வந்து ஒதுங்கியது. குடிசைக்கும் நீர்வெளிப்பரப்புக்கும் இடையில் அணைபோட்ட மாதிரி பாதுகாப்பானது. வெறிச்சிட்டோடிய வெள்ளம் மரக்கட்டையில் பட்டு மைய ஓட்டத்தில் கலந்தது. அந்த மரக்கட்டையைத் தூக்கிக் குடிசையோரம் ஒதுக்கி வைத்தேன்.

இருளைக் கிழித்தோடிய மின்னலும் அதைத் தொடர்ந்து அதிர்ந்து முழங்கிய பேரிடியும் கண்ணையும் காதுகளையும் கலங்கடித்தன. தாவாரத்தில் கிடந்த மம்பட்டியை எடுத்து, குடிலை ஒட்டி வெளிப்புறமாக மண் அணைத்தேன். குடிசை சிதையாது என நம்பிக்கை கொண்டேன்.

பாலுவின் அழைப்புக்குரல் கேட்டு குடிசைக்குள் நுழைந்து சேலை ஜாக்கெட் அனைத்தையும் உருவி எறிந்துவிட்டுத் துண்டெடுத்து மேனி துடைத்து கதகதப்புக்காக அவன் மேனியோடு உரசிப் படுத்தேன். குளுமையை மீறிப் பரவிய வியர்வைக் கோடுகளை விடியலில் எழுந்து கழுவிக்கொண்டு பாஞ்சாலியக்கா வருவதற்குமுன் கவாத்து கத்தரிக்கக் கத்தரிக்கோல் எடுத்து தோட்டப் பரவலுக்குள் நுழைந்தோம். பாஞ்சாலியக்கா சொன்னார்; "கொடிக பூராம் நனஞ்சு நசநசத்துக் கெடக்கு; காயிற வரக்யும் கவாத்து வெட்ட வேணாம்."

பாலுவும் சரியென்றான். "தண்ணி பொதிஞ்சு பாகத்துல கவாத்துப் பண்ணுனா அந்த எடம் பட்டுப்போகும்." பரவாயில்லை; பாலு விவசாயத்திலும் பதியமாகிவிட்டான்.

"நேத்து விட்டுப் போன பழங்கள இன்னக்கி வெட்டிருவம்" என்றார் துரைச்சாமியண்ணன்.

சோர்ந்த முகத்தோடு பாஞ்சாலியக்கா கிணற்றுத் திட்டில் உட்கார்ந்தார். எப்போதும் மின்னிக் கொண்டே இருக்கும் சுறுசுறுப்புப் பரல்கள் அவர் மேனியில் துண்டு கத்தரிக்கப்பட்டு கிடந்தது. உருண்டைமுகம் கீழ் இறங்கி நீள்வட்டமாய் உருக் குலைந்திருந்தது. செவ்வரியோடிய கண்கள்! உதட்டுப் படுகையில் பற்களின் பதிவு! நெஞ்சுக்கூட்டையும் கவுட்டு மேட்டையும் அழுத்தி அழுத்தித் துடைத்துக் கொண்டார். "டீ சாப்புடுறியாக்கா?"

"வேண்டாம்புள்ள; ஏற்கெனவே எரிஞ்சுக்கிருக்கு; அந்த எரிச்சலவேற ஊத்திக்கணுமா?"

"புளிச்சதண்ணி?"

"அத வேண்ணா ஒரு கிளாஸ் கொண்டுவா."

பாலு பழைய சோறு விரும்பிச் சாப்பிடுவான் என்பதால் அதிகம் காய்ச்சி, சாப்பிட்ட மிச்சத்தைத் தண்ணி ஊற்றி வைத்துக் காலையில் பழையதைப் பிழிந்து வைத்து, பழைய குழம்பு ஊற்றிச் சாப்பிடுவான். முதலில் எனக்கு அதில் விருப்பமில்லை என்றாலும் காலப் போக்கில் நானும் பழகினேன். பழைய சோறும் சுண்டவைத்த குழம்பும்....தேவாமிர்தம்.

செம்பு நிறைய புளிச்சதண்ணி ஊற்றி, உப்புப் போட்டுக் கலக்கி, ஈரங்கா இணுக்கு இரண்டை எடுத்து, பாஞ்சாலியக்காவிடம் சென்றேன். வாங்கி அண்ணாக்க ஊற்றி, வெங்காயத்தைக் கடித்து விழுங்கினார்.

"என்னா ஸ்பெசல் ஐட்டமா?" என்றார் துரைச்சாமியண்ணன்.

"இந்தவாக்குல செம்பக் கொண்டி எறிஞ்சுருவேம்பாத்துக்க." பாஞ்சாலியக்காவின் வார்த்தைகள் கர்ஜனையாய் வெளிப்பட்டன.

"பாரப்பா! எறிஞ்சுருவியாக்கும்? அது பாலுவுக்குச் சொந்தம்; எஞ்சொம்புதேங் ஒங்கிட்ட இருக்குல்ல." வேறுபக்கம் முகம்

திருப்பி அவரின் ஏடாசியை ரசிக்க முடியாமல் ரசித்தேன். "கோவிக்காதக்கா" என்று தேற்றவேண்டும் என்று தோன்றியது. "மழகாலத்துல அப்படித்தாங்க்கா; பாலு என்னா பாடு படுத்துனாந்தெரியுமா?....." நாக்குவரை வந்த வார்த்தைகளை தொண்டைக்குள் முழுங்கினேன்.

என்னதான் பந்தலிட்டுத் தாங்கியிருந்தாலும் ஏராளமான கொடிகள் அறுந்து தொங்கிக் கொண்டிருந்தன. பல இடங்களில் பந்தக்கால்கள் ஒடிந்து விழுந்திருந்தன. முண்டு முண்டாய் நின்றிருந்த மூங்கிக்கால்கள் மேனி சிதைந்து உடைந்து கிடந்தன. "அடக் கன்றாவி!" அனிச்சையாய் அலறினார் பாஞ்சாலியக்கா. "பணம்பெத்த சீவாத்திக பாழாப் போச்சே."

கொடிகளுக்குள் ஊர்ந்துகொண்டிருந்த பச்சைப் பாம்புக் குட்டி ஒன்றைத் தூக்கிப் பறந்து சென்று கூட்டை அடைந்த காகம் தன் குஞ்சுகளுக்கும் குயில் குஞ்சுக்கும் ஊட்டி மகிழ்ந்தது. குயில் சோப்லாங்கிப் பறவை. உறவுகொள்ளவும் முட்டையிடவும் மட்டுமே தெரிந்திருந்தது. குஞ்சு பொரிக்கவும் வளர்க்கவும் பழகாத நிலையில் அதன் குரல்மட்டும் வசீகரச் சுழலாய் காற்றுவெளியில் பரவுகிறது. காலைவிடியலை சேவல்கள் கூவி வரவேற்கின்றன என்றால் குயில் இசைலயம் காட்டி வழிமொழிகிறது. மழைகாலத்துக் குயிலோசை பிரபஞ்ச நாதகானத்தின் அதிமதுரக் குழலோசை!

"என்னா புள்ள பாத்துக்கிருக்க; பிஞ்சு பிருக்கு எல்லாத்தியும் கத்தரிச்சு எடு." பாஞ்சாலியக்கா கோபம் தணியாமல் பேசினார். நானும் பாலுவும் ஓடிச் சென்று திராட்சைக் குலைகள் அனைத்தையும் பிடுங்கிக் கூடையை நிரப்பினோம். வானம் இன்னும் தனது சூரிய அடுப்பைப் பற்றவைக்கவில்லை. மேகாத்து வீசியது. முந்தானையை உயர்த்தித் தோள்களைச் சுற்றிக்கொண்டு வேலைபார்த்தேன். கூதல் நடுக்கிய கைகள் திராட்சை முத்துகளைத் தாறுமாறாய் வெட்டின. உடைசலோடு நல்லவையும் சேர்ந்து உதிர்ந்தன.

"சும்மா வெட்டிப்போடு; இனி புதுசாத்தேங் பந்தக்கால் நடணும்." துரைச்சாமியண்ணன் வழிகாட்டியபின் அப்படி அப்படியே கத்தரித்துக் கூடைகளை நிரப்பினோம்.

"நல்லவேள" என்றார் பாஞ்சாலியக்கா. "ஓஞ்சகாலமாப் போச்சு; நெறபூட்டா இருந்தா தலையில முக்காடுதேங் போடணும்."

பத்துக் கூடைகள் நிரம்பி வழிந்தன. அனைத்துமே "கழிவுபழம்" என்ற பட்டியலுக்கு வந்தது. "என்னா செய்யலாம்?" என்றார் பாஞ்சாலியக்கா.

"கேட்ட வெலக்கித் தாட்டிவிட்டுற வேண்டியதுதேங்." துரைச்சாமியண்ணன் எந்தப் பதட்டமும் இல்லாமல் சொன்னார். அப்படியும் வியாபாரிகள் வந்திருக்கவில்லை. யாருக்கு நிறுத்துப் போடுவது? இரவு மழையில் எல்லாருக்கும் ஓய்வு தேவைப்பட்டது போலும். மழைக் காலத்தில் குளிர்ச்சிப் பொருள் விலைபோகாது. முதலீடு போட்டு வாங்கி நட்டப் படுவதற்கு ஓய்ந்திருப்பது நல்லது. அத்தக்கூலிக்காரனும் தோட்டக்காட்டுக்காரனும்தான் ஓய்வறியா உழைப்பாளிகள்.

புளிக்கொட்டரை ஞாபகம் வந்து சந்தோசப்பட்டேன். அதன் பிசுபிசுப்பும் குடல் பிடுங்கும் நாற்றமும் குமட்டல் எடுக்க வைத்திருக்கும்; புளியின் பிசுபிசுப்பும் கங்காணியின் அரட்டலும் மனசை வதைக்கும். சில சிறுக்கிகள் நேரம் கண்டு லீவுபோட்டு வீட்டில் இருந்து விடுவார்கள். வராதவர்கள் வேலையையும் வந்தவர்கள் சேர்த்து செய்யவேண்டும். புளித்தட்டுக்கு மட்டும்தான் கூலி; அம்பாரம் தட்ட, அலசிக் காயப்போட, காய்ந்தபின் அள்ள... எதற்கும் கூலியில்லை. அங்கிருந்து விலகியது நல்லதாய்ப் போனது. இனியொருமுறை தேனிக்குக் குடிபோனாலும் புளித்தட்டப் போகக் கூடாது.

"சொல்லு புள்ள; என்ன செய்யலாம்?"

இதைக் கொண்டுபோய் எங்கே விற்பது? தூக்கிச் செல்லும்போதே ஈரநாம்பலில் தண்ணியாய் வழிந்துவிடும். குப்பையில் கொட்டுவதைத் தவிர வேறு வழியில்லை.

பாலு தைரியமாய்ப் பேசினான். "கம்பத்துக்குப் போனா கதையாகாது; நானும் செண்பகாவும் சேந்து ஊத்துக்குக் கொண்டு போறம்; வந்த வெலக்கி வித்துட்டு வந்துர்றம். இல்லாட்டி சித்தர் சாமியார்களுக்கு ஓசியாத் தந்துருவம்."

துரைச்சாமியண்ணன் ஏற்றுக் கொள்ள அரைமணித் தாமதத்தில் ஊத்துக்குச் செல்லும் பஸ் வந்து நின்றது. நாலைந்துபேர் மட்டுந்தான் பயணித்தனர். கூடைகளை சிரமமில்லாமல் ஏற்றி வரிசை

கட்டினோம். கண்டக்டருக்கு அதிகப்படியாய் டிப்ஸ் சேர்த்துத் தந்தபோது அவரும் கூடமாட உதவி செய்தார். பத்துக் கூடைகள் என்பதால் பாஞ்சாலியக்காவும் உடன் வந்தார்.

கூட்டம் குறைந்திருந்த நிலையில் ஆற்றுவெள்ளம் அபரிமிதமாய் அலையாடி ஓடியது. ஒரு போலிஸ்காரர் ஆற்று மேட்டில் நின்று யாரும் உள் இறங்காமல் பார்த்துக் கொண்டார். அந்தப் பக்கம் இருந்து சில சாமியார்கள் ஒரு பர்லாங் தள்ளிப் போய் ஆற்றில் குதித்து இந்தப் பக்கம் வந்து கரையேறினர். நதியின் போக்கையும் கரையொதுங்க வேண்டிய எதிர்க் கரையையும் அறிந்து வைத்திருந்தார்கள் அவர்கள்.

இக்கரையில் இருந்து ஆற்றில் இறங்க முயன்ற ஒரு சாமியாரைத் தடுத்து நிறுத்தியது போலிஸ். "இழுத்துட்டுப் போயிருஞ்சாமி; உசுருமேல ஆசையில்லியா?"

மெலிதாகச் சிரித்தார் சாமியார். அவர் வெள்ளையாடை தறித்து, வெள்ளை ஜிப்பா அணிந்திருந்தார். காவிமயம் இல்லாத தோற்றம். நன்கு சீவப்பட்ட தலைக்கடியில் வெள்ளைத் தாடி சூரியனாய் மின்னியது. சட்டையின் இடது பகுதியில் சிலுவைக் குறியிடப்பட்டிருந்தது. கிறித்துவ அடையாளமா மருத்துவ சின்னமா என அறிய முடியவில்லை. சாமியார் அல்லது சித்தர் என்றால் மருத்துவக் குறி பொருந்தாது. சித்தராய்த்தான் இருக்கவேண்டும்.

மீண்டும் உள் இறங்க முயன்றவரை இரண்டு இளைஞர்கள் இழுத்துப் போட்டனர். இன்னொரு சிரிப்பு! "என்னைத் தொந்தரவு செய்யாதீர்கள். என் உயிர் பிரிந்தாலும் மீண்டும் உயிர்த்தெழுவேன். யேசு கிருஸ்து உயிர்த்தெழவில்லையா? அப்படித்தான் நானும்."

"ஏய்; சிலுவச் சாமியாரு பேசுறதப் பார்ரா" என்றான் ஓர் இளைஞன்.

"ஆமாம் சகோதரா! நான் சிலுவை சாமிதான்; சேஷ்டமும் நிசேஷ்டமும் சேர்ந்து பயணிக்கிற வாழ்வின் ஏக தாட்டியம் கொண்டவன். அஹஹ்ஹா! யூதாஸ் தெரியுமா?"

அந்த இளைஞர்களோடு இன்னும் சிலரும் சேர்ந்து சாமியாரைச் சுற்றி நின்றனர். சுற்றுலாக் கூட்டம் அதிகரிக்கத் தொடங்கியது.

ஆற்றைக் கடக்க முடியாத நிலையில் சாமியாரைச் சுற்றியும் எங்கள் கூடையைச் சுற்றியும் நின்றனர். வியாபார நம்பிக்கை மனமேறத் தொடங்கியபோது சந்தோசம் உண்டானது.

"யூதாஸ் தெரியுமா?" திரும்பவும் கேட்டார் சிலுவை சாமியார்.

"தெரியும்" என்று இங்கிருந்தே கத்தினான் பாலு.

"பேசாம இரு பாலு." அவன் தோளைப் பிடித்து இழுத்தேன். சாமியார் எங்கள் பக்கம் திரும்பி "என்ன தெரியும்?" என்றார்.

"யேசுநாதரைக் காட்டிக் குடுத்த துரோகி."

இப்போது கெக்கலிகொட்டிச் சிரித்தார் சிலுவை சாமியார். முதுமை தட்டிய முகத்தில் வரிசையிட்டிருந்தன வெள்ளைப் பற்கள். பல சித்தர்களுக்கு மஞ்சப்பூத்துக் கிடந்த நிலையில் இவர் பற்கள் மட்டும் மல்லிகையாய் மின்னின.

பாலுவை நோக்கி வந்தவர் அவன் தோளைத் தொட்டுக் குலுக்கினார். "நீ யார்? உன்னை உனக்குத் தெரியுமா? உன்னுள்ளும் புறத்தும் இருக்கும் வஸ்துகளில் ஊடாடிக்கிடக்கும் பிரபஞ்ச ரகசியம் புரிந்தவனா நீ?"

திருதிருவென முழித்தான் பாலு.

"சொல் சகோதரா; என் கேள்விக்கு உன்னிடம் பதில் இல்லையல்லவா? விடைதெரியாத கேள்விகளும் கேள்விக்குள் அடங்காத விடைகளும் முட்டி மோதும் பூமிப் பரப்பில யேசுநாதர்களும் யூதாஸ்களும் வஞ்சக வலையில் வீழ்ந்து போகின்றனர்."

இப்போது எங்களைச் சுற்றிப் பெருங்கூட்டம் ஒன்று வளையமிட்டு நின்றது. போலிசாரும் சாமியார் வாயையே பார்த்தவண்ணம் நின்றிருந்தார். பாஞ்சாலியக்கா அலாதியாய் நின்று பழவிற்பனை செய்தார்.

"உன் குடும்பத்துக்கு நீதான் தலைவனா?"

இல்லையெனத் தலையாட்டிவிட்டு என்னைச் சைகை செய்தான்.

"ஓ! வருதலும் போதலும் உன்னால் நிகழும் பாவனைகளா? அதாவது குடும்பப் பொருளாதாரம் உன்னால் நிர்வாகம் ஆகிறது;

சரிதானே?" என்றார் என்னைப் பார்த்து. நான் இல்லை என்று சொல்ல நினைத்தபோது நான் ஒப்புக் கொண்டதாக நினைத்து "மகிழ்ச்சி" என்றார்.

வானத்தில் சூரிய எழுச்சி உண்டானபோது திராட்சை அதிகம் விற்பனையானது. நானும் பாலுவும் சாமியாரிடமிருந்து விடுதலையாகி, கூடைகள் பக்கம் போய் நின்றோம். சாமியார் எங்களைத் துரத்தி வந்து அருகில் நின்று புன்னகைத்தார். உடையாத பழக்கொத்து ஒன்றை எடுத்து அவரிடம் நீட்டினேன். ஒவ்வொரு முத்தாய்ப் பிய்த்தெடுத்து அருகில் இருந்த இளைஞர்களுக்கு விநியோகித்தார். "கடைசி விருந்தில் அனைவருக்குமான அப்பத்தை கிறிஸ்துபிரான் பிரித்து வழங்கியபோது தேஜஸுடன் ஒளிர்ந்தது பூமி." சில முத்துகளைத் தன் வாயிலிட்டுச் சுவைத்தார்.

பாலுவை இழுத்துத் தன்னருகில் நிறுத்திக் கொண்ட சாமியார் "யேசுவுக்கு எத்தனை சீடர்கள் தெரியுமா?"

"பன்னண்டு."

"அந்தக் குழுவை, இன்னொரு வார்த்தையில் சொல்வதென்றால் இறைவட்டம்! அந்த சிஷ்யக் குடும்பத்தை நிர்வாகம் செய்தது யார் தெரியுமா?"

பாலுவுக்குத் தெரியவில்லை.

"யூதாஸ். அவன்தான் கிறிஸ்து ராஜ்யத்தின் கஜானாவைப் பரிபாலனம் செய்தவன். யேசு சிலுவையேற்றப் பட்டபோது அவனிடம் மூவாயிரம் பொன் இருந்தது. அவன் நினைத்திருந்தால் அவற்றை அள்ளிக் கொண்டு ஓடியிருக்க முடியும்; முப்பது வெள்ளிக்காகக் காட்டிக் கொடுத்தான் என்பது எவ்வளவு பெரிய அபத்தம்! அதுமட்டுமல்ல; அவன் யேசுநாதருக்கு முன் எருசலேமில் மதகுருமார்களுக்கும் ஆட்சியதிகார அடாவடிகளுக்கும் சிம்மசொப்பனமாய்த் திகழ்ந்த யோவானுடன் மன ஓர்மை கொண்டு இறைத் தொண்டு செய்தவன். அவன் நினைத்திருந்தால் சாம்ராஜ்யவாதிகளின் அரவணைப்பில் சுகபோகத்தின் அடிமையாய்த் தன்னை ஈடுவைத்திருக்க முடியும்; அதைச் செய்யாமல் யேசு சிலுவை யேற்றப்பட்ட நாளில் அவனும் தற்கொலை செய்துகொண்டான்." சாமியாரின் விழிப்படலம் கண்ணீர்த்

துளிகளால் மின்னின. “பரமண்டலத்தின் திசையெங்கும் யூதாசின் ஆவி அலைந்துகொண்டே இருக்கிறது. ஆதாம், ஏவாளைப் படைத்த இறைவன் ஏன் சைத்தானைப் படைத்தான் என்று அவன் துணிச்சலாகக் கேள்வி கேட்டான். இந்தக் கேள்விக்கு உன்னால் விடைசொல்ல முடியுமா? சொல்லிக்கொண்டே பைய நகர்ந்து ஆற்றுக்குள் குதித்து, வெள்ளத்தின் போக்கில் நீந்தி அக்கரை ஏறினார்.

சாமியாரின் வார்த்தைகள் எனக்கு அதிகம் புரியவில்லை என்றாலும் யாரோ ஓர் அப்பாவிக்காகப் பேசுகிறார் எனத் தெரிய முடிந்தது.

சுருளியூற்றில் தின்பண்டக் கடைகள் இல்லாமல் வெறிச் சோடியது. அநேகமாக எங்கள் திராட்சை மட்டும்தான் பயணிகளுக்கும் பக்தர்களுக்கும் ஆசுவாசம். டீக்கடை தாண்டி எங்கள் கூடையைத்தான் பலரும் மொய்த்து நின்றார்கள். நிறையப் பேர் வாங்கிக் கொண்டே இருந்தார்கள். பாஞ்சாலியக்காவுக்கு ஒரே கொண்டாட்டம். “என்னா புள்ள? நல்ல பழம் கொண்டாந்தா காத்தாடுது; இன்னக்கி அழுகப் பழத்துக்கு இத்தன கெராக்கி.”

அவர் சந்தோஷத்தில் பங்கெடுக்கும் விதமாய் சூட்டிகையாய் மடித்து மடித்து விநியோகித்தேன்.

அண்டவெளியெங்கும் குதூகலக் குரல்! நானும் பாலுவும் பாஞ்சாலியக்காவும் பாய்ந்து பாய்ந்து மகிழ்ச்சி வெள்ளத்தில் நீச்சலடித்தோம். பலகோடி லாபம் கிடைத்த மாதிரி மனம் துள்ளியது. பத்துக் கூடையும் விற்றுத் தீர்ந்தபோது சூரியப் பரல்கள் மேகத்திட்டுக்குள் மறைந்து கருத்துப் போயின. இன்றைக்கும் மழை வருமோ என்று மனம் பயந்தது.

11

தோட்டத்தில் பந்தக்கால்கள் மட்டுமல்ல; கொடிகள் அறுந்து, வலைகள் கிழிந்து, சில மரங்கள் சாய்ந்தும் இருந்தன. கொய்யாக் கன்றுகளில் பெரும்பாலானவை வேரோடு பெயர்ந்திருந்தன. கோவங்கொடிகள் கொழுகொம்பு கிடைக்காமல் தள்ளாடின. சீர்செய்து பழைய நிலைக்குக் கொண்டுவர வேண்டும் எனப்

பாஞ்சாலியக்கா தவுதாயப்பட்டார். “நாங்களும் ஒத்தாசையா வேல செய்யிறோம்” என்றான் பாலு.

“ஆமாக்கா” என்றேன் நானும். “எங்களுக்கு மூச்சுக் குடுத்த சீவாத்தி; எத்தன நாள் ஆனாலும் கூலியில்லாம வேல செய்யிறம்.”

“வீட்டத் தரமட்டமாக்கிட்டுத் திரும்பவும் முழமால் நட்டுக் கட்டுறமாதிரி இருக்கும்; நீங்க ஏங் கஸ்டப்படணும்?”

“இதுல என்னாக்கா கஸ்டம்; ஒங்க கஸ்டத்துல எங்களுக்கும் பங்கிருக்குல்ல.”

பாலு சுயநலமில்லாமல் பேசினான். “நாங்க கூலிக்காரவுகளாகவா பழகுறம்? குடும்ப மெம்பர் இல்லியா? எல்லாஞ்சேந்து ஒழச்சு சரி பண்ணிருவம்” எனக்கு இந்த வார்த்தைகள் பிடித்திருந்தன..

அன்று மதியவாக்கில் அருக்காணியம்மா தோட்டத்துக்கு வந்தார். “நல்லாருக்கீகளா புள்ளைகளா?”

“ஒங்க ஆசீர்வாதத்துல சந்தோசமாருக்கம் பூசாரியம்மா.” பாலுவின் வார்த்தையில் மகிழ்ச்சி துள்ளியது.

“மழ பேஞ்சு நாசக்காடாயிருச்சு; நீங்கள்லாம் எப்படி இருக்கீகன்னு பாக்க வந்தேங். ஏண்டா தொர, தோட்டம் அழிஞ்சு போச்சுன்னு எனக்கொரு தாக்கல் தரவேண்டாமா?” குங்குமம் படிந்த நெற்றிப்பொட்டில் கீற்றாய் ஒரு மின்னல் ஓடியது. அக்கறையும் ஆசுவாசமும் கொண்ட பாசமின்னல் அது.

“பெறகாட்டி தேனிக்கி வரலாம்னு பாத்தேங்.” எதுவுமே நடக்காதது போல துரைச்சாமியண்ணன் பேசினார்.

சரிந்திருந்த கூரைப்படலை எடுத்துக் கட்டி, குடிசையை மறு உருவாக்கம் செய்திருந்தோம். அதனடியில் அமர்ந்த பூசாரியம்மா, எங்களுடன் சகஜமாய்ப் பேசினார்.

“ராமு எப்படியிருக்காங்?” என்றான் பாலு.

“அவெங் செத்துப் போய்ட்டாங்” என்றார் பூசாரியம்மா கனத்த மனசோடு.

மூங்கில் சிம்புகளைச் சீவி ஒப்புரவு செய்துகொண்டிருந்த பாலு டகாரெனத் திரும்பிப் பார்த்து “என்னங்மா சொல்றீங்க?” என்றான்.

“ஆமா மகனே; நேத்து ராத்திரி அடிச்ச மழையில இச்சிமரம் ஒடிஞ்சு கொட்டகுடியில விழுந்து, பாறை இடுக்குல சிக்கி ரத்தக்காயம் பட்டு செத்துட்டாங்; தண்ணியோட்டத்துல விழுந்திருந்தாக்கூட நீச்சலடிச்சுத் தப்பிச்சிருப்பாங்; பாவம்; அவெங் ஆயுசு அம்புட்டுத்தேங்.” பூசாரியம்மாவின் விழிகளில் சோக ஜலம் மின்னியது. “ரவ்வும் பகலும் எனக்குத் தொணையா நின்னவெங்.”

தோட்டத்தின் அரண்போல அமைந்திருந்த நீர்க்குட்டையில் மீன் பிடித்து வந்திருந்தார் துரைச்சாமியண்ணன். கண்ணுக் கண்ணாய் ஓட்டை விழுந்திருந்த பூளாங்கூடையை நீருக்குள் முக்கி மேலே தூக்கியபோது ஓட்டைகள் வழியாய் நீர் வெளியேற மீன்கள் கூடைக்குள் தங்கின. சில சின்ன மீன்கள் துவாரங்கள் வழியாய்த் தப்பித்துவிட்டன. கெண்டையும், கெளுத்தியும், குரவையும் உயிரோடு துள்ளின. பாஞ்சாலியக்கா கெளுத்தியின் முகமுள்ளை முறித்தும் கெண்டையில் பக்கவாட்டுச் செதில்களை உரித்தும் உரசித் தந்தார். குரவை மீனில் கழிவு அதிகம் இல்லை. அவற்றை நன்றாகக் கழுவி, புளி, மிளகு அதிகம் சேர்த்து வக்கணையாய்க் குழம்பு வைத்தேன். முதல் நாள் மழையில் ஈரநாம்பல் பட்டு மண்ணடுப்பு சிதைந்து கிடந்ததால் கல்லடுப்புக் கூட்டி சமையல் செய்தேன். எதிர்த் தோட்டம் வரை மணம் வீசியது.

“என்ன பாஞ்சாலி...” என்றார் எதிர்த் தோட்டக்காரர். “மீன் மணக்குது?”

பாஞ்சாலியக்கா திரும்பிப் பார்க்காமல் “அத்த வந்திருக்காக; அதேங்...” என்றார்.

“ஓ... பூசாரியம்மாவா?”

“ஆமா தம்பி” என்றார் அருக்காணியம்மா. “நீங்கதேங் எங்கடவுள, அதாங் மனோகரனக் கொன்னுட்டீகள்ல; இப்ப எனக்கு இந்த உசுருகதேங் தொண. தொர, பாஞ்சாலி, பாலு, செண்பகா”

“அந்த ரெண்டு சிறிசுகளும் ஒங் சாதியில சேந்துருச்சுகளா?”

அவர் முகத்தில் அடிப்பதுபோல “நாங்க மனுச சாதி” என்றான் பாலு.

எதிர்த் தோட்டமும் அழிந்திருந்ததால் அதை மறு உருவாக்கம் செய்யப் பத்துப்பேர் வரை வேலைசெய்தனர். பூசாரியம்மாவின்

கேள்விக்கும் பாலுவின் வார்த்தைக்கும் பதில் சொல்லாமல் “ஜல்தியாப் பாருங்கடா” என்றபடி தோட்டத்தின் எதிர்மூலைக்கு ஓடினார்.

நான்குமணிக்கு சமையல் முடிந்தபோது அனைவரும் ஒரே பந்தியில் அமர்ந்து சாப்பிட்டோம். சோத்துச் சட்டியும் குழம்புச் சட்டியும் அருகில் இருக்க அவரவர் தேவைக்குப் போட்டுக் கொண்டோம். “வீட்டுச் சோறு தின்னு எத்தன வருசமாச்சு? அதும் மஞ்சட்டிச் சோறு?!” பூசாரியம்மா ஆதங்கத்தோடு பேசினார். “அவுக இருந்திருந்தா இதுமாதிரி வக்கன வக்கனையா நானுங் ஆக்கிப் போட்டிருப்பேங்; அவுகளும் சாப்புட்டு நானும் சாப்புட்டு...” வழிந்தோடிய கண்ணீரைப் பக்கத்தில் கிடந்த அகன்ற இலை எடுத்துத் துடைத்துக் கொண்டார். “இன்னக்கிக் கோயில்ல தானச் சோறுதேங்; முனியப்பனுக்குச் செய்யிற தானத்துல எனக்கும் கொஞ்சம்.” அவர் நாசியில் இருந்து கிளம்பிய பெருமூச்சு எங்கள் அனைவரையும் சுற்றிவிட்டு அவர் மடியில் படுத்துக் கொண்டது.

சாப்பிட்ட பிறகு யாருக்கும் வேலைசெய்ய சுதாரிப்பு வரவில்லை. பூசாரியம்மா குடிசைத் தாவாரத்தில் படுத்துக் கொள்ள பாஞ்சாலியக்காவும் ஓரத்தில் படுக்க முயன்றார். துரைச்சாமியண்ணன் விடவில்லை. “கௌம்பு போவம்.”

“அத்த வந்திருக்காக; நானும் இங்கனயே கெடக்கேங்”

“மழ வந்தா குடுசு பத்தாது; எந்திரி.”

“கூப்புடுறான்ல; போ” என்றார் பூசாரியம்மா.

“நீங்களும் வாங்க; நம்ம வீட்டுக்கு.” உரிமையின் குரல் அது.

துரைச்சாமியண்ணன் பாஞ்சாலியக்காவை முறைத்துப் பார்த்தார். “பெரியாத்தா கோயிலே கெதியின்னு கெடக்கவுக; சுத்தபத்தம் இல்லாத வீட்டுல வந்து படுப்பாகளா?”

“போ தாயி; மகனுக்காக இல்லாட்டியும் புள்ளைக இருக்குல்ல; போயி அதுகளுக்கு உண்டானதப் பாரு.” பிள்ளைகளை ஞாபகப் படுத்தியதால் கிளம்பிப் போனார் பாஞ்சாலியக்கா. “நேத்துக் கோத்ததவே இன்னம் உருவ முடியல; இன்னக்கி என்ன செய்யக் காத்திருக்கானோ?”

மேகத்திட்டுகள் கும்மல் கும்மலாய் வானமெங்கும் பரவிக்கிடக்க... கிழக்குத் திசை ஓரத்தில் மட்டும் நீலம்பாரித்திருந்தது. "இன்னக்யும் மழதேங்போல" என்றான் பாலு.

அண்ணாந்து பார்த்து வானத்தை ஆய்வு செய்த பூசாரியம்மா "ஈசானம் வெளுத்திருக்கதால மழக்கி அச்சாரமில்ல" என்றார்.

லேசாக வீசிய குளிர்காற்று உடம்பை வருடிச்செல்ல, நானும் அருக்காணியம்மாவும் உள்புறம் படுத்துக் கொண்டோம். பாலு தாவாரத்தில் உறங்கினான். பொத்திக் கொள்ள அவன் உடுத்தியிருந்த வேட்டியே போதுமானதாய் இருந்தது. போர்வை ஒன்று வாங்கவேண்டும் என்று நினைத்துக் கொண்டேன்.

பகல் முழுக்க உழைத்ததில் உடம்பு துவண்டு உறக்கம் கண்களை வருடியபடி இருந்தது. பூசாரியம்மா பேச்சுக் கொடுத்துக் கொண்டே இருந்தார். என் மாமனாரும் அத்தையும் குறிகேட்க வந்ததை ஒரு கதைபோல சொன்னார்.

பாலு காணாமல் போன பிறகு வீடு நிர்மூலமானது. அவன் புழங்கிய திண்ணை மூக்கு இல்லாத முகம்போல வெறிச்சோடியது. அம்மாவும் அப்பாவும் அங்கங்கே ஆள் வைத்துத் தேடினார்கள். காதர் மாமா தனக்குத் தெரிந்தவர்களிடம் சொல்லிவைத்துத் தேடினார். அக்காவும் அவள் கணவரும் கிராமப் புறங்களில் அலைந்து அலைந்து பார்த்தும் கிடைக்கவில்லை. செண்பகாவும் அவள வீட்டு முற்றத்தைக் காலி செய்திருந்ததால் இருவரும் இணைந்து எங்கோ ஓடிவிட்டதாய்க் கணக்குப் போட்டு போலிசில் புகார் செய்தனர். வழக்குப் பதிந்து, தேடுவதாய் உறுதியளித்து அனுப்பிவிட்டனர். ஸ்டேஷனுக்கு அனுதினமும் நடக்க ஏழைகளுக்கு ஏது நேரம்? ஒருவாரம் சென்று ஸ்டேஷனில் விசாரித்தபோது "தேடிக்கிட்டிருக்கம்" என எளிதான பதில் சொல்லி அனுப்பிவிட்டனர்.

எங்கு தேடியும் கிடைக்காத சூழலில் குறிகேட்கத் தொடங்கினர். குன்னூர் சொக்கலிங்க வள்ளுவர் பிரபலமான ஜோதிடர். பாலுவின் ஜாதகத்தைப் பிரித்துப் பார்த்து "ஏழர நடக்குது தாயி" என்றார். "உசுரப் பாத்து பாஞ்ச கெண்டச்சனி ஒரு பொண்ணு ரூவத்துல ஒடம்பக் கடத்திட்டுப் போயிருச்சு."

“என்னா சாமி சொல்றீங்க?” என்றார் பாலுவின் அம்மா.”

“ஆமா தாயி; அந்தப் புண்ணியவதி மட்டும் இல்லைன்னா ஒங்க மகெங் உசுருக்கு ஆபத்து தாயி.

பலரிடமும் கேட்டு திருப்தியான பதில் வராத நிலையில் முனியசாமி கோயில் பூசாரி நல்ல குறிகாரி என்று பெரியய்யா சொன்னதையடுத்து ஒரு வெள்ளிக்கிழமை சடையால் கரைக்கு வந்து, முனியப்பனுக்கு பட்டெடுத்து சாத்திவிட்டு, ராமுவுக்குத் தின்பண்டம் வாங்கித் தந்து பூசாரியம்மாவிடம் குறிகேட்டனர்.

பச்சையண்ணனும் உடன் வந்திருந்தார் என்பதால் இவர்கள் பாலுவின் பெற்றோர் எனப் புரிய முடிந்தது. சுருளியூத்துப் பக்கம் ஜாகையிட்டிருக்கின்றனர் என்பதைச் சொல்லாமல், சோவி உருட்டிப் போட்டுக் குறி சொன்னார்.

“முனியப்பா! மொதல்ல அந்த சின்னஞ்சிறிசுக உசுரோட இருக்கான்னு சொல்லுப்பா” என்றபடி சோவி உருட்டினார். “எட்டு பூ பூத்திருக்கு தாயி; எட்டாமிடம் ஜீவஸ்தானம்; எட்டுக்குடையவன் உச்சம் பெத்து ஒசரமா நின்னிருக்கதால உசுருக்குப் பங்கமில்ல; நல்ல சேட்டத்தோட கையுங்காலும் சொகத்தோட ஒழச்சு உங்குறாங்க; அதப்பத்திக் கவலப் படவேணாம்.”

பாலுவின் அம்மா பெருமூச்சு விட்டபடி கையெடுத்துக் கும்பிட்டார். “உசுரு பொழச்சுக் கெடந்தா போதும்; என்னக் கின்னாலும் கங்குளூரக் கண்டுக்கிருவங்.” அவர் கண்கள் முத்துக் கட்டி நின்றன.

“எந்த தெசையில சாமி இருக்யாங்?” மல்லிகா கேட்டதும் மீண்டும் சோவி உருட்டினார். “நாலு விழுந்திருக்கு; நாலு தெசையக் காட்டுனா எப்படி சாமி காங்குறது?” என்று முனியப்பனைப் பார்த்து கும்பிட்டுவிட்டுத் திரும்பவும் உருட்டியதில் ஆறு பூத்தது. “ஆறுக்கு ஆறு; ஆறாமிடம் கன்னி; ஒரு கன்னியக் கைபிடிச்சுக் கூப்பிட்டுப் போயிருக்காரு; தெசையக் கேட்டா ஆறுக்குரிய தெச தென்கிழக்கு; மலையடிவாரத்துலயோ மலப் பொடவுக்குள்ளயோ ஒளிஞ்சிருக்காக சாமி.”

“எம்மகெங் காடுமல கடந்து போகத் தெரியாதவெங் சர்க்காரு விடுதியில கவுருதியா வெயில் படாம வளந்தவெங்; ஊரு வந்து

சேரணும்; என்ன பரிகாரம்?" அம்மா கேட்டபோது பனிரெண்டு முத்துகளும் குப்புறக் கவிழ்ந்தன; "கஸ்டந்தாயி; புலியும் சிங்கமும் கரடியும் வலம் வரும் காட்டுப் பாதையில தேடிப் போறது முடியாது. இன்னம் ஒரு ஆறு மாசம்; அவுகளத் தேடவேணாம்; அவுகளா வந்து சேருவாக."

பாலுவின் அப்பா கோபக் குறியோடு பேசினார். "ராஸ்கல்! வரட்டும்; கையக் கால மொண்டியாக்கி வீட்டுல போட்டுக் கஞ்சியூத்துறேங்."

பூசாரியம்மா சின்னதாய்ச் சிரித்துவிட்டு "அவுக ஒங்களுக்குக் கஞ்சியூத்துற நெலமையிலதேங் ஊரு வந்து சேருவாக; ஈருசுரு மூணுசுரா வளரும்போது வருவாக; எந்த வெறுப்பும் இல்லாம ஏத்துக்கணும்."

"சரி" என்ற அம்மாவின் வார்த்தைகளை முறித்துவிட்டு, "சலுப்பச் சிருக்கியோட ஓடுனவன மேளம் தட்டி பீப்பி ஊதி வரவேற்கணுமாக்கும்."

"சாதியப் பத்திப் பேசாதீக சாமி; ஒரே கோத்துரத்துல கட்டுவனவுக சீரழிஞ்சு கெடக்காக; மாத்துக் கட்டுல போனவுக நல்லாருக்காக; சாதிமதமெல்லாம் நம்ம மன ஆறுதலுக்குத்தேங்; ஒண்ணுமண்ணா ஒட்டுனவுகள ஒதுக்கணும்னு நெனக்யாதீக."

"அவளும் பொண்ணுதான; வந்தா ஏத்துக்குவம் சாமி; அப்பா விடலைன்னாலும் நாங் எங் ஊருக்குக் கூப்பிட்டுப் போயிருவெங்." அக்கா திடகாத்திரமாகப் பேசினாள். "எப்படியாச்சும் அவனக் கண்டு கூட்டியாரதுக்கு வழி சொல்லுங்க."

"தேடிக்கண்டு பிடிக்கிறது கஸ்டம்; போனவுக போனபடியே திரும்பி வருவாக; ஒங்க கஸ்ட்த்த நீக்கும்படியா வருவாக; அவசரப்பட்டுத் தேடி அலையாதீக."

பூசாரியம்மா சொன்ன கதை என்னை பயமுறுத்தியது. ஊருக்குப் போக மனம் நினைத்தலும் பாலுவுடைய அப்பாவின் பேச்சுகள் பின்னரிக்க வைத்தன.

"இப்பதக்கி ஊருக்குப் போக முடியாதாம்மா?"

"வேணாம்ப்பா; ஒங்க மாமெங் மொரட்டுத் தனமாப் பேசுறாரு; ஏதாச்சும் ஒண்ணு ஆச்சுன்னா என்னப்போல நீயும்

பொக்குக் கடலையா கெடக்க வேண்டி வந்துரும்; நீங்க நல்லா ஒழக்கிறீங்க; தொழில் செய்யிறீங்க; இந்தக் குடுசு போதும் ஒங்க பொழப்புக்கு; நாங் இருக்க வரக்யும் இங்கருந்து ஒங்களப் போகவிட மாட்டாகா." அவருக்குக் கண்ணயர்வு வந்தபோது நானும் வேறுபக்கம் திரும்பி உறங்கத் தொடங்கினேன்.

12

வயிற்றில் இன்னோர் உயிர் உதயமாகி வளர்ந்தபோது ஊருக்குப் போய் நாலு மக்களோடு சேர்ந்து உறவாட வேண்டும் என்ற எண்ணம் தோன்றியது. தேனி நிலம் கண்ணுக்குள் வந்து வெளிச்சமிட்டது. கருப்புநிறத் தார்ச்சாலை! பழுப்புப் படிந்த வீதிவெளிகள்! மண்ணின் நிறம் பழுப்பு; அங்கங்கே நின்று நிழல் தந்த மரங்களும் பசுமைகலந்த பழுப்பு நிறம்தான். வரிசையிட்ட மரங்களின் ஊடாகப் பன்னீர்ப்பூ மரங்கள். நான் சிறுமியாய் இருந்தபோது பன்னீர்ப் பூ பெறக்குவதற்காகக் காலையில் எழுந்து நடந்து மரத்தடிக்குச் சென்று, பனித்துளிகளை வாங்கிக் குளிர்ந்திருந்த பூக்களைப் பொறுக்கி மடி நிறைத்து வீட்டுக்கு வந்திருக்கிறேன். அம்மா திட்டுவார். "ஒரு நிமிசத்துல வதங்கிப்போற பூவ அள்ளிட்டு வந்திருக்கவ; எதுக்கும் ஆகாது."

நானும் பக்கத்து வீட்டுப் பரிமளாவும் நூலெடுத்துக் கோத்துத் தலையில் வைத்துக் கொள்வோம். மல்லிகையைவிட அதிகம் மணக்கும். அப்படியான மரத்தடிக்கு இப்போது போய் விளையாடவேண்டும். பிறக்கப் போகும் குழந்தையையும் அங்கு விளையாடவிட்டு நான் காவல் இருந்து கண்காணிக்க வேண்டும். பாலு வந்து திட்டினாலும் "ஒங்க புள்ளதான..." என்று கண்ணடித்துப் பரிகசிக்க வேண்டும்.

முட்டு நின்று இரண்டு மாதம் ஆகிய நிலையில் குமட்டலும் வாந்தியும் வந்து பாடாய்ப் படுத்தின. நெஞ்சுக்கூடு ஏறி இறங்கி வயிற்றைக் கவ்விப் பிடித்து வலித்தது. சாப்பிட்ட கஞ்சி உள் இறங்கவில்லை. நாக்கினால் எந்தச் சுவையையும் உணரமுடியாமல் 'மலுமலு'வென காரலெடுத்தது. குட்டையோரத்தில் கிடந்த செவ்வல் மண்ணை எடுத்து வாயில் போட்டுக் கொண்டபோது ஒருவித சொரசொரப்பு படிந்து இதமானது. தொண்டை வழியாய்

மண் இறங்கிக் குதூகலம் கிடைத்தது. செவ்வல் மண் வாந்தி நேரத்தைக் கொஞ்சம் தள்ளிப் போட்டது.

பாலு சூட்டிகையாய்ச் செயல்பட்டான். மீண்டும் சைக்கிள் மூலமாகவே கொள்முதலுக்கும் விற்பனைக்கும் போனான். "நாம நெனக்கிற நேரத்துல பஸ்ஸு வரமாட்டேங்குது, என்ன செய்ய?" சாமிகும்பிடு காலத்திலும் முகூர்த்த நாளிலும் ஊத்துக்குப் போய் வியாபாரம் செய்தான். மற்ற காலங்களில் கம்பம் பேருந்து நிலையம். "சைக்கிள்ல போறது அலுப்பாருக்கு; லூனா ஒண்ணு வாங்கணும்" என்றான். "என்னா பெட்ரோல் செலவு ஆகும்."

"பரவால்ல; மொதல்ல ஓட்டிப் பழகிட்டு அப்பறம் வாங்கு."

"சைக்கிள் ஓட்டுற மாதிரிதேங்; ஒருநாப் பழகுனாப் போதும்." முதலில் லூனா, பிறகு பைக், அதன்பிறகு கார்! பாலு என் கண்ணுக்குள் ஓட்டிக் கொண்டே இருந்தான். நிச்சயம் ஒருநாள் அது முடியும்.

மூன்றாம் மாதம் பாலு என்னருகில் படுப்பதைத் தவிர்த்தான். "அலாதியாப் படுங்க" என்று பாஞ்சாலியக்கா சொல்லியிருந்தார். "சிலருக்குச் சேந்துக்கிரும்; சிலநேரம் கருக் கலங்கிரும்."

இந்த வார்த்தைகள் பாலுவின் உணர்ச்சிகளை மட்டுப் படுத்தின. அவன் தொழிலுக்குப் போய்வந்து வீட்டுவேலைகளையும் செய்தான். அவன் வருவதற்குள் நான் சமையல் முடித்து வைத்திருந்தால் சாப்பிட்டு ஏனம் கழுவி, வீட்டைக் கூட்டித் துப்புரவு செய்து படுக்க பத்து மணியாகிவிடும்.

மழையில் அழிந்துபோன பிறகு பாஞ்சாலியக்கா தோட்டம் இன்னும் முழுதேகமாய் வளரவில்லை. கொய்யாவுக்குப் பதில் மாமரம் நட்டிருந்ததால் அதன் வளர்ச்சி பைய நடந்தது. இமாம், காலயப்பாடி போன்ற உயர்தர மாங்கன்றுகள்! திராட்சையோ பூவும் பிஞ்சுமாய்க் குறுகிக் கிடந்தது. அழியாத தோட்டங்களைப் பார்த்துத் தேடி அலைந்து சரக்கெடுத்து விற்பனைக்குப் போனான் பாலு. இப்போது திராட்சைத் தோட்டங்கள் பெருகிவிட்டன. வீரிய வித்துகள் எந்த நிலத்திலும் பூத்துக் காய்த்து செழித்தன. குமுளி அடிவாரம் வரை சென்று சரக்கு எடுத்தான். லூனா வாங்கியதால் மலையேற்றத்திலும் எளிதாய்ச் சென்று வாங்கி விற்று வந்தான்.

“கருக்கூடுன நேரம் நல்ல நேரம்போல; யாவாரம் கொடிகட்டிப் பறக்குது.”

“ஒனக்கு இதுல நம்பிக்கையிருக்கா என்ன?”

பையச் சிரித்தான். “நல்ல விசயத்த நம்புறது தப்பில்லைல்ல. ரெண்டு பேரும் சேந்தப்ப இருந்ததவிட இப்பக் கூடுதல் சம்பாத்தியம்.” அவன் மடியில் தலைசாய்த்துப் படுத்து அவன் முகத்தை ஏறிட்டேன். பொன்னொளி மின்னியது. என் வயிற்றுப் பகுதியைக் கீழ்மட்டம் வரை தடவினான். “இந்தச் சின்னக் கூட்டுக்குள்ள இன்னொரு உயிரா?”

பைய எழுந்து அவன் முகத்தை வாங்கி முத்தமிட்டேன். மேனியை இறுக்கி அணைத்தேன். மல்லாக்கப் படுத்து அவனை என்மேல் கிடத்தினேன். விசும்பி அலாதியாகி ஓரமாய்ப் படுத்தான். “பசிக்கிது பாலு.”

“ரெண்டு மாசம் பொறு; நம்ம புள்ள நல்லாருக்கணுமில்ல. பாஞ்சாலியக்கா என்னயத் தனியாக் கூப்பிட்டு சொல்லுச்சு; ‘ஒனக்குப் பசிச்சா ஓட்டல் கடையில சாப்பிட்டுக்க; வீட்டுச் சோறு கொஞ்ச நாளக்கி வேணாம்.’ நீ சாப்பிடாதப்ப எனக்கு மட்டும் எதுக்குன்னு அந்த அக்காட்ட சொல்லிட்டேங்.”.

❍

3 புலர்வெளிச்சம்.

1

இரவு முழுதும் உறக்கம் பிடிக்காமல் புரண்டுகொண்டிருந்தேன். எழுந்து உட்கார்வதும் வெளியில் வந்து மண்பாதையை நோக்குவதும் திரும்ப உள் சென்று படுப்பதுமாய் கனத்த இரவைக் கடத்துவது கடினமாய் இருந்தது. என் நினைப்பு சரியானதுதானா என கணிக்க முடியவில்லை. செண்பகாவிடம் யோசனை கேட்கலாம்; அவள் வேண்டாம் என்று சொல்லிவிட்டால்?

நேற்று பச்சையண்ணன் கம்பத்துக்கு வந்திருந்தார். நான் பஸ்டாண்டில் "முந்திரியேய்..." எனக் கூவி விற்றுக் கொண்டிருந்த போது "என்னா வெல?" என்ற குரல் கேட்டுத் திரும்பிப் பார்த்தேன். சின்ன சிரிப்பை உதிர்த்தபடி பச்சையண்ணன் நின்றிருந்தார். ஒரு கொத்துப் பழத்தை எடுத்து அவர் கையில் தந்து "என்னண்ணா இந்தப் பக்கம்?"

"ஊறுகாக் கம்பனி ஓனரோட மக வீடு இங்க இருக்கு; ரெண்டு ஜாடி மாவடு ஊறுகா கேட்டுச்சாம்; சீசன் இல்லாத நேரம்; ஆந்திராவில எலுமிச்சை யாவாரிட்ட சொல்லிவச்சு மாவடு வாங்கி ஊறுகா போட்டுக் குடுத்து விட்டாரு; அவருக்குத் தொழில் மிசுங்க முடியல; என்னயக் கொண்டுபோயிக் குடுத்துட்டு வரச் சொன்னாரு."

மாவடு ஊறுகா என்றதும் எனக்கும் எச்சில் ஊறியது. உப்பில் ஊறிக் காரத்தில் நனைந்து நறுக்கு நறுக்கெனக் கடிக்கத் தோதாய் சின்னச்சின்ன மாங்காப் பிஞ்சுகள் சாப்பிட இதமாய் இருக்கும். பள்ளியில் படிக்கும்போது மகா எனக்குத் தந்திருக்கிறாள். அவள் வீட்டில் வருஷம் பூரா மாவடு ஊறுகா இருக்குமாம். தேனிக்கு வந்த பிறகு கிடைக்கவில்லை. அருந்தலான பொருள் என்பதால் காசு தந்து வாங்க முடியவில்லை. "வாங்க சாப்புடுவம்." என்றேன்.

“அந்த அக்கா வீட்டுல தயிர்ச்சாதம் சாப்புட்டேங்; வகுறு குளுந்து கெடக்கு; ஒன்னய பாத்ததுல இன்னங்கொஞ்சம் சில்லிப்பாயிருச்சு. நல்லாருக்கேல்ல?”

“ஆமாண்ணா.”

“செண்பகா?”

“உண்டாயிருக்கா.”

“அடி சக்கே; அப்பாவாகப் போறியாக்கும்?”

“பூசாரியம்மாவும் நீங்களும் தந்த ஆதரவுதேங்.”

“நாங் என்னத்த செஞ்சுட்டேங்; எல்லாம் பூசாரியம்மாதேங்... அதிருக்கட்டும்; இந்த நேரத்துல பொம்பளப் புள்ளைக மாங்கா இஷ்டமாச் சாப்புடுவாக; பாஞ்சாலிட்ட ரெண்டு ஜாடி குடுத்திருக்கேங்; ஒனக்கு ஒண்ணு தரும்; செண்பகாவுக்கு ஊட்டிவிடு.”

சந்தோசமாய் இருந்தது. வெகு காலத்துக்குப் பிறகு மாவடு சுவைக்கப் போகிறேன். பெரும்பகுதி செண்பகாவுக்குத்தான்.

அப்பா அம்மா குறிகேட்க வந்த விஷயத்தை விலாவாரியாகச் சொன்னார். “பூசாரியம்மா நெனச்சிருந்தா அன்னக்கே ஒன்னயக் காட்டிக் குடுத்திருப்பாக. செய்யல; ஏந்தெரியுமா? படிப்பறிவு இல்லாதவுக; பிரிச்சு வச்சுட்டாகன்னா; அது ஒரு வங்கொல; கொலபாதகத்த நாமளே செய்ய வேணாம்னு உயிரோட இருக்கைங்கங்குறத மட்டும் சொல்லி தேத்தி விட்டாக.”

அந்த மழை இரவில் பூசாரியம்மா செண்பகாவிடம் ஒப்பித்ததை ஞாபகப் படுத்திக்கொண்டேன்.

திராட்சைத் தட்டைப் பழக்கடையில் வைத்துவிட்டு அவரை அழைத்துக் கொண்டு குமரன் டீஸ்டாலுக்குப் போய் வடையும் டீயும் சாப்பிட்டோம். “இன்னம் எத்தன நாளக்கித்தேங் இப்படி மறஞ்சிருக்கப் போறீக?”

“தெரியலண்ணே; தேனிக்கிப் போகணும்னு செண்பகா ஆசப்படுறா; எனக்குத்தேங் பயமாருக்கு.”

“நாங் ஒரு ஓசன சொல்லட்டா?” என்றவர் “தேனிப்பக்கம் திராட்சை அருந்தலாருக்கு; மெய்னான கடைகள்ல கூட சரக்கு

இல்லாம வெத்துக் கட்டையாக் கெடக்கு; ஒரு கூட வெட்டி கருப்பையா கடையில குடுத்துக் காசு வாங்கி வா; அன்னு மறுநா ரெண்டு மூணு கூட வெட்டி எல்லாக் கடக்யுங் குடுத்தைன்னா நல்ல வருமானம் கெடக்யும்."

"அப்பாவுக்குத் தெரிஞ்சா வீட்டுல போட்டுப் பூட்டி வச்சிருவாருண்ணே."

"மலையில இருந்து எறங்குற தண்ணி பள்ளத்தாக்குல இருக்க பாரையில மோதித்தான அகணும்? பள்ளத்தையும் தாண்டி ஓடுனாத்தாங் அது ஆறு; இல்லாட்டிக் குட்டை; நீ நதியாகணுமா, குட்டையாக் குறுகிக் கெடக்கணுமா?"

பச்சையண்ணன் பேசியவை மனசுக்குள் வந்து கண்ணாடி விரியனாய் சுருண்டு சுருண்டு ஓடின. பயமுறுத்தலுக்குப் பதுங்குவதா, பயமற்றுத் துணிவதா? ஜோதிட வார்த்தையில் நம்பிக்கை இல்லை என்றாலும் நாளை ஊத்துக்குப் போய் சித்தர் ஒருவரிடம் குறிகேட்கலாம் என முடிவெடுத்தபோது செண்பகா எழுந்து அமர்ந்து "இன்னம் ஒறங்கலியா?" என்றாள்.

"நாளக்கி முந்திரி வெட்டி சுருளியூத்துக்குப் போகலாம்னு பாக்குறேங்; நீயும் வாரியா?"

"சரி" என்றவள் என்னை வெளியில் படுக்கவைத்துவிட்டு அவள் உள்ளே சென்று முடங்கினாள்.

காலை ஐந்து மணிக்கெல்லாம் எழுந்து மொபடை எடுத்துக் கொண்டு, குமுளி அடிவாரம் லோயர்கேம்ப் சென்று இரண்டு கூடைகள் வெட்டி காலை எட்டு மணிவாக்கில் தீர்த்தத்துக்கு வந்து சேர்ந்தேன். எனக்குமுன் செண்பகா நின்றிருந்தாள். புளிச்சாதமும் தயிர்ச்சோறும் கட்டி எடுத்து வந்திருந்தாள். புளிச்சோறு என்றதும் உடனடியாகப் பசிக்கத் தொடங்கியது. தயிரை மதியத்துக்கு என ஒதுக்கிவைத்துவிட்டுப் புளிச்சாதம் சாப்பிட்டேன். கடித்துக் கொள்ள மாவடு ஊறுகாய். என்ன ஆச்சர்யம்! முதல் நாள் பச்சையண்ணன் மாவடு பற்றிப் பேசினார். இன்று எனக்கான வெஞ்சனமாய் ஆகியது. "ஏது செண்பகா?" தெரியாதது போல் கேட்டேன்.

"பாஞ்சாலியக்கா காலையில ஆறுமணிக்கே தோட்டத்துக்கு வந்து தந்துட்டுப் போனாக.. தேனியிலருந்து பச்சையண்ணெங்

கொண்டு வந்தாராம்;" மாவடு ஊறுகாய் புளியோதரையைவிட தயிர்ச் சோத்துக்கு உகந்ததாய் இருக்கும். மதியச் சாப்பாட்டையும் இப்போதே எடுத்துக் கொள்ளலாம்போல் இருந்தது.

"எல்லாம் அக்னிமயம்" என்றபடி சுருட்டுச் சித்தர் எங்கள் அருகில் வந்து கையேந்தி நின்றார். சதாசர்வகாலமும் சுருட்டுப் பிடித்துக் கொண்டே இருப்பார். ஒன்று முடிந்ததும் உடனடியாக இன்னொன்றைப் பற்றவைப்பார். அவர் வாயில் எந்த நேரமும் தரமான புகையிலையினால் ஆன சுருட்டு புகைந்துகொண்டே இருக்கும். கோயிலுக்கு வரும் பக்தர்கள் சுருட்டு வாங்கித் தந்து ஆசிபெறுவர்.

செண்பகா தயிர்ச்சாதம் கொடுத்தபோது வேண்டாம் என்றுவிட்டு "சுருட்டு" என்றார்.

நானும் செண்பகாவும் திருதிருவென முழித்தோம். சுருட்டுக்கு எங்கே போவது?

"தீயே தீபம்; தீயே பக்குவம்; தீயே சௌஜன்யம். தீயில்லாத லோகம் மரம் இல்லாத, காடு; நீர் இல்லாத நதி; தித்திக்கத் தெரியாத தேனாறு." ஏதேதோ பேசியபடி இருந்தார்.

"ஆத்தத் தாண்டி இருக்க கடையில போயி சுருட்டு ஒரு பாக்கெட்டு வாங்கிட்டு வா பாலு." என்றாள் செண்பகா. அப்படியே செய்தேன்.

"அண்டவெளியில் நிறையும் பிண்டம், பூவுலகில் உறையும் பண்டம் எல்லாமே தீயின் வார்ப்புகள்! நீயும் இவளும் சேந்து பிள்ள பெறப்போறீங்க; தீயும் காத்தும் கலந்து ஜீவசிருஷ்டி நடக்குது." ஒரு சுருட்டை எடுத்துப் பற்றவைத்துக் கொண்டு திரும்பவும் பேசினார். "தீக்கு நீர் எதிரி; நீருக்குத் தீ முரண்; காற்று தீயின் கூட்டாளி; காற்றில் நீர் இருக்கு தெரியுமா?" ஒரு தத்துவம் போல பேசிவிட்டு நகர்ந்து ஆற்றின் எதிர்த்திசையில் நடந்தார்.

செண்பகாவை ஏறிட்டுப் பார்த்தேன்; அவளுக்கு வியாபாரத்தின்மேல் நாட்டம் உண்டாகவில்லை. சித்தர் செல்வதைப் பார்த்தவண்ணம் இருந்தாள்.

"என்னா செண்பகா?"

தேனிசீருடையான் | 283

“தேனிக்கிப் போவமா பாலு?”

நான் நினைத்ததையும் பச்சையண்ணன் அறிவுறுத்தியதையும் செண்பகாவும் சொல்கிறாள். கூடடையும் காலம் வந்துவிட்டது போலும்.

“என்னா திடீர்ன்னு?”

“எனக்கு அப்படித்தேங் தோணுது; நம்ம மரம்; நம்ம கூடு; நம்ம பொழப்பு! இந்தக் கானல் காட்டுல கெடக்கதவிட அந்த செவ்வல் நெலத்துல இன்னம் நல்லாருக்கும்.” பெருமூச்சு விட்டாள்.

“பாஞ்சாலியக்காவும் தொரசாமியண்ணனும் அன்பாத்தான இருக்காக?”

“ஓசிவீடு! ஓசிச் சோறு அன்பும் கூட ஓசியானதுதான?”

“நீயும் அந்த சித்தர் மாதிரி புரியாத மொழியில பேசுற.”

“ஏங் சித்தியக்கூட விடு; ஒங்கம்மா, அப்பா, சின்னகாமு அக்கா எல்லாரும் நம்ம புள்ளக்கிக் கைப்பண்டுதம் பாத்துக் காப்பாத்துவாக. இந்த நேரத்துல ஒரு பொம்பள சீவன் பக்கத்துல இருக்கணும் பாலு.” அவளின் ஆழ்மன ஆதங்கம் எனக்குப் புரிந்தது.

“ஊருக்குப் போனா வெரட்டுவாக” என்றேன்.

“பரவால்ல; அடிக்யட்டும்; மிதிக்யட்டும்; அவுசாரிப் பட்டம் கட்டட்டும்; அவுக கையணைப்பு எனக்குத் தேவப்படுது.”

விற்பனை முடிந்து ஒரு மரநிழலில் அமர்ந்து ஓய்வெடுத்தபோது அன்று பார்த்த சிலுவைச் சித்தர் “பரமண்டலத்தில் இருக்கும் பிதாவே” என்றபடி எங்கள் அருகில் வந்தார். ”இந்த அப்பாவி ஜீவன்களை ரட்சித்து பாவமன்னிப்பு வழங்கவேணும் பிதாவே.”

கடைசியாக மிச்சமிருந்த ஒரு பாக்கெட் சாப்பாட்டை அவர் கையில் கொடுத்தாள் செண்பகா. வலதுகையால் வாங்கி இடது கையில் வைத்துக் கொண்டு வானத்தை அண்ணாந்து பார்த்தார். அவர் கண்களில் ஒருசொட்டுக் கண்ணீர் திரண்டு நின்றது. “வனாந்திர நாரைக்கு ஒப்பானேன்; பாழான இடங்களில் தங்கும் ஆந்தைபோல் ஆனேன். எம்மை மன்னித்தருளும் பிதாவே.” அவர் முகத்தையே பார்த்துக் கொண்டிருந்தாள் செண்பகா.

“இவருகிட்ட குறி கேப்பமா?” சொந்த நிலத்துக்குப் போகும் செண்பகாவின் மனம் ஆவலாதிப்பட்டது.

அவர் எதையோ புரிந்துகொண்டவர் போல செண்பகாவை நோக்கி வார்த்தையாடினார். “மகளே! என்னால் காணமுடிகிறது. உன் குடல்கள் எரிபந்தமாய் எரிகின்றன; உன் மாமிசத்திலும் மன அரங்கிலும் சௌஜன்யமோ சமாதானமோ உண்டாகவில்லை. நீ பெலனற்றுப் போய் மிகவும் நொறுங்கிவிட்டாய்; உன் இருதயத்தின் கொந்தளிப்பினால் ஒவ்வொரு நாளும் வாட்டம் கொண்டு வருந்துகிறாய்; போ மகளே! உனக்கான காட்டையும் உனக்கான வீட்டையும் உனக்கான கூட்டையும் தேடிப்போ! அங்கு நீ ரட்சிக்கப்படுவாய்; கதவு திறந்திருக்கும் அந்த எல்லைக்கோட்டுக்கு வேகமாய் நட.” அடுத்த மரத்தடிக்குப் போய்த் தயிர்ச்சாதம் சாப்பிடத் தொடங்கினார்.

2

மறுநாள் இரண்டு கூடை வெட்டி அடுக்கினேன். வெட்டுவதும் கைபார்ப்பதும் நானே செய்ததால் தடித்த கொத்துகள் என் கூடைகளை நிறைத்தன. ஒவ்வொரு கொத்தும் அரைக்கிலோவுக்கு மேல். முந்தையநாள் சரக்கைவிட முழிப்பாய் இருந்தது. அடுப்புக்கரி போன்ற கருப்பு; உருண்டு திரண்ட முத்துகள்! தண்ணிச் சத்து நிறைந்து ததும்பியது. ஏகமான இனிப்புச் சுவை! வாயிலிட்டுச் சுவைத்தால் சொரசொரப்பு தட்டியது. மன திருப்தியோடு கூடைகளை மொபட்டில் வைத்துக் கட்டிப் புறப்பட்டேன். அம்மாவே எனக்குத் தெய்வம் என்பதால் “எடஞ்சல் இல்லாமல் தொழில் நடக்கணும் தாயே!” என்றபடி தோட்டக்காட்டைக் கடந்து தார்ச்சாலைக்குள் ஏறியபோது வண்டி வேகமெடுத்தது.

பத்துமணிவாக்கில் தேனிக்குள் நுழைந்தபோது அச்சம் மனசை இறுக்கியது. போடியிலிருந்து ஓடிவரும் கொட்டகுடி இந்த இடத்தில்தான் தேனிக்குள் நுழைகிறது. மேம்பாலம் கட்டித் தேனியையும் பழனிசெட்டிபட்டியையும் இணைத்திருந்தார்கள். ஆங்கிலேயர் காலத்துப் பாலம். பூதிப்புரம் விலக்கில் வண்டியை நிறுத்தி, தெரிந்த முகங்கள் தென்படுகின்றானவா என்று சுற்றும்

முற்றும் பார்த்தேன். மூங்கித் தட்டி மறைத்து டீக்கடை நடத்திய இளம்பெண்ணிடம் டீ வாங்கிக் குடித்தேன். நாக்கில் சுவை படியவில்லை. சாலை மனிதர்களை மட்டுமே வெறித்தன கண்கள். இந்த நேரம் பச்சையண்ணன் வந்தால் நன்றாய் இருக்கும். அப்பா வந்து என்னுடன் மல்லுக்கட்டினாலும் அவர் காப்பாற்றுவார். பத்து நிமிட யோசனைக்குப் பின் செண்பகா தைரியம் தந்து "கடவீதிக்கிப் போ பாலு" என்றாள். பக்கவாட்டுப் பார்வையைத் தவிர்த்து நேர்பார்வையில் வண்டி ஓட்டினேன். நேரு சிலைக்கு எதிர்த்தாற்போல், மதுரை சாலையும் பெரியகுளம் சாலையும் சந்திக்கும் இடத்தில் கூடையை இறக்கி வைத்த அடுத்த நொடி, "கருப்பு முந்திரியா?" என்று ஒரு பெண் கேட்டார். நல்ல சகுனம் என மகிழ்ந்து, சணல் முடிச்சை உருவி அவிழ்த்தேன். பலரும் வரிசையிட்டு வாங்கினார்கள்.

அரைக்கூடை விற்றுத் தீர்ந்திருந்த நொடி "யே பாலு! நீதானா?" என்றபடி கருப்பையா அண்ணன் வந்தார்.

"என்னாண்ணே; நல்லாருக்கீகளா? யாவாரம் பரவால்லியா?"

"யாவாரத்துக்குக் கொறச்சல் இல்ல; முந்திரிதேங் கெடக்யல."

"மழதண்ணி பேஞ்சு எல்லாத் தோட்டமும் அழிஞ்சு கெடக்குண்ணே."

"சரி; இந்தக் கூடைய எனக்குத் தாரியா?"

"எடுத்துக்கங்கண்ணே."

"வெல?"

சொன்னதும் தூக்கிக் கொண்டு போய்விட்டார். சில்லறையில் விற்றால் என்ன லாபம் கிடைக்குமோ அந்த விலைக்கு வாங்கிப் போனார். அஞ்சுபத்துக் குறைத்துத் தந்தாலும் வாங்கிக் கொள்ள வேண்டும். வானத்தை அண்ணாந்து பார்த்து அம்மாவையும் செண்பகாவையும் வணங்கிப் புதுத் தெம்புடன் விற்பனையை நகர்த்தினேன்.

மீதியை விற்றுமுடித்துக் கூடையைத் தூக்கிக் கருப்பையா கடைக்கு வந்தபோது கடையில் அவர் இல்லை; அவர் மனைவி விற்பனை செய்துகொண்டிருந்தார். கரிக்கட்டை போன்ற கருப்பையாவுக்கு செம்மரக்கட்டை போன்ற மனைவி' எல்லாம் இயற்கை தந்த வரம்.

“அண்ணெங் இல்லியாக்கா?”

“சாப்புடப் போயிருக்காக; நீங்க யாரு தம்பி?”

“முந்திரி தந்தேங்; காசு வாங்கணும்.”

“ஒங்க சரக்குத்தானா? வந்துருவாக; கொஞ்சநேரம் ஒக்காருங்க.”

ஸ்டூலில் உட்காராமல் நின்றபடி வியாபாரத்துக்கு உதவி செய்தேன். அவர் நிறுத்துப் போட நான் கட்டிக் கொடுத்தேன். ஆப்பிள், ஆரஞ்சு, வால்பேரி, ப்ளம்ஸ் என்று விதவிதமான பழங்கள். நான்கு புறமும் வாழைத் தார்கள் தொங்கின. நாளி, செவ்வாழை, மலைவாழை, பாலயங்கோடை என்று உயர் ரகப் பழங்கள்! தெரிந்த முகம் தட்டுப்பட்டு விடுமோ என்று பயந்துகொண்டே வினையாற்றினேன். அரைமணி நேரத்துக்குப் பிறகு “சரிக்கா; நாம்போயி பெரியய்யாவப் பாத்துட்டு வாரேங்.”

பெரியகுளம் சாலையில் கூட்டம் நிரம்பி வழிந்தது. மாட்டுவண்டிகளும் அரிமா வண்டிகளும் கமிசன் கடைகளுக்குமுன் நிறுத்தப்பட்டிருந்தன. அரிமா வண்டி வந்த பிறகு கை இழுவை வண்டிகள் காலாவதியாகிப் போயின. மாட்டுவண்டிக்கு அடுத்துப் பெரும் கனம் கொண்டவை அவ்வண்டிகள். ஒருவர் முன்னிழுக்க, இன்னொருவர் பின்னிருந்து தள்ளினால்தான் நகரும். அரிமா வண்டியை ஒருவரே முன் தள்ளி நகர்த்திவிட முடியும். ஸ்டேரிங் கம்பி பொருத்தப்பட்டிருப்பதால் எந்தத் திசையிலும் எளிதாகத் திருப்பி நகர்த்தலாம். கம்பம் நகரைச் சேர்ந்த ஒரு சாதாரணத் தொழிலாளி கண்டுபிடித்தது என்று துரைச்சாமியண்ணன் சொல்லியிருக்கிறார்.

நான் விலாசம் எழுதிய கடைக்குமுன் வந்து நின்றபோது பெரியய்யாவின் இருக்கை காலியாக இருந்தது. பருத்திப் பொதிகளை அட்டியலிட்டுக் கொண்டிருந்த ஒரு லோடுமேனிடம் விசாரித்தேன். “அவருக்கு ஒடம்பு சரியில்ல” என்ற பதில் கிடைத்தது. “அடடா.” எதிரிலிருந்த விஜயா மருந்துக் கடைக்குப் போய் ஒரு ஹார்லிக்ஸ் பாட்டில் வாங்கிக் கொண்டு பழைய டிவிஎஸ் ரோட்டில் இருந்த அவர் வீட்டுக்கு லூனாவை ஓட்டினேன். அவர் கயிற்றுக்கட்டிலில் படுத்துக் கிடந்தார். உடல் மெலிந்து முகம் சுருங்கியிருந்தது. புன்னகையை மட்டுமே பூக்கத் தெரிந்த உதடு வறட்சிதட்டிப் போனது. மலையடிவாரப் பள்ளத்தாக்குப் போல

கண்கள் கீழிறங்கியிருந்தன. நீர் இறக்கத்தில் கண்கள் மங்கின. கண்ணாடியைக் கழற்றித் துடைத்துப் போட்டுக் கொண்டு “அய்யா!” என்று ஆதங்கமாய் அலறியபடி அவர் கால்மாட்டில் உட்கார்ந்தேன்.

“யாருலே! பாலுவா?”

“ஆமாங்கய்யா.” நாக்குத் தழுதழுத்துக் குழறியது.

“நல்லாருக்கைன்னு பூசாரியம்மா சொல்லுச்சு; ஒனக்கு ஆயுசு நூறு; நல்லாப் பொழப்படே.”

கையெடுத்துக் கும்பிட்டு ஆசீர்வாதத்தை வாங்கிக் கொண்டு ஹார்லிக்ஸ் பாட்டிலை அவர் தலைமாட்டில் வைத்தேன். “எதுக்குடே இதெல்லாங்? தண்ணியக்கூட வாங்க முடியாம தொண்ட வறண்டு போச்சு.” அவரால் அதிகம் பேச முடியவில்லை. என் கையை எடுத்துத் தன் நெஞ்சுக்கூட்டில் வைத்து அமைதிகாத்தார்.

“பெரியய்யா...” என்று அலறியபடி இரண்டுபேர் உள் நுழைந்த போது நான் வெளியேறி, சந்து பொந்துகள் வழியாகக் கடைவீதிக்கு வந்தேன். கருப்பையா அண்ணன் பெட்ரோமாக்ஸ் பொருத்திக் கொண்டிருந்தார். விளக்குபொருத்திய பிறகு விற்பனை நடந்தால்தான் கல்லாவில் இருந்து காசு வெளியேறும். அரைமணி நேரம் கழித்து ஒருவர் செவ்வாழை வாங்கிய அடுத்த நிமிடம் எனக்காகக் கட்டி வைத்திருந்த பணத்தை எண்ணித் தந்தார். மொபட்டை ஸ்டார்ட் செய்தபோது வீதியிலும் வீதியைத் தாண்டியும் மின் விளக்குகள் ஒளிர்ந்தன. தோட்டத்தில் இருந்து தேனிக்குக் குடியேறிய அடுத்த நாள் வீட்டில் கரண்ட் இழுக்கணும்.

இங்கேயே இருட்டிவிட்டது. இன்னும் ஒருமணி நேரத்துக்கு மேல் பயணிக்கவேண்டும். வண்டியை வேகமாக்கினேன். இருளின் குறைந்த ஒளியில் என்னால் எளிதாக ஓட்ட முடிந்தது. முன் செல்லும் வண்டிகளைப் பின்தொடர்ந்து, சிவப்பு விளக்கைப் பார்த்துக் கொண்டே ஓட்டுவது இன்னும் எளிது. ஆனால் எதிரில் வரும் வண்டிகளின் எதிர்வெளிச்சத்தை அனுசரிக்க முடியவில்லை. அது கண்களில் பளீரெனக் குத்திப் பார்வையை மட்டுப்படுத்தி பாதை தெரியாமல் ஆக்கியது. +2.5 தடிமனுள்ள கண்ணாடி! எதிர்ப்புற ஒளியை வாங்கமுடியவில்லை. ஓரிடத்தில் ஓரம் விலகுவதாய் நினைத்து மரத்தில் போய் முட்டி நின்றேன். நல்ல வேளையாக அருகில் பெரும்பள்ளம்; விழுந்திருந்தால் உதவிக்கு

ஆள் இல்லாமல் செத்துப் போயிருக்க வேண்டியதுதான். எதிர்வெளிச்சம் தென்பட்ட இடங்களில் ஓரங்கட்டி நின்று பிறகு ஓட்டினேன். சின்னமனூர், உத்தம பாளையம், கம்பம் போன்ற ஊர்ப் பகுதிகளில் மின்விளக்குகள் எரிந்து பெருவெளிச்சம் பரவியதால் அங்கெல்லாம் எதிர்வெளிச்சம் பாதிக்கவில்லை. ஊர் கடந்து இருள் போர்த்திய பகுதிகள் கண்ணாடிப் பார்வைக்குத் தடுப்பு இல்லாமல் எளிதாக ஓட்ட முடிந்தது. கம்பம் தாண்டி சுருளியூத்துப் பாதையில் எதிர்வெளிச்சம் ஏதுமின்றி வேகமான பயணம்! ஆந்தை அலறலின் அறிகுறியறிந்து, செண்பகா குடிசைக்கு வெளியில் வந்து என்னை வாங்கிக் கொண்டாள். "நாம்பயந்துட்டேம் பாலு."

என் வேட்டி முனையால் அவள் முகத்தைத் துடைத்துவிட்டு "சீ கழுத..." என்றேன். "என்னா பயம்?"

"ஓங்கவீட்டு ஆளுக கண்ணுல பட்டுட்டியோன்னு...."

"அவுக என்ன புலியா சிங்கமா? அடுத்த மாசமோ அதுக்கடுத்த மாசமோ அவுகளோட சேந்துதான பொழப்பு நடத்தப் போறம்?"

"எனக்கும் இஷ்டந்தேங்... அது நடக்கணும் பாலு." அவளின் ஆசை அவள் முகவெளிச்சத்திலும் வார்த்தையாடலிலும் வெளிப்பட்டது.

நான் சாப்பிட்டுக் கொண்டிருந்த வேளை, "அன்னக் காவடிக்கி தர்மம் தாயி" என்ற குரல் கேட்டு வெளியில் எட்டிப் பார்த்தேன். இடது தோளில் நீண்ட கழியின் இருபுறமும் இரண்டு மண் சட்டிகள் தொங்க நடுமையத்தில் வெங்கல மணியொன்று ஒலியெழுப்பியது. இந்த இடத்துக்கு வந்து இத்தனை நாளில் அன்னக்காவடி சாமியார் வந்ததில்லை.

"ஒக்காருங்க சாமி; இங்கனயே சாப்புட்டுப் போங்க" என்றாள் செண்பகா.

"வேணாம் மகளே." பவ்வியமாய்ப் பேசினார் அவர். "ஒன்னயப் போல ஈருசுருக்காரி ஒருத்தி அங்க பசியில கெடக்கா; அவளுக்காகத்தேங் சட்டி தூக்கி வந்திருக்கேங். ஒக்காரவச்சுக் குடுக்குறத ஓட்டுச் சட்டியில போட்டைன்னா ஒன்னப்போல இன்னொரு சீவெங் பசியாறும்."

"சாமிக்கி எந்தூரு?" என்றேன் நான்.

"யாதும் ஊரே; யாவரும் கேளிர்ன்னு ஒரு கணிகையன் அன்னக்கி எழுதிட்டுப் போயிட்டாங்; இன்னவரக்யும் அந்த வழியிலதேங் நாங்க நடக்குறஞ்சாமி. சித்தன்போக்கு சிவன் போக்குன்னு அலையிறேங்..."

"குடும்பம்?"

"உண்டுசாமி. எந்த அனாதிக்கும் இன்னொரு அனாதி தொண இருக்கும்; அவளுக்கும் எனக்கும் பொறந்த சீவாத்தி இன்னொரு அனாதியக் கூப்புட்டுப் போயி, வாயும் வகுறுமா வந்து நிக்கிது; அதுக்காகத்தேஞ்சாமி பிச்சையெடுத்து அலையிறேங்; நாங் மட்டும்னா ஊத்துல கெடைக்கிறத தின்னுட்டு கெடப்பேங்; வகுத்துக்குள்ள ஊருற சீவாத்திக்கிப் பெலம் வேணும்னுதேங் கமண்டலத்தத் தூக்கிட்டு அலையிறேங்."

"எப்படி சாமி இந்தக் குடிலுக்கு வரணும்னு தோணுச்சு?"

"எல்லாம் பகவான் சித்தம்; காலனிக்கித்தேங் நடந்தேங்; இங்கருந்து சின்ன வெளிச்சம் வந்ததப் பாத்து நின்னுட்டேங்."

செண்பகா நாளையப் பழசுக்கு என்று வைத்திருந்ததையும் சேர்த்து அன்னக்காவடிக்குப் போட்டாள். சித்தரின் அன்னப் பாத்திரங்கள் நிறைந்தன. இடுப்புக் கச்சையில் இருந்து விபூதி எடுத்து செண்பகாவின் நெற்றியில் பூசிவிட்டு "தர்ம சாஸ்தா ஒங் எடஞ்சல் போக்குவார் தாயி; நிலம் நீறு பூத்து எரிஞ்சாலும் நீரால் அணையும்; ஒன்னோட துன்பமும் அப்படியே."

"எனக்கொண்ணும் கஸ்டமில்ல சாமி; சந்தோசமாருக்கேங்;"

மென்மையாய்ப் புன்னகைத்துவிட்டு "எடகூறு இல்லாத சீவெங் லோகத்துல எங்கயுமே இல்ல தாயி; கூட்டுக் குடும்பத்தோட நிக்ய வேண்டியவ ஒத்தக் காட்டுல ஒதுங்கியிருக்கைன்னா ஏதோ ஒண்ணு ஒன்னய வெரட்டி விட்டிருக்கு; சாஸ்தா புண்ணியத்துல இருட்டு விலகி வெளிச்சம் வரும்."

செண்பகாவின் முகத்தில் ஆவலாதி பொங்கியது. "என்னக்கி சாமி கைகூடும்?"

"நீ காலடி எடுத்து வச்சைன்னா இன்னக்கே எல்லைய அடைய முடியுந்தாயி. கிட்டத்து எல்லையா தூரத்து எல்லையாங்குறது கேள்வி இல்ல; எல்லையத் தொட்டுட்டைன்னா எல்லை தாண்டியும் உயர முடியும்." பேசிக் கொண்டே ஊத்துப் பாதையில் நடக்கத் தொடங்கினார்.

3

இரண்டாம் நாளும் எதிர்வெளிச்சம் திக்குமுக்காட்டியது. கண்ணாடியின்மேல் கோபம்! கழற்றி எறிந்துவிடணும். கண்ணாடியைக் கழற்றி எதிரில் வந்த வாகன வெளிச்சத்தை உற்று நோக்கினேன். அதிகம் பாதிக்கவில்லை. ஆனாலும் சாலையின் நேர்பாதையும் உருவங்களின் முழு பிம்பமும் புலனாகாமல் மிரட்டின. கண் தெரியாதவனாய் இருந்த நாளில்கூட உணர்வுகள் மூலம் ஒளியறிந்து, பாதை புரிந்து நடக்க முடிந்தது. இன்று பார்வை வந்தும்... கபோதியாகப் பிறந்துவிட்டோமே என்று அழுகை முட்டியது.

இந்தத் தொல்லை எதற்கு? பஸ்ஸில் போய் பஸ்ஸில் வந்து தொழில் செய்யலாம்.

பழம் வெட்டிக் கம்பம் பஸ்டாண்டு வரை வண்டியில் தூக்கி வந்து, மொபட்டை ஸ்டாண்டில் போட்டுவிட்டு பஸ்ஸில் ஏற்றித் தேனிக்கு வந்தேன். பெட்ரோல் செலவைவிட, லக்கேஜும் கண்டக்டருக்கான டிப்ஸும் குறைவு. இரண்டுக்கும் மேலான கூடைகளைக் கொண்டுவந்த போது வியாபாரம் பெருகி சேமிப்பு அதிகரித்தது. கருப்பையா அண்ணன் கடையோடு தேனி பஸ்டாண்டுக்குள் இருந்த கடைக்கும் வாரச்சந்தைக்கருகில் இருந்த கடைக்கும் சப்ளை செய்ய முடிந்தது. இதுநாள் வரை மதுரை பழமண்டியில் இருந்து வாங்கியவர்கள் எனது சரக்கை உவந்து இறக்கினர். மதுரைச் சரக்கு என்றால் முதல்நாள் வெட்டி, ஒருநாள் இருப்பு இருந்து வருவது; வெட்டிய அனறைக்கே கொண்டு வந்த சரக்குப் பச்சைக் காம்புடன் மின்னியது. வாங்குவோருக்கும் விற்பவருக்கும் இடையிலான பாலமாய் பச்சைப்பசேல் என்ற குளுமையுடன் பசுந்திராட்சை இருந்தது. நான் தனித்துச் சென்று சில்லரை வியாபாரம் செய்யாமலே தொழில் விருத்தியானது.

ஒருவாரம் கழித்து, கருப்பையா அண்ணன் கடையில் நின்றிருந்த என்னைக் காதர் மாமா பார்த்துவிட்டார். வண்டிக்கடியில் அமர்ந்து முகத்தை மறைத்து ஒளிந்துகொண்டேன். "யே மாப்பிள்ள; பெரிய குடும்ப சம்சாரியாய்ட்டா பெரியாளுன்னு நெனப்பா? வெளிய வாடி."

நான் எழுந்து முகம் கொராவி நின்றேன். அழுகை முட்டியது.

"வா மாப்பிள்ள; வீட்டுக்குப் போவம்."

"வேணாம் மாமா; பயமாருக்கு."

"ஓட்ட விழுந்த ஒடம்புக்காரியக் கூப்பிட்டு ஓடுனப்ப பயம் வரலியா? சும்மா வா." என்னை தலைமுதல் கால்வரை நெடுநீளமாய் ஏறிட்டுப் பார்த்தவர் "யாரும் வையவோ அடிக்யவோ மாட்டாக; கிரமமா இங்கருந்தே தொழில் பாரு."

"அப்பா மேலதேங் பயம்."

"நாம்பாத்துக்கிறேங்; வா."

வம்படியாய் இழுத்துக் கொண்டு கடைக்குப் போனார். தூரவெளியில் நடக்கும்போதே பட்டாணி மணம் கமழ்ந்தது. மஞ்சளில் ஊறிய பச்சைப் பட்டாணியைச் சட்டியில் அள்ளி வறுக்குமிடத்தில் வைத்தார் செல்லியண்ணன். செல்லியண்ணன் நல்ல கைவேலைக்காரர். வருப்பவர்களின் பக்குவத்தைவிட செல்லியண்ணன் செய்யும் பக்குவம் முக்கியமானது. வறுவலுக்குக் கைகொடுக்கும் விதமாய்க் கடலையைப் பதப்படுத்தித் தருவார். கொண்டக்கடலை என்றால் சேக்காப்போட்டு, ஆறவைத்து, நீரில் நனைத்து அனுப்ப வேண்டும். கொஞ்சம் பக்குவம் தவறினாலும் பச்சையடிக்கவோ தீய்ந்து போகவோ வாய்ப்புண்டு. பட்டாணிக்கு சேக்கா வைக்கத் தேவையில்லை. சமையல் மஞ்சளை நீரில் பக்குவமாய்க் கரைத்து, கூடையிலிட்டு பட்டாணியோடு கலவை செய்து வறுவல் அடுப்புமேட்டில் வைக்கவேண்டும். வறுவலுக்கு வாய்ப்பாக செல்லியண்ணன் செயல்பட்டாலும் வறுவல் தொழிலாளியைவிட அவருக்குக் கூலி குறைவு. அப்பாவும் காதர்மாமாவும் அவ்வப்போது அவருக்கு டீ காஃபி வாங்கித் தந்து உதவுவார்கள்.

நான் கடைவாசலில் நின்றபோது “என்னா தம்பி இப்படி செஞ்சுட்ட?” என்றார் செல்லியண்ணன். எதுவும் பேசாமல் தலைகவிழ்ந்து நின்றேன். “பத்துமாசம் சொமந்து பெத்து உயிருண்டாக்குன தாயவும் வளத்து ஆளாக்குன அப்பாவயும் மறக்குற அளவு சொக்குப் பொடி போட்டுட்டாளாக்கும்?”

காதலின் ஆன்மாவை அவருக்கு எப்படி விளக்குவது? உண்டு, உறங்கி, உறவு கொள்வதையும் தாண்டி மனசுக்குள் வழியும் அன்யோன்யம் அவருக்குப் புரியப் போவதில்லை. காரணம், அவர் கல்யாணம் ஆகாதவர். செம்புலப் பெயல்நீர் போல கலந்துவிட்ட மனசைப் பிரிக்க முடியுமா? அவர் தன் உணர்ச்சிக்கு ஆத்துப் பட்டியில் வடிகால் தேடுபவர். காமம் மட்டுமே ததும்பும் பெண்ணுறவு மொட்டைக் கூடாரம் என்றால் காதலுடன் கூடிய மனைவியின் உறவு கூரை வேய்ந்த அந்தரங்க நிழல்கூடம்; மொட்டுக்கட்டையான செல்லியண்ணன் இதைப் புரிந்து கொள்ளாமல் பேசினார்.

படாரென என் தலையில் ஒரு வெட்டு விழுந்தது. அப்பாவின் கையில் இருந்த வறுவல் அருவாள் என்னைத் தாக்கியது. “அம்மாஆஆஅ” என்று அலறிய நான் அடுத்த நொடி “செண்பகா” என்று கத்தினேன்.

“ஆருடா அவ செம்புகா? கள்ளிக்காட்டுச் சிருக்கியோட ஆலவட்டம் போடுறியாக்கும்? வீட்டுக்கு வா; கையக் கால வெட்டி காக்காய்க்கும் கழுகுக்கும் எறியிறேங்.” சட்டையின் நெஞ்சுக் கூட்டுப் பகுதியைப் பிடித்துக் கொண்டு கெண்டக்காலில் எத்தினார். மல்லாந்து சரிந்து வெலவெலதத்து உடம்பு.

கடைமுதலாளியும் காதர்மாமாவும் அப்பாவை விலக்கிவிட்டனர். “ஒனக்குமேல வளந்திருக்யாங்; இப்படிப்போட்டு அடிக்யலாமா?”

“நீங்களே சொல்லுங்க மொதலாளி; எங்களையெல்லா வெட்டிவிட்டுட்டு ஒரு சலுப்பச் சிருக்கியோட சேந்து எங்குட்டோ ஒளிஞ்சு கெடக்யாங்.”

“பரவால்ல; நீயா செஞ்சாலும் ஒரு பொட்டச்சியத்தான முடிச்சு வக்யப் போற; இப்ப அவனாத் தேடிக்கிட்டாங்; அது ஒண்ணும் பெரிய தப்பில்ல...” கடைமுதலாளி எனக்காக பேசினார்.

அப்பாவும் செல்லியண்ணனும் எனக்கெதிராய்ப் பேச, முதலாளியும் காதர்மாமாவும் என் உணர்வுகளுக்கு மதிப்புத் தந்தனர். வேலைவேட்டியைக் கூட மாற்றாமல் என் கையை இறுக்கிப் பிடித்துத் 'தரதர'வென இழுத்துப் போய் வீட்டு வாசலில் நிறுத்தினார். வாசப்படியில் உட்கார்ந்து அழுதுகொண்டிருந்த அம்மா "வந்துட்டியா மகனே" என அலறியவாறு ஓடி வந்து கட்டியணைத்தார். "ஏதோ ஒரு சிறுக்கி ஒன்னய மயக்கிக் கூப்பிட்டுப் போய்ட்டாளாமே; தங்கக் கட்டி நீ, ஈயச் செம்புல விழுந்துட்டியே ராசா."

"கொச்சக் கயற எடு; ஒடப்பாச்சிக் கட்டி உருட்டி விடுறேங்." ஆங்காரம் குறையாதவராய் இருந்தார் அப்பா. ஒடப்பாச்சி கட்டுவது என்றால் என்னவென்று தெரியாமல் விழித்தபோது அன்றொருநாள் சின்னகாமு விவரித்தது ஞாபகம் வந்தது... கைகளையும் கால்களையும் கட்டி, ஊடாக கழியொன்றைச் செருகிப் படுக்கப்போடுவதுதான் ஒடப்பாச்சி கட்டுவது.

கருப்பாயக்காவும் சின்னகாமுவும் சத்தம் கேட்டு ஓடிவந்தார்கள். "இன்னா பாலு இப்படி செஞ்சுட்ட? எங்கிட்ட கேட்டிருந்தா ஒடனே ஒரு மகளப் பெத்து ஒங்கையில குடுத்திருப்பேங்; அவசரப் பட்டுட்ட." ஏடாசியாய்ப் பேசிய சின்னகாமுவை அம்மா அமட்டினார். "புள்ளயப் பெத்துக் குடுத்துப் படுக்கப்போட்டு வெளக்குப் பொருத்திக் காவக் காப்ப போல்ருக்கு. எரியிற திரியில எண்ண ஊத்தாத."

"ஒஞ்சாதிக்காரி கெடக்கயலியா ஒனக்கு?" கருப்பாயக்கா வேறொரு கோணத்திலிருந்து அப்பாவை ஆதரித்தார். "மாட்டுக்காரிதேங் கெடச்சாளா?"

திண்ணையில் உட்கார்ந்து கேவிக்கேவி அழுதேன். நானே நினைத்தபோதும் அழுகையை நிப்பாட்ட முடியவில்லை. 'செண்பகா! செண்பகா!' என்று மனம் அலறியது.

அம்மா பவ்வியமாய்ப் பேச ஆரம்பித்தார். "அது மாட்டுக்காரக் குடும்பம்; நம்ம சாமிக்கி ஆகாதுப்பா. வயப்பட்டியில ஒரு பொண்ணு இருக்கு; சம்சாரிக் குடும்பம்; அடுத்த மாசமே கால்கட்டுப் போட்டு விடுறேங்."

சம்சாரிக்குடும்பம் என்றால் உழவுமாடு, வண்டிமாடெல்லாம் இருக்கும்தானே; அப்படியானால் அதுவும் மாட்டுக்காரக் குடும்பம்

ஆகாதா? நாக்குவரை வந்த வார்த்தைகளை தொண்டைக்குள் முழுங்கினேன்.

எந்தப் பதிலும் பேசாமல் மதிலில் முட்டி முட்டி அழுதேன். சின்னகாமு புடைத்திருந்த நெற்றிக்குத் தைலம் தடவிவிட்டாள்.

இருள் கவிந்த நேரம் மெல்லச் சொன்னேன். "வசூல் இருக்கு; நாம்போகணும்."

"அருவாள எடு; காலவெட்டி மொண்டியாக்குறேங்." அப்பா உண்மையில் அரிவாளை எடுத்துவந்தார். அம்மாவும் சின்னகாமுவும் தடுத்தார்கள். சின்னகாமு என்னை அழைத்துக் கொண்டு தன் வீட்டுக்குப் போனாள். "இன்னக்கி ராத்திரி எங்கிட்ட இருக்கட்டும்; நாளக்கி என்னன்னு பேசிக்கிருவம்."

"ஒங்கிட்ட இருக்கட்டும்குற?" என்றார் கருப்பாயக்கா. "ஒம்புருசங்கிட்ட ஆரு படுக்குறது?"

"பேசாம இருக்கா; பாலுவ நெனச்சா பாவமாருக்கு."

அம்மாவும் சின்னகாமு வீட்டுக்கு வந்து படுத்தார். ஒண்ணுக்கு எழுந்தால் கூடவே வந்தார். "நாளக்கி சாமியார் மடத்துக்குப் போயி உறிஞ்சிட்டு வரணும்."

சின்னகாமு எனக்குச் சாதகமாய்ப் பேசினாள். "பாவம்த்த; அவளும் நம்மளைப்போல பொண்ணுதாங்... மருந்து வச்சு மயக்குற அளவுக்கு அவளுக்கு வெவரங்கெடையாது."

"அவ வம்சத்துல ஒரு ஆம்பளையத் தேட வேண்டியதுதான? செட்டிப் பய சாமாந்தேங் கெடச்சுச்சாக்கும்?"

"பழங்காலம் மாதிரி பேசாதீங்க; சினிமாவுல எதுக்குப் புதுப்புதுக் கதையா சொல்றாங்க; சாதிமாறிச் சாதி சேந்துருச்சுன்னா அப்பறம் சாதியே இல்லாமப் போகும்ல."

"அது எப்படி சாதி இல்லாமப் போகும்? கிரிசுகெட்ட சிறுக்கி; பேசுற பாரு."

"அதுப் புரிய இன்னம் நமக்குப் பக்குவம் பத்தல; இன்னப் பொழுதுக்கு இது மாதிரி எத்தன காரியம் நடக்குது தெரியுமா? கீச்சாதி ஆளுகதேங் இன்னக்கி ஒசரத்துல நிக்கிறாக; ஒலகத்தப் பாருங்கத்த."

தேனிசீருடையான் | 295

விடியாத இரவின் விளிம்புநிலையில் "பாலு பலு..." என சேவல்கள் கூவின. செண்பகாவின் குரல்போல இருந்தது அது.

"தோ வாரேங்" என்று உலுக்கி எழுந்து உட்கார்ந்தேன். வானத்தில் ஒளிந்திருந்த சூரியன் பைய எட்டிப் பார்த்து கேலியாய்ச் சிரித்தான். வயிறு திக்குமுக்கடித்தபோது கரட்டுப் பக்கம் நடந்தேன். அப்பா உடன் வந்து காவல் நின்றார். பெருமூச்சுகளும் கண்ணீர்த்துளிகளும் போட்டி போட்டுக்கொண்டு முகத்தில் முட்டின.

குட்டைநீரில் செண்பகாவின் முகம் நிழலாடியது. சரக்கு வாங்கிய கடைக்காரர்கள் எதிர்பார்த்துக் காத்திருப்பதாய் காற்றுவெளியில் அசரீரி ஒலித்தது. இப்போதுதான் தொழில் தொடங்கியிருக்கிறேன்; இடைநின்று சிதைந்து போகுமோ? வேறு யாரும் வாடிக்கையைப் பிடித்துக் கொள்ளக்கூடும். பலவகையிலும் பிழைப்பு நாசமாகும். அப்புறம் அப்பாவைப்போல் அருவாப் பிடித்துக் கடலை வறுக்க வேண்டியதுதான். அதற்கும் நான் அணிந்துள்ள கண்ணாடி ஒத்துழைப்புத் தராதே.

நேற்றுப்போல் இன்றும் சாப்பிட மறுத்துத் திண்ணையில் கிடந்தேன். சின்னகாமு சூளை வேலைகளை முடித்துவிட்டு வந்து என்னைத் தேற்ற முயன்றாள். "சாப்புடு பாலு; ஒம்பொண்டாட்டிக்காச்சும் ஒங் ஒடம்பு வேணும்ல?"

"என்னா பேசுற நீ?" அப்பா கடுகடுவென சின்னகாமுவை விரட்டினார். "அவெங் சாப்புடாம செத்தாலும் பரவால்ல; அந்த மாட்டுச் சிருக்கியோட இனிமே போகக் கூடாது."

"கனாக் காங்காதீக; போலிசு வந்தா ஒரு நுமுசத்துல ஒங்களக் கூப்பிட்டுப் போயி ரெண்டு தட்டுத் தட்டி சரிக்குடுக்க வச்சுருவாக."

"மெரட்டுறியா?" என்றபடி தனது சின்ன மீசையின் ஓர விளிம்பைத் தடவினார். "நாங் ஆருன்னு நெனச்ச? ஐநூறாஞ்செட்டி; கெங்கைகுலம்; ஒத்த மசுத்தப் புடுங்கணும்னாக்கூட தேவலோகத்துலருந்து அம்பட்டெங் ஒருத்தெங் எறங்கி வரணும்." அவர் கண்கள் மேல்நோக்கி வானத்தைப் பார்த்தன.

மணி பத்தைத் தாண்டியிருக்கும்; "பாலூஊ..." என்ற அலறல் சத்தம் கேட்டு எழுந்து திண்ணையில் இருந்து இறங்கி, சாக்கடை

தாண்டியபோது அப்பா ஓடிவந்து என் தோளை இழுத்துக் கீழே போட்டார். நெடுங்கை ஒன்று என்னைத் தாங்கிப் பிடித்து நிறுத்தியது. அண்ணாந்து முகத்தை ஏறிட்டபோது அது பச்சையண்ணன். செண்பகா ஓடி வந்து என்னை இறுக்கிக் கட்டியணைத்தாள். "இப்படி வந்து சலதாரிக்குள்ள விழுந்துட்டியே பாலு; ஊத்து யாவாரம் போதும்னு சொன்னனே கேட்டியா?"

அவள் சேலையெடுத்துக் கண்களைத் துடைத்துக் கொண்டு "ஒண்ணுமில்ல; நம்ம வீட்டுக்குக் போவம் கௌம்பு." என்றேன்.

அப்பா செண்பகாவின் கூந்தலைப் பிடித்து லாந்திக் கீழே தள்ளினார். "அய்யோ; ஆத்தே..." என்று அலறியபடி சாக்கடையில் சரிந்தாள். சின்னகாமுவும் கருப்பாயக்காவும் அவளைத் தூக்கி நிறுத்தி, தண்ணி மோந்து துடைத்துவிட்டதோடு குடிக்கவும் தந்தனர். "ஒனக்கு அறிவிருக்கா சுப்பு" என்றார் கருப்பாயக்கா. "ஈருசுருக்காரி மாதிரி ஒடம்பு மினுங்குது; குந்தக்காடு பண்றியே? ரெண்டு உசுரும் யெமலோகம் போச்சுன்னா; அப்பறம் அங்கனயே ஒனக்கும் ஒரு குழி தோண்டிவச்சுருவாங் ஆண்டவெங்."

"சாகட்டும்; எங்குடும்பமே நரகத்துக்குப் போனாலுஞ்சரி; இந்த ஓடுகாலி நாயி எங் வீட்டுக்குள்ள வரக்கூடாது."

"இந்தா பாருங்க" என்றார் பச்சையண்ணன். "பாலுவோட அப்பாங்குறதால கோவத்த அடக்கிக்கிட்டிருக்கேங்; அந்தப் புள்ளக்கி ஏதாச்சும் ஆச்சுன்னா மொகட்டுமேல தூக்கி விட்டுருவேங்."

"வெந்தட்டிப் பயலே; நீ ஆர்ரா என்னயக் கேளிவி கேக்க."

"ஒம்மருமகளுக்கு அண்ணேங்."

"இது எங்குடும்பம்; நீ தலையிடாத."

"செண்பகலட்சுமியும் ஒங்குடும்பத்துக்குள்ள நொழஞ்சுட்டாள்ல."

"ஏங் உசுரு இருக்கவரக்யும் அது நடக்காது."

"வேணாங்யா; போலிசக் கூட்டியார வச்சுராதிக."

அப்பாவின் கையைப் பிடித்து இழுத்து வீட்டுக்குள் தள்ளினார் அம்மா. சின்னகாமு கதவை அடைத்து வெளியில் தாழ்ப்பாள் போட்டாள்.

பாஞ்சாலியக்காவும் துரைச்சாமியண்ணனும் அலாதியாய் நின்று வேடிக்கை பார்த்தனர். செண்பகா ஓடிப்போய்ப் பாஞ்சாலியக்காவின் கைகளைப் பிடித்தாள். "அவரு மூஞ்சியெல்லாம் வீங்கிப் போயிருக்குக்கா; தலையில வெட்டுக்காயம் வேற; இங்கருந்தா கொல செஞ்சுருவாக; காப்பாத்துங்க."

துரைச்சாமியண்ணன் ஆறுதலாய்ப் பேசினார். அம்மாவிடம் வந்து "நீங்களும் பொண்ணு ஆணப் பெத்த பெரியவுகதான; இன்னொரு பொண்ணுக்கு வஞ்சகம் செய்யலாமா?" என்றார்.

அம்மாவின் கண்களில் இருந்து கண்ணீர்த்துளிகள் சிந்தின. "பாழுங்குருட்டுப் பய தெய்வம் இப்படி சோதிக்கிதே; நேத்திரமில்லாம இருந்தவனப் படிக்ய வச்சு ஆளாக்கிவிட்டா காட்டுவாத்து வந்து கொத்திட்டுப் போகுதே." தலையை அவிழ்த்துப் போட்டுத் திண்ணையில் படுத்து உருண்டாள். "நாங் ஒடம்புல சீவன வச்சுக்கிட்டிருக்க லாயக்கில்ல."

வீட்டுக்குமுன் வீதி கூடி நின்று அன்னமாறியது. பெட்டிக் கடைக்காரர் "எந்திரிக்கா" என்று அம்மாவை எழுப்பினார். "ஒலகத்துல நடக்காத விசயமா நடந்துபோச்சு; செம்பகாவும் ஆளம்பு இல்லாத பொட்டக்கழுத; நீங்க வெரட்டினா எங்க போகும்? ஆத்துல, கெணத்துல விழுந்து உசுர மாச்சுக்கிருச்சுன்னா பரம்பர பரம்பரக்யும் பாவம் விடாது. ஏதோ ஒரு திட்டுமொரப்பாட்டுனாலதேங் ஒம்பயலுக்கும் கண்ணவிஞ்சு கெடக்கு; இந்தப் பாவத்த வேற வங்கித் தோளல போட்டுக்கப் போறியா?"

துரைச்சாமியண்ணன் என்னருகில் வந்து நின்றார். "பொறப்படு பாலு; எது வந்தாலும் நாம்பாத்துக்கிறேங்." ஆறுதல் மொழிதான் என்றாலும் அம்மாவின் அழுகை என்னை வாட்டியது. கஞ்சிக்கிலாத காலத்தில் அவர் செய்த தியாகம் மனசுக்குள் ஓடியது. "அதுக்காக?" என்று அசரீரி ஒன்று கேட்டது. "ஒடம்பு, உசுரு ரெண்டையும் சேத்துத் தந்து ஒன்னோட தோளாவும் கண்ணாவும் இருந்து காப்பாத் துறவள வெரட்டுவியா? பெத்து வளத்த உசுருக ஒருபக்கம்னா வளந்த சீவனப் பக்குவமாக் காப்பாத்துறது இன்னொரு சீவங்; ஒட்டிக்கிட்டிருந்த ஒடம்புலருந்து வெலகி வந்த பெறகு ஒட்ட வந்திருக்க சீவந்தாங் அடுத்த வளர்ச்சிக்கி முக்கியம்; தாய் முடிந்த

அத்தியாயம்; தொடரப்போறது மனைவிதாங்; ஒன்னோட வாழ்க்கை அடுத்த அத்தியாயங்களைப் புரட்டட்டும். போ! செண்பகாவோட போ."

"சரி" என்று நினைத்துக்கொண்டேன்.; "செண்பகாதாங் முக்கியம்; அம்மா ஊட்டி வளத்த பறவை; இனி நாங்களும் ஒரு குஞ்சுக்கு ஊட்ட வேண்டிய நெலையில இருக்கம்; எனக்கு செண்பகாதாங் முக்கியம்."

கேள்விப்பட்டுக் காதர் மாமாவும் கடைமுதலாளியும் வந்து சேர்ந்தார்கள். எல்லாரும் திண்ணையில் அமர்ந்து பஞ்சாயத்து பேசினர். அப்பாவும் அமர்ந்திருந்தார். செண்பகாவின் சித்தியும் சித்தப்பாவும் கலந்துகொண்டனர். பலரும் செண்பகாவுக்கு ஆதரவு தெரிவித்தனர். அப்பா மட்டும் பிடிவாதமாய் இருந்தார். "கெங்கையில மாட்டுச் சாணி கலக்கக் கூடாது."

"எங்க வம்சம் மாட்டுச்சாணியாக்கும்?" என்று முதன்முறையாக வாய்திறந்தார் செண்பகாவின் சித்தி.

"ஆடுமாடு மேக்கிற குடும்பந்தான?"

"உஷாராப் பேசு பாத்துக்க; கிருஷ்ண பரமாத்மா வம்சம் எங்களோடது. ஒங்கள மாதிரி வெவசாயமுந்தெரியாம யாவாரமும் செய்ய வக்கில்லாம கூலிக்கிக் கும்புடு போடுற வம்சம் கெடையாது. சாதிப் பகுமானத்த விட்டுட்டு உள்ள சங்கதியப் பேசு."

"ரம்பாடித்தனம் பண்றியா?" என்று கொந்தளித்தார் அப்பா.

"என்னா பேசுற? நீ ரம்பாடி; ஒம்பொண்டாட்டி ரம்பாடி; ஒங்குடும்பமே ரம்பாடி வம்சம்; எங்களப் பத்தி நாக்குமேல பல்லுப் போட்டுப் பேசணும்பாரு."

வார்த்தைகள் எதிரெதிராய் நின்று போராடின. நிறைவாக செண்பகாவின் சித்தி சொன்னார். "இவளுக்கு ஒரு வழி சொல்லு; நாங்கூப்பிட்டுப் போய்க்கிறேங்."

செண்பகா சித்தியை அமட்டினாள். "எனக்கு பாலு வேணும்; அது மட்டுந்தேங் ஒரே வழி."

"அத்தெறிஞ்சுட்டு வாடி; ஒனக்கொருத்தெங் காத்துக்கிருக்யாங்."

“பாழுங்கெணத்துல தள்ளி விடலாம்னு பாக்குறியாக்கும்; எனக்கு பாலுமட்டுந்தேங் ஒரே தொண. நீ வேணாம்; மாமா மாமி வேணாம்; அடுத்த சாகிக்காரவுக இருக்காக; அது போதும்.” செண்பகா உறுதியாக நின்றாள்.

பேச்சுவார்த்தை முடியும் தருவாயில் சின்னகாமுவின் மாமனாரும் வந்து சேர்ந்தார். கடைமுதலாளியும் அவரும் சேர்ந்து நீதி சொன்னார்கள். “சின்னஞ்சிறுசுக ரெண்டும் எங்க பிரியமோ அங்கருந்து பொழப்பு நடத்தட்டும்; பொண்ணு வீட்டுக்காரவுகளோ பய வீட்டுக்காரவுகளோ அதுகளத் தொந்தரவு பண்ணக்கூடாது; முடிஞ்சா ஒதவி செய்ங்க; இல்லாட்டி விட்டுருங்க; அதுக கையூண்டிக் கரணம்பாஞ்சு ஒசரட்டும்.”

துண்டால் முகத்தை மூடிக் கொண்டு அழுதார் அப்பா. அவரின் கேவல் என் காதுகளை வட்டமிட்டது. அப்பா அழுவது இதுதான் முதல்முறை. மிகப் பெரிய எடஞ்சல் வந்த போதும் அவர் கண்ணீர் விட்டு நான் கண்டதில்லை. விசனம் கவ்வியது. அம்மா துண்டெடுத்து அப்பாவின் முகத்தைத் துடைத்துவிட்டார்.

அனைவருக்கும் நன்றி சொல்லிவிட்டு, நானும் செண்பகா என்ற செண்பகலட்சுமியும் பச்சையண்ணனோடு சேர்ந்து நந்தவனம் நோக்கி நடந்தோம். குடும்ப உறவு உயிரோவியமாய்ப் பளிச்சிட்டு நின்றது.

4

நீரலைகள் குடை குடையாய் விரிந்து, கரைதொட்டு நடந்தன. நடந்தனவா, பாய்ந்தனவா என்று சொல்ல முடியாதபடி போய்க்கொண்டிருந்தன. பாறைகளைக் கண்டு தவ்வாளமிட்டபடியும் ஒருவித இசைலயத்தைப் உதிரவிட்டபடியும் பயணித்தது முல்லையாறு. குடைபோல் வளைந்த ஓர் அலைச் சுழலைக் கையிலெடுத்து உற்றுப் பார்த்தேன். நான் அள்ளியெடுத்த அலைபோல் இல்லாமல் வேறொன்றாய் இருந்தது. இன்னொரு குடையை எடுத்தபோதும் அவ்வாறே வேறு வேறாகிப் போனது. முன்னதைப் போல் இருந்த பின்னதுதான் என் கையில் இருந்தது. கடந்துபோன அலையும் அள்ளிய அலையும் வேறு வேறுதான்

என்றாலும் இரண்டும் இணைந்துதான் நதியென்ற உருவாரம் கொள்கிறது. முன்செல்லும் அலை, தொடரும் அலையைத் தடுத்து நிறுத்த முயன்றால் நதி என்ற உருவம் நிலைகுலைந்து போகும். அலை இனிது! குடைகுடையாய் எழும் அலை அதனினும் இனிது; அதை நகர்த்திச் செல்லும் காற்றும், காற்றின் வேகத்தால் தணிந்து நிற்கும் கதிரவனும் இனிமையோ இனிமை! என்னை மகாகவி பாரதிபோல் பாவித்துக் கொண்டு மனசுக்குள் வார்த்தையாடினேன்.

"என்னவாங்"?" என்றாள் செண்பகா. ஒரு கல்லில் அமர்ந்து இன்னொரு கல்லில் துணிகளை விரித்து சோப்புப் போட்டுத் துவைத்துக் கொண்டிருந்தாள். "தண்ணிய அள்ளி அள்ளி உத்துப் பாக்குற?"

"ஒங்கண்ணு போல குளிர்ச்சியாயிருக்கு. ஒம்முகம்போல தெளிச்சியாருக்கு; ஒம்பல்லுப் போல வெளேர்ன்னு... ஒதட்டுச் சிரிப்புப் போல மலர்ச்சியா... முல்லையாறு ஒம்மேனியில அப்பிக் கெடக்கு." பாவாடையை நெஞ்சுக்கூடு வரை உயர்த்திக் கட்டியிருந்தாள். அவள் வயிறு புடைப்புத் தட்டி எம்பியிருந்தது. மேலெழுந்து தவ்வும் பேரலை போல கனமானதாய் இருந்தது. தவ்வும் அலையும் செண்பகாவின் வயிறும் சமநிலையில் எனக்குள் ஊடுருவிக் கிளர்த்தின. "இன்னக்கி நீ ரெம்ப அழகாருக்க செண்பகா."

சோப்புப் போடுவதை நிறுத்திவிட்டு என் முகத்தைப்பார்த்தாள். "அப்ப இத்தன நாளு அழகால்லியா?"

"அன்னக்கி நீ அரும்பு; இப்பப் பூத்திருக்க; அரும்பு அழகுன்னா பூ அதவிட அழகு."

"எதவச்சு சொல்ற?"

"வகுறு."

"அது வகுறு இல்ல; சிசு; நீ தந்து நாங் வாங்கி வச்சிருக்குற பிஞ்சு."

"ஓ! பூ முத்திப் பிஞ்சாயிருச்சா?"

என் வார்த்தைகளை வாங்கிய முகம் நெளிநெளியாய்ச் சிரிப்பலைகளை ஓடவிட்டபடித் தரைகவிழ்ந்து பம்மியது. அவளின் சிங்கார வதனத்தில் முகிழ்த்த காமநீர்த் தாரையை நாக்கால் துழாவி விழுங்கினாள்.

அவளருகில் சென்று சோப்புப் போட்டவற்றை இன்னொரு கல்லில் துவைத்துக் கும்மினேன். துணியின் ஒரு முனையைப்பிடித்துக் கொண்டு இன்னொரு முனையைக் கல்லில் அடித்தபோது, சோப்பு நுரை பிதுங்கி அழுக்கோடு கலந்து ஆற்றுக்குள் இறங்கியது. ஏராளமான அழுக்குகளை வாங்கிக் கொண்டாலும் நதி தூய்மையாய் ஓடுகிறது. துணியின் அடுத்த முனையைப் பிடித்து அதே மாதிரி கல்லில் அறைந்து துவைத்துவிட்டு, இரு கைகளாலும் கும்மி, ஓடும் நீரில் அலசினேன். துணி பளபளப்பானது. அவள் முதல் வேலை செய்ய, நான் அடுத்துத் தொடர, வேலை முழுமையடைந்தது. "இருவரின் தனித்துவம் இணையும் போது ஒருமையின் முழுமை கிடைக்கிறது" என்றேன்.

"புரியும்படியாப் பேசு பாலு; இன்னக்கி என்னமோ மாதிரி ஒளற?"

"பித்தேறிப்போச்சு."

"அப்படின்னா?"

"ஓங் வகுறும் கொடைகொடையா ஓடுற இந்த அலையும் கெறங்க வக்கிது."

"அதுக்கு என்ன செய்யப் போற?"

உதட்டை நெளித்துப் புன்னகைத்துவிட்டு அவள் நெஞ்சுக்கூட்டைப் பார்த்தேன். "யாரும் இல்லாத அனாதிக்காடு; கொஞ்சம் தொறந்து காட்டேங்."

"சீ! சும்மா கெட. வெளியாளு பாக்கலைன்னாலும் நம்ம புள்ள பாக்கும்ல."

"அதுக்கு அதுக்குள்ள வெவரந்தெரியுமா என்ன?"

"தெரியுதோ இல்லியோ; இங்கனக்குள்ள வேணாம்."

துவைத்து முடித்து நாணலையொட்டிய புல்வெளியில் காயப்போட்டுக்குளியல் போட்டோம். இருவரும் ஒருவருக்கொருவர் அழுக்குத் தேய்த்துவிட்டு நீரில் முங்கினோம். குளித்து முடித்துத் துணிகளை மடித்துப் பொட்டணமாய்க் கட்டினாள் செண்பகா. வீடுவந்து நுழைந்தபோது மல்லிகாக்கா வாசப்படியில் உட்கார்ந்திருந்தாள். செண்பகாதான் முதலில் பார்த்து "பாலு; இங்க பாரு; ஆரு வந்திருக்கதுன்னு."

கண்ணாடியைக் கழற்றித் துடைத்துப் போட்டு, ஏறிட்ட போதுதான் மல்லிகா என்ற புரிதல் உண்டானது. "வாக்கா; நல்லாருக்கியா?"

"நாங் நல்லாருக்கேங், நீ எப்படியிருக்க?"

"நிம்மதியாருக்கம்கா. நம்ம வம்சத்துல நாந்தேங் மொதப் படிப்பாளி; கூலிப் பொழப்ப அத்து எறிஞ்சுட்டுத் தொழில் செய்யிற மொத யாவாரியும் நாந்தேங் கொறையாத சம்பாத்தியம்! கொறையில்லாத குடும்பப் பொழப்பு.."

"நல்லாரு பாலு; எல்லாத்தியும் கேள்விப்பட்டேங்; அப்பாதேங் ஓவராக் கோவிச்சுட்டாரு போல்ருக்கு; அத மனசுல வச்சுக்கிறாத. என்னக்யும் ஒனக்கு நாங் ஆதரவா இருப்பேங்."

அக்காவின் காலைத் தொட்டுக் கும்பிட்டேன். "நீ தெய்வம்க்கா." செண்பகா அக்காவை அணைத்தபடி "ஆமா மதினி" என்றாள்.

வீட்டைத் திறந்து தூக்குவாளியை எடுத்துத் தந்த செண்பகா "டீ வாங்கிட்டு வா பாலு." என்றாள்.

"என்னா, பேர் சொல்லிக் கூப்புடுற?" என்று அக்கா அமட்டினாள். "தாலி கட்டுனவன அப்படியெல்லாம் மதிப்புக் கொறச்சுப்பேசக் கூடாதுப்பா."

"பழகிருச்சு மதினி."

"கண்ணாலத்துக்கு முந்தி எப்படி வேன்னாலும் பேசியிருப்ப; இப்பத் தாலி கட்டீட்டான்ல; 'அத்தான்'னு" கூப்புடு; இல்லாட்டி மாமான்னு சொல்லு; நம்ம வழமப்படிதேங் புருசெங்பொண்டாட்டி நடந்துக்கணும்."

"தாலி கட்டல" என்றாள் செண்பகா.

"அய்யய்யோ! சாமிகுத்தமாச்சே; ரெண்டு மொழக் கயிறு வாங்கியா; நானே கட்டி விட்டுப் போறேங்."

"இருக்கட்டுமக்கா; ரெண்டுபேர் மனசையும் அன்புச் சரடு கட்டியிருக்கு. இதவிட மஞ்சக் கயறு பெரிசா?"

என் முகத்தைக் 'குறுகுறு'வெனப் பார்த்தாள் அக்கா. "நீ எடுத்துத் தார கயிற ஒம்பொண்டாட்டி கழுத்துல கட்ட வேண்டிய

கடம எனக்கிருக்கு. நாளக்கே வந்து கட்டிவிட்டுப் போறேங்."

செண்பகா என்னை ஏறிட்டுப் பார்த்தாள். "அக்கா சொல்றது நல்லதுக்குத் தான"

அவள் இதுபற்றி ஏதும் பேசாமல் "சரி மாமா! போயி டீ வாங்கிட்டு வா மாமா." இந்த வார்த்தைகளில் ஏடாசியின் தொனி ஒலித்தது.

"டீயெல்லாம் வேணாம்" என்றாள் அக்கா. கட்டப்பைக்குள் இருந்து ஒரு பெரிய பித்தளைத் தூக்குவாளியை எடுத்தாள். மூடியைத் திறந்தபோது பால்கொழுக்கட்டை மணம் தூக்கியது. மூச்சை உள் இழுத்து நாசியால் சுவைத்தேன். நாக்கில் நீர் ஊறியது.

இரண்டு கிண்ணங்களை எடுத்துத் தந்தாள் செண்பகா. அக்கா சமமாகப் பகிர்ந்தாள். உருண்டையாகவும் நெடுகமாகவும் இருந்தன கொழுக்கட்டைப் பரல்கள். அச்சுவெல்லப் பாகில் மூழ்கியிருந்த வற்றை எடுத்து வாயிலிட்டு, மென்மையாய் மென்று விழுங்கிய போது, பச்சரிசி மாவின் சதசதப்பும் வெல்லத்தின் இனிப்பும் கலந்து தொண்டைக்குள் இறங்கின. எப்போதாவது செய்யும் அம்மாவின் கைப்பக்குவம் அதில் இருந்தது. கண்ணோரம் நீர் கட்டி நின்றதைப் பார்த்த அக்கா "ஒறக்கிதா?" என்றாள்.

"அம்மா நெனப்பு வந்துருச்சுக்கா."

"அம்மாதாண்டா செஞ்சு குடுத்துவிட்டுச்சு; புளளத்தாச்சியாருக்கா; நல்லது பொல்லது செஞ்சு திங்கிதுகளோ என்னமோ; இதக் குடுத்துப் பாத்துட்டு வான்னு அம்மா அனுப்புச்சு."

"இம்புட்டுப் பாசம் இருக்குல்ல; அவுகளே வந்து பாத்துட்டுப் போகலாம்ல மதினி" என்றாள் செண்பகா. அவளின் வார்த்தைகள் அன்யோன்யப் பார்வையைத் தேடுவதாய் இருந்தன.

"ஒருநா நிச்சயம் வருவாக; நீரடிச்சு நீர் வெலகுமா; இல்லாட்டிக் கோழி மிதிச்சுக் குஞ்சு சாகுமா; அப்பாவுக்கும் கோவங்கொறஞ்சு வருது; பேரனப் பாத்துட்டா சரியாயிரும்."

அக்காவின் நம்பிக்கையான வார்த்தைகள் எனக்குப் பிடித்திருந்தன.

அக்கா கிளம்பியபோது நான் கேட்டேன். "எம்மேல ஒனக்குப் பாசம் இருக்காக்கா."

"என்னடா தம்பி இப்படி கேக்குற?" முனிமுந்தியை எடுத்துக் கண்களைத் துடைத்துக் கொண்டாள். "எம்பங்கையும் சேத்து ஒனக்கு ஊட்டி வளத்தவ நாங்."

"அப்பன்னா செண்பகா சோறாக்கவும் சாப்புட்டுப் போ."

"தம்பி வீட்டுல சாப்புட எனக்கென்ன தேக்கம்?" நாங்கள் தனியாய் வந்த பிறகு, செண்பகாவுக்கு அடுப்பூத முடியாமல் மூச்சு வாங்கிய தருணத்தில் மண்ணெண்ணை ஸ்டவ் வாங்கிச் சமையல் செய்தோம். அக்காவும் செண்பகாவும் சேர்ந்து சமைத்துக் குழம்பு, ரசம் வைத்து இறக்கியபோது முருங்கை வாசம் வீதிவரை வீசியது.

மூன்றுமுறை வாங்கிச் சாப்பிட்டாள் அக்கா. "இப்ப, குக்கர்ன்னு ஒரு பாத்திரம் வந்திருக்கு; சோறு காச்சுற சட்டி; அஞ்சு நிமிசத்துல வெந்துரும்; அத வாங்கி வச்சுக்கிட்டீகன்னா ஈசியா ஆக்கி எறக்கிரலாம்; நீயும் வாயோ வகுறோன்னு இருக்கவ."

"நானே நெனச்சேங் மதினி; சீக்கிரம் வாங்கணும்; அந்தச் சோறு மலுமலுன்னு இருக்குமாங்; ஒங்க தம்பிக்கிப் பிடிக்யுமோ என்னமோன்னுதேங் வாங்கல."

"ரெண்டு நா ஒவ்வாம இருக்கும்; அப்பறம் அதுதேங் பிடிக்யும்; சட்டிச் சோறு வரவரன்னு மண்ணுமாதிரி போயிரும்; எங்க வீட்டுல இப்ப குக்கர்தேங்."

வாடகை வீடுதான் என்றாலும் கரண்ட் விளக்கு எரிந்தது. கண்ணாடி வழியாகப் பார்த்தபோது அக்கா முகம் 'பளிச்'சென மின்னியது. "ஒம்பாசம் எப்பவுமே மின்னிக்கிட்டிருக்கணும்கா." என் கண்ணைத் துடைத்துவிட்டு அவளும் அழுதாள்.

அக்கா போன பிறகு இரவு நிசப்தமாய் இருந்தது. தனது பெருவயிற்றைத் தூக்கிக் கொண்டு ஏனம் விளக்கி அடுக்கினாள் செண்பகா. "மதினி ஒசந்த கொணக்காரவுக."

"ஆமா புள்ள; அக்கா இல்லைன்னா சின்னவனா இருந்தப்பவே நாங் செத்திருப்பேங். வார தீவாளிக்கி அக்காவுக்கும் மச்சானுக்கும் உடுப்பெடுத்துக் குடுக்கணும்."

“நானும் நெனச்சேங்; ரெண்டு பேருக்கும் ஒரே மாதிரி நெனப்பு வருது.”

ஒரு புன்னகையால் ஆமோதித்துவிட்டு, பாயெடுத்து விரித்துப் படுத்தேன். வேலை முடித்து வந்தவள் என்னருகில் அமர்ந்தாள். “எத்தன நாளாச்சு மாமா.”

மளாரென எழுந்து உட்கார்ந்து “மாமாவா?” என்றேன்.

“ஒங்கக்கா சொல்லிட்டுப் போனது ஆவுகம் இல்லியா?”

“பேர் சொல்லியே கூப்புடு; அதுதேங் நெருக்கமாருக்கு.” என் இடுப்பை இறுக்கிப் பிடித்து வேட்டியைத் தளர்த்தினாள்.

“என்னா புள்ள?”

“பசிக்கிது பாலு.”

“பாஞ்சாலியக்கா சொன்னத மறந்துட்டியா?”

“ஒங்கப்பா லாந்திக் கீழ தள்ளுனப்பவே கலையல; இனிமேலயா ஆகப்போகுது?” முன் ஏற்பாட்டோடு அவள் நைட்டி அணிந்திருந்தாள். நொடிகள் நகர நகார எனக்கும் உணர்வெழுச்சி உண்டாகி, அவள் நிர்வாணத்தை ஒளிரவிட்டேன். “லைட்டு எரியுது?”

“பரவால்ல” என்றவள் ”பாத்து ரசிக்கிறதும் உருண்டுபொரண்டு ரசிக்கிறதும் ஒண்ணுதாங்.” என்னையும் தளர்த்தினாள். “எத்தன நாளாச்சு?”

“ரெண்டு மாசமிருக்குமா?”

“மூணுமாசம் அஞ்சு நாளு.”

உசுப்பேத்தும் விதமாய் அவளுக்குள் நெடுவிரலை விட்டு நிமுண்டினேன். “ஸ்ஸ்ஸ் ஆ!” தன் கைகளால் எந்நெஞ்சுக்கூட்டை நிமுண்டிவிட்டுத் தோள்களை வருடினாள். முழு நிர்வாணமாகி முக்குளித்தோம். என்னவென்று புரியவில்லை. முழுமையாய் மூழ்க முடியாமல் விலகினேன். சுக்கிலம் நீர்த்து ஒழுகி துவண்டு விழுந்தேன். “என்னா பாலு?” என்றாள் குழறல் விலகாத ஒலியோடு.

"ரெம்ப நாளாச்சுல்ல; அதாங்." எனக்கு வெட்கமாய் இருந்தது. 'பெண்ணின் ஆசையை நிறைவேற்ற முடியாதவன் முழு ஆண்மகன் இல்லை' என்று அப்பா மதனகாமராஜன் கதை வாசித்தபோது கேட்டிருக்கிறேன். இத்தனை நாள் இருந்த இறுமாப்பு ஒரு நிமிடத்தில் வழிந்து ஒழுகியது. அதன் பிறகு நான் உறங்கிப் போனேன்.

சேவல் கூவிய வைகறையில் விழித்தபோது செண்பகா எழுந்து உட்கார்ந்து என்னையே பார்த்துக் கொண்டிருந்தாள். நானும் எழுந்து அவளை நெஞ்சோடு அணைத்துக் கொண்டேன். "மன்னிச்சுக்க புள்ள."

"அப்படியெல்லாம் பேசாத மாமா. நாங் எதுன்னாலும் தாங்கிருவேங்; ஒனக்குத்தேங் சங்கடமாருக்கும்."

அவள் முகத்தை வாங்கி, நெஞ்சில் அணைத்து வாய்க்குள் முத்தமிட்டேன். வாங்கிக் கொண்டு மீண்டும் என்னை நிர்வாணமாக்கினாள். நான் கீழும் அவள் மேலுமாக இணைந்தபோது வீர்யமப்பட்டு இயங்கினாள். நானும் தாக்குப் பிடித்து அவளை மிசுங்க முடியாமல் இறுக்கினேன். வெளிறிய விழிப்படலத்தில் செவ்வரியோடிய நரம்புகள் அவளுள் இருந்து எனக்குள்ளும் எனக்குள் இருந்து அவளுக்குள்ளும் வலம் வந்து கிறங்கடித்தன. அயர்ந்து விலக அரைமணிநேரம் ஆனது.

சில நிமிட இடைவெளியில் எழுந்து வெந்நீர் வைத்து விளாவிய பிறகு என்னை எழுப்பினாள். "குளிக்யணுமா?" என்றேன்.

"தொழிலுக்குப் போகணுமில்ல?"

"எப்பவும்போல நைட்டு வந்து குளிக்கிறேங்."

"சீண்ட்ரத்துல முங்கிட்டுக் குளிக்ய வேணாமா? எந்திரி மாமா." அவள் ஏற்கெனவே குளித்துத் தலையில் வண்டுகட்டியிருந்தாள். குளியல் முடித்து, பசித்த வயிற்றைப் பழைய சோற்றால் நிரப்பி, மொபட் எடுத்துக் கிளம்ப ஆறுமணி தாண்டியது.

5

செண்பகாவுக்குக் கருவறை வலி கூடக்கூடக் காம உணர்ச்சியும் கூடியது. ஒவ்வொரு நாளும் கலவியை விரும்பி என்னை வறுத்தெடுத்தாள். அயர்ந்து சரிந்தபோதும் எனது நெருக்கத்தை நாடினாள். நானும் அவளுக்கு ஈடுகொடுக்க நினைத்துத் தோற்றபடியும் ஜெயித்தபடியும் இருந்தேன். தோற்றபோது மனம் சலிப்படைந்தது. "என்ன மனுசி இவ?" என்று அங்கலாய்த்தேன். தோல்வியடைந்த சில நேரங்களில் அவள் விரக்தியடைந்து என்னை உதாசீனப் படுத்தும்படியாய் நடந்துகொண்டாள். வாழ்க்கையில் எதையோ இழந்து விட்டது மாதிரி கவுட்டுக்குள் தலை கவிழ்த்து உட்கார்ந்தாள். ஓரிரு வேளை சமையல் செய்யவும் மனமில்லாமல் படுத்துக் கிடந்தாள். அந்த மாதிரியான நேரங்களில் கடைச் சாப்பாடு வாங்கி நான் சாப்பிட்டு அவளுக்கு மிச்சம் வைத்தேன். பலநேரங்களில் அதையும் கூட நிராகரித்தாள்.

செண்பகாவின் போக்கு எனக்கு ஆச்சர்யமாகவும் அவஸ்தையாகவும் இருந்தது. தொழிலுக்குப் போகமுடியாமல் மனம் தவங்கியது. சாப்பிட்டும் சாப்பிடாமலும் கிடந்த நிலையில் கிறக்கத்தின் உச்சமாய் சோர்வுற்றேன். அவளுக்கு திருப்தியளிக்கட்டும் என்று மருந்துக் கடையில் மாத்திரை வாங்கிச் சாப்பிட்டும் திருப்தியாகவில்லை. கடைக்காரர் அறிவுறுத்தியபடி மருத்துவமனை சென்று ரத்தச் சோதனை செய்து பார்த்தேன். பதினைந்து கிராம் இருக்க வேண்டிய ரத்த அணுக்கள் ஏழு கிராம் இருப்பதாய் மருத்துவர் சொல்லிவிட்டு இரும்புச் சத்து மாத்திரை எழுதித் தந்தார். மாத்திரை சாப்பிட்ட நிலையில் அது முழு நிவாரணமாய் அமையவில்லை. நாலுநாள் சாப்பிட்ட நிலையில் வயிறு புண்ணாகித் திக்குமுக்காடியது. ஒருநாள் வாந்தியெடுத்து மயங்கி விழுந்த போது செண்பகா "அய்யோ பாலு" என்று அலறினாள். "என்னாச்சு?" தனது முந்தானையால் என் முகத்தைத் துடைத்துவிட்டு அழ ஆரம்பித்தாள். அவளின் பாச நீரோட்டம் குறையவில்லை எனப் புரிய முடிந்தது.

படிப்படியாய் உடல் தேர்ச்சியடைந்த நிலையில் அடுத்த சில நாட்களில் அவளோடு உறவுகொள்ள நினைத்தபோது "வேணாம்

மாமா" என்றாள். "பாப்பா பொறந்த பெறகு பாத்துக்குவம்."

இந்த வார்த்தைகள் எனக்கு சலிப்பைத் தந்தன. "ஏன்?"

"எனக்கு இஸ்டமில்ல."

"நீதான தவுதாயப்பட்ட? இப்ப எனக்கு வேணும்."

"பசிச்சாக் கடக்கிப் போ."

"பிரியமில்லாமப் போய்ட்ட."

மேலும் கீழும் உற்றுப் பார்த்தபடி "அப்படித்தேன்னு வச்சுக்க." என்றாள்.

என்ன மனுசி இவள். ஒவ்வொரு இரவும் பெருமூச்சுகளைப் படரவிட்டபடி உறங்க முயன்றேன்.

பத்தாம் மாச நெருக்கத்தில் வலி உச்சத்தை எட்டியதுபோலும். திணறித் திணறி வேலை செய்தாள். நான் ஒத்தாசையாய் இருந்த போதும் அது அவளுக்குப் போதுமானதாய் இருக்கவில்லை. "மதினியக் கூட்டியாரியா மாமா."

"என்னாருந்தாலும் அக்கா அடுத்த வீடுதான? அம்மாவக் கூப்புடவா?"

"எனக்குச் சம்மதந்தேங்; வருவாகளா?"

"அன்னக்கி நம்மலக் கேட்டா கொழுக்கட்ட குடுத்து விட்டாக?"

"ஒங்க அப்பா விடமாட்டாரு."

"அப்பன்னா ஒங் சித்தியக் கூப்புடு."

என் தோளில் சாய்ந்துகொண்டு விம்மினாள். "அவ ஒரு கொலகாரி; பொம்பளப் புள்ள பொறந்தா எருக்கம்பால் ஊத்திக் கொன்னுருவா. அவுகளே வாரேன்னு வந்தாலும் வேணாம்; வேற வழி பாப்பம்."

"ஆஸ்பத்திரிக்கிப் போவமா?"

"கூட இருந்து பாக்கவாச்சும் ஆள் வேணுமில்ல."

"மயங்காத; நாங் இருக்கங்."

"ஆசுப்பத்திரிக்குள்ள ஆம்பளைகள விட மாட்டாக."

அந்த நேரம் சின்னகாமு வந்து சேர்ந்தாள். ஏற்கனவே போன மாதம் வந்து சில பக்குவமெல்லாம் சொல்லிச் சென்றாள். என்ன இருந்தாலும் அவள் ஊராத்திதானே என்று செண்பகாவுக்குள் ஓடியது.

"நல்லா முத்திருச்சு" என்றாள் சின்னகாமு. ஒண்ணுரெண்டு நாள்ல நீர்க்கொடம் ஒடஞ்சுரும்."

"பயம்மா இருக்குக்கா."

"இதுக்கெல்லாம் பயந்தா பொண்ணுக உசுரோட இருக்க முடியாது. தங்கப்பூ மருத்துவச்சிய வரச் சொல்றேங்; கைராசிக்காரி; எனக்கு மூணு பிரசவத்தையும் அவதேங் பாத்தா."

மருத்துவச்சி பற்றிய நினைப்பு இல்லாமல் போச்சே என்று என்னை நானே நொந்துகொண்டேன். "இப்பவே கூட்டியாரியா? ரெம்ப வலிக்கிதாங்."

வென்னி வைத்து செண்பகாவின் வயிற்றில் இறங்குமுகமாய் ஒத்தடம் நீவி சுக்குமல்லி போட்டு குடிக்கவைத்துவிட்டு வெளியேறினாள் சின்னகாமு.

நான் தொழிலுக்குப் போகாமல் காத்திருந்த மறுநாள் அம்மா தங்கப்பூவை அழைத்து வந்தார். "ஏலே அய்யா! என்னடா செய்யிரா?"

எனக்கு எல்லையற்ற மகிழ்ச்சி! உள்ளே அழைத்துப் போனேன். மல்லாக்காவும் குப்புறவும் மாறிமாறிப் படுத்து அவஸ்தையோடு இருந்தாள் செண்பகா.

"நீ வெளிய இருடா" என்று சொல்லிவிட்டு, அம்மா அவளின் ஆடைகளைத் தளர்த்தி... அப்புறம் என்ன செய்தார் என்று தெரியவில்லை. தங்கப்பூ வெளியில் வந்து "இன்னக்கி ராத்திரி பொறந்துரும்" எனச் சொல்லிவிட்டு "பழைய வெள்ளவேட்டி இருந்தா எடுத்துக் குடுங்கய்யா" என்றாள். அம்மாவிடம் பெட்டியில் இருப்பதைச் சுட்டிக் காட்டினேன். உள்ளே எட்டிப் பார்த்தபோது செண்பகா நிர்வாணமாய்க் கிடந்தாள்.

வெளியில் குத்துக்காலிட்டு உட்கார்ந்தபடியும் அங்குட்டும் இங்குட்டும் அலைந்தபடியும் காலம் கடத்தினேன். அம்மா செண்பகாவிடம் கேட்டு அடுக்குப் பானையில் இருந்து அரிசி

எடுத்துக் கஞ்சி வைத்துக் குடிக்க வைத்தார். சின்னகாமு காஃபி போட்டுக் கொண்டுவந்து தந்தாள். கருப்பாயக்காவும் வந்து பார்த்து சில ஆலோசனைகள் சொல்லிச் சென்றார்.

6

மூன்றாவதாகவும் மகன் பிறந்ததில் செண்பகாவுக்கு இஷ்டமாகவில்லை. "பாப்பான்னா எனக்குக் கைத் தோதுக்கு ஒதவும்; கடவுளுக்குக் கண்ணில்ல போல." என்று புலம்பினாள். சின்னகாமு வந்து செண்பகா மகிழும்படி நல்ல வார்த்தை சொன்னாள். "அஞ்சு பொட்டச்சி பொறந்தா அரசனும் ஆண்டியாயிருவாங்; மூணு பயக; ஆண்டியும் அரசனாயி வீட்டையும் நாட்டையும் ஆளுவீக."

மனப்பூரிப்பு உச்சத்தை எட்டியபோதும் பாசாங்காக "பொம்பளக்கிப் பொம்பள ஒத்தாச வேணுமில்லக்கா; அதுமட்டு மில்லாம பொட்டச்சிக்கி இருக்க பாசம் துருத்தி மொளச்சவனுக்கு இருக்காது." என்றாள். சின்னகாமு பவ்வியமாய்ச் சிரித்தபடி வெளியேறினாள். "ஆம்பள சம்பாத்தியகாரெங்; பொம்பள செலவுகாரி; அதையும் மனசுல வச்சுக்க." சின்னகாமு போன பிறகு உள்ளூர சிரித்துக் கொண்டாள் செண்பகா. "ஆண்டவெங் குடுத்தத வேணாம்க முடியுமா?'"

முதல் இருவருக்கும் நான் வைத்த பெயரை ஏற்றுக் கொண்டாள் செண்பகா. மதிவாணன், கதிர்வாணன். மூன்றாவது பிறந்தவனுக்கு அவள்தான் பெயர் வைப்பேன் என்று அடம்பிடித்தாள். நானும் சரியென்று ஏற்றுக் கொண்டபோது "காட்டுராஜா" என்று அவனைப் பார்த்துக் கூப்பிட்டாள்.

"நல்லாவா இருக்கு?"

"ஏன் நல்லால்ல? சிங்கக்குட்டி; ஒலகத்தவே ஜெயிச்சுருவாங்."

எந்தப் பெயராய் இருந்தால் என்ன; நானும் அப்படியே அழைக்க ஆரம்பித்தேன். ஆறுமாத வளர்ச்சியின்போது அவன் பொக்கைவாய்த் திறந்து சிரித்து, தன் பெயரைப் புரிந்துகொண்டான். "ஏலே காடு" என்றால் போதும்; கைகால்களை உதறிக்கொண்டு எழும்ப முயன்றான். தூக்கக் கைகளை விரித்தால் கால்களை மேலுயர்த்தி எம்பினான். தூக்காமல் போக்குக் காட்டினால் சிணுங்கி

அழத் தொடங்கினான். வீட்டுக்கு வந்தால் அவனுடன் இருப்பதை நான் விரும்பினேன். “காட்டுராசாவக் கண்டுட்டா இந்த வீட்டு ராணிய மறுந்துருவ போல” என்றாள் செண்பகா. அவள் வார்த்தைகளில் பெருமிதம் பொங்கியது.

காட்டுராஜாவால் இகலோக வாழ்க்கையில் நிலைத்து நிற்க முடியவில்லை. அப்போது குழந்தைகள் மத்தியில் வேகமாய்ப் பரவிய மூளைக்காய்ச்சல் என்ற நோய் அவனை வாங்கிக் கொண்டது. விருமுத்தியடித்துத் துவண்டாள் செண்பகா. “நாம்பேரு வச்சதாலதேங் வெறுத்துட்டியா மகனே” என ஒப்பாரி வைத்தாள். நான் தொழிலிலிருந்து வர இரவு பத்து மணியாகியிருந்தது. வீட்டில் கூட்டம் கூடியிருப்பதைக் கண்டு பதட்டமடைந்து பார்த்தால் காட்டுராஜாவைக் காட்டுக்குத் தூக்கிச் செல்ல தயாராய் இருந்தார்கள். செண்பகாவின் சித்தப்பா தாய்மாமனாக இருந்து காரியம் செய்தார். சித்தியும் செண்பகாவைத் தோளில் வாங்கி ஆறுதல் சொன்னாள். கருப்பையா அண்ணன் வந்து துக்கம் விசாரித்துச் சென்றார்.

ஒரு சிறுவனின் மரணம் உறவுகளை ஒன்றுகூட வைத்தது. என் வீட்டாரும் செண்பகா வீட்டாரும் கூடிக் குழைந்து உறவாடினார்கள். மனிதம் வென்றது என்று அருக்காணியம்மா பாராட்டினார். “எல்லாம் அந்த முனியப்பன் செயல்”.

“இல்ல” என்றார் பாஞ்சாலியக்கா. “செண்பகலட்சுமியின் செயல்; அவளோட வைராக்கியம்தாங் பாலுவ நெலக்ய வச்சு மத்தவுகள வரவச்சிருககு.”

“அதுவுஞ் சரிதேங்” என்றார் பச்சையண்ணன்.

அன்று மகன் இறந்தபோதே நான் வந்திருந்தால் காரியங்கள் பட்டப்பகலில் நடந்திருக்கும்; பிஞ்சு உடல் உலைவதற்கு முன்பே அடக்கம் பண்ணியிருக்க முடியும். தொடர்பு கொள்ள முடியாத இடத்தில், திண்டுக்கல் கமிஷன் மண்டியில் சரக்கு இறக்கிக் கொண்டிருந்தேன். வீட்டுக்கு வந்த பிறகுதான் துக்கச் செய்தியை அறிய முடிந்தது. அப்போதுதான் அறிமுகமாகிப் பலரின் கையில் புழங்கிய கைபேசி ஒன்று வாங்கவேண்டும் என்ற எண்ணம் ஓடியபோது கருப்பையா அண்ணன் பக்கத்தில் இருந்த செல்போன் கடைக்கு அழைத்துச் சென்று குறைந்த விலையில் வாங்கித் தந்தார். எண்ணூறுரூபா. “சீனத் தயாரிப்பு; தரமாவும் இருக்கும்.” இந்தியத்

தயாரிப்பு விலையதிகம்; ஜப்பான் செல்ஃபோன்களும் சந்தையில் கிடைத்தன. மற்றெல்லா மாடல்களை விட ஜப்பான் தயாரிப்பு சாமான்யர்கள் வாங்க முடியாத அளவு கனத்த விலை! கமிசன் கடை முதலாளிகளும் மில் ஓனர்களும் பெருமிதமாய் வாங்கிப் பயன்படுத்தினர். 'எனக்கிது போதும்' என்று திருப்தியாய் வாஙினேன். கருப்பையா அண்ணன் எப்படி இயக்குவது என்றும் சொல்லித் தந்தார்.

எங்கெல்லாம் நான் சரக்கு இறக்குகிறேனோ அவர்களின் எண்களை வாங்கிச் சேமிப்புச் செய்தேன். பலரின் கைகளிலும் இருந்த ஒரு கருவியை நான் கண்டுகொள்ளாமல் இருந்தது உறுத்தியது. அன்று என் கையிலும் செண்பகாவின் கையிலும் இருந்திருந்தால் நான் வேகமாய் வந்து மருத்துவமனைக்குக் கொண்டுபோய்க் காடுராஜாவைக் காப்பாற்றியிருக்கலாமோ...

"அப்படியில்ல மாமா; அவனுக்கு அம்புட்டுத்தேங் விதி." செண்பகா உண்மையில் தைரியசாலிதான். அவன் இறந்தபோது செண்பகா அழுத அழுகைக்கும் இப்போது அவள் சமாதானமாகிப் பேசுவதற்கும் எத்தனை வித்தியாசம்! அவளுக்கும் செல்ஃபோன் ஒன்று வாங்கித்தந்தபோது "இன்னொரு புள்ளயக் குடுக்குறியாக்கும்?" என்று பூரித்து மகிழ்ந்தாள்.

4 நிழல்வெளிச்சம்!

1

எனக்கு இன்னொரு குழந்தையாய் வந்து வாய்த்தது செல்ஃபோன். மல்லிகா மதினி, சின்னகாமு அக்கா எல்லாரும் வைத்திருந்ததால் ஓய்வு நேரங்களில் அவர்களுடன் உரையாடி மகிழ முடிந்தது. பாலு வரத் தாமதமாகும்போது அழைத்துப் பேசி நிலைமையைத் தெரிந்து நிம்மதியடைந்தேன். மதிய ஓய்வுநேரத்தில் அவனுக்கு அழைப்பு விடுத்தால் சில நேரம் எடுக்காமல் இருந்தான். "உங்கள் அழைப்பை ஏற்கவில்லை" என்று கைபேசி எனக்குப் பதில் சொல்லியது. சில நேரம் "எல்லைக் கோட்டுக்கு அப்பால் இருக்கிறார்" என்றது. உயிருள்ள மனிதர்கள் பேசாதபோது உயிரற்ற இந்தக் கருவி தகவல் சொன்னது. ஏதோ ஒரு விதத்தில் செய்திப் பரிமாற்றம் நடந்தபடி இருந்தது. உயிரற்ற பண்டம் உயிருள்ள மனிதனை ஆட்கொண்டு அடிமையாக்கியது. முகப்புப் பகுதியின் மேல்மட்டத்தில் இருந்த கண்ணாடியும் உடல் பகுதியாய் இருந்த நம்பர் பட்டன்களும் உலக மையத்தின் குறுக்குவெட்டுத் தோற்றத்தைக் கொண்டிருந்தது. உலகம் என்றால் என்னவென்று புரியாத எனக்கு "நான்தான் என்று அது நெஞ்சு நிமிர்த்திக் காட்டியது. வலது கையால் தொட்டுத் தூக்கி முத்தமிட்டேன். வாங்கிக் கொண்டு மிளிர்ந்து மின்னியது.

மூத்தவன் மதிவாணனுக்கு அதை இயக்குவது பற்றிச் சொல்லித் தந்தேன். இந்த செல்லுக்கும் இன்னொரு செல்லுக்கும் தொடர்பை ஏற்படுத்த பிரத்யேக எண்கள் இருப்பதை ஒரு டீச்சரைப் போல அவனுக்குப்பாடம் எடுத்தபோது "கேம்ஸும் இருக்கும்மா" என்றான். செட்டிங்ஸில் நுழைந்து கேம்ஸ் பகுதியை எடுத்துக் காட்டினான். "ஒனக்கு எப்படிடா?" ஆச்சர்யமாய்க் கேட்டேன்.

“பள்ளிக்கூடத்துல பணக்காரப் பயக வச்சிருக்கானுக.” நானும் விளையாடப் பழகியபின் உயிரற்ற அந்தக் கருவியே உயிர்த் துடிப்புமிக்க சிநேகிதியாய் ஆனது. செல்ஃபோனைக் கொண்டு வந்து தந்த காட்டுராஜாவுக்குக் கண்ணீரோடு நன்றி கூறினேன்.

வீடு கட்டவேண்டும்; வங்கிப் புத்தகத்தை எடுத்து சேமிப்புப் பணத்தை நோட்டமிட்டேன். சில ஆயிரம் ரூபா இருந்தது. பாலு மொத்த வியாபாரம் செய்வதால் அவன் கணக்கில் ‘ல’னாவை நெருங்கிய தொகை இருக்க வாய்ப்புண்டு. அன்று இரவு பாலுவிடம் ஆலோசித்தபோது “ஓங் வீடு இருக்குல்ல?” என்றான்.

“சித்தி தம்பேருக்கு எழுதிக்கிட்டாள்ல.”

“கேட்டுப் பாரு.”

“ஆகுறதப் பேசு மாமா; சுயராஜ்யமா நாம சம்பாதிச்சத வச்சு எடம் வாங்கிக் கட்டுவம். காட்டுச் சாலையில நெறையப் பேரு விக்யணும்குறாகளாம்.” அவன் என்னை உரிக்க முயன்ற வேளை அடம்பிடித்தேன். “மொதல்ல இதுக்கு வதுல் சொல்லு.” கிறக்க மயக்கத்தில் சரிக்குடுத்தான்.

மறு ஞாயிற்றுக்கிழமை அத்தை வீட்டுக்குப் போயிருந்தேன். கருப்பாயக்காவும் சின்னகாமுவும் உட்கார்ந்து ஊர்வளமை பேசிக்கொண்டிருந்தார்கள். “ஒங்க மகெங் ஒரு ஓசன சொல்றாருத்தெ.”

“என்னவாங்?” என்றாள் சின்னகாமு.

“எடம் வாங்கி வீடு கட்டலாம்குறாரு.”

“அம்புட்டுப் பணம் சேத்துட்டீகளா?” இது சின்னகாமுவின் கேள்வி.

“ஆத்தத்தோ!” என் நாடியைப் பிடித்துக் குலுக்கினார் அத்தை. “பாலு கெட்டிக்காரெங்” என்றார் கருப்பாயக்கா.

“எங்களுக்குக் காட்டு ராலையில பத்து செண்டு கெடக்கு; விக்யலாம்னு மாமா சொல்றாரு. வேணும்னா வாங்கிக்கங்க.” சின்னகாமு நீட்டிய பச்சைக் கொடி நல்ல சகுனம்.

“நீங்க எதுக்குடி விக்யணும்குறீங்க; அம்புட்டு வறுமையா?” கருப்பாயக்காவின் முகத்தில் ஆச்சர்யக் கோடு ஓடியது.

“தொழிலு மொடங்கிருச்சு; சட்டி பான ஆரு வாங்கணும்குறா; அல்லாரும் ஈயத்துக்கும் பித்தளைக்கும் மாறிட்டாக; வீடு தவறாம எவர்சில்வர் மின்னுது. எடத்த வித்து கடகன்னி வச்சுப் பொழக்யலாம்னு பாக்குறம்.”

அத்தையின் முகத்தில் சந்தோஷமும் சின்னகாமுவின் முகத்தில் சோகமும் படர்ந்தன. கருப்பாயக்காவின் கண்களில் பொறாமை! “கஞ்சிக்கில்லாம கெடந்த கழுதைக எடம் வாங்குதுகளே!”

சின்னகாமுவின் மாமனாருக்கு விற்கப் பிரியமில்லை. “மண்ணோ பொன்னோன்னு சொல்லுவாக; தேடாத தெரவியமா மதிப்பு ஒசந்துக்கிட்டே இருக்கும்.”

“ஒங்க கணக்குச் சரிதேங்; ஆனாத் தொழில் செய்யத் துட்டு வேணுமில்ல.”

மனதளவில் சம்மதிக்காவிட்டாலும், வேறு வழியில்லாமல் சரிக்குடுத்தார்.

“சூளப்படல வாங்கிக்கிறியா; காட்டுச் சாலையில கெடக்கத வாங்குறியா?”

எனக்குக் குழப்பம் வந்தது. சூளைப் பகுதி என்றால் ஊர்ப்பகுதி; காட்டுச்சாலை ஒதுக்குப்புறம். ஊரா, ஒதுக்கமா? விடைகாண முடியாமல் தவித்தேன். “ஓசிச்சு நாளக்கிச் சொல்றம்” என்று நான் கூறினேன்.

பலவாறும் யோசனை ஓடியது. மல்லிகா மதினியிடம் செல்ஃபோன் மூலம் கலந்தேன். “ஊருக்குள்ளயே வாங்குங்க” என்றாள். பாலு கருப்பையா அண்ணனுக்கு ஃபோன் பண்ணியபோது “நாளயத் தேவைக்கிக் காட்டுச்சாலைதாங் பெஸ்ட்” என்று வழிகாட்டினார்.

எதுக்கும் இருக்கட்டுமே என்று என் சித்தப்பாவிடமும் கேட்டுப் பார்த்தேன். “தேனி வளந்துக்கிட்டிருக்கு; எடஞ்சல் இல்லாத பொழப்பு காட்டுச் சாலைதேங்.” அவர் வார்த்தையை வாக்குமூலமாக வாங்கி நானும் பாலுவும் அதையே முடிவாக்கினோம்.

காட்டுச்சாலை உரிமையாளர் முதலில் ப்ளாட் போட்டபோது செண்டு நூறு ரூபா விலைக்கு பத்து செண்ட்டு வாங்கிப் போட்டார்

சின்னகாமுவின் மாமா. முதன் முதலில் அங்கு கரட்டோரமாய் வீடு கட்டிய பெரிய ராவுத்தர் கிணறுவெட்டி மக்கள் புழக்கத்துக்காகப் பொதுமைப் படுத்தியிருந்தார். அதோடு ஆதிநாளில் வெட்டப்பட்ட வேப்பங்கிணறும் நீர் சுரந்து பொங்கியது. தண்ணீருக்குப் பஞ்சமில்லை என்ற நிலையில் இன்று அதன் விலை செண்ட்டு பத்தாயிரமாய் வளர்ந்திருந்தது. சின்னகாமுவின பரிந்துரையின் பேரில் எட்டாயிரம் ரூபா விலைக்கு ஐந்து செண்ட்டு வாங்கினோம். அதைத் தன் அம்மா பேருக்குப் பதியலாம் என்று நினைத்ததை நான் நிராகரித்தேன். எங்கள் இருவரின் உழைப்பு; எமது சம்பாத்தியம். எமது பெயரில் இருந்தால்தான் எடஞ்சல் இல்லாத சொத்தாகப் பிள்ளைகளுக்கு விட்டுச் செல்ல முடியும். மல்லிகா மதினியும் அதையே வழிமொழிந்தாள்.

"எனக்கு எதுக்குப்பா சொத்து?" என்றார் அத்தை. "நாங்க ரெண்டு பேரும் படுத்து எந்திரிக்யக் கையகல எடந்தந்தீகன்னா அதே புண்ணியம்."

பலகட்ட யோசனைக்குப் பிறகு என் பெயரில் பத்திரப் பதிவு நடந்தது. "பொம்பள பேருல இருந்தாத்தேங் சூதானமாருக்கும்" என்று எனக்காக வாதாடினார் அத்தை.

பத்திரப் பதிவு நாளில் மகிழ்ச்சியின் உச்சத்திலிருந்தான் பாலு. உசேன் பாய் என்ற சமையல்காரரை வரவழைத்து பிரியாணிக்கு ஏற்பாடு செய்தான். தெரிந்தவர்கள் அனைவரையும் வரவழைத்து விருந்திட்டோம். மல்லிகா மதினியோடு அவளின் கணவரும் மாமா மாமியும் வந்து சாப்பிட்டு வாழ்த்தினார்கள். பாஞ்சாலியக்காவும் துரைச்சாமியண்ணனும் மதியம் மூன்று மணிக்குமேல் வந்து சேர்ந்தார்கள். "தோட்டப் பொத்திக்கித் தண்ணி எறச்சுட்டு வாரோம்" என்றார் பாஞ்சாலியக்கா. அவர்கள் வந்து ஐந்து நிமிடம் கழித்துப் பச்சையண்ணன் வந்தார்.

"அருக்காணியம்மா வரலியா?" என்றான் பாலு.

"இன்னக்கிக் கோயில்ல யாரோ அன்னதானம் போடுறாக; நாளக்கி வருவாக." பாஞ்சாலியக்கா பதில் சொன்னார்.

"தேனி டவுனுல அஞ்சு செண்டு இருக்கதும் கெராமத்துல அஞ்சு ஏக்கர் இருக்கதும் ஒண்ணு; வெறும் ரெண்டு ஏக்கருதேங் எங்களுக்கிருக்கு." மல்லிகா மதினி வாயாரப் புகழ்ந்தாள்.

"நெசந்தேங்" என்றார் பாஞ்சாலியக்கா. "நாங்களும் இங்குட்டுத்தேங் வீட்டடி வாங்கிப் போடணும்; "பிள்ளைக பெரிசாச்சுன்னா அதுக படிச்சு வேலக்கிப் போயி டவுனுப் பகுதியிலதேங் பொழப்பு நடத்துவாக."

வீடு கட்ட சில லட்சங்கள் தேவைப்பட்டதால் கருப்பையா அண்ணன் ஆலோசனைப்படி வங்கிக் கடனுக்கு மனுப்போட்டோம். என் கணக்கு கம்பத்திலும் பாலுவின் கணக்கு தேனியிலும் இருந்தன. இருபுறமும் அலைந்தோம். எங்களால் திரட்ட முடியாத ஆவணங்களைக் கேட்டுக் காலத்தை நீட்டினார்கள் வங்கி அதிகாரிகள். எங்கள் கையிருப்பை வைத்து அஸ்திவாரம் போட்டுக் கல்கட்டுக் கட்டி முடித்தபோது என் பெயரில் கடன் ஆமோதிப்புக் கடிதம் வந்தது. மகருளிக்கான சலுகையாக, அதிகப்படியான ஆவணங்கள் இல்லாமல் என் பெயரிலான சொத்துப் பத்திரத்தின் வழியாக சேங்ஷன் ஆனது. வீட்டடியை என் பெயரில் பதிவு செய்தது நல்லதாய்ப் போயிற்று.

நேர்மையாகவும் துரிதமாகவும் வேலை செய்யக்கூடிய சேகர் கொத்தனாரை கருப்பையா அண்ணன் அறிமுகப்படுத்தினார். பாலு எப்போதும்போல் தொழிலுக்குப் போக, நானே கங்காணியாக இருந்து வேலைகள் நடந்தேறின. நாலாயிரத்து ஐநூறு சதுர அடிப் பரப்பில் ஆயிரம் சதுர அடியில் மட்டும் கட்டுமானம் நடந்தது.

தியாக மனம் கொண்டவர்கள் பெண்கள் என்பதால் ஒரு பெண்ணே முழுமால பிடிக்கட்டும் என்று ஆசைப்பட்டான் பாலு. நானும் ஒப்புக்கொள்ள அத்தை கட்டுமான ஈசானத்தில் தானே கடப்பாரையால் குழி தோண்டி, தானே வேப்பங்குச்சி செதுக்கி, நவதானியக் கலவையைப் பொட்டனமாக்கிக் குச்சி நுனியில் கட்டினார். அதோடு ஐந்துவகைப் பூக்களைச் சரமாக்கி நவதானியக் கலவையோடு சேர்த்துக் கட்டிக் குழிக்குள் நட்டுவைத்தவர் "கருப்பசாமி! நீதேந்தொண!" என்று குலசாமியை வணங்கினார். மல்லிகா மதினி கண்கலங்கித் தம்பியைத் தட்டித் தந்து நல்ல வார்த்தை சொன்னார். "ஆயிரம் வருசக் கூலி வம்சத்துக்கு இன்னக்கி பாலுவால சொந்தச் சொத்து உருவாகுது; இன்னம் வளந்து ஒசரட்டும்." அத்தை என்னைத் தழுவியபடி "நல்லருங்க மக்கா" என்றார்.

2

பாலுவுக்கு வங்கிலோன் கிடைக்காமல் போனதால் தொழிலில் முழுக் கவனம் செலுத்தினான். தேனியிலுள்ள பழக்கடைகளுக்குத் திராட்சை விநியோகம் செய்ததோடு அருந்தல் காலத்தில் கேரளா சென்று பலா, அன்னாசி கொள்முதல் செய்து தேனிச் சந்தையில் குவித்து விற்பனை செய்தான். திண்டுக்கல் கமிசன் மண்டிக்கும் ஏற்றுமதி செய்தபோது வியாபாரம் விரிவானது. செம்பட்டி, ஆத்தூர் போன்ற பகுதிகளில் திராட்சைத் தோட்டங்கள் ஏராளம் இருந்தபோதும் கம்பம் சரக்குக்கு மதிப்பு அதிகம்; திடம், சுவை இரண்டிலும் செம்பட்டி திராட்சை பின்னுக்கு நின்றது.

பாலு அதிக லாபம் வைக்காமல் தொழில் செய்ததால் அன்றன்றைக்கே வசூலானது. ஒவ்வொரு நாள் வருமானத்தையும் கட்டுமானத்தில் போட்டோம். கட்டிடம் வேகமாய் உயரம் கண்டது. முனிசிப்பாலிட்டியில் அனுமதி வாங்கித்தான் கட்டவேண்டும் என்ற நடைமுறை எங்களுக்குத் தெரிந்திருக்கவில்லை. கட்டுமானம் நடந்த ஒருநாள் கோட் சூட் அணிந்த அதிகாரிகள் வந்து கொத்தனாரை மிரட்டி வேலையை நிப்பாட்டச் சொன்னார்கள். எனக்குக் குபீரென்றிருந்தது. நடந்து செல்லும்போது தடுக்கி விழுந்தமாதிரி வலி. பாலுவுக்கு ஃபோன் செய்தேன். அவன் தொடர்பு எல்லைக்கு அப்பால் இருந்தான்.

அத்தைக்கோ எனக்கோ என்ன செய்வதென்று தெரியவில்லை. சின்னகாமுவின் கணவர் ஓடோடி வந்து உதவிசெய்தார். அலுவலகம் சென்று அதிகாரிகளைக் கண்டு பேசி, ஆயிரம் ரூபா கைமாறியபின் கட்டுமானம் தொடர அனுமதித்தார்கள். “கேஸ் போடுவாங்க; கோர்ட்டுக்குப் போயி தெண்டங்கட்டிக்கலாம்.” என்றார் சின்னகாமுவின் கணவர்.

நான் மட்டுமல்ல; பாலுவும் மனம் வதங்கி வலியோடு காணப்பட்டான். அத்தை இடிமானம் விழுந்த மாதிரி அழுது தவித்தார். “கையூண்டி கர்ணம்பாஞ்சு ஒசக்க எந்திரிச்சா மலப்பாற உருண்டு விழுந்து அமுக்குதே.”

“இதெல்லாம் சாதாரணமா நடக்குறதுதேங்” என்ற சின்னகாமுவின் வார்த்தைகள் ஆறுதல் தந்தன. கட்டிடம்

உயர்ந்துகொண்டிருந்தபோது பியூன் அல்லது எழுத்தர் வந்து கொத்தனாரிடம் சொல்லி அஞ்சுபத்து வாங்கிச் சென்றார்கள்.

முக்கால்வாசி கட்டுமானம் முடிந்தபோது பணப்பற்றாக்குறை ஏற்பட்டுத் தொய்வு உண்டானது. பாலு தான் சரக்கு இறக்கும் முதலாளிகளிடம் முன்பணம் வாங்கிச் செலவு செய்து தொடர்ந்தோம். முன்பணம் வாங்கியதால் அவர்கள் கேட்ட சரக்கைக் கேட்ட நேரத்தில் இறக்க வேண்டிய கட்டாயம் உண்டானது. வாங்குமிடத்தில் அதிக விலைக்கும் விற்குமிடத்தில் குறைத்தும் தந்து தொழில் சரியாமல் பார்த்துக் கொண்டான் பாலு. அவன் கண்ணாடியின் வழியே விழிகள் சோர்ந்து கிடப்பதை என்னால் உணர முடிந்தது. “பேசாம வாடக வீட்டுலயே இருந்திருக்கலாம்” என்று அவன் சொன்னபோது எனக்கும் மனம் கலங்கியது.

கட்டுமானம் நிறைவடைந்த நிலையில் பூச்சுக்கும் வயரிங் செய்யவும் பற்றாக்குறை உண்டானது. தனியார் சீட்டுக் கம்பனிக்கு நடையாய் நடந்து குறைந்த வட்டிக்குக் கடன் பெற்றோம். பாலுவோடு நானும் அத்தை மாமாவும் கையெழுத்திட நேர்ந்தது. காதர் மாமா சாட்சிக் கையெழுத்துப் போட்டார். பாலுவுக்கும் எனக்கும் அவர் ஒரே மாதிரியான உறவுமுறைதான். ‘மாமா!’ எனக்கு மாமா என்றால் பாலுவுக்கு அப்பா அல்லது அண்ணன்முறை வரவேண்டும்; ஆனால் ராவுத்தமார்கள் எல்லாரும் எங்களுக்கு மாமா, மாமி உறவுதான். வேறு நபர்களிடம் கடன் வாங்கினால் அஞ்சுவட்டி; இந்தக் கம்பனியில் நூத்துக்கு ஒண்ணரை ரூபா வட்டி. வீட்டுக்குள் கழிப்பறை இருந்ததைப் பார்த்து அத்தையும் மாமாவும் பூரித்துப் போனார்கள். “காடுகண்ட எடம், கரடு கண்ட எடத்துல ஒதுங்குனம்; இன்னக்கி மகனும் மருமகளும் நல்லது செஞ்சுருச்சுக.” அவர் கண்களில் சந்தோசக் கண்ணீர்.

வீடு திறப்புவிழா எளிமையாக நடந்தது. பத்திரிகை அடிக்காமல் தெரிந்தவர்கள் ஐம்பது பேரை அழைத்து அன்னம் பரிமாறி, அருந்தப் பால் தந்தது ஜெகஜோதியான காட்சி. வெளிமதிலுக்கு சீரக நிறப் பெய்ண்டும் ரோஜா நிற உள் பூச்சும் பலரையும் கவர்ந்தது. “நல்லாருக்குடே” என்று வாழ்த்திய கடலைக் கடை முதலாளி ஆயிரம் ரூபா சன்மானம் தந்தார். பாலு அதை வாங்க மறுத்த நிலையில் என் கையில் திணித்துவிட்டுச் சென்றார். வேறு யாரிடமும் மொய்ப் பணம் வாங்கவில்லை.

அன்றைய தினம் உறங்கா இரவானது. அத்தை, மாமா, மல்லிகா மதினியோடு நாங்கள் பேசியபடி கழித்தோம். அனைத்து விளக்குகளும் எரிந்தபடி இரவைப் பகலாக்கி இருந்தன. மேல்விதானமும் பக்கவாட்டுச் சுவர்களும் உலகில் வேறெங்கும் காணாத பெருங்காட்சிகளாய் எனக்குத் தெரிந்தன. பாலு கண்ணாடியைக் கழற்றிக் கழற்றி மாட்டி தரிசனம் செய்தான். "எனக்கும் இப்படி வாய்த்திருக்கிறதே!" என்று புளகாங்கிதமாய்ச் சொன்னான். "கனவு இல்லியே?"

"அவத்தப் பேச்ச விடுடா; நெசமான வீடு; நீயும் லச்சுமியும் உண்டாக்குனது." அத்தையின் வாய்மொழியால் நிஜ உணர்வுக்கு வந்தான். காலை விடிந்தபோது வீட்டின் இடதுபுறக் கரட்டில் இருந்து சூரியன் எட்டிப் பார்த்தான். இனி அந்த வால்கரடு எங்களின் கழிவுகளை வாங்கப் போவதில்லை என நினைத்துக் கொண்டேன்.

◯

5. மங்கல் வெளிச்சம்!

1

வறுமையின் துவாரங்கள் அடைபட்டு நிம்மதி உண்டானது என்று சந்தோஷப் பட்டுக் கொண்டிருந்த நிலையில் திடீரென பூகம்பம் உண்டாகி, நிலம் வெடித்து ஆவென வாய்பிளந்து எமது கால்களைச் சரித்துப் போட்டது. கடுங்கோடையையும் பெருவெள்ள மழையையும் கடந்து மேடேறிவிட்ட பின் பூமி வெடிப்பாய் அந்தச் செய்தி ஊர் உலகெங்கும் பெரும் பரபரப்பை உருவாக்கியது. எல்லா மனிதஜீவிகளும் நிற்க நேரமில்லாமல் ஓடியபடி இருந்தனர். ஒவ்வொரு வங்கி வாசலிலும் ஏட்டிஎம் கதவிடுக்கிலும் கால் கடுக்க நின்றனர். ஒருவரை ஒருவர் முண்டியடித்துக் கொண்டு உள்ளே நுழைய முயன்று தோற்றவர்களும் ஜெயித்தவர்களும் சண்டை யிட்டனர். ஒருவரை ஒருவர் வார்த்தைகளால் நிர்வாணப் படுத்தியதோடு வீட்டுப் பெண்களையும் வம்பிக்கிழுத்து அம்மணமாக்கினர். ஐநூறு ரூபாயும் ஆயிரம் ரூபாயும் செல்லாதாம். இரவு பனிரெண்டு மணிமுதல் அந்தச் சட்டம் அமுலுக்கு வருவதாக நான்குமணி நேரம் முன்னதாக அதாவது இரவு எட்டுமணிக்கு அறிவிப்புச் செய்தது அரசு. ஐநூறு ஆயிரம் கையிருப்பு உள்ளவர்கள் உடனடியாக வங்கியில் மாற்றிக் கொள்ள வேண்டும். ஒரு மாதத்துக்குள் மாற்றாவிட்டால், அப்புறம் எப்போதும் மாற்ற முடியாது.

நான் ஆட்டோ நிறைய ஏற்றிவந்த சரக்குகளில் கருப்பையா அண்ணன் ஐந்து கூடை திராட்சையும் ஐந்து கூடை கொய்யாவும் இறக்கிக் கொண்டு ஆயிரம் ரூபா ஐம்பது தாள்கள் தந்தார். “என்னாண்ணே இம்புட்டு?”

“பேங்குல மாத்தி ஒனக்கு உண்டானது போக மிச்சத்தக் குடு!”

‘கிறுகிறு’வென தலை சுற்றியது. என்னிடமும் பல்லாயிரம் ரூபா இருந்தது. செண்பகாவின் சிறுவாட்டிலும் கூட இருக்க வாய்ப்புண்டு. வங்கியில் போட்டது போக மீதியை பீரோவில் அடுக்கி வைத்திருந்தோம். அவற்றை மாற்ற வேண்டும்; இதையும் எங்கு சென்று மாற்றுவது.

“நீங்களே மாத்தி எனக்குப் புது நோட்டாவோ நூறு எரநூறாவோ குடுங்கண்ணே.” அவரிடமே நோட்டுகளைத் தந்துவிட்டு சரக்குகளைத் தூக்கி ஆண்டிபட்டிக்கும் பெரியகுளத்துக்கும் போனேன். சாலையோரம் இருந்த ஏட்டிஎம் ஒன்றில் கூட்டம் வழிந்தது. முதியவர்களும் இளைஞர்களும் பெண்களும் ஒருவரை ஒருவர் முண்டியபடி உள்ளே நுழைய முயன்றனர். முதியவர் ஒருவர் வெயில் வெக்கையும் மனித வெக்கையும் தாங்காமல் மயங்கிச் சரிந்தார். அங்கிருந்தவர்கள் அவரை ஓர் ஓரமாய்த் தூக்கி உட்கார வைத்தார்களே தவிர, மயக்கம் தெளிய ஏதும் செய்யவில்லை.

ஆட்டோவை நிறுத்தச் சொல்லி இறங்கிப் போய் என்னிடமிருந்த நீரை முகத்தில் தெளித்து அருந்தத் தந்த நிலையில் தெளிச்சியடைந்தார். “அய்யா! ஒதவி செய்யுங்கய்யா; எம்மகளப் பேறுகாலத்துக்கு ஆஸ்பத்திரியில சேத்திருக்கேங்; ஒடனடியா பத்தாயிரம் தேவப் படுது; தயவு பண்ணி ஏட்டிஎம்லருந்து எடுத்துக் குடுங்கய்யா.”

வங்கியிலும் இதேபோல கூட்டம்தான். ஒருநாளைக்குக் கொஞ்சூண்டு பணம்தான் எடுக்க முடியும். கிடைக்குமோ கிடைக்காதோ என்ற சந்தேகத்தில் கூட்டம் தள்ளாட்டம் போட்டது.

வரிசைகட்டி நின்றவர்கள் யாரும் ஒதுங்கி இடம் தர மறுத்தனர். “நாங்களும் அதுக்குத்தேங் மல்லுக்கட்டுறோங்; ஒருதடவதேங் எடுக்க முடியும்; இன்னக்கிப் போச்சுன்னா அடுத்த வாரந்தேங்; எங்களுக்கு என்னா செலவு இல்லியா?”

அவர்கள் கேள்வியிலும் நியாயம் இருப்பதைப் புரிந்து கொள்ள முடிந்தது. யாரும் அவருக்கு உதவி செய்ய முன்வராத நிலையில் ஒரு பெண் தன் இடத்தில் அவரை நிறுத்திப் பணம் எடுக்க உதவினார். “அவர் போய் வரிசையின் கடைசி ஆளாய் நின்று

கொண்டார். உக்ரமான வெயில் தாக்கியதால் தலையில் முக்காடு போட்டு வெப்பவீச்சைத் தடுக்க முயன்றார். "பேறுகாலச் செலவுக்குக் கேக்குறாரு; பாவம்." பொங்கிப் பாய்ந்த கருணையின் வெள்ளம் பாலை மனங்களை ஈரமாக்குமா? தெரியவில்லை. அவருக்குப் பணம் எடுத்துத் தந்துவிட்டு நான் ஆட்டோவில் ஏறினேன்.

எல்லாக் கடைகளிலும் ஐநூறு, ஆயிரம்தான் வசூலானது. பெரியகுளம் மார்க்கட் கண்ணப்பன் காக்கவைத்துக் கடைசி பஸ்ஸூக்கு அனுப்பக் கூடியவர் இன்று கூடையை இறக்கியதும் பணத்தைத் தந்தார். எல்லாம் ஐநூறும் ஆயிரமுமாய் இருந்தன. "இது செல்லாதுங்ணா."

"எப்படியாச்சும் மாத்து பாலு; ஓங்க ஓனர்ட்ட குடு; இல்லாட்டி பேங்குல போடு."

"எனக்கு ஓனரு வெவசாயிதேங்; பாவம்; அவுக எங்க போயி மாத்துவாக?"

சில நிமிட வாதாட்டத்துக்குப் பிறகு "சரி; கொஞ்சநேரம் கடையப் பாத்துக்க; பேங்குல மாத்த முடியுமான்னு பாக்குறேங்." என்று சொல்லிவிட்டுப் பாதையில் இறங்கி நடந்தார்.

அவர் போன பிறகு நிறைய வாடிக்கையாளர்கள் வந்து சரக்கு வாங்கினார்கள். பெரும்பாலானவர்கள் செல்லாப் பணம் தந்தார்கள். "இது செல்லாது; நூறு எரநூறு குடுங்க."

"இம்புட்டுப் பெரிய கட வச்சிருக்க; மொத்த யாவாரிக்கித் தள்ளிவிடு."

"அவுக மட்டும் எங்க போயி மாத்துவாக?" வாங்கியவர்கள் சரக்குகளைத் திருப்பித் தந்தார்கள். அடுக்கப்பட்டவை கலைக்கப்பட்டு மீண்டும் அடுக்கப்பட்ட போது அட்டலைக் கட்டுமானம் சிதைந்து, சாலையில் படிந்த மாட்டு மூத்திரக் கோடு போல அலங்கோலமானது. வந்தவர்களிடம் பதில் கூறியே நாக்கு வறண்டு போனது. கடையில் இருக்கப் பிடிக்காமல் பக்கத்துக் கடைகளுக்குச் சென்று விசாரித்தேன். "என்னப்பா இப்படியாயிப் போச்சு? ஏழபாழைக பத்துக் காசு சேத்து வக்ய முடியல."

“ரெம்ப பயமாருக்கு” என்று பதில் சொன்னேன்.

விற்பனை மோசமாக இருந்த நிலையில் செய்தித் தாள்களைப் புரட்டினேன். “பணமதிப்பிழப்பு” என்று பெயர் சூட்டியிருந்தார்கள். தினமும் இருபதாயிரம் ரூபா அளவுக்கு வங்கியில் மாற்றிக் கொள்ளலாம்; ஒரு மாத இடைவெளியில் மாற்ற முடியாவிட்டால் ரிசர்வ் வங்கியில் டெபாசிட் செய்து சில மாதங்கள் கழித்து வாங்கிக் கொள்ளலாம். பகீரென்று மனம் வலித்தது. என்போன்ற சிறு வியாபாரிகளால் ரிசர்வ் வங்கிக்குப் போக முடியுமா என்ன!

மூன்றுமணி நேரம் கழித்து வந்த கண்ணப்பன் “என்னப்பா; அடுக்குன சரக்கு அப்படியே முழிச்சமானிக்கி கெடக்கு?” என்றார். அவர் முகத்தில் சோகம் படிந்து காணப்பட்டது.

“வாரவுகள்லாம் ஐநூறு ஆயிரமாக் கொண்டு வாராக; வாங்கியிருந்தா பூராவும் தீந்திருக்கும்.”

“அடப் பாதரவே” என்று வருத்தப்பட்டார். ”இன்னொண்ணு தெரியுமா? ஆயிரம் செல்லாதுன்னுட்டு ரெண்டாயிரம் அடிக்கிறாகளாம்; பேங்குல சொன்னாக.”

“எதுக்குண்ணே?”

“ஆயிரம் ஐநூறுக்குள்ள கருப்புப் பூச்சி அடஞ்சு கெடக்காம்; சுத்தப் படுத்தத்தேங் இந்த வேலையாம்.”

“அந்தப் பூச்சி ரெண்டாயிரம் நோட்ட அண்டாதா?”

அமைதியாய் இருந்தார் கண்ணப்பன். அவர் முகத்தில் சோக விளாறுகள்!

அன்று நான் ஐம்பதாயிரம் ரூபா பெறுமான சரக்குகளை ஆட்டோவில் கொண்டு வந்து இறக்கியிருந்தேன். பாக்கெட்டில் பணம் ஏதும் இல்லாமல், ஆட்டோ வாடகை தரவும் வக்கில்லாமல் திண்டாடினேன். கண்ணப்பன் மனம் இரங்கி ஆட்டோ வாடகையை மட்டும் தந்து “மிச்சத்த நாளக்யோ நாள மறுநாளோ வந்து வாங்கிக்க” என்றார். தலை ‘கிண்’ணென்று இறுகி விழிகள் பிதுங்கின. கண்ணாடியைக் கழற்றி பாக்கெட்டுக்குள் வைத்துக் கொண்டு அவர் முகத்தை உற்றுநோக்கினேன். எதிர்வெளிச்சம் படிந்த இருட்டுக் கூடாரமாய் அவர் முகம் ஒடுங்கிச் சுருங்கி இருந்தது. அனுதாப அலைகள் மோதிய மனசோடு இமைகளை மூடியபடி மார்க்கெட் பாதையில் நடந்தேன். கண்ணாடி அணியாதவனாய்ப் பாதையை நிதானமாய் நடந்து கடந்தேன்.

பெரியகுளம் தேனியைவிட பெரிய ஊர் என்றாலும் கிராமப் போங்காகத்தன் இருந்தது. கடைகளோ வீடுகளோ நவீன மோஸ்தருக்கு வந்திருக்கவில்லை. பெரிய தொழிற்சாலைகள் இல்லாத நிலையில் விவசாயம் செழித்திருந்தது. மாமரங்களும் தென்னைகளும் பனைகளும் அடர்ந்தும் செழித்தும் கிடந்தன. தூத்துக்குடி வட்டார நுங்கைவிட பெரியகுளம் நுங்கும் பதநீரும் சுவையானது. இந்த உழவுப் பொருட்கள்தான் பெரியகுளம் மனிதர்களைத் திருப்பூர் நோக்கி விரட்டாமல் பாதுகாத்தன.

பைய நடந்து சென்று பாலசுப்ரமணியர் கோயில் வளாகத்தை அடைந்தேன். கால் நனையும் அளவுக்கு வராக நதி நடந்தபடி இருந்தது. முல்லையாறு போலவோ கொட்டகுடி போலவோ அகன்று விரியாமல் அடக்கமாய் ஒடுங்கிக் கிடந்தது. கரையின் இருமருங்கும் மாங்கன்றுகள் ஆள்மட்டத்தில் வளர்ந்திருந்தன. கோயிலுக்கு வருபவர்கள் வராகத்தில் கைகால் கழுவி பயபக்தியோடு கோயிலுக்குள் நுழைந்தனர். அதுபோலவே நானும் உள்ளங்கையில் நீரள்ளிக் கண்களைக் கழுவிக்கொண்டு, கண்ணாடி அணிந்து கோயிலுக்குள் சென்று உள்பிரகாரத் தூண் ஒன்றில் சாய்ந்து அமர்ந்தேன். கண்களை மூடி தியான உருவம் கொண்டேன். திடுமென ஞாபகம் வந்து கைபேசியை எடுத்து சர்ச் பகுதியில் செண்பகாவின் பெயரைத் தேடி அழைத்தேன். பெரிய நோட்டுகளுக்கு மதிப்பில்லாமல் போனதைச் சொன்னேன்.

"சின்னகாமு சொல்லிச்சு; அதாங் ஐநூறு ஆயிரங்கள எடுத்துக் கிட்டுக் கம்பம் பேங்குக்கு வந்திருக்கேங்; பாஞ்சாலியக்காவும் பக்கத்துல இருக்கு; பத்து நோட்டுகளுக்கு மேல மாத்த முடியாதாம்."

"என்னிட்ட இருக்கதையும் மாத்தணும்; என்ன செய்யிறதுன்னு தெரியல."

"கவலப்படாம இரு மாமா; வாரது வரட்டும்." செல்லை அணைத்து விட்டுக் கோயில் வளாகத்தை நோட்டமிட்டேன்.

அங்கே தாடி வளர்த்த சாமியார் ஒருவர் தனக்கு முன் ஜமக்காளம் போன்ற பட்டுப்பாய் ஒன்றை விரித்து ஜோதிடம் சொல்லிக் கொண்டிருந்தார். அவர் அருகில் இருந்த பெயர்ப் பலகை "ஜோதிட சிகாமணி பாலதண்டாயுதம்" என்று அறிவித்தது. சிலபேர் வந்து குறிகேட்டுச் சென்றார்கள். வேறுசிலர் முகூர்த்த நேரத்தைக்

குறித்துப் போனார்கள். இன்னும் சிலர் திதி செய்ய உகந்த நாளைக் கேட்டுத் தெரிந்து சென்றார்கள்.

வெள்ளை வேட்டி உடுத்தி, விபூதிப் பட்டை அணிந்து வந்த ஒருவர் அவர் அருகில் அமர்ந்தார். “வாங்கோ” என வரவேற்றவர் “அதிசயமாருக்கு... பெரியவாள் இந்தச் சிறியவாளைத் தேடி வந்திருக்கேள்.” அவர் வேறு ஜாதி என்றாலும் அய்யர் மாதிரியே பேசினார். இதுபோன்ற தொழிலுக்கு அய்யர் மொழி உதவுகிறது போலும்.

“ஆமா ஜோசியரே; என்னக்யும் இல்லாத இடும்பு ஒண்ணு தோள்மேல ஏறி நிக்கிது; என்னக்கி எறங்கும்னு தெரியணும்; அதாங்.....”

ஏட்டுச்சுவடி ஒன்றை எடுத்து, காவிநிறப் பட்டுக் கயிற்றால் ஊடே செருகச் சொன்னார். வெள்ளைவேட்டி மனிதர் பவ்வியமாய்க் கையெடுத்துக் கும்பிட்டுவிட்டு ஏட்டுக்குள் செருகினார். தண்டாயுதத்துடன் முருகன் நின்றிருந்தார். “புல்லும் அவனே; பூவும் அவனே; பொல்லாங்கு செய்பவரை புறமுதுகிடச் செய்பவனும் அவனே; வந்திருக்க பொல்லாங்கு வந்த வழியா ஓடிரும் சாமி. பாலமுருகன் தண்டாயுதத்தோட நிக்கிறாரு.”

“ஆயிரம் ரூபாத் தாளா இருவது லட்சம் வச்சிருந்தேங்; இன்னக்கிருந்து செல்லாதாம்; மகளுக்கு அடுத்த மாசம் கல்யாணம்; நக நட்டு எடுக்கணும்; எப்படி நிவர்த்தியாகும்?””

இன்னொரு முறை ஏடு போடச் சொன்னபோது வெள்ளைப்பூவில் வீற்றிருக்கும் தனலட்சுமி புன்னகைத்தாள். அருகில் புல்லாங்குழல் ஊதிய கண்ணன் நின்றிருந்தான். “லட்சுமிகடாட்சம் பொங்குது; பணமொடக்கடி, ஓமலிப்பு மொடக்கடி ஏதும் வராது சாமி; தைரியமா களத்துல எறங்குனா ஒரு நாள்ல பூராத்தியும் மாத்திரலாம்.”

வந்தவரின் முகம் பொங்கியது. ”அந்த ஐயப்பன் கைவிட மாட்டாங்” புன்னகைத்தபடி “அப்படி நீரு சொல்றபடி நடந்துச்சுன்னா ஒமக்கு ஆயிரம் ரூபா தாரெங்” என்று சொல்லிவிட்டு பத்து ரூபாத் தாள் ஒன்றை அவர்முன் சாஷ்டாங்கமாய்ப் படுக்கவைத்தார். வராக நதி வேடிக்கை பார்த்துச் சிரித்தது.

மாலை மசங்கலில் பசியை ஞாபகப் படுத்தியது வயிறு . எழுந்து நதிக்குள் இறங்கினேன். குளிர் நடுக்குவது போன்ற உணர்வு! தெளிவான நீரோட்டம்! அடிமணல் பழுப்பு நிறத்தில் துல்லியமாய்த் தெரிந்தது. அள்ளி முகம் கழுவியபோது தைரியம் உண்டானது. அநேகமாக இன்று கொண்டுவந்த சரக்குக்கான தொகை வசூலாகிவிடும்.

மேடேறி, அக்ரஹாரம் வழியாக மார்க்கெட்டுக்குள் நுழைந்தேன். அக்ரஹார வீடுகளில் பெரும்பாலானவை அடைத்துக் கிடந்தன. எல்லாரும் வக்கீல்களாகவோ பெரிய அதிகாரிகளாகவோ வெளியூர்களில் பணிசெய்தனர். வாடகைக்கு விடவோ ஒத்தி வைக்கவோ அவர்கள் விரும்பவில்லை. குடியேறுபவர்கள் சூத்திரர்கள் என்றால் தீட்டுப் பட்டுவிடும்.

மனித நடமாட்டமின்றி மார்க்கெட் வெறிச்சோடியது. ஓரிரு கடைகள் மட்டும்தான் வெளிச்சமாயிருந்தன. மற்றவை விளக்கு எரியாமல் இருண்டு கிடந்தன. கடையை மூடிவிட்டிருந்தார் கண்ணப்பன். அவர் பல்லாயிரம் தரவேண்டும். வீட்டுக்குப் போய்க் கேட்கலாமா? பசிக் கிறக்கத்தோடு நடந்தேன். வீட்டில் அவர் மனைவி இருந்தார். "அண்ணெங் இருக்காராக்கா?"

"இல்லியே தம்பி; ரூவா நோட்டுக செல்லாதாமே? மாத்திட்டு வாரம்னு மதுரக்கிப் போயிருக்காக."

"நாளக்கி வந்துருவாரா?"

"தெரியலய்யா."

பெரியகுளத்தின் எல்லாப் பழக்கடைகளும் மூடப்பட்டிருந்தன. பத்துமணிவரை இயங்கியவை ஏழுமணிக்கே மூடியிருந்தன. நான் தப்பு செய்துவிட்டேன். வெளிச்சத்திலேயே வந்திருந்தால் அரைபாதியாவது வசூலாகியிருக்கும். அரசாங்கத்தின் மீது கோபம் கொப்புளித்தது. ஒருவாரம் அவகாசம் தந்திருந்தால் உருண்டு புரண்டு மல்லாந்திருக்கலாம். குப்புறத் தள்ளிவிட்டார்கள்!

2

தேனியில் இறங்கிய போது கருப்பையா அண்ணன் கடையும் தார்ப்பாயால் மூடப்பட்டு கயிற்றால் கட்டப்பட்டிருந்தது. பக்கத்து ஓட்டல் வெறிச்சோடிய நிலையில் முதலாளி கேட் அருகில்

ஒருக்களித்து நின்றிருந்தார். அவருக்கு சல்யூட் வைத்துவிட்டுக் கிழக்கு திசையில் நடந்தேன். வீதி விளக்குகள் சோக முகத்தோடு எரிந்தன. வெளிச்சத்தைச் சுற்றி கொசுக்கள் வட்டமடித்தன. மெய்ன்ரோட்டில் இருந்து காட்டுச்சாலையில் திரும்பி வீட்டை அடைந்தபோது அம்மாவும் செண்பகாவும் வாசப்படியில் உட்கார்ந்திருந்தனர். திண்ணை இல்லாத வீடு! திண்ணை வைத்துக் கட்டுவது நவீன கட்டுமானத்தில் ஏற்புடையது இல்லையாம். நான் எவ்வளவோ சொல்லியும் கொத்தனார் திண்ணை வைக்க மறுத்துவிட்டார். "வாஸ்து சாஸ்திரப்படி திண்ணை ஒரு தடங்கல். அதோட முனிசிப்பாலிட்டிக் காரவுகளும் ஒத்துக்க மாட்டாங்க."

அப்படியானால் நமது தாயாதிகள் எல்லாம் வாஸ்து ஞானம் இல்லாதவர்களா? பெரிய பெரிய கோயில்கள் எல்லாம் திண்ணை வைத்துக் கட்டியிருக்கிறார்களே?

கொத்தனாருக்குக் கோபம் மூக்கைச் சிவக்க வைத்தது. "ஏடாகூடமாப் பேசாதீங்க; என்னோட குரு சொன்னதத்தேங் என்னால செய்ய முடியும்."

செண்பகா முழு மனதோடு சம்மதித்தாள்; அம்மா எனக்கு ஆதரவாய் இருந்தாலும் கட்டுமானத் தொழிலாளிகள் எதிராய் நின்றனர். திண்ணை இல்லாததால் வாசப்படியை ஆரங்காக்க வேண்டிய நிலமை செண்பகாவுக்கு.

"ஏண்டா பேக்கலவாடா!" அம்மாவின் விழிகள் சிவந்திருந்தன. "எத்தன தடவ போனடிக்கிறது? எடுக்க முடியாத அளவுக்கு ஒறக்கம் பிடிச்சுப் போனியா?"

இருவரையும் கடந்து உள்ளே நுழைந்து நாற்காலியில் உட்கார்ந்தேன். செண்பகா தனது சிறுவாட்டுக் காசில் வாங்கிப் போட்டது. "கஞ்சியூத்து."

என் பசியறிந்து விசுக்கென எழுந்தாள் செண்பகா. வட்டில் கழுவி அன்னமிட்டாள். பச்சநெல் சோறு காய்ச்சி பருப்புக் கடைந்திருந்தாள். வெஞ்சனமாய் மோர்மிளகாய் வறுவல்! நளினமான பதத்தில் சோறு விழுங்க எளிதானது. உரைப்பும் உப்பும் பதனமாய்ச் சேர்மானம் கொண்டிருந்தன. கடுகுளுந்தம்பருப்பு வாசம் தூக்கியது. சாப்பிட்டு முடித்தபோது ஆசுவாசம் உண்டாகித்

தெளிச்சியடைந்தேன்.. அப்புறம்தான் போனை எடுத்து ரீசண்ட் கால்ஸ் பகுதியை நோட்டமிட்டேன். ஐந்து மிஸ்ட் கால்கள்; அனைத்தும் செண்பகாவிவிடமிருந்து.

"எத்தன தடவ கூப்புடுறது? பயமாப் போச்சு."

"பணம் செல்லாதாம்; அதே மூடுல வேற எந்த கவனமும் இல்லாமத் தவங்கிப் போனேங்; கோவிச்சுக்காதம்மா."

"நானுங்கேள்விப்பட்டேங்; கம்பத்துக்குப் போயி பத்து ஆயிரம் ரூபாத் தாள மாத்துனேங்; ஒருவாரங்கழிச்சுதாங் அடுத்து மாத்த முடியுமாம்.."

"இருவதாயிரம் அளவுக்கு மாத்தலாம்ல?"

"பேப்பர்ல வார செய்தி பேங்குக்கு ஆகாதுன்னாட்டாக; நாங் ஓகக்காரியாங்; மேனேஜர் சொன்னாரு; எத்தனையோ பேரு கட்டுக்கட்டா வச்சுக் காத்துக்கெடக்காக; அவுகளுக்கு இல்லாத ஓகம் எனக்கிருக்காம்." அவள் முகம் புன்னகைத்தது.

"இது யோகமாக்கும்? அரசாங்கம் அனுமதிச்ச இருவதாயிரத்த மாத்த முடியல; இதெல்லாம் நரித்தந்திரம்; அப்படியாச்சும் சண்ட போட மாட்டைன்னு. சரி எம்புட்டு வச்சிருக்க?"

"ஒரு லட்சத்த நெருங்கும்."

"அம்புட்டும் ஆயிரமாவா?"

"ஐநூறும் இருக்கு."

"சில்ற நோட்டுகளே இல்லியா?"

"இல்ல மாமா."

அம்மா கேட்டார். "நீ எம்புட்டுடா வச்சிருக்க?"

"அதையேங்கேக்குற? மூணுலட்சம்."

"அடப்பாவி. வம்பாடு பட்டு சம்பாரிச்சு பாழுங்கெணத்துல போடப் போறியா?"

"மாத்திரலாம்மா. இதுக்காக அலஞ்சுக்கிட்டிருக்கணும்; தொழில் மொடங்கிரும்."

படுக்கையறைக்குள் நுழைந்தேன். மதியும் கதிரும் ஒருவன்மேல் ஒருவன் காலைப் போட்டுக் கொண்டு ஒருக்களித்துக் கிடந்தான்கள்.

செண்பகா அவன்களைப் பிரித்து மல்லாக்கப் படுக்க வைத்தாள். நிலா வெளிச்சம் படிந்த முகங்கள். வாரம் ஒருநாள் கூட அவன்களை நேருக்குநேர் பார்த்து வார்த்தையாட முடியவில்லை. மூச்சுவிடுவதையும் நெஞ்சுக்கூடு ஏறி இறங்குவதையும் பார்த்தபடி நின்றிருந்தேன். சின்னவன் "போடா" என்று முனகியபடி லேசாகச் சிரித்தான். கனவு காண்கிறான்போலும். ஏக்கப் பெருமூச்சு வீட்டு முகட்டை முட்டியது. கட்டிலில் உட்கார்ந்தேன். இதுவும் செண்பகாவின் சம்பாத்தியம்தான். சீட்டுப் போட்டு வாங்கியிருந்தாள்.

அம்மா தன் அறைக்குப் போன பிறகு செண்பகா என் அருகில் வந்து அமர்ந்தாள். "என்னவாங்? அந்தப் பார்வ பாக்குற?"

"அவனுகளோட பேசி எத்தன நாளாச்சு!"

"இன்னக்கிக் காலையில கூட அப்பா எப்பம்மா வருவாருன்னு சின்னவெங்கேட்டாங்;" என் கண்கள் லேசாகப் பனித்தன. "சம்பாத்திய ஆசையைக் கொஞ்சம் மட்டுப் படுத்தியிருக்கலாம்."

"இல்ல மாமா; காத்துள்ளப்பவே தூத்திக்கிட்டாத்தேங் நல்லது; நம்ம புள்ளைகதான; அவனுகளுக்காகத்தான நீ ஓடிக்கிட்டிருக்க."

அதுவும் சரிதான். கட்டிலின் மேற்கு விளிம்பில் தலை சாய்த்தபோது செண்பகாவும் அருகில் படுத்தாள். சில நிமிடங்கள் கழித்து ஒருக்களித்து என்மேல் காலைப் போட்டுக் கிடத்தினாள். எனக்கு உணர்வெழுச்சி உண்டாகாததைப் புரிந்து விலகினாள். மதியனுக்குப் பதினைந்தும் கதிருக்குப் பதின்மூன்றும் ஆனநிலையில் பதினாறு ஆண்டுகாலத் தாம்பத்தியத்தின் சுவடுகளாய் அவன்கள் பதிவாகியிருந்தான்கள். செண்பகா பெருமூச்செறிவதாய் எனக்கு உணர்வானது.

உறக்கம் பிடிக்காமல் எழுவதும் விழுவதுமாய்க் கிடந்தேன். ஒருகட்டத்தில் அரையோட்டமான தூக்கம் கண்களில் கவிந்தது. விடிவிளக்கு எரிவது உணர்வான அதே வேளை கனவுகளும் நிழலாடின. அரைத்தூக்கத்திலும் கனவுகள் வருகின்றன.

உச்சந்தலையில் இருந்து உள்ளங்கால்வரை ஆயிரம் ரூபா நோட்டுகள் குத்திக் கிடந்தன. சட்டை வேட்டியில் மட்டுமில்லாமல் கைகளிலும் கால்களிலும் நூல்கொண்டு தைக்கப் பட்டிருந்தன.

கண்ணாடியைக் கழற்றக் கையைத் தூக்க முடியவில்லை. குத்தப் பட்டிருந்த ஊசிகள் ரத்தக் கோடுகளை உருவாக்கி வலியெடுத்தது. நூல்கொண்டு தைக்கப் பட்டவை ஊசிகொண்டு குத்தப் பட்டிருப்பதாய் மாறியிருந்தது. நூல் தையலைவிட ஊசிக் குத்தல் அதிகம் வலித்தது.

பெரும் சுமையைத் தூக்கிக் கொண்டு தள்ளாடித் தள்ளாடி நடந்தேன். கல்மேடும் முள்மேடும் கடந்து நடந்தபடி இருந்தேன். ஊசிவலியோடு முள்குத்திய வலியும் சேர்ந்துகொள்ள கீழே விழப்போனபோது அருக்காணியம்மா தன்னிரு கைகளால் ஏந்திக் கொண்டார். அவர் மேனியிலும் ரூபா நோட்டுகள்! "நீங்களுமா?" என்று நினைக்க மட்டும்தான் முடிந்தது. வார்த்தைகளை உச்சரிக்க முடியவில்லை. அவர் கையைப் பிடித்து முத்தமிட நினைத்துத் தோற்ற பிறகு தொடர்ந்து நடந்தேன்.

பெரும் காடு! எருக்கஞ்செடிகள் கூட பெருமரமாய் வளர்ந்து வானைத் தொட்டன. எருக்கம் பூக்கள் ஆயிர ரூபாய்களைத் தாங்கி நின்றன. "நீயும் பேங்குக்குப் போறியா?" என்று கேட்க நினைத்தபோது நாக்கில் செருகியிருந்த தாள்கள் வாயை இறுக்கின. "நான் கடவுள்ட்ட போறேங்; அவரு எனக்கு மாத்தித் தருவாரு." பொறாமையோடு அண்ணாந்தபோது எருக்கு வானத்தைக் கடந்து மேலேறிக் கொண்டிருந்தது.

திமிறி எழுந்து உட்கார்ந்தேன். ஒண்ணுக்கிருக்க பாத்ரூமுக்குள் போனபோது இரவு விளக்கின் மங்கலான வெளிச்சம் பயம் காட்டியது. இருட்டுத்தான் பயமுறுத்தும் என்றால் வெளிச்சமுமா? ஒண்ணுக்கிருந்துவிட்டு அறைக்குள் வந்தேன். செண்பகா பயல்களை நேர்படுத்திப் படுக்க வைத்துக் கொண்டிருந்தாள். அவளும் பாத்ரூமுக்குப் போய்வந்த பிறகு ஏதும் பேசாமல் உட்கார்ந்துகொண்டே இருந்தோம். சிவப்பாய் ஒளிர்ந்த டிஜிட்டல் கடிகாரத்தில் ஐந்துமணி ஆகியிருந்தது. "சரக்கு வெட்டப் போகலியா?" என்றாள் செண்பகா.

"நேத்துச்சரக்கே வித்துத் தீரல; இன்னக்யும் வெட்டுனா கெடந்து போகும்; நட்டத்தோட நட்டம் சேந்துச்சுன்னா இருக்க நல்ல பேரும் கெட்டுப் போகும்."

செண்பகாவின் கண்கள் வெறுமையாய் விழித்தன. "அப்பறம் என்ன செய்யப் போற?"

“அரசாங்கம் கருண காட்டுதான்னு ஒருவாரம் பாப்பம்;”

“ஒருவாரம்னா இருக்க காசும் கரஞ்சு போகுமே; பயகளுக்கு ஸ்கூல் பீஸ் கட்டணும்.”

“நாம சம்பாரிச்சதுதான; இருக்கவரக்யும் செலவழிப்பம்; அதுக்கப்பறம்...” எனக்குள் இருந்த ஆன்மக்குரல் ”திரும்பவும் கூலிப் பொழப்புதானா?” என்றது.

“கூரைக்குள்ள இருந்திருந்தாலும் நிம்மதி கொறையாம பொழப்பு ஓடியிருக்கும்; நம்மலவிடு மாமா; பயகள நெனச்சுப் பாரு; அவனுக நெல்லுப் பருக்கையா சாப்புட்டுப் பழகிட்டானுக; சோளக் களிய ஊட்ட முடியுமா?”

செண்பகாவின் கேள்விகள் நியாயமானவை. வெளிச்ச நிழலில் பாய்விரித்த பிறகு இருட்டு வெப்பத்துக்குள் கால்நீட்ட முடியாதுதான். பலவாறும் யோசனை ஓடிய நிலையில் இரு பயல்களும் எழுந்து “அப்பா” என்றனர். “இன்னக்கி லீவா?” என்ன இனிமையான குரல்! கேட்டுப் பலகாலம் ஆகிவிட்டது. செண்பகா வைப் போலவே சிவந்த மேனி; அவளுக்குப் போலவே பெரிய கண்கள்! வளைந்து நெளியாத பல்வரிசை! இவன்கள் எமது பிள்ளைகள் என்பது பெரும் பேறு. இருவரும் ஓடிவந்து என் மடியில் முகம் புதைத்தனர். வயது ஏறியபின்னும் குழந்தைக் குறும்பு குறையவில்லை.

“இன்னம் நாலு நாளக்கி லீவுதேங்.”

“ஹைய்யா! இன்னக்கி சினிமாவுக்குக் கூப்பிட்டுப் போகணும்.”

ஆத்மார்த்தமான அவன்களின் கட்டளையை மனம் பதட்டத்தோடு ஏற்றுக் கொண்ட்து.

அம்மாவும் செண்பகாவும் அடுப்படிக்குள் இருந்த போது பழசைச் சாப்பிட்டு, பயல்கள் இருவருக்கும் ஆளுக்குப் பத்து ரூபா தந்துவிட்டு வெளியேறினேன். “சீக்கிரம் வந்திருங்கப்பா; சினிமாவுக்குப் போகலாம்.” என்ற அவன்களின் குரல் வாசலுக்கு வந்து வானத்தில் ஏறி என்கூடவே தொடர்ந்து வந்தது.

3

மூன்று தினங்கள் ஆனபின்னும் அன்று போட்ட சரக்குகள் தீர்ந்திருக்கவில்லை. கருப்பையா அண்ணன் கடையில் திராட்சைப் பழங்கள் வாடி வதங்கி பொலிவிழந்திருந்தன. ஒவ்வொரு முத்தும் சாறு இழந்து பால் பிடிக்காத நெல்பதர் போல் நின்றது .விரும்பி வாங்க வந்தவர்களும் தொட்டுப் பார்த்துப் பின்னரித்தனர். “என்னா கருப்பையா இப்படி?” என்று ஒருவர் வருத்தப்பட்டார். “பழம்னா ஒங்கிட்டதேங் ஒசத்தியாருக்கும்; இன்னக்கி என்னா இப்படி?”

“ரூபா நோட்டுக செல்லாக் காசு ஆனபெறகு யாவாரம் போச்சுண்ணே.”

வந்ததற்காக இரண்டு வாழைப்பழங்கள் மட்டும் வாங்கிச் சென்றார். அவையும் வாடி வதங்கிக் கருத்திருந்தன.

அந்நேரம் வாழைப்பழ வியாபாரி தேவன் வசூலுக்கு வந்திருந்தார். கல்லாவில் இருநூறு ரூபா மட்டும்தான் இருப்பதாகக் கூறினார் கருப்பையா மனைவி.

“கடெங் வாங்கிக் குடுங்க; நானும் தொழில் பண்ணனுமில்ல.”

“ஆரச் சொல்லி நோகுறதுன்னு தெரியல” என்றார். “பாலுத் தம்பியப் பாருங்க; மூணு நாளாக் காத்துக் கெடக்கு; செட்டில் பண்ண முடியல; ஒருவாரம் பொறுங்க; எங்கப்பா வீட்டுலெருந்து வாங்கியாந்து குடுக்குறேங்..”

“என்னம்மா சொல்றீங்க? ஒருவாரம் வரக்யும் நாங்க சிங்கியடிக்கிறதா?”

கருப்பையா அண்ணன் முகத்தில் வெறுப்புக் கோடு ஓடியது. “எத்தன வருச யாவாரம்; என்னக்யாச்சும் போய்ட்டு வரச் சொல்லியிருக்கமா; அப்பதக்கிப்ப கணக்குத் தீத்தம்ல? இன்னக்கி அரசாங்கம் பண்ணுன தப்புல மாட்டிக்கிட்டு முழிக்கிறம்.”

“எனக்குத் தெரியாது; நாளக்யுள்ள எனக்குப் பைசா பாக்கியில்லாம கணக்கு முடிக்யணும்.” சொல்லியபடி நகர்ந்து அடுத்த கடைக்குப் போனார். அவரைப் பார்க்கப் பாவமாய் இருந்தது. அவர் தொழிலில் நேர்மையானவர். சின்ன வியாபாரி,

பெரிய வியாபாரி என்ற பாகுபாடு இல்லாமல் எல்லாருக்கும் ஒரே விலை. காகிதக் கரன்சிகள் அவரைக் கீழ் இறக்கிக் கொண்டுவந்து விட்டன.

பழமுதிர் சோலையில் வசூல் செய்யப் போனவர் இதே மாதிரி பேசியிருப்பார் போல; அங்கிருந்து பெரிய கலவரச் சத்தம் கேட்டது. நான் வேகமாய் நடந்து அங்கு சென்றேன். பழமுதிர்சோலை வேலையாள் கத்தியை எடுத்து நீட்டிக் கொண்டு வந்தான்.

பின்னுக்கு நகர்ந்த தேவன் "கொல்லப் போறீங்களா?" என்று கத்தியபடி நெஞ்சில் சிலுவைக்குறி வைத்தபடி ஆங்காரமானார். "ஒங்கிட்ட இருக்கது மொட்டக் கத்தி; எங்கிட்ட சீப்படிக்கிற ஆக்கருவா; ஒரே சீவுதேங்; கழுத்து துண்டாயிரும்."

நான் விலக்கிவிட்ட போது எனக்கும் ஓர் அடி விழுந்தது. கல்லாவில் இருந்த முதலாளி பதட்டமில்லாமல் பேசினார். "பாலுவுக்கு ஆயிரக் கணக்குல தரணும்; நெலம கண்டு பாந்தமாருக்காரு; நீயுங்கொஞ்சம் அட்ஜஸ்ட் பண்ணுப்பா."

"எந்தோட்டத்துலயா வெளையிது? நானும் வட்டிவாசிக்கி வாங்கித்தேங் தொழில் பண்றேங்; எனக்கு இப்பப் பணம் வேணும்."

உடனடியாகக் கல்லாவைத் திறந்தார். ஆயிரம் ரூபாத் தாள்கள் ஐம்பதை எண்ணி மேசைமேல் வைத்தார். "இத எங்கயாச்சும் மாத்தி ஒனக்கு வேண்டியது போக மிச்சத்த ஒருமாசங்கழிச்சுக் குடு." ஆயிரம் ஐநூறுகளைப் பார்த்து கீரியைக் கண்ட பாம்பு போல கீழிறங்கி ஓடினார் தேவன். "நாளக்கி வருவேங்; பைசா பாக்கியில்லாம கணக்கு முடிக்யணும்." அவரின் வார்த்தைகள் காற்றில் பயணித்து, கல்லாவில் முட்டிக் கீழே சரிந்தன.

தேனியின் அனைத்துக் கடைகளிலும் கெஞ்சிக் கூத்தாடி நூறு ரூபாத் தாள்கள் சிலவற்றைக் கைப் பற்றினேன். ஆயிரம் ஆயிரமாய்த் தொட்டுப் புழங்கிய கைகளுக்கு நூறு ரூபாத் தாள்கள் ஈசல் இறகாய் மெலிந்திருந்தன. இரவு ஏழுமணிவாக்கில் ஆண்டிபட்டி போனபோது அனைத்துக் கடைகளும் வெறிச்சோடிக் கிடந்தன. ஆஸ்பத்திரிமுன் இருந்த கடைக்காரர் மிகவும் வருத்தப்பட்டுப் பேசினார். "இப்பத்தேங் அம்பது ரூவாக்கி வித்துச்சு; சோறாக்கச்

சொல்லி வீட்டுக்காரிட்ட குடுத்து விட்டுருக்கேங்." என்றார். எனக்குள் வருத்தம் ஓடி பால்யகாலத்தை நினைவூட்டியது. 'பாவம்' என்று மனசுக்குள் வந்து முட்டிய நினைவுகளோடு 'தண்ணியடிக்கிறதக் கொறக்க்யணும்' என்று முனுமுனுத்தபடி வேறு கடைகளுக்குப் போகாமல் பஸ்ஸேறி வந்துசேர்ந்தேன்.

பத்து நாட்களாய் தேனி, ஆண்டிபட்டி, பெரியகுளம், வத்தலகுண்டு, திண்டுக்கல் என்று அலைந்து உடல் சோர்ந்து போனது. வசூலான பணத்தில் பாதி பஸ்ஸுக்குச் செலவானது. உடல் சோர்வை சத்தான உணவுகளை உண்டு மேம்படுத்திக் கொள்ளலாம். மனசை எங்குபோய்த் தேற்றுவது? இடையில் வங்கிப் படிகளை ஏறி இறங்கி வெறுத்துப் போனேன்.

அன்று இரவு பாஞ்சாலியக்கா செண்பகாவுக்கு போன் செய்தார். "என்னா புள்ள; பாலு தொழில் பண்ணலியா?" ஸ்பீக்கரை ஆன் செய்து பேசினாள் செண்பகா.

"தொழிலே நடக்கலக்கா; பாவம்; அன்னந்தண்ணி இல்லாம அலஞ்சுக்கிட்டிருக்காரு."

"காசுகூட முன்னப் பின்ன தரட்டும்; வந்து சரக்குகள எடுத்துப் போகச்சொல்லு."

"எங்குட்டுக்கா கொண்டுபோயி விக்ய?"

பாஞ்சாலியக்கா தொடர்ந்து பேசியதில் ஒன்றைப் புரிந்துகொள்ள முடிந்தது. தோட்டக் காடுகளில் சரக்குகள் கனிந்து தொங்குகின்றன. கிளிகள் கூடத் தீண்ட வருவதில்லை. பழுத்து அழுகி பூமியில் விழுந்து நாற்றமடிக்கிறது. யாரேனும் வந்து வாங்கிச் சென்று விற்று ஆறுமாதம் கழித்துத் தந்தாலும் சரி. சுருளியூத்துக்குக் கொண்டுபோன சரக்குகள், கூட்டமில்லாமல் ஆற்றுக்குள் கொட்டிவிட்டு வந்தார்களாம். அங்கிருந்த வேப்ப மரத்தடியில் சாப்பாட்டுக் கடை நடத்தியவர் அனுதினமும் மிச்சத்தைக் காக்கைகளுக்கும் குருவிகளுக்கும் எறிந்துவிட்டுக் கடனடைக்க முடியாமல் தூக்குப் போட்டுக் கொண்டாராம்.

"அடடா!" என்றாள் செண்பகா. "சாகுறது ஈசி; தைரியமா நின்னு பொழச்சுக் காட்டணும்கா."

“நம்மல மாதிரி ஒழக்கிற சனத்துக்குத்தேங் அந்தக் கூறு வரும்; மேலோட்டமாப் பொழக்கிறவுகளுக்கு எறும்பு கடிச்சாலும் பெரிய வலியாத் தெரியும்.”

நெடுநேரம் பேசிக்கொண்டிருந்தாள் செண்பகா. “அம்மா; சோறு” என்று மூத்தவன் சம்மணம் போட்டு உட்கார்ந்த பிறகுதான் “நாளக்கிப் பேசுறேங்க்கா” என்று போனை அணைத்தாள்.

வாஞ்சையோடு மகன்கள் சாப்பிடுவதை ரசித்தபடி இருந்தேன். எனக்கும் பசி உண்டானது. வருமானம் இல்லாத நிலையில் இருக்கும் காசையும் கரைக்கவேண்டுமா? உண்ணாமல் உறங்க ஆசைதான். வயிறு காலியாய் இருக்கும்போது எங்கிருந்து தூக்கம் வரும்? தூக்கம் கெட்டால் மேலும் நிம்மதி கெடும். ரசம் ஊற்றி அளவாகச் சாப்பிட்டுவிட்டுப் படுத்துக் கொண்டேன். கண்களுக்குள் தூக்கத்துக்குப் பதில் தோட்டவெளிகள் வந்து பதியமிட்டு நின்றன. கொய்யாவும் மாவும் திராட்சையும் பூமியெங்கும் உதிர்ந்து புல்புதரையையும் மண்பரப்பையும் தின்றன. பூமி அலறியது. “என் உதிரத்தில் வளர்ந்தவை என்னை உண்கின்றன. நாளை நான் எந்த மரத்துக்கு உரமூட்ட முடியும்?”

மாமரங்கள் நின்ற இடங்களில் எட்டிகள் தழைத்தோங்கி இருந்தன. சிவந்த கனிகள் ‘என்னைப்பார்; என் அழகைப்பார்’ என்று சிரித்தன. “ஆயிரம் குடு; ஓராயிரம் பழம் தருகிறேன்” என்றது மரம்.

“உன் பழத்தைக் கொண்டுபோய் என்ன செய்வது?” என்றது புறா.

“செல்லாத காசுக்கு செல்லாத பழம்.” வானம் அதிரும்படி சிரித்தது எட்டி.

எல்லாப் புறாக்களும் சேர்ந்து எட்டிமரத்தைத் தமது கால்களால் மிதித்தன. ஒவ்வொரு காலிலும் ஓர் எட்டிப் பழம் சிக்கி இழுபட்டது. புறாக்கள் அதிலிருந்து விடுபட முடியாமல் மல்லுக்கட்டி சோர்ந்து துவண்டன. கண்ணீர்த்துளிகளை உதிர்த்தபடி மரத்தைக் கெஞ்சின. “விட்டுரு மரமே.” என்றன.

அலறலோடு சிரித்தது மரம். ஒவ்வொரு சிரிப்பலையில் இருந்தும் நூற்றுக் கணக்காய், ஆயிரக்கணக்காய் செல்லாத நோட்டுகள் உதிர்ந்தன. “இந்த நோட்டுகள அள்ளிட்டுப் போங்கப்

அப்பத்தேங் ஒங்க கால்களுக்கு விடுதலை.”

“முதலில் ஆயிரம் குடு என்று எங்களிடம் கேட்டாய்; இப்போது எங்களுக்குத் தருகிறாயே?”

மீண்டும் சிரித்தது மரம். “எட்டிப் பழமும் ஆயிரம் ரூபாயும் சமம்;” இன்னொரு சிரிப்பு!

புறாக்கள் கேட்டன. “புதுசா வந்திருக்காமே ரெண்டாயிரம் ரூபாத் தாள்; அதக் குடு.”

மலைப்பாறை உருண்டு ஓடுவது போல கத்தியது மரம். “அதெல்லாம் எனக்கோ ஒனக்கோ கெடக்யாது; எவரெஸ்டைத் தாண்டிய சிகரமேட்டில் இருப்பவர்களுக்குத்தான்.”

“சரி; எங்கள விட்டுரு.” புறாக்கள் கத்தின. செல்லாத நோட்டுகளை அலகுகளால் அள்ளி எடுத்தபோது புறாக்களின் கால்களை விடுவித்தது மரம். தன்னை விலங்கிட்டு வைத்திருந்த செல்லாத் தாள்கள் விலகி ஓடியபின் நிம்மதிப் பெருமூச்சு விட்டது. அவற்றையெல்லாம் எடுத்துவந்து என்வீட்டு மொட்டைமாடியில் போட்டுவிட்டு அவையும் சுதந்திரமாய்ப் பறந்தன.

எழுந்து அமர்ந்து கண்ணாடியை மாட்டிக் கொண்டு விடிவிளக்கின் வெளிச்சத்தில் அறையை ஏறிட்டுப் பார்த்தேன். செண்பகா கட்டிலுக்கடியில் படுத்துக் கிடந்தாள். அவள் முகம் நிஷ்களங்கமாய் மின்னியது. “செண்பகா!”

ஷாக்கடித்த மாதிரி எழுந்து உட்கார்ந்தாள். “என்னா மாமா, தூங்கலியா?”

“தூங்குனாலும் முழிச்சிருந்தாலும் ஒரே மாதிரிதேங் கனாக்கூட்டம் வந்து முட்டுது..”

“எதையும் மனசுல போட்டுக் கொழம்பாத மாமா.” அவளை உற்று நோக்கினேன். “நாங் நூல் பிரிஞ்ச தாவணியும் கலர்ப்போன ரவிக்கையும் போட்டுக்கிட்டுத்தான அலஞ்சேங்; நீயும் அப்படித்தேங்; இன்னக்கி மேடேறி இருக்கம்; பள்ளத்துல திரும்பவும் விழுந்துருவம்னு பயப்படுறியா?”

“ஆமா செண்பகா.”

“நானும் அத்தையும் இருக்கம்; இன்னக்கிக் கூட நாலஞ்சு புளிக்கொட்டரக்கிப் போயி அலஞ்சு பாத்துட்டு வந்தம்; இருக்கவுகளுக்கே வேல தரமுடியலைன்னு பொலம்புறாக மொதலாளிக. அல்லாப்பேருக்குமே எடஞ்சக் காலந்தேங்.”

“ஆமா மகனே” என்ற குரல் கேட்டுத் திரும்பிப் பார்த்தேன். “நீ ஒங் வழியில முயற்சி பண்ணு; நாங்க எங்களால ஆனதப் பாக்குறம்; ஒங்கப்பாவும் நாளையிலருந்து வேலக்கிப் போறாராம்.”

“அவருக்கு மட்டும் எப்படி வேல கெடக்யும்? நீயும் அப்பாவும் ரெஸ்ட் எடுங்க; நாங்க பாத்துக்கிறம்.” வாய்தான் அப்படி சொன்னதே தவிர மனம் “அப்பா வேலக்கிப் போகட்டும்” என்றது.

மீண்டும் ஏழ்மைக் காலம் வந்துவிடுமோ என்று சஞ்சலமடைந்தேன். “வராது” என்று சத்தியம் செய்தாள் செண்பகா.

4

புதிய ரெண்டாயிரம் ரூபாயும் புதிய ஐநூறும் புழக்கத்துக்கு வந்துவிட்ட நிலையில் மனசை ஓரளவு தேற்றிக் கொண்டு மொபட்டை இயக்கினேன். நிறைய நாட்கள் ஒரே இடத்தில் நின்றிருந்ததால் ஸ்டார்ட் ஆக நேரம் பிடித்தது. பத்துமுறை மிதித்த பிறகு லேசாக உறுமியது. “பெட்ரோல் இருக்கா?” செண்பகா கேட்டாள்.

டேங்க்கைத் திறந்து பார்த்து இருக்கிறது என்பதை உறுதி செய்துகொண்டு மீண்டும் மிதித்தேன். அடம்பிடிக்கும் குழந்தை அழுகையை நிறுத்தப் போவதுபோல லேசாக முனங்கியது. தெம்பை வரவழைத்துக் கொண்டு ஓங்கி மிதித்து ஆக்சிலேட்டரை உச்சகட்டத்துக்கு உயர்த்தியபோது சைலன்சரில் புகையைக் கக்கி ஸ்டார்ட் ஆனது. பங்குக்குப் போய் பெட்ரோல் போட்டேன். “என்னா பாலு; வண்டிய வித்துட்டியோன்னு நெனச்சேங்.” பங்க் ஊழியர் கேட்டார்.

“தொழிலுக்குப் போக முடியல; அதெங்.”

“கொள்ளப்பேரு அப்படித்தேங் கெடக்காக; இப்பத்தேங் கொஞ்சம் கொஞ்சமா வெளியேறி வாராக; இனியாச்சும்

எப்படியிருக்குன்னு பாப்பம்” என்னைப்போலவே அவரும் ஆதங்கப்பட்டார். “இங்கயும் பத்துப்பேரு நின்ன எடத்துல அஞ்சுபேருதேங் இருக்கம்; பாவம் போக்கெடம் இல்லாம எல்லாரும் கஸ்டப்படுறாக.”

பெட்ரோல் விலை ஏற்றம் கண்டிருந்தது. இருநூறுக்குப் போட்டது இன்றைக்கு முன்னூறு ரூபா. “இந்த நொம்பலத்துல இது வேறயா?” புலம்பியபடி அங்கேயே காற்றடித்துவிட்டு வண்டியில் ஏறி அமர்ந்து ஓட்டத்தை விரைவு படுத்தினேன்.

முதலில் பாஞ்சாலியக்காவைப் பார்த்து நலம் விசாரித்துவிட்டு, அவரிடம் ஆலோசனை கேட்டுத் தொழிலைத் தொடங்கலாம் என்ற நினைப்போடு சுருளிப்பட்டி காலனிக்கு வண்டியை ஓட்டினேன். பாஞ்சாலியக்கா வீட்டுமுன் இரண்டு குழந்தைகள் விளையாடிக் கொண்டிருந்தன. அவர்கள் பாஞ்சாலியக்காவின் குழந்தைகள் இல்லை. அவர்கள் பெரியவர்கள் ஆகி வேலைதேடித் திரிகிறார்கள். வண்டியை விட்டு இறங்காமல் “தொரச்சாமியண்ணெங் இருக்காரா?” என்றேன்.

ஒரு சிறுமி என்னை மேலும் கீழும் கண்களால் அளந்தாள்.

“பாஞ்சாலியக்கா?”

அவள் வீட்டு வாசப்படியில் ஏறி “அம்மா; ஆரோ வந்திருக்காங்க” என்றாள். ஒரு நடுத்தர வயதுப் பெண் வெளியில் எட்டிப் பார்த்துவிட்டு “ஆரு?” என்றாள்.

“பாஞ்சாலியக்காவப் பாக்கணும்.”

“நீங்க ஆரு?”

“சொந்தம். அவுகளப் பாக்கணும்.”.”

“வீட்ட வித்துட்டுத் தோட்டத்துக்குக் குடிபோய்ட்டாக; நாங்க வெலக்கி வாங்கிக் குடியிருக்கம்.”

மனம் சஞ்சலப்பட்டது. குடியிருக்கும் வீட்டை விற்கும் அளவுக்குப் பஞ்சம் பற்றிக்கொண்டதா? தோட்டத்தையும் விற்றிருப்பார்களோ என்று எண்ணம் ஓடியது. இருக்காது என்று நானாகத் தேற்றிக் கொண்டேன்.

கால்களைத் தரையில் ஊன்றி வண்டியைப் பின்னுக்கிழுத்துத் தோட்டப் பாதையில் ஓட்டினேன். தோட்ட வாசலில் நுழைந்தபோது நான் குடியிருந்த குடிசை மேம்படுத்தப்பட்டிருந்தது. கூலிங் தகடு மேல்விதானமாய் அமர்ந்திருந்தது. பக்கவாட்டில் மண் சுவர்கள்! மழைக்கு நனைய வேண்டியதில்லை. வெயிலும் அதிகம் தாக்காது. குடிசை வாசலில் வண்டியை நிறுத்திவிட்டு தோட்டத்துக்குள் நடந்தேன். காய்ப்பு இல்லாமல் மரங்களும் கொடிகளும் வெறிச்சோடிக் கிடந்தன. பாஞ்சாலியக்கா ஒரு கல்திட்டில் உட்கார்ந் திருக்க, துரைச்சாமியண்ணன் வேட்டியைத் தார்ப்பாய்ச்சிக் கட்டி மம்பட்டியால் மண்ணைக் கிளர்த்தியபடி இருந்தார். இருவரும் முதுமைதட்டி நரைத்திருந்தனர். மம்பட்டியைக் கீழே போட்டுவிட்டு உடம்பை நிமிர்த்தித் தவிப்பாறிய வேளை நான் உள்ளே நுழைந்திருந்தேன். என்னைப் பார்த்துவிட்டு அந்தப் பக்கம் திரும்பி "பாஞ்சாலி" என்றார்.

பாஞ்சாலியக்கா திரும்பிப் பார்க்காமலே வசைபாடினார். "ராத்திரியெல்லாம் ஒடம்ப சின்னாபின்னப் படுத்திட்டு, நாக்குமேல பல்லுப் போட்டு பேர்சொல்லிக் கூப்புடுறியாக்கும்; ஈரங்கெட்ட கூதி."

"சரி, சரி, திரும்பிப் பாரு, ஆரு வந்திருக்கதுன்னு."

உட்கார்ந்தவாக்கில் கழுத்தை மட்டும் திருப்பினார். கண்கள் கிடங்கு விழுந்திருந்தன. உதடுகளும் கன்னங்களும் சிவந்து கன்றியிருந்தன. தள்ளிமுல்லி எழுந்து நின்று "வா பாலு" என்றார். "சௌக்கியமா? லச்சுமி எப்படியிருக்கா?"

"நல்லாருக்கம்கா. வீட்டுக்குப் போனேங்; வேற ஆளுக இருந்தாக."

"ஆமா பாலு; தொழில் நொடிச்சுக் கடம்பட்டுப் போனம்; வேற வழியில்ல; அத வாங்க ஒரு மகாராசரு இருந்தாரு; டீ எஸ்டேட்டுக் கங்காணி, பிடிபணம் வந்துச்சாம்; நல்ல வெலைக்கி வாங்கிட்டாரு." சொத்து இழப்பின் கோணல்கோடு பாஞ்சாலியக்காவின் முகத்தில் படிந்திருந்தது.

துரைச்சாமியண்ணன் "ஆமா பாலு" என்றார். "அந்தப் பணத்த வச்சுத்தேங் தோட்டத்த மராமத்துப் பண்ணிக்கிட்டிருக்கம்;

ஏறுகாலம் தொடங்குதுன்னு அருக்காணியம்மா குறி சொல்லுச்சு; நம்பிக்கையோட பாடு படுறம்."

என்மனம் அவர்களை வாழ்த்தியது. "இருளின் உச்சம் விடியலின் தொடக்கம்; நிச்சயம் விடியும்."

"வா பாலு; டீ போட்டுத் தாரேங்."

"இல்லக்கா; ரெம்பநாக் கழிச்சு இன்னக்கித்தேங் தொழிலுக்கு வந்திருக்கேங்; அலஞ்சு பாத்து சரக்கு எடுக்கணும்."

துரைச்சாமியண்ணன் விளைந்து கிடக்கும் சில தோட்டக் காடுகளைத் திசைகாட்டினார்.

ஒரு டம்ளர் தண்ணீர் மட்டும் குடித்துவிட்டு, கம்பம் நோக்கிப் பயணித்தேன். டீ தாகம் தொண்டையை வாட்டியது. பாஞ்சாலியக்கா சொன்ன போதே சரிக்குடுத்துக் குடித்திருக்கலாம். வறட்டுக் கௌரவம் இல்லைதான். அதுக்காக சொன்னதும் சகடைபோட முயுமா என்ன? இவ்வாறு ஓடிய யோசனையோடு குமரன் டீஸ்டால் வாசலில் நிறுத்தினேன். ஓனர் கல்லாவில் அமர்ந்திருந்தார். அப்படி அமர்வது அவர் வழக்கம் இல்லை. அது கேஷியர் இருக்க வேண்டிய இடம். இவர் உள்ளும் புறமும் அலைந்துகொண்டும் கண்காணித்துக் கொண்டும் இருக்கக் கூடியவர். இன்று கல்லாவில் இருக்கிறார் என்றால் ஆள் பற்றாக்குறையோ? "என்னாண்ணச்சி சவ்ரியமாருக்கீகளா?"

நிமிர்ந்து பார்த்துவிட்டு "வாங்கய்யா" என்றார். "இந்தப் பக்கம் வந்து ரெம்ப நாளாச்சோ?"

"ஆமாண்ணாச்சி; செல்லாத நோட்டுகளுக்குள்ள தொழில் முங்கிப் போச்சு."

"இருக்கவுக இல்லாதவுக எல்லாருக்கும் ஒரே கெதிதாம்போல."

பெருமூச்சு விட்டபடி அவர் முகத்தை உற்றுப் பார்த்தேன். "என்னயவே எடுத்துக்கங்க; பத்துக் கிலோ மாவு ஓடுன எடத்துல நாலுகிலோதாங் ஓடுது; எரநூறு லிட்டர் பாலுல இன்னக்கி நூறுகூட ஓடமாட்டேங்குது. வேலயாளுக பாதிப்பேர நிப்பாட்டிட்டேங்."

"அவுக பொழப்பு என்னாகுறது அண்ணாச்சி?"

"செத்துச் செத்துத்தேங் பொழக்யணும்; தொழில் பண்றவுக நல்லாருந்தாத்தான கூலி தரமுடியும்?"

ஒரு வடையும் டீயும் சாப்பிட்டுவிட்டுக் கிளம்பினேன். அலைந்து திரிந்து ஒரே ஒருகூடை திராட்சை கிடைத்தது. வண்டியில் கட்டி வீரபாண்டியில் இறங்கினேன். ஆறுதல் தேடிக் கோயிலை நோக்கி நிறையப்பேர் வந்திருந்தனர். ஓரத்தில் நின்று மீண்டும் அந்தப் பழைய குரலை ஒலித்தேன். "முந்திரியேய்..." காற்றில் கலந்து வான்வழியாய்ப் பயணித்து அனைத்துக் காதுகளையும் எட்டின. ஒண்ணும் ரெண்டுமாய் இருட்டும் வரை விற்றுத் தீர்த்து வீட்டுக்கு வண்டியை ஓட்டியபோது எதிர்வெளிச்சம் கண்களை முடக்கியது. சுதாரித்துக் கொண்டு சாலையோரத்தை அனுசரித்து வீட்டை அடைந்தேன்.

5

மாடுவளர்ப்பு நட்டக் கணக்கின் பகுதியாய் மாறிய நிலையில் செண்பகாவின் சித்தப்பாவும் சித்தியும் வீட்டில் முடங்கினர். புளிக்கொட்டரையும் பஞ்சாலைகளும் வாரம் ஓரிரு நாட்கள் மட்டும் இயங்கின. நிரந்தரத் தொழிலாளிகளுக்கே வேலை தர முடியாத நிலையில் புதியவர்களை எப்படிச் சேர்க்க? அதனால் அம்மாவுக்கோ செண்பகாவுக்கோ சம்பாத்தியம் பண்ணும் சூழல் உண்டாகவில்லை. அதே நிலைதான் செண்பகாவின் சித்தி சித்தப்பாவுக்கும்.

தொழு மாடுகள் இல்லாததால் செண்பகாவின் சித்தப்பா மிகக் குறைந்த சம்பளத்துக்கு செக்யூரிட்டி வேலைக்குப் போனார். வாச்மேன் என்பதன் நவீனப் பெயர் 'செக்யூரிட்டி.' செண்பகாவின் சித்தி வைராக்கியக்காரி; புல்லறுத்து, ஓரிரு மாடுகள் வைத்திருக்கும் சம்சாரிகளுக்கு விற்று சம்பாத்தியம் பண்ணினார். வீட்டை விற்காமல் பாதுகாத்தார் என்பதோடு தன் ஒரே மகளுக்குக் கூலிக் குடும்பத்தில் மாப்பிள்ளை பார்த்துக் குடும்பமாக்கினார். வயல் வரப்புகளிலும் வால் கரட்டிலும் புல் இலவசமாய்க் கிடைத்தது.

நான் திராட்சை விற்றுமுடித்து முன்னிரவில் வீட்டுக்கு வந்தபோது முகமலர்ச்சியோடு வரவேற்றாள் செண்பகா. "நாங் இன்னக்கி சம்பாத்தியத்துக்குப் போனேங்."

எனக்கு அதிர்ச்சியாய் இருந்த அதே நேரம் மகிழ்ச்சியாகவும் இருந்தது. எங்கள் வருமானத்தில் இன்னொரு தொகை வந்து விழுவது எவ்வளவு பெரிய சங்கதி! "புளித்தட்டவா?"

"சித்தியோட சேந்து புல்லறுக்க."

"அதெல்லாம் ஒனக்குப் பழக்கமிருக்கா?"

"எங்க வம்சத்துலயே எங்கப்பாவத் தவுர எல்லாரும் ஆடுமாடு வளத்தும் புல்லறுத்துந்தான பொழச்சாங்க." அம்மா அருகில் இருந்ததால் அவளை மனசால் மட்டுமே கட்டியணைக்க முடிந்தது.

"கையக்கால அறுத்துக்காம சூதானமா வேல செய்யணும்; அதோட பூச்சிபொட்டுக அலையும்."

"ஆண்டவெங் காப்பாத்துவாங் மாமா."

"லட்சுமி வெவரமானவ" என்றார் அம்மா.

6

இப்படியாக வாழ்க்கை நொண்டி நொண்டி நடைப்பட்டது. பாறைதாண்ட முயலும் நதியோட்டம் போல கடினமான பயணம். உடல் நலமில்லாமல் அப்பா துவண்டு போனார். அம்மாவும் அப்படித்தான் என்றாலும் 'வெளியில் சொல்லாமல் தாக்குப் பிடித்தார் அம்மா. அப்பாவுக்கு மருத்துவச் செலவு செய்ய செண்பகா தினமும் ஒரு தொகை ஒதுக்கினாள். முன்பு மொத்தமாக அரிசிச் சிப்பம் தூக்கிச் சமைத்த நிலைமாறி, அனுதினமும் வாங்கி ஆக்க வேண்டியிருந்தது. காலையில் முருகன் கடைக்குப் போய் அரிசி வாங்கி, ஒரு செரங்கை எடுத்துவைத்துவிட்டு மிச்சத்தைச் சமைத்தாள். மிச்சப் படுத்திய அரிசியை மாதக் கடைசியில் இரண்டு நாட்களுக்குப் பயன்படுத்தினாள். அந்த இரண்டு நாள் மிச்சத் தொகை அப்பாவின் மருத்துவச் செலவுக்கு உதவியது. மகன்களுக்கு நல்லது பொல்லது செய்து தரமுடியவில்லை. பெரியவன் குடும்பநிலை புரிந்து அமைதிகாத்தான் என்றாலும் 'சின்னவன் பிடிவாதம் பிடித்து சில பொருட்களை வாங்கினான். எனக்குக் கோபம் கொப்புளித்தபோது செண்பகா மகனுக்கு ஆதரவாய், அவன் கேட்டதை வாங்கித் தந்தாள். இருவரில் ஒருவனுக்கு மட்டும் வாங்கித் தர முடியுமா என்ன? மூத்தவனுக்கும் பங்கு கிடைத்தது.

மகன்களைக் கல்லூரியில் சேர்க்க முடியவில்லை. நல்ல கல்லூரி என்று பெயரெடுத்தவை அதிக நன்கொடை கேட்டன. நான் படித்த காலத்தில் நன்கொடை வாங்காத கல்லூரிகள்தான் இயங்கின. பீஸ் மிகமிகக் குறைவு; அப்படியுமே கல்லூரி இடங்கள் நிறையக் காலியிருந்தன. இப்போது நிலமை தலைகீழாகிவிட்டது. உயர்படிப்புக்காரர்கள் அதிகரித்து விட்டார்கள்.

மதுரையில் ஒரு பெரிய கல்லூரியில் மூத்தவனைச் சேர்க்கலாம் என்று போனபோது நிறைய மானவர்கள் பெற்றோருடன் வந்திருந்தனர். அனைவரையும் கூட்ட அரங்குக்கு அழைத்தார் கல்லூரி முதல்வர். "பெற்றோர்கள் தவறாக நினைக்க வேண்டாம். எந்த வகுப்பில் வேண்டுமானாலும் உங்கள் பிள்ளைகளைச் சேர்த்துக் கொள்ளலாம். எந்தப் பாடப் பிரிவு தேவையோ அதை எடுத்துக் கொள்ளலாம். ஒன்றிரண்டு லட்சம் நன்கொடை தரவேண்டும். விடுதியில் சேர்பவர்களுக்கு மட்டும்தான் இங்கு இடம்; விடுதிக்கட்டணம், உணவுக் கட்டணம் எல்லாம் உண்டு. டொனேஷனுக்கு ரசீது கிடையாது. மற்ற எல்லாக் கட்டணத் தொகைக்கும் ரசீது தந்துவிடுவோம். சம்மதிப்பவர்கள் கௌண்டரில் பணம் கட்டுங்கள். அடுத்த மாதம் சேர்க்கைக்கான அனுமதிக் கடிதம் அனுப்பும்போது வந்து சேர்ந்துகொள்ளலாம்."

அரங்கிலிருந்து வெளியில் வந்து மரத்தடியில் கிடந்த சிமெண்ட் பெஞ்சில் நானும் மதியும் அமர்ந்தோம். "என்ன மதி செய்ய? அப்பா கையில அம்புட்டுப் பணம் இல்ல." எண்பது விழுக்காட்டுக்குமேல் மதிப்பெண் எடுத்தவனை மேப்படிப்புப் படிக்கவைக்க முடியவில்லையே என்ற ஆதங்கத்தில் பேசினேன்.

அவன் விழியோரம் நீர்த்திவலைகள் மின்னின. வேப்பமரக் கொப்பை அண்ணாந்து பார்த்தபடி "பரவால்லப்பா" என்றான். அந்த வார்த்தைகள் என்மிது வீசப்பட்ட நெருப்புத் துண்டங்களாய் எரித்தன. "ஒங்க கூட யாவாரத்துக்கு வாரேம்ப்பா."

நான் வெளிப்படையாகவே அழுதுவிட்டேன். என் பிள்ளைகள் என்போல் இல்லாமல் அரசாங்க அதிகாரிகளய் வாழவேண்டும் என்ற என் நினைப்பில் இடி விழுந்தது. கண்ணாடியைக் கழற்றிவிட்டு அவனை மார்போடு கட்டியணைத்துக் கண்ணீர் சிந்தினேன். விம்மல் பெரிதாகி பேச்சு வெளிவரவில்லை. அடக்கி அடக்கிப் பார்த்தும் அழுகை நின்றபாடில்லை. "ஒருகாலத்துல

கஞ்சிக்காக அழுதேங்; இன்னக்கிப் படிப்புத் தரமுடியலையேன்னு அழுகுறேங்."

அவன் என் கண்களைத் துடைத்துவிட்டான். அந்த மென்மையான ஸ்பரிசம் என் அந்தராத்மாவை நீவியது.

செண்பகாவுக்கு ஃபோன் செய்தபோது அவளும் அழுதாள். ஆனாலும் அவள் தைரியசாலி. "பரவால்ல; இந்த வருசம் சம்பாதிச்சு சிக்கனப்படுத்தி அடுத்த வருசம் காலேஜ் சேக்கலாம்."

"கவலப்படாதீங்கப்பா" என்றான் மதி. "ஒங்க தொழிலவே விரிவாச் செஞ்சு சம்பாரிச்சுத் தம்பியப் படிக்ய வக்யலாம்."

கண்ணாடியைத் துடைத்து மாட்டி, அவன் முகத்தை ஏறிட்டேன். 'ஒளி படைத்த கண்ணினாய்' என்ற பாரதியின் வரிகள் அவன் கண்களில் பிரதிபலித்தன.

நூற்றுக் கணக்கான மாணவர்கள் பணம் கட்டிய சந்தோசத்தோடு பூரிப்படைந்து சிரித்திருந்த போது நானும் மதியும் எழுந்து சாலைநோக்கி நடக்க ஆரம்பித்தோம். அவன் என்னைவிட உயரமாய் வளர்ந்திருந்தான். அவன் அணிந்திருந்த கருப்புநிற முழுக்கால் சட்டையும் வெள்ளைநிற மேல்சட்டையும் அவனை ஓர் அதிகாரி போல காட்டின. எனக்கு வாய்க்காத மேலதிக ஆடைகள் அவனுக்கு வாய்த்துள்ளது கண்டு கண்கள் மின்னின. செண்பகா பார்த்துப் பார்த்து செலக்ஷன் செய்து பிள்ளைகளை அழகுபடுத்தினாள்.

செல்லாக்காசுக் காலம் முடிவுக்கு வந்திருந்தது. ஆனால் பணவீக்கம் உச்சாணிக் கொம்பில் ஏறி நின்று சாமான்யர்களைப் பார்த்து நையாண்டி செய்தது. பழங்கள் பணக்காரர்களின் நுகர்வுப் பண்டமாய் மாறின. ஒருகிலோ ரெண்டுகிலோ என்று வாங்கியவர்கள் ஒன்றிரண்டு வாங்கி திருப்தியடைந்தனர்.

மதிவாணன் வேறு தினுசாய்த் தொழில் செய்தான். மினிவேன் ஒன்றை நிரந்தர வாடகைக்கு எடுத்து, சம்சாரிகளிடம் விளைபொருள் வாங்கி, மதுரை திருச்சி போன்ற பெரு நகரங்களில் இயங்கிய கமிசன் மண்டிக்கு அனுப்பினான். திராட்சை, கொய்யா, மா, நெல்லி, சப்போட்டா என்று நிலத்தின் விளைச்சல்களை லோடு ஏற்றி மதுரைக்கோ திண்டுக்கல்லுக்கோ அனுப்பினான். அங்கிருந்த

ஆப்பிள், ஆரஞ்ச், மாதுளை உள்ளிட்டவற்றை வாங்கி மதுரையில் இருந்து கம்பம் வரை அல்லது திண்டுக்கல்லில் இருந்து தேனி வரையுள்ள சில்லறை வியாபாரிகளுக்கு விநியோகித்தான். தள்ளுவண்டி வியாபாரிகளுக்குப் பெரிய அளவில் கொடுத்து வாங்கினான். முதலீடு போட வேண்டாத தொழில் என்பதால் பல வேலையில்லாத இளைஞர்கள் சாலையோர வியாபாரிகளாகிச் சம்பாத்தியம் பண்ணினர். பெருங்கடைக்காரர்களைவிட தள்ளுவண்டி விற்பனைக் கூலிகள் நேர்மையாய் வசூல் தந்தனர்.

ஒருவருட வளர்ச்சியில் வண்டியோட்டப் பழகினான் என்பதோடு 'பிக்அப்' ஒன்று இரண்டாம் விலைக்கு வாங்கிப் பதிவு செய்தான். வாங்கிய முதல் நாள் என் பெற்றோரையும் எங்களையும் ஏற்றிக் கொண்டு சுருளியூத்துக்கு ஓட்டினான். பழைய சுருளி புதுசாகவும் வெளிச்சமாகவும் தெரிந்தது.

சுருட்டுச் சித்தர் எங்கள் அருகில் வந்ததை செண்பகா அடையாளம் கண்டு "நல்லாருக்கீகளா சாமி?" என்றாள்.

"நாளை என்பது கனவு; நேற்று என்பது கழிவு; இன்றுதான் நிஜம்; நிஜத்தை அனுபவி; கனவு நனவாகும்."

"சாமியார்ப் பயகளே இப்படித்தேங்... பொலம்பிக்கிட்டே அலைவானுக." என்றார் அம்மா. கதிரவனை அனுப்பி சுருட்டு வாங்கிவரச் சொல்லி அவரிடம் தந்தாள் செண்பகா.

"என்னம்மா பண்ற? இவனுகள்லாம் குடும்பத்தக் காப்பாத்தத் தெரியாம தாம்பொழச்சாப் போதும்னு தன்னால அலையிறானுக; இவனுகளுக்கெல்லாம் பாவம்பாக்க வேண்டியதில்ல." அம்மாவின் பார்வை அலாதியானது.

"பாவம்த்த. குடுக்குறதுல நாம கொறஞ்சுர மாட்டம்."

சிலுவைச் சித்தரையும் கூடப் பார்க்க முடிந்தது. "உன் ஆகாரத்தைத் தண்ணீருக்குள் போடு; அதன் ஆதாயத்தை வெகுசீக்கிரம் அடைவாய்." ஒரு பாக்கெட் தயிர்ச் சாதம் எடுத்துச் சின்னவனிடம் தந்து அவரிடம் தரச்சொன்னாள். அவ்வாறே செய்தான். "பொன்னைக் காட்டிலும் ஞானத்தைச் சம்பாதி; வெள்ளியைக் காட்டிலும் புத்தியைச் சம்பாதி; நாளை உன்வசமாகும்." என்று உபதேசித்தபடி வாங்கிச் சாப்பிட்டார்.

இன்னொன்றையும் தந்துவிட்டாள் செண்பகா. பல முனிவர்கள் கையேந்தாமல் அருகில் வந்து நின்றனர். அனைவருக்கும் மூத்தவன் பணம் தந்தான்.

ஊற்றுநீரை மேனியில் வாங்கி குளுமையாகி மாலையில் வீடு திரும்பியபோது திருப்தியான சுகம் கிடைத்தது.

○

நிறைவாக

நான் பாலமுருகன் என்ற பாலு பேசுகிறேன். உங்களுக்குப் புரியும்படி சொல்வதென்றால் செண்பக லட்சுமி என்ற செண்பகாவின் காதலன் பேசுகிறேன். கணவனா காதலனா என்று கேட்க விரும்புகிறீர்கள்தானே? காதலன் என்பதே முத்திரைப் பதிவு. கணவன் இரண்டாம்பட்சம்.

தேய்பிறை முடிந்து வளர்பிறை தொடங்கிய தருணத்தில் அப்பாவும் அதைத் தொடர்ந்து அம்மாவும் காலமாகிவிட்டார்கள். அம்மாவின் மரணம் என்னைப் பெரிதும் சோர்வுறச் செய்தது. ஆறுதல்மொழி கூறித் தேற்றினாள் செண்பகா. "இன்னக்கி அவுக; நாளக்கி நாம; சாவு நம்ம வீட்ட ஒட்டியிருக்கிற வீதி; நாம அதுல எறங்கி நடந்துதாங் ஆகணும்; அதனால அழுகாத மாமா."

முதலில் சின்னவனுக்கும், அடுத்துப் பெரியவனுக்கும் திருமணம் நடந்தேறியது. இரு மருமகள்களையும் கண்ணாரக் கண்டு சந்தோஷம் அனுபவித்த தருணத்தில் அவளும் போய்ச் சேர்ந்தாள். ஆம்! என் மனைவியும் காதலியுமான செண்பகா எந்த நோயும் பீடிக்காமல் இறந்துபோனாள். கட்டிலில் என்னருகில் மல்லாந்து படுத்திருந்தவள் காலையில் உயிர்மூச்சற்றுக் கிடந்தாள். துடிப்பு இல்லை; துவண்டு போகவும் இல்லை. பூ உதிர்வது போல உதிர்ந்து போனாள். உருவத்தின் நிஜம் உருமாறாமல் கிடந்தது. ஆனாலும் அவள் என்னைவிட்டு விலகவில்லை. என் தலைக்குமேல் நின்று கண்காணித்துக் கொண்டிருக்கிறாள். என் கண்ணீரைத் துடைத்தபடியும் சோகப் போர்வையை விலக்கி மகிழ்ச்சித் தாண்டவம் ஆடச் செய்தும் ரசிக்கிறாள். என் செண்பகா இன்றும் ஜீவிதப் பேரொளியின் கதிர்வீச்சாய் மின்னிக் கொண்டிருக்கிறாள். இப்போது மகாலட்சுமியும் போய்ச் சேர்ந்துவிட்டாள்.

நான் செண்பகலட்சுமி என்ற செண்பகா...

கதிரவன் பெங்களூருவில் பணியிருந்த நாளில் ஷைலஜாவைக் காதலித்தான். என்னிடம் முதலில் சொல்லியபோது முழுமனதோடு ஏற்றுக் கொண்டு பாலுவிடம் சொல்லி கல்யாணம் கூட்டினோம்.

மதமாற்றுத் திருமணம்! சிலுவைச் சித்தரை அழைத்துவந்து நடத்தினோம். "உனது ஸ்த்ரீயும் உனக்கு நிகரானவள்; நீ அவளைத் தலைமேலும் நெஞ்சிலும் ஒருசேர அணைத்துக் கொள்; நிகரென்று கொட்டும் முரசத்தின் வழியே உங்கள் ஜீவிதம் இசை லயமாய் இழையட்டும்."

மதியவனுக்கு ரெம்ப நாளாய்ப் பெண் கிடைக்காத நிலையில் காதர் மாமாவின் பேத்தி பாத்திமா இவனைக் காதலிப்பதாய்ச் சொன்னாள். அவள் அத்தாவும் உம்மாவும் ஊருக்குப் போயிருந்த போது விபத்தில் இறந்து போனார்கள். காதர் மாமா தடை சொல்லாத நிலையில் ஏற்றுக் கொண்டு நிக்காஹ் செய்தோம். அவர்கள் அனைவரும் நிறைவடைந்த நிலையில் என் ஜீவன் முழு திருப்தியில் எனக்கான எல்லையை நோக்கி நகர்ந்தது. ஆம்! அன்று நான் பாலு அருகில் மல்லாக்கப் படுத்திருந்தபோது என் ஆன்மா என்னைவிட்டுப் பறந்தது. பெரும் பள்ளத்தாக்கு ஒன்றில் வேகமெடுத்துப் பாய்ந்து இறாங்கிக் கொண்டே இருந்தது. இடையில் குறுக்கிட்ட எந்தப் பாறையிலும் இடிக்காமல் கீழே, கீழே, இன்னும் கீழே, அதலபாதாளத்தில் சங்கமமானது. பூ உதிர்வது போல அல்ல; புயல்வேகப் பாய்ச்சல்! எந்த வலியும் திணறலும் இல்லாமல் போய்ச் சேர்ந்தேன். மூத்த மருமகள் பராமரிப்பில் பாலு மகிழ்ச்சியாய் இருக்கிறான். அவனும் என்னைப் போல் திக்கல் திணறல் இல்லாமல் தனது அந்திம எல்லையை அடையவேண்டும்.

அதோ! சுருளியூத்துத் திசையில் இருந்து ஒரு சித்தரின் குரல் கேட்டுக் கொண்டே இருக்கிறது. "ஜனனமும் மரணமும் ஒரு நேர்கோட்டின் இரண்டு முனைகள்; அந்தக் கோட்டை மடித்து வட்டமாக்கிப் பார்; மரணத்தின் பாய்விரிப்பு எந்த இடத்தில் இருக்கிறது என்று சொல்லமுடியாது. ஆனாலும் வட்டத்தின் ஏதோ ஒரு பகுதியில் அது ஜாகையிட்டிருக்கிறது. மரணம் மகத்தானது; ஜீவித நெடும்பயணத்தில் புதிய எல்லையைத் தொடுவதற்கான வழிகாட்டல் நெறி அது! மரணம் இல்லையென்றால் பிரபஞ்சம் இல்லை."

பாலு மரணிக்கும்போது என் ஆன்மா அவனுடன் கலந்து பிரபஞ்ச எல்லைக்கப்பால் பறக்கும்.

◯